AF764858

ശാരദ

sarada

•

o chandumenon

•

novel pazhama series editor
n santhosh kumar

•

first chintha edition
january 2013

•

second edition
march 2013

•

third edition
november 2021

•

typesetting
info needs, kariyam

•

published
chintha publishers, thiruvananthapuram

•

printed
repro india ltd, mumbai

•

cover
black mole

•

price
rupees two hundred and forty only

വിതരണം

ദേശാഭിമാനി ബുക്ക് ഹൗസ്

H O തിരുവനന്തപുരം-695 035
www.chinthapublishers.com
chinthapublishers@gmail.com

ബ്രാഞ്ചുകൾ

ഹെഡ്ഡാഫീസ് ബ്രാഞ്ച് കുന്നുകുഴി • ഓവർബ്രിഡ്ജ് തിരുവനന്തപുരം • കെ എസ് ആർ ടി സി ബസ് സ്റ്റേഷൻ ആലപ്പുഴ • കെ എസ് ആർ ടി സി ബസ് സ്റ്റേഷൻ എറണാകുളം • മച്ചിങ്ങൽ ലെയ്ൻ തൃശൂർ • ഐ ജി റോഡ് കോഴിക്കോട് • കെ എസ് ആർ ടി സി ബസ് സ്റ്റേഷൻ കോഴിക്കോട് • എൻ ജി ഒ യൂണിയൻ ബിൽഡിങ് കണ്ണൂർ • സെൻട്രൽ ബസ് ടെർമിനൽ കോംപ്ലക്സ് താവക്കര കണ്ണൂർ

CR - 3027 / 5668
ISBN - 978-93-82808-71-8

ശാരദ

നോവൽ പഴമ : 11
1892

ഒ ചന്തുമേനോൻ

നോവൽ പഴമ സീരീസ് എഡിറ്റർ
എൻ സന്തോഷ് കുമാർ

പഠനം
കെ എം നരേന്ദ്രൻ

ചിന്ത പബ്ലിഷേഴ്സ്
തിരുവനന്തപുരം-695 035
വില: ₹ 240

പ്രസാധകക്കുറിപ്പ്

പത്തൊമ്പതാം നൂറ്റാണ്ടിൽ മലയാളഭാഷയിൽ രചിക്കപ്പെട്ട പതിനഞ്ചു നോവലുകളാണ് 'നോവൽ പഴമ' എന്ന പേരിൽ ചിന്ത പബ്ലിഷേഴ്സ് പുനഃപ്രസിദ്ധീകരിക്കുന്നത്. കൊളോണിയൽ ആധിപത്യവും അതിന്റെ സാംസ്കാരികാധിനിവേശവും കേരളത്തിന്റെ സാമൂഹിക ജീവിതത്തിൽ സൃഷ്ടിച്ച ആഘാതങ്ങളും നിർമിതികളും ഈ നോവലുകളിൽ വായിച്ചെടുക്കാവുന്നതാണ്. കേരളത്തിന്റെ ഉൽപ്പാദന ബന്ധങ്ങൾ, ആൺ-പെൺ ബന്ധം, കുടുംബജീവിതം, ലൈംഗികത, ജാതിവ്യവസ്ഥ, ആചാരങ്ങൾ, ആരാധനാരീതികൾ, വാമൊഴിവഴക്കങ്ങൾ, സൗന്ദര്യദർശനം, രാഷ്ട്രീയബോധം, ആഖ്യാനസമ്പ്രദായങ്ങൾ തുടങ്ങിയവയെല്ലാം വിശദമായി ചർച്ചചെയ്യപ്പെടുന്ന കൃതികളാണിവ. കൊളോണിയൽ സാംസ്കാരികവ്യവസായം എങ്ങനെയാണ് തദ്ദേശീയ ജനകീയ സംസ്കാരങ്ങളുടെമേൽ മേൽക്കൈ നേടിയതെന്നും വിക്ടോറിയൻ സദാചാരബോധത്തിന്റെയും കൊളോണിയൽ ആധുനികതയുടെയും അച്ചിൽ മലയാളികളുടെ സാംസ്കാരിക-സാമൂഹിക ജീവിതത്തെ എങ്ങനെയാണ് പുനർനിർമിച്ചതെന്നും മനസിലാക്കാൻ ഈ കൃതികൾ നമ്മെ സഹായിക്കുന്നതാണ്. ഏഷ്യാറ്റിക് ലോകങ്ങളെയെല്ലാം പ്രാകൃത സമൂഹങ്ങളായും പാശ്ചാത്യലോകത്തെ സാംസ്കാരത്തിന്റെ സ്രോതസായും വിഭാവനം ചെയ്യുന്ന പാശ്ചാത്യയുക്തി ഇന്നും പ്രബലമായി ലോകത്തിൽ നിലനിൽക്കുകയാണ്. അധിനിവേശം എന്ന ഹിംസാത്മകത അതിന്റെ സഹജമായ വംശീയാഹന്തയോടെ ലോകത്തിനുമേൽ നടത്തുന്ന സംഹാരതാണ്ഡവത്തെ പ്രശ്നവൽക്കരിക്കേണ്ട ഈ കാലഘട്ടത്തിൽ മലയാള സാഹിത്യത്തിലെ ഈ അപൂർവ വസന്തങ്ങൾ പുനർവായിക്കപ്പെടേണ്ടത് അത്യാവശ്യമാണ്. കേരളീയ സമൂഹം ഒരു ആധുനിക സമൂഹമായി പരിവർത്തിക്കപ്പെടുമ്പോൾ അതിന് അനിവാര്യമായും അഭിമുഖീകരിക്കേണ്ടിവന്ന പുതിയ പ്രശ്നങ്ങളെയും ഈ നോവലുകൾ അനാവരണം

ചെയ്യുന്നുണ്ട്. എന്നാൽ അതേസമയംതന്നെ നവോത്ഥാനത്തിന് തിരി കൊളുത്തിയ കാലഘട്ടത്തിലാണ് ഈ നോവലുകൾ രചിക്കപ്പെട്ടത്. ബ്രാഹ്മണാധിപത്യത്തിനും ജാതിമർദനത്തിനുമെതിരായ നവോത്ഥാന-കീഴാള ഉയിർപ്പുകളെ സാക്ഷ്യപ്പെടുത്തുകയും ചെയ്യുന്നവയാണ് ഇതിലെ പല കൃതികളും.

ഈ പുസ്തകങ്ങളും ഇവയെക്കുറിച്ചുള്ള പഠനക്കുറിപ്പുകളും സമാഹരിച്ചു നൽകിയ എൻ സന്തോഷ് കുമാറിന്റെ ശ്രമം മലയാള സാഹിത്യ ചരിത്രത്തിലെ ഒരു വലിയ സംഭവമായി ഞങ്ങൾ കരുതുന്നു.

ഈ കൃതികൾ മലയാളി വായനാസമൂഹത്തിനു മുമ്പിൽ സസന്തോഷം സമർപ്പിക്കുന്നു.

ചിന്ത പബ്ലിഷേഴ്സ്

കേരളീയ നവോത്ഥാനത്തിന്റെ ഭൂമിക

പത്തൊമ്പതാം നൂറ്റാണ്ടിലെ മലയാള നോവലുകൾ ഇന്ന് വായിക്കുമ്പോൾ

രണ്ടുതരം ആഖ്യാനലക്ഷ്യങ്ങളാണ് തങ്ങളുടെ രചനകളെക്കുറിച്ച് വിശദീകരിക്കുമ്പോൾ പത്തൊമ്പതാം നൂറ്റാണ്ടിലെ മലയാള നോവലിസ്റ്റുകൾ സൂചിപ്പിച്ചിട്ടുള്ളത്. അപ്പുനെടുങ്ങാടിയെയും ചന്തുമേനോനെയും പോലെയുള്ളവർ ഇഷ്ടജനങ്ങളുടെ വിനോദത്തിനായി നോവലുകൾ രചിച്ചപ്പോൾ പോത്തേരി കുഞ്ഞമ്പുവും ജോസഫ് മൂളിയിലും സോദ്ദേശ്യാധിഷ്ഠിതമായിത്തന്നെയാണ് തങ്ങളുടെ രചനകൾ എന്നു തുറന്നുപറയുന്നുണ്ട്. നോവൽ രചനയ്ക്കു പിന്നാലെ പരസ്പരപൂരകങ്ങളായ രണ്ടു ധർമങ്ങളെയും കൂട്ടിയിണക്കുകയായിരുന്നു ഈ എഴുത്തുകാരെല്ലാം തന്നെ. നോവൽ എന്ന സാഹിത്യശാഖ ഇന്ത്യൻ ഭാഷകളിൽ രൂപപ്പെടാനും വളർന്നുവികസിക്കാനും ഈ രണ്ടുഘടകങ്ങളും ഒരുപോലെ കാരണമായിട്ടുണ്ട്. ഒരു നൂറ്റാണ്ടിന് ഇപ്പുറത്തുനിന്ന് ആ നോവലുകൾ വായിക്കുമ്പോൾ അവ കേവലം വിനോദത്തിനുമപ്പുറം അക്കാലത്തെ ചരിത്രപരവും രാഷ്ട്രീയവും സാംസ്കാരികവുമായ വ്യവഹാരങ്ങൾകൂടിയായി മാറുന്നതെങ്ങനെയെന്ന് തിരിച്ചറിയാൻ കഴിയുന്നുണ്ട്.

ഇന്ത്യൻ നവോത്ഥാനമാണ് ആദ്യകാല ഇന്ത്യൻ നോവലുകൾക്ക് ജന്മം നൽകിയതെന്ന വസ്തുത വിസ്മരിച്ചുകൊണ്ട് അവയെ സമീപിക്കുന്നത് ചരിത്രവിരുദ്ധമാണ്. യൂറോപ്യൻ നോവലുകളുടെ കേവലാനുകരണമാണ് ആദ്യകാല ഇന്ത്യൻ നോവലുകൾ എന്ന വാദം അതുകൊണ്ടുതന്നെ അപ്രസക്തമായിത്തീരുന്നു. നോവലുകൾ മുന്നോട്ടുവെക്കുന്ന ആധുനികമായ ഭാവുകത്വവും അനുഭവപരിസരവും കൊളോണിയൽ വിദ്യാഭ്യാസം ലഭിച്ച ഇന്ത്യൻ ഉപരിവർഗത്തിനിടയിലെങ്കിലും വേരോടിയിരുന്നു എന്നതിന്റെ ശക്തമായ തെളിവുകൾകൂടിയാണ് അവ. അത്തരം അനുഭവപരിസരം ബ്രിട്ടീഷ് ഇന്ത്യയിൽ എങ്ങനെ രൂപപ്പെട്ടു എന്നതിന്റെ രേഖകൾകൂടിയായി സ്വാഭാവികമായും പത്തൊമ്പതാം നൂറ്റാണ്ടിലെ മല

യാള നോവലുകൾ മാറുന്നുണ്ട്. അതുകൊണ്ടുതന്നെ കേരളീയമായ നവോത്ഥാനശ്രമങ്ങളുടെ ഒരു മുന്നോടിയായി ഈ നോവലുകളെ വായിച്ചെടുക്കാൻ കഴിയും.

ബംഗാളി ഭാഷയിൽ മിസിസ്സ് കാതറീൻ ഹന്നാ മുല്ലൻസ് രചിച്ച *ഫുൽമോനി ഓ കരുണാർ ബിബരണിന്* റവ. ജോസഫ് പീറ്റ് നിർവഹിച്ച *ഫുൽമോനി എന്നും കോരുണ എന്നും പേരായ രണ്ടു സ്ത്രീകളുടെ കഥ* (1858) വിവർത്തനം ചെയ്യപ്പെട്ടതോടെ ആരംഭിക്കുന്നു മലയാള നോവലുകളുടെ ചരിത്രം എന്നു പറയാം. ബംഗാളിഭാഷയിൽനിന്നും മലയാളവൽക്കരിക്കുമ്പോൾ മലയാള സമൂഹത്തെക്കൂടി അഭിസംബോധന ചെയ്യുന്ന എഴുത്തായി അത് മാറുന്നു. പിൽക്കാലത്ത് 1894ൽ കേരളവർമ വലിയകോയിത്തമ്പുരാൻ വാൻലിം ബർഗ് ബ്യൂവറുടെ ഡച്ച് നോവലായ *അക്ബർ* ഇംഗ്ലീഷിൽനിന്ന് മലയാളത്തിലേക്ക് വിവർത്തനം ചെയ്തപ്പോൾ ഇല്ലാതെപോയതും ഈയൊരു ഗുണമാണ്. ഇങ്ങനെയാണ് റവ. ജോസഫ് പീറ്റ് മൊഴിമാറ്റം നിർവഹിച്ച *ഫുൽമോനിയുടെയും കോരുണയുടെയും കഥ* പത്തൊമ്പതാം നൂറ്റാണ്ടിലെ മലയാള നോവലുകളുടെ സമഗ്രസമാഹാരമായ നോവൽ പഴമയിലെ ആദ്യനോവലായി പരിണമിച്ചത്. പി പി രവീന്ദ്രന്റെ ആമുഖപഠനം വിവർത്തന നോവലുകൾ ഭാഷാനോവലുകളായിത്തീർന്നതിന്റെ പശ്ചാത്തലം വ്യക്തമായിത്തന്നെ വിശദമാക്കുന്നുണ്ട്. ഇങ്ങനെ *ഫുൽമോനിയുടെയും കോരുണ*യുടെയും കഥ എന്ന വിവർത്തനത്തിൽ തുടങ്ങുന്ന പതിനഞ്ച് നോവലുകളുടെ സമാഹാരമാണ് നോവൽ പഴമ എന്ന പത്തൊമ്പതാം നൂറ്റാണ്ടിൽ പ്രസിദ്ധീകരിച്ച മലയാള നോവലുകളുടെ ഒരു പാക്കേജിൽ ഉൾപ്പെടുത്തിയിരിക്കുന്നത്.

നോവലിന്റെ രൂപഘടനയെക്കുറിച്ചുള്ള സാമ്പ്രദായിക വീക്ഷണങ്ങൾ ഇല്ലാതായ പുതിയ കാലത്ത്, നോവലിന്റെ സ്വരൂപഘടനയെക്കുറിച്ചുള്ള അപ്രസക്തമായ വിചാരങ്ങൾക്കപ്പുറത്ത് പത്തൊമ്പതാം നൂറ്റാണ്ടിലെ മലയാള നോവലുകളെ ഇന്നു വായിക്കുമ്പോൾ അക്കാലത്തെ ചരിത്രവും സംസ്കാരവും രൂപപ്പെട്ടതിന്റെ വ്യക്തമായ ദിശാബോധം ലഭിക്കുന്നുണ്ട്. ഒറ്റയൊറ്റയായി വായിക്കുന്നതിനേക്കാൾ ഒരു സമഗ്രസമാഹാരമായി വായിക്കുമ്പോൾ പത്തൊമ്പതാം നൂറ്റാണ്ടിലെ ചരിത്രത്തിന്റെയും സംസ്കാരത്തിന്റെയും തുടർച്ച അതിൽ കണ്ടെത്താനാവും. ആധുനിക കേരളീയ സമൂഹത്തിന്റെ രൂപപ്പെടലും അതിനെ നിയന്ത്രിച്ച വിവിധ ശക്തികളും ഘടകങ്ങളുമെല്ലാം ഈ സമഗ്രവായനയിൽ തെളിയുന്നുണ്ട്. ഈ വായനയ്ക്ക് സഹായകമാകുന്ന തരത്തിൽ തന്നെയാണ് ഇവയുടെ ആമുഖപഠനങ്ങളും രേഖപ്പെടുത്തിയെടുത്തിട്ടുള്ളത്. ഇക്കാര്യങ്ങളെല്ലാം ഓരോ നോവലിന്റെയും ആമുഖ പഠനങ്ങൾ വളരെ വിശദമായി ചർച്ച ചെയ്യുന്നുണ്ട്. പത്തൊമ്പതാം നൂറ്റാണ്ടിലെ നോവലുകളുടെ സമഗ്രതയായ നോവൽ പഴമ പുറത്തുവരുന്നതോടുകൂടി നമ്മുടെ സാഹിത്യപാരമ്പര്യത്തിന്റെ പൊതു അന്തരീക്ഷത്തിൽ ഒരു സംവാദം രൂപപ്പെടു

മെന്ന് ഉറപ്പുണ്ട്. അധിനിവേശം/ദേശീയ, മേലാളൻ/കീഴാളൻ, സവർണ്ണൻ/അവർണ്ണൻ, പുരുഷൻ/സ്ത്രീ, ആധുനികത/പാരമ്പര്യം തുടങ്ങിയ സംവർഗങ്ങൾ പല പ്രകാരത്തിൽ സംഘർഷത്തിലേർപ്പെടുന്നതിന്റെ സൂചനകൾ ഈ നോവലുകളിൽ തെളിയുന്നുണ്ട്. സ്ത്രീ വിദ്യാഭ്യാസവും സ്ത്രീ സ്വാതന്ത്ര്യവും ഉൾപ്പെടുന്ന വിഷയങ്ങൾ മലയാളത്തിൽ ആദ്യമായി ചർച്ച ചെയ്ത മാധ്യമവും ഈ നോവലുകൾ തന്നെ. കീഴാളരുടെ ഉദ്ഗ്രഥനവും മതപരിവർത്തനവും അടക്കമുള്ള വിഷയങ്ങളും ഇവയെ സജീവമാക്കുന്നു. ഒപ്പം മാറിവരുന്ന ലോകബോധവും നീതിന്യായക്രമങ്ങളും സജീവമായ ചർച്ചയാവുന്നു. വൃത്തിയും വെടിപ്പും ആധുനികമായ കുടുംബവും വിദ്യാഭ്യാസവുമൊക്കെ ഉൾപ്പെടുന്ന ആധുനികവൽക്കരണ പ്രക്രിയയും നിരന്തര സംവാദമായിത്തീരുന്നുണ്ട്. ഒപ്പം പിൽക്കാലത്ത് കേരളീയ നവോത്ഥാന പ്രക്രിയയുടെ രൂപീകരണത്തിലേക്ക് നയിച്ച സാഹചര്യങ്ങളും പരിഗണിക്കപ്പെടുന്നുണ്ട്. ഇങ്ങനെ പത്തൊമ്പതാം നൂറ്റാണ്ടിനെ സാംസ്കാരികമായി വായിക്കാനുള്ള മികച്ച ഉപാധികൂടിയാണ് അക്കാലത്തെ നോവലുകളുടെ സമഗ്രതയായ നോവൽ പഴമ എന്ന ഈ സമാഹാരം.

ഈ നോവലുകൾക്ക് വിശദമായ ആമുഖപഠനം തയാറാക്കിത്തന്ന വിശിഷ്ടരായ എഴുത്തുകാർക്കും ഇത്തരമൊരു സമഗ്രതയുടെ പ്രസക്തി മനസിലാക്കി പ്രസാധനത്തിന് മുൻകൈയെടുത്ത ചിന്ത പബ്ലിഷേഴ്സിനും ഞാൻ നന്ദി രേഖപ്പെടുത്തുന്നു. കേരളീയ വായനാസമൂഹം പത്തൊമ്പതാം നൂറ്റാണ്ടിലെ നോവലുകളുടെ സമഗ്രതയായ നോവൽ പഴമയെ സ്വീകരിക്കുമെന്ന പ്രത്യാശയോടെ.

പിലിക്കോട്
04-01-2013

എൻ സന്തോഷ് കുമാർ
നോവൽ പഴമ സീരീസ് എഡിറ്റർ

പഠനം

ആധുനികത നവോത്ഥാനം പാരമ്പര്യം: ശാരദയെ മുൻനിർത്തി വായിക്കുമ്പോൾ

കെ എം നരേന്ദ്രൻ

പത്തൊമ്പതാം നൂറ്റാണ്ടിന്റെ ഉത്തരാർധത്തിൽ കേരളം വലിയൊരു മാറ്റത്തിനു വിധേയമായെന്നും നവോത്ഥാനദശ എന്നൊരു പുതിയകാല ഘട്ടം അക്കാലത്ത് ഉദയംകൊണ്ടെന്നുമൊക്കെയുള്ള കാര്യങ്ങൾ നമ്മുടെ ചരിത്രബോധത്തിലെ പ്രാഥമികപാഠങ്ങളാണ്. സ്കൂൾ പാഠപുസ്തകങ്ങൾ ഇക്കാര്യം സവിസ്തരം ചർച്ചചെയ്യുന്നു. നവോത്ഥാനദശയുടെ പ്രേരകഘടകങ്ങൾ ഏതെല്ലാം, മാറ്റങ്ങളിലെ ഉള്ളടക്കമെന്ത്, രാഷ്ട്രീയഫലങ്ങളെന്ത് തുടങ്ങിയ ചോദ്യങ്ങൾക്ക് ഉത്തരം നൽകാനും നമുക്കാവും. ഈ വിഷയത്തിൽ പണ്ഡിതർക്കിടയിൽ വല്ല തർക്കങ്ങളും ഉണ്ടെങ്കിൽത്തന്നെ അത് നവോത്ഥാനദശയുടെ ആന്തരികഘടകങ്ങൾ തമ്മിലുള്ള ശാക്തികാനുപാതത്തെക്കുറിച്ചുമാത്രമാണ്. ചിലർ കൊളോണിയൽ ജ്ഞാനവ്യവസ്ഥയെ നവോത്ഥാനത്തിന്റെ മുഖ്യചാലകശക്തിയായി കാണുമ്പോൾ വേറെ ചിലർ ജന്മിത്തവ്യവസ്ഥിതിക്കുപകരം വന്ന പുതിയ ധനവ്യവസ്ഥയെ ഒന്നാംസ്ഥാനത്ത് കാണുന്നു. ജാതിവ്യവസ്ഥയ്ക്കെതിരെ ഉയർന്ന കീഴാളവിഭാഗങ്ങളുടെ സമരങ്ങളും ജനാധിപത്യരാഷ്ട്രീയബോധത്തിന്റെ വളർച്ചയുമൊക്കെ വേറെ ചില വ്യാഖ്യാനങ്ങളിലെ മുൻഗണനാക്രമങ്ങളിൽ മുഖ്യസ്ഥാനം നേടിയെടുത്തു. നവോത്ഥാനകാലത്തെ കേരളീയസമൂഹത്തിന്റെ ജീവിതാവസ്ഥ നമ്മുടെ ചരിത്രാപഗ്രഥനത്തിന് വഴങ്ങിക്കഴിഞ്ഞു എന്ന തോന്നൽ സർവവ്യാപിയാണെങ്കിലും, സത്യം മറ്റൊന്നാണ്. കേരളീയസമൂഹം അനുവദിച്ച ആ മാറ്റം എത്രമാത്രം അപൂർവവും ഭീതിജനകവുമായിരുന്നുവെന്ന് ഒരു പഠനവും നമ്മെ അറിയിച്ചിട്ടില്ല. ചരിത്രത്തിന്റെ രേഖീയക്രമത്തെ തകർത്തുകളഞ്ഞ ആ മാറ്റത്തെ ഉൾക്കൊള്ളാൻ ശ്രമിച്ചാൽ നമ്മുടെ ഭാഷയും മനസും ആടിയുലയും.

യുഗപ്പകർച്ചയുടെ ഏറ്റവും വലിയ പ്രത്യേകത അത് സമൂഹത്തിന്റെ മാറ്റമേ അല്ലായിരുന്നു എന്നതാണ്. അതായത്, പഴയൊരു സമൂഹം

പുതിയ സാമൂഹികാവശ്യങ്ങൾക്കനുസരിച്ച് മുഖം മിനുക്കിയും വേഷം മാറിയും വന്നതല്ല. പഴയസമൂഹം നിലനിൽക്കെത്തന്നെ അതിനോടൊപ്പം തീർത്തും പുതിയൊരു സമൂഹം ഉണ്ടാകുകയായിരുന്നു. ഒന്നുകൂടി തെളിച്ചുപറഞ്ഞാൽ പഴയവൈദ്യനും മന്ത്രവാദിയും വിഷഹാരിയും ആധുനികവിദ്യാഭ്യാസത്തിലൂടെ സംസ്കരിക്കപ്പെട്ട് പുതിയ അലോപ്പതി ഡോക്ടറായി മാറുകയല്ല ഉണ്ടായത്. വൈദ്യന്റെ വളർച്ചയോ തുടർച്ചയോ ഒന്നുമല്ല ഡോക്ടർ. സംക്രമണകാലത്ത് അവർ പരസ്പരം മനസിലാവാത്ത രണ്ടുതരം ഭാഷകൾ സംസാരിച്ചും രണ്ടുതരം യുക്തിചിന്തകളും രണ്ടുതരം ലോകബോധങ്ങളും സ്വീകരിച്ചും ഭിന്നഗ്രഹജീവികളെപ്പോലെ പരസ്പരം നോക്കിക്കണ്ടു. വൈദ്യവൃത്തിയിൽ മാത്രമല്ല എല്ലാ വ്യവഹാരങ്ങളിലും ഇത് സംഭവിച്ചു. പരസ്പരവിനിമയങ്ങൾ സാധിക്കാത്ത വണ്ണം ലോകം രണ്ടായി മുറിഞ്ഞുവീണപോലെ ഇവയെ ഒരുമിപ്പിക്കാൻ പൊതുമൂല്യവ്യവസ്ഥിതിയോ പൊതുയുക്തിചിന്താപദ്ധതിയോ ഒന്നുമുണ്ടായിരുന്നില്ല. ഭാഷയാവട്ടെ രണ്ടുതരം അർഥവിനിമയ പദ്ധതികളായി പിളർന്നുവീണിരുന്നു. പ്രഭുത്വം എന്നത് ഇന്നതാണ് എന്ന് ശാരദയുടെ അച്ഛൻ ശാരദയ്ക്ക് അർഥംപറഞ്ഞു ബോധ്യപ്പെടുത്തിയപ്പോൾ "അത് ഇത്രയേ ഉള്ളൂ അല്ലേ?" എന്ന് ശാരദ പറയണമെങ്കിൽ ഒരേ വാക്ക് രണ്ടുതരം അർഥങ്ങളെ രണ്ടു വ്യക്തികളിൽ ഉൽപ്പാദിപ്പിച്ചു എന്നുറപ്പാണ്.

പുതിയലോകത്തിന്റെ പ്രജകൾക്ക് പുതിയ വൈദ്യസമ്പ്രദായവും പുതിയതരം പള്ളിക്കൂടങ്ങളും എന്നപോലെതന്നെ പഴമയോട് ഒരു ബന്ധവുമില്ലാത്ത സാഹിത്യരൂപവും വേണ്ടിവന്നു. അങ്ങനെയാണ് വൈദേശികാനുകരണത്തിലൂടെയും പരിഭാഷയിലൂടെയും അവർ മലയാള നോവൽ സൃഷ്ടിച്ചെടുത്തത്. വാസ്തവത്തിൽ പുതിയൊരു സാഹിത്യരൂപം ഉണ്ടാക്കി എന്നു പറഞ്ഞാൽപ്പോലും പോരാ. ചമ്പുക്കളും മഹാകാവ്യങ്ങളും ദണ്ഡകങ്ങളും നാടകങ്ങളും പഴയകാലം സംഭാവന ചെയ്തെങ്കിൽ പുതിയകാലം അവയുടെകൂടെ നോവലിനെയും സ്ഥാപിച്ചു എന്ന മട്ടിൽ അർഥലഘൂകരണം ഉണ്ടാക്കാൻ ഇടവരുത്തരുത്. നോവൽ എന്ന പുതിയ സാഹിത്യരൂപം കൊണ്ടുവന്നു എന്നതിനേക്കാൾ കാതലായ മാറ്റങ്ങളാണ് നവോത്ഥാനത്തിന്റെ വക്താക്കൾ ക്ഷണിച്ചുവരുത്തിയത്. സാഹിത്യത്തിന്റെ ഉദ്ദേശ്യലക്ഷ്യങ്ങൾ, കൃതി, കർത്താവ് തുടങ്ങിയ സങ്കൽപ്പങ്ങൾ, വായനക്കാർ, സാഹിത്യത്തിന്റെ സമൂഹത്തിലെ സ്ഥാനം, എഴുത്തിന്റെ സങ്കേതങ്ങൾ തുടങ്ങിയ സാഹിത്യത്തെ നിർവചിക്കുന്ന എല്ലാ കാര്യങ്ങളിലും പഴയകാലം ചിന്തിക്കാത്ത വഴികളിലാണ് പുതിയകാലം ചിന്തിച്ചത്. പുതിയ ചിന്തകളുടെ ആദിരൂപങ്ങളൊന്നും തന്നെ പഴയകാലത്തെ സാഹിത്യലോകത്ത് ഉണ്ടായിരുന്നില്ല. അതുപോലെ പഴയകാലം സംസ്കരിച്ചെടുത്ത കാവ്യാലങ്കാരചിന്തകളുടെ തുടർച്ച പുതിയവരിലും കാണാനാവില്ല. ഇതൊക്കെ ആലോചിക്കുമ്പോൾ സാഹിത്യം എന്ന പൊതുനാമം ഉപയോഗിക്കുന്നുണ്ടെങ്കിലും പഴയ സാഹിത്യവും പുതിയ സാഹിത്യവും സാഹിത്യത്തിന്റെ രണ്ടു ഘട്ടങ്ങ

ളായി കരുതുന്നതിനെക്കാൾ രണ്ടു വ്യത്യസ്ത വ്യവഹാരങ്ങളായി കാണുന്നതാണ് കൂടുതൽ ശരി.

പുതിയകാലത്തിന്റെ വരവോടെ പഴയകാലവും അതിന്റെ ഭാവുകത്വവും ജ്ഞാനോൽപ്പാദനരീതികളും പൂർണമായി നശിച്ചു എന്നർഥമില്ല. പുതുമയുടെ ആധിപത്യത്തിൽ അടിച്ചമർത്തപ്പെടുന്നുവെങ്കിലും ദമിതമായൊരു ജീവിതം പഴമയ്ക്ക് തുടർന്നുമുണ്ടായിരുന്നു. സമൂഹത്തിലെ മിക്കവാറും എല്ലാ പ്രത്യയസംഹിതകളിലും ഇങ്ങനെ തമസ്കരിക്കപ്പെട്ട പഴമയുടെ തുടർജീവിതം വായിച്ചെടുക്കാനാവും. *ശാരദ* എന്ന നോവലിലെ പഴമയുടെ തുടർച്ചകൾ ഈ പഠനത്തിന്റെ അവസാനം ചർച്ച ചെയ്യുന്നുണ്ട്.

ഒ ചന്തുമേനോന്റെ ആദ്യനോവലായ *ഇന്ദുലേഖ* പുതിയ കാലത്തിന്റെ നായികയെയും നായകനെയും നിർവചിക്കുന്നു. പിൽക്കാലത്ത് ഉണ്ടായ നായികമാരും നായകന്മാരും ഇന്ദുലേഖയെയും മാധവനെയും അനുകരിക്കുന്ന വാർപ്പുരൂപങ്ങളായിരുന്നു എന്നല്ല വിവക്ഷ. മറിച്ച് പഴയ കാലത്തിൽനിന്ന് ഭിന്നമായ സ്ത്രീപുരുഷബന്ധവും ജീവിതരീതിയും ജീവിതലക്ഷ്യങ്ങളും കൈമുതലായ നായികയെയും നായകനെയുമാണ് ഇവിടെ കാണുക. നോവലിന്റെ പ്രാഥമികപാഠത്തിൽ ഇന്ദുലേഖാമാധവന്മാരുടെ ദാമ്പത്യത്തിലേക്കും അണുകുടുംബത്തിന്റെ പിറവിയിലേക്കും നയിക്കുന്ന സംഭവങ്ങളേ ഉള്ളൂ. ഈ സംഭവഗതിയിലുള്ള വിഘ്നങ്ങൾ സൃഷ്ടിച്ചുകൊണ്ട് പഴമയുടെ ശക്തികളും ഉണ്ട്. ആകെക്കൂടി ലളിതമായ കഥാതന്തുവിന്റെ വികസിതരൂപമാണ് ഈ നോവൽ. ഭ്രഷ്ടരായ കുറേ മനുഷ്യരുടെ ദുരിതങ്ങൾ ഈ നോവലിൽ ഇല്ലെന്നില്ല. പക്ഷേ, അവ നോവലിന്റെ അരികുകളിൽ മിന്നിമറഞ്ഞുപോകുന്നു എന്നുമാത്രം. ഇന്ദുലേഖാ മാധവന്മാരുടെ ജൈത്രയാത്രയും യാത്രയിൽ സംഭവിക്കുന്ന ഏതാനും ചില വിഘ്നങ്ങളും വിഘ്നനിവാരണവുമായാൽ നോവലിന്റെ പ്ലോട്ട് പൂർത്തിയാവുന്നു. അതുകൊണ്ടുതന്നെ *ഇന്ദുലേഖ*യെ ലക്ഷണയുക്തമായ ആദ്യമലയാളനോവൽ എന്നു വിളിക്കുന്നതിൽ അസാംഗത്യമുണ്ട്. കാരണം ജീവിതത്തിന്റെ സങ്കീർണതകളെയും വൈവിധ്യങ്ങളെയും വൈരുധ്യങ്ങളെയും എഴുത്താക്കി മാറ്റിയ പിൽക്കാല മലയാള നോവലുകളുടെ തുടക്കമൊന്നും *ഇന്ദുലേഖ*യ്ക്ക് അവകാശപ്പെടാൻ കഴിയില്ല. എന്നാൽ *ശാരദ* ഇക്കാര്യത്തിൽ ഏറെ മുന്നോട്ടു പോകുന്നു. ഏതെങ്കിലും പ്രണയജോടിയുടെ ജീവിതവിജയമല്ല ഈ നോവലിന്റെ 'ഫോക്കസ്.' വാസ്തവത്തിൽ *ശാരദ*യിൽ അങ്ങനെ വേർതിരിച്ചെടുക്കാവുന്ന കേന്ദ്രസ്ഥാനമില്ല. ശാരദ എന്ന പെൺകുട്ടിക്ക് അവളുടെ തറവാട്ടിൽ കിട്ടേണ്ടുന്ന സ്ഥാനത്തെയും അംഗത്വത്തെയും ചൊല്ലിയുള്ള കോടതിവ്യവഹാരം ഈ നോവലിലെ സങ്കീർണതകളിലേക്കുള്ള തുടക്കം മാത്രമാണ്. നിയമം, കോടതിവ്യവഹാരം, കുറ്റകൃത്യങ്ങൾ, തറവാടും ഒറ്റപ്പെട്ട വ്യക്തിയും തമ്മിലുള്ള സംഘർഷം, ഇടപ്രഭുക്കന്മാർ തമ്മിലുള്ള പോര്, പ്രവാസികുടുംബത്തിന്റെ പ്രശ്നങ്ങൾ, നഗരപ്രാന്തങ്ങളിൽ ജീവിക്കുന്ന കറുപ്പനെപ്പോലുള്ള ക്രിമിനലുകളുടെ സ്ഥാനം, വൈത്തി

പ്പട്ടരെയും തുളു എമ്പ്രാനെയുംപോലുള്ള പരദേശികളുടെ സാമൂഹിക മൂല്യം തുടങ്ങിയ നിരവധികാര്യങ്ങൾ പൂർത്തിയാവാത്ത ഈ നോവലിന്റെ ഇപ്പോഴുള്ള ഭാഗത്തുതന്നെ വരുന്നു. *ശാരദ*യിൽ ഇല്ലാത്തത് ഒരു പക്ഷേ, പ്രണയം മാത്രമാണ്. *ഇന്ദുലേഖ*യിൽനിന്ന് *ശാരദ*യിലേക്ക് മലയാളനോവൽ ഒരടിവെക്കുമ്പോൾ വലിയൊരു വളർച്ചതന്നെ നോവൽ സാഹിത്യം നേടിയെടുക്കുന്നു. എന്നാൽ പൂർത്തീകരിക്കപ്പെടാത്ത നോവൽ എന്ന നിലയിൽ ഈ നോവലിനെ വിമർശകർ ഏതാണ്ടൊക്കെ അവഗണിക്കുകയാണുണ്ടായത്. സങ്കീർണതകളെയും വിസ്തൃതികളെയും നേരിടാൻ മലയാളത്തിന് കരുത്തു നൽകിയ ബൃഹദ്നോവലിന്റെ ബ്ലൂപ്രിന്റ് ആയി ഇന്നത്തെ അവസ്ഥയിലെ *ശാരദ*യെ നോക്കിക്കാണാനും നവോത്ഥാനത്തിന്റെയും ആധുനികതയുടെയും പിടിവാശികളിൽനിന്ന് മുക്തമായി നോവലിനെ പുനർവായന ചെയ്യാനുമുള്ള ശ്രമമാണ് ഈ പഠനത്തിൽ.

നോവലിന്റെ വിസ്തൃതികൾ

വിട്ടുപോയത് പൂരിപ്പിക്കുക എന്നൊരു വെല്ലുവിളിയുണ്ട്. പല സന്ദർഭങ്ങളിൽ ആ വെല്ലുവിളി നമുക്കു മുന്നിൽ എത്തുന്നു. പരീക്ഷാചോദ്യക്കടലാസുകളിൽ വിട്ടത് പൂരിപ്പിക്കുക എന്ന ചോദ്യം സ്ഥിരമാണ്. പത്രമാസികകളിലെ പദപ്രശ്നങ്ങൾ മുന്നിലെത്തിക്കുന്നതും ഈ വെല്ലുവിളി തന്നെ. സാഹിത്യസദസുകളിലെയും സാഹിത്യമാസികകളിലെയും സമസ്യാപൂരണങ്ങളാണ് മറ്റൊന്ന്. ഇപ്പോൾ ടെലിവിഷൻ ചാനലുകളും ഇതു തന്നെ തുടങ്ങിയിരിക്കുന്നു. സിനിമാതാരത്തിന്റെയോ താജ്മഹൽ പോലുള്ള പ്രശസ്തദൃശ്യങ്ങളുടെയോ ചെറിയഭാഗം കാണിച്ചുകൊണ്ട് ചോദിക്കും, ഇതേത് താരം, കെട്ടിടം എന്ന്. ഒ ചന്തുമേനോന്റെ *ശാരദ* എന്ന നോവലിനെക്കുറിച്ച് ആലോചിക്കുമ്പോഴേക്കും മനസിൽവരുന്നത് ഈ വെല്ലുവിളിയാണ്. കാരണം, നോവലിന്റെ ഒരു ഭാഗമേ നോവലിസ്റ്റ് പൂർത്തിയാക്കിയിട്ടുള്ളൂ. ആ ഭാഗം വായിച്ച് ബാക്കിഭാഗം ഊഹിച്ചെടുക്കണം. ഇതാകട്ടെ എളുപ്പപ്പണിയല്ലതാനും.

ഇതുപറയുമ്പോൾ ചിലർ ഇങ്ങനെ എതിർക്കാൻ സാധ്യതയുണ്ട്. എന്തിന് ചന്തുമേനോന്റെ നോവൽ നാം പൂരിപ്പിക്കാൻ മെനക്കെടണം? അദ്ദേഹം എന്തെഴുതിയോ അതിനെക്കുറിച്ച് ചിന്തിച്ചാൽ പോരേ? എഴുതാപ്പുറം എഴുതിവായിക്കണോ? വസ്തുനിഷ്ഠമായ അഭിപ്രായ പ്രകടനങ്ങൾക്കപ്പുറം നോവലിന്റെ ബാക്കിഭാഗം സൃഷ്ടിക്കാൻ പോയാൽ നാം ആത്മനിഷ്ഠതയുടെ പടുകുഴിയിൽ വീഴില്ലേ? ഇപ്പറഞ്ഞതിലും കുറച്ച് ന്യായമുണ്ട്. പക്ഷേ, കാര്യങ്ങൾ ഈ എതിർചോദ്യങ്ങളിൽ തോന്നുന്ന പോലെ അത്ര ലളിതമല്ല. ഒന്നാമത് സാഹിത്യപാരായണത്തിലെ വസ്തുനിഷ്ഠത എന്നത് ഏതാണ്ടൊക്കെ കാലഹരണപ്പെട്ട ആശയമാണ്. പാശ്ചാത്യലോകത്തെ 'ന്യൂക്രിട്ടിക്കുകൾ' ഈ ആശയം ഉയർത്തിക്കൊണ്ടു വന്നെങ്കിലും ഇന്ന് ആ ആശയത്തിന്റെ ദൗർബല്യങ്ങൾ നമുക്കറിയാം.

സാഹിത്യത്തിൽ നമ്മുടെ പാരായണത്തിനായി കാത്തുനിൽക്കുന്ന 'വസ്തുക്കൾ' (objects) ഇല്ലെന്നും ഓരോ പാരായണവും അതിന്റെ വസ്തുക്കളെ സൃഷ്ടിക്കുകയാണെന്നും നാം മനസിലാക്കുന്നു. മാത്രമല്ല, *ശാരദ*യിലെ എഴുതപ്പെട്ട ഭാഗത്തിന്റെ അർഥം തെളിഞ്ഞുവരുന്നത് എഴുതാത്ത ഭാഗത്തെക്കുറിച്ച് ഏതാണ്ടൊരു ചിത്രം നമ്മുടെ മനസിൽ വരയ്ക്കുമ്പോഴാണ്. ആ വിശാലമായ പ്രകരണത്തിലെ എഴുതപ്പെട്ട ഭാഗമേ സംവേദനക്ഷമമാകുന്നുള്ളൂ. അതുകൊണ്ടുതന്നെ ഏകദേശം ഇന്ന രീതിയിലായിരിക്കും നോവൽ മുന്നോട്ടു പോകുക, ഇന്നരീതിയിൽ അവസാനിക്കും എന്നിങ്ങനെയുള്ള ഊഹങ്ങൾ ഏത് വസ്തുനിഷ്ഠവിമർശകനും ഉണ്ടായിരിക്കും. ശാരദയുടെ ഭാവിവരൻ കൃഷ്ണമേനോനാവുമോ രാഘവമേനോനാവുമോ എന്നതായിരുന്നു, ആദ്യകാല വിമർശനങ്ങളിലെ സ്ഥിരമായൊരു പ്രശ്നവിഷയം. സമ്പൂർണനോവലിനെക്കുറിച്ചുള്ള ഊഹങ്ങളും സങ്കൽപ്പങ്ങളും വിമർശകരുടെ മനസിൽ നിറയുമ്പോഴാണ് എഴുതാപ്പുറങ്ങളിലെ കാര്യങ്ങൾ പ്രശ്നവിഷയമാകുന്നത്. എന്റെ ഈ എഴുത്തിലും എഴുതാപ്പുറങ്ങളിലെ വായന പൂർണമായി ഒഴിവാക്കാനാവില്ല. ഇതൊരു ജാമ്യമെടുക്കലല്ല, കാരണം എഴുതാപ്പുറം വായന കുറ്റകൃത്യമല്ല, സാഹിത്യപാരായണത്തിലെ ജീവസുറ്റ രീതിയാണ്.

ശാരദ വായിക്കുമ്പോൾ എന്നെ വിസ്മയിപ്പിക്കുന്ന ഒരു കാര്യം ആ നോവലിന്റെ വലിപ്പമാണ്. നോവൽ പൂർണമായിരുന്നെങ്കിൽ അതിൽ എത്ര അധ്യായങ്ങളും പേജുകളും ഉണ്ടാകുമായിരുന്നു എന്ന വിസ്മയം മാത്രമല്ല. എന്തെല്ലാം ഭിന്നഭിന്നങ്ങളായ വിഷയങ്ങൾ അതിൽ കൈകാര്യം ചെയ്യപ്പെടുമായിരുന്നു എത്ര കാലവും ദേശങ്ങളും അതിൽ നിറയുമായിരുന്നു എന്നതുകൂടി വിസ്മയകാരണങ്ങളാണ്. എഴുതപ്പെട്ട ഭാഗത്തെ മുഖ്യപ്രശ്നം ശാരദ എന്ന കുട്ടിയുടെ അവകാശത്തെ സംബന്ധിച്ചതാണല്ലോ. താൻ പൂഞ്ചോലക്കര എടം എന്ന നായർ തറവാട്ടിലെ കല്യാണിഅമ്മയുടെ മകളാണെന്നും ആ നിലയ്ക്ക് തനിക്ക് ആ തറവാട്ടിൽ ജീവിക്കാൻ അവകാശമുണ്ടെന്നുമാണ് ശാരദയ്ക്കുവേണ്ടി അഭിഭാഷകർ വാദിക്കുന്നത്. ഇത് ശാരദയുടെ വ്യക്തിപരമായ പ്രശ്നമാണെന്ന് പറയാം. കൂടെ ശാരദയുടെ അച്ഛൻ രാമൻമേനോനുമുള്ളപ്പോൾ ആ ചെറുകുടുംബത്തിന്റെ പ്രശ്നവുമാണത്. എന്നാൽ ശാരദയുടെ കേസിലെ ഒന്നാംപ്രതിയുടെ സ്ഥാനത്തുനിൽക്കുന്നത് പൂഞ്ചോലക്കര എടത്തിലെ തറവാട്ടുകാരണവരായ കോപ്പുണ്ണിവലിയച്ചനാണ്. മറ്റു പ്രതികൾ വലിയച്ചന്റെ അനിയന്മാരായ രാഘവനുണ്ണി, കേശവനുണ്ണി തുടങ്ങിയവരൊക്കെയാണ്. അങ്ങനെ ഈ സംഘർഷത്തിന്റെ വ്യാപ്തി വർധിക്കുന്നു, വലിയൊരു തറവാടുകൂടി നോവലിന്റെ പരിപ്രേക്ഷ്യത്തിൽ വരുന്നു. പൂഞ്ചോലക്കര എടമാകട്ടെ വെറും സാധാരണ നായർ തറവാടല്ല. ആ തറവാടിന്റെ വലിപ്പം കൃത്യമായി മനസിലാക്കുമ്പോൾ നോവലിലെ ദേശത്തിന്റെ വിശാലത മനസിലാക്കാൻ കഴിയും.

തിരുവിതാംകൂർ രാജവംശംപോലെ അതിസമ്പത്തും ശക്തിയുമുള്ള

രാജവംശങ്ങൾ മലബാറിലില്ല. സാമൂതിരിയടക്കമുള്ള രാജാക്കന്മാർ ആചാരംകൊണ്ടുമാത്രം രാജാക്കന്മാരായി വാഴുന്നവരാണ്. എന്നാൽ കരുത്തരായ ഇടപ്രഭുക്കന്മാർ മലബാറിലുണ്ടായിരുന്നു. നമ്പൂതിരിജന്മിമാരും നായർജന്മിമാരുമാണ് ഇവർ. ബ്രിട്ടീഷ് ഭരണകൂടം നാട്ടിലെ നികുതിപിരിവിനുള്ള അവകാശംപോലും ഇവരെ ഏൽപ്പിച്ചിരുന്നു. മാത്രമല്ല, സ്വന്തം കൃഷിയിടത്തിൽനിന്ന് പതിനായിരക്കണക്കിന് പറ നെല്ലും ഓരോ വർഷവും അവർക്ക് കിട്ടിപ്പോന്നു. ഫലത്തിൽ ഇവരൊക്കെ ചെറിയ നാട്ടുരാജാക്കന്മാരായിരുന്നു എന്നുപോലും പറയാം. ജന്മിയുടെ തറവാടിന് ചുറ്റുമുള്ള ഗ്രാമങ്ങളിലെ ജനങ്ങൾ ഈ ജന്മിയുടെ പ്രജകളായിത്തന്നെയാണ് ജീവിച്ചിരുന്നത്. വൈത്തിപ്പട്ടരുടെകൂടെ പൂഞ്ചോലക്കര എടത്തിലേക്ക് രാമൻമേനോന്റെ കത്ത് കൊടുക്കാൻ പോയ ശങ്കരന് അക്കാര്യം നേരിട്ട് ബോധ്യമായി. തറവാട്ടിലേക്കു പോകുന്നപോലെയല്ല, ശത്രുരാജ്യത്തിന്റെ അതിർത്തിക്കുള്ളിലേക്ക് നുഴഞ്ഞുകയറുന്ന ചാരന്മാരെപ്പോലെയാണ് തങ്ങൾ എന്ന് വൈത്തിപ്പട്ടർക്കുതോന്നി:

> വൈത്തിപ്പട്ടർ: ശങ്കരാ, എനി ഞാൻ ഇവിടെ എങ്ങാനും താമസിക്കും. ഇവിടുന്ന് എനി ഒന്നരരണ്ടു നാഴിക വഴിയേ ഉള്ളൂ. എടത്തിലേക്കു വഴി ഇതുതന്നെയാണ്. നേരെ നടന്നാൽ എടത്തിലെ പടിഉമ്രത്ത് എത്തും. എനിക്കു ഇത്രത്തോളം വരാൻതന്നെ ഭയമായിരിക്കുന്നു. അപ്പാ, ഈ പ്രദേശം എല്ലാം എടം വക ജന്മമാണ്. രണ്ടു മൂന്നു നാഴിക മുമ്പെ നുമ്മൾ ഒരു പുഴ കടന്നില്ലേ. അതിനപ്പുറം കണ്ട സകല ഭൂമികളും എടംവകയാണ്. അവരുടെ ആൾക്കാരും കുടിയാന്മാരും ആശ്രിതരുമല്ലാതെ ഈ ദിക്കിൽ ആരും ഇല്ല.

പൂഞ്ചാലക്കര എടത്തിലെത്തിയ ശങ്കരൻ കണ്ടത് കൊട്ടാരസദൃശങ്ങളായ മാളികകളോടുകൂടിയ കെട്ടിടസമുച്ചയമാണ്. തറവാടിന്റെ കെട്ടിടത്തിനു പുറമെ പടിപ്പുരമാളികയും ധർമശാലയും ഗോസായിസത്രവും ഊട്ടുപുരകളും ക്ഷേത്രവും ക്ഷേത്രക്കുളവുമൊക്കെ ചേർന്ന പ്രതാപത്തിന്റെ കെട്ടുകാഴ്ച. ഇത്രയും വലിയ നായർ തറവാട്ടുമന്ദിരങ്ങൾ പത്തൊമ്പതാം നൂറ്റാണ്ടിന്റെ അവസാനകാലത്ത് മലബാർ ഭാഗത്ത് ഉണ്ടായിരുന്നോ എന്ന് സംശയമാണ്. ഈ വർണനയോട് ഏകദേശം അടുത്തുനിൽക്കുന്ന നായർഭവനമുണ്ടായിരുന്നത് കോഴിക്കോട്ടടുത്തുള്ള ഫറോക്കിലെ പൂതേരി ഇല്ലമാണ്. പക്ഷേ, ആ ഭവനം ഉയർന്നത് ഇരുപതാം നൂറ്റാണ്ടിലാണ്. ഒരുപക്ഷേ, തിരുവിതാംകൂർ ഭാഗത്തെ കൊട്ടാരങ്ങളുടെ ചിത്രങ്ങളെ ഭാവനയിൽ കണ്ട് ചന്തുമേനോൻ അതിശയോക്തിയിൽ എഴുതിയതാവാം ഇതൊക്കെ. പക്ഷേ, നാട്ടുരാജാക്കന്മാരോളമോ അതിലേറെയോ കരുത്തും സ്വാധീനവുമുള്ള ഇടപ്രഭുക്കന്മാർ അക്കാലത്തുണ്ടായിരുന്നു എന്നത് ചരിത്രവസ്തുതതന്നെയാണ്. അങ്ങനെ, ശാരദയുടെയും രാമൻമേനോന്റെയും എതിർപക്ഷത്ത് വെറുമൊരു തറവാ

ടല്ല, നാട്ടുരാജ്യംതന്നെയാണെന്നു വരുന്നു. ആ യുദ്ധം തുടങ്ങുന്നതിനുമുമ്പുതന്നെ രാമൻമേനോനും കിട്ടി കരുത്തനായ ഒരു ഇടപ്രഭുവിനെ- പേര് രാമവർമ്മൻ തുരുമുൽപ്പാട്. പൂഞ്ചോലക്കര അച്ചന്റെ കരുത്തില്ലെങ്കിലും തിരുമുൽപ്പാട് സാമാന്യം ഭേദപ്പെട്ട സാമ്പത്തികസ്ഥിതിയും സ്വാധീനവുമുള്ള ജന്മിയായിരുന്നു. തിരുമുൽപ്പാട് ശാരദയോടും രാമൻമേനോനോടും സഖ്യം സ്ഥാപിച്ചപ്പോൾ പോരിന്റെ വ്യാപ്തി വീണ്ടും വർധിക്കുന്നു.

പൂഞ്ചോലക്കര എടത്തിലെ സന്തതിയായ കല്യാണിക്കുട്ടിയുടെ മകളായ ശാരദയ്ക്ക് താൻ കല്യാണിക്കുട്ടിയുടെ മകളാണെന്ന് കോടതിയെ ബോധ്യപ്പെടുത്താൻ എളുപ്പമല്ല. കാരണം, കല്യാണിക്കുട്ടി നേരത്തേ മരിച്ചു പോയിരുന്നു. തന്റെ ശരീരത്തിലെ ഡി എൻ എ പൂഞ്ചോലക്കര തറവാട്ടിലേതാണെന്ന് തെളിയിക്കാൻ ഇക്കാലത്തായിരുന്നെങ്കിൽ ശാസ്ത്രസാങ്കേതിക വിദ്യകളുടെ സഹായത്തോടെ ശാരദയ്ക്ക് എളുപ്പം കഴിയുമായിരുന്നു. എന്നാൽ പത്തൊമ്പതാം നൂറ്റാണ്ടിന്റെ ഒടുവിൽ ഇത് അസാധ്യമായിരുന്നു. അതിനാൽ ശാരദയ്ക്ക് കേസ് ജയിക്കാൻ മറ്റു പല തെളിവുകളും ശേഖരിച്ച് കോടതിക്കു മുമ്പാകെ ഹാജരാക്കണം. ശാരദയും അച്ഛനും അമ്മയും ജീവിച്ചിരുന്ന വടക്കേഇന്ത്യൻ പട്ടണങ്ങളിലും കല്യാണിക്കുട്ടിഅമ്മയുടെ മരണം നടന്ന തമിഴ്നാട്ടിലെ രാമേശ്വരത്തും ചെന്ന് ആ സ്ഥലങ്ങളിലെല്ലാം കല്യാണിക്കുട്ടിഅമ്മ ജീവിച്ചിട്ടുണ്ടെന്നും ശാരദ അവരുടെ മകളാണെന്നുമുള്ള ഔദ്യോഗികരേഖകളും മറ്റുതെളിവുകളും കോടതിക്കു മൂന്നിലെത്തിക്കലാണ് ശാരദയുടെ മുന്നിലുള്ള ഏറ്റവും നല്ല വഴി. നോവലിന്റെ ബാക്കി ഭാഗങ്ങളിൽ ഇതൊക്കെ ഉണ്ടാകുമായിരുന്നു എന്ന് ന്യായമായും ഊഹിക്കാം. ഇതൊന്നും ഇല്ലെങ്കിൽ പയ്യംപള്ളിയെപ്പോലുള്ളവർ പൂരിപ്പിച്ചതുപോലെ ശുഷ്കമായ അനുഭവമാകും ആ നോവൽ. കല്യാണിക്കുട്ടി രാമൻമേനോനോടൊപ്പം വടക്കേ ഇന്ത്യയിൽ താമസിച്ചിരുന്ന കാലത്ത് പൂഞ്ചോലക്കര എടത്തിനടുത്ത് താമസിച്ചിരുന്ന ശങ്കുവാരിയർ എന്നൊരാൾ തീർഥാടനത്തിനായി വടക്കേ ഇന്ത്യയിൽ വരികയും കല്യാണിക്കുട്ടിയെയും രാമൻമേനോനെയും ശാരദയെയും നേരിൽക്കാണുകയും ചെയ്തിരുന്നു. ശങ്കുവാരിയരുടെ മൊഴി ശാരദയുടെ കേസിന് പ്രധാനപ്പെട്ടതാണ് എന്ന് പറഞ്ഞുവെക്കുന്നിടത്താണ് ആ നോവൽ പൂർത്തിയാകാതെ അവസാനിച്ചത്. ശങ്കുവാരിയരുടെ മൊഴി ഒന്നുകൊണ്ടുമാത്രം കോടതിക്ക് തൃപ്തിയാവില്ലെന്നുറപ്പാണ്. അതുകൊണ്ടുതന്നെ തുടർന്നുള്ള ഭാഗത്ത് ചന്തുമേനോന് ഒരിക്കൽക്കൂടി വടക്കേഇന്ത്യൻ നഗരങ്ങളിലേക്ക്, പ്രത്യേകിച്ച് ഉജ്ജയിനിയിലേക്ക് നോവലിനെ നയിക്കേണ്ടി വന്നേക്കും. അതോടെ നോവലിൽ വിരചിതമായ ദേശത്തിന്റെ വ്യാപ്തി കേരളത്തിന്റെ അതിർത്തിയും കടന്നു വികസിക്കും. ഇതിനൊക്കെ ഉപരിയായി ബ്രിട്ടീഷ് സാമ്രാജ്യത്തിന്റെ നിശ്ശബ്ദസാന്നിധ്യവും ഈ നോവലിലുണ്ട്. പൂഞ്ചോലക്കര എടത്തിലെ കോപ്പുണ്ണി വലിയച്ചൻ നേരിടാൻ പോകുന്നത് നാട്ടുവഴക്കങ്ങളെയും നാട്ടുനിയമങ്ങളെയുമല്ല, ബ്രിട്ടീഷ് നിയമങ്ങളെയാണ്. അങ്ങനെ ഭരണ

വ്യവസ്ഥയായും നിയമവ്യവസ്ഥയായും ബ്രിട്ടനും ഇംഗ്ലീഷും വലിയച്ചന്റെ ഇടത്തിനുമേൽ നിഴൽ പരത്തുന്നു. മലയാളത്തിലെ ആദ്യനോവലുകളിലൊന്നായ *ശാരദ*യിലെ ദേശവിസ്താരം അങ്ങനെ ഒഴുകിപ്പരന്ന് ആഗോളബ്രിട്ടീഷ് സാമ്രാജ്യത്തിന്റെ അതിരില്ലാത്ത വിസ്താരങ്ങളിലേക്ക് വികസിക്കുന്നു.

വലിയച്ചനെ നിർമിച്ച വായനകൾ

പൂഞ്ചോലക്കര എടത്തിൽ കോപ്പുണ്ണി വലിയച്ചൻ. ഉഗ്രപ്രതാപി. മലയാളനോവൽ വായനയിലെ ആദ്യത്തെ മേജർ വില്ലൻവേഷമായി നാമിന്ന് അദ്ദേഹത്തെ അറിയുന്നു. അറിയാതെ പോകുന്നത് വലിയച്ചനെ സൃഷ്ടിച്ച വായനയുടെ ചരിത്രമാണ്. ഉള്ളൂർ വലിയച്ചനെ ശ്രദ്ധിച്ചുവെന്നതിന് രേഖകളില്ല. ഉള്ളൂരിന്റെ സാഹിത്യചരിത്രത്തിൽ *ശാരദ*യെക്കുറിച്ച് ചെറിയൊരു ചർച്ചയുണ്ടെങ്കിലും നോവലിലെ വർണനകളിലായിരുന്നു അദ്ദേഹത്തിന്റെ താൽപ്പര്യം. നാരായണപിള്ളയുടെ *കേരളഭാഷാചരിത്ര*ത്തിൽ *ശാരദ*യെത്തന്നെ പൂർണമായി വിട്ടുകളഞ്ഞിരിക്കുന്നു. എം പി പോളിന്റെ *നോവൽസാഹിത്യം* എന്ന പുസ്തകത്തിലാണ് കോപ്പുണ്ണി വലിയച്ചന്റെ നിർമിതി ആരംഭിക്കുന്നത്. അദ്ദേഹത്തിന്റെ കഥാപാത്രാപഗ്രഥനം ഇങ്ങനെയാണ്.

"കൗടില്യമൂർത്തിയായ വൈത്തിപ്പട്ടർ, ദുഷ്ടച്ചെറുക്കനായ കൃഷ്ണൻ, ഹിംസ്രമൃഗത്തെപ്പോലെയുള്ള കറുപ്പൻ, ദുഷ്ടപ്രതാപമത്തനായ പൂഞ്ചോലക്കര അച്ചൻ എന്നിങ്ങനെയുള്ള ദണ്ഡ്യകഥാപാത്രങ്ങൾ..." (എം പി പോൾ: *നോവൽസാഹിത്യം*, 11-ാം അധ്യായം) എൻ കൃഷ്ണപിള്ളയുടെ *കൈരളിയുടെ കഥ*യിൽ വർണന ഇപ്രകാരമാണ്:

"ദുരഭിമാനികളിൽ അഗ്രഗണ്യനായ പൂഞ്ചോലക്കരയച്ചൻ." (എൻ കൃഷ്ണപിള്ള: *കൈരളിയുടെ കഥ*, എൻ ബി എസ്, 1975, പേജ് 262).

വായന പി കെ ബാലകൃഷ്ണനിലെത്തിയപ്പോൾ അച്ചനിൽ ദുഷ്ടപ്രതാപപ്രമത്തതയും ദുരഭിമാനവും മാത്രമല്ല ക്രൂരതയും കണ്ടെത്താൻ തുടങ്ങി:

"കഥാപാത്രങ്ങളിലാരും കേവലം വിഡ്ഢിയല്ലാത്ത നോവലാണ് *ശാരദ*. അതിലെ ദുഷ്ടകഥാപാത്രങ്ങളുടെ ക്രൂരതയും ഇച്ഛാശക്തിയും കെൽപ്പും നമ്മെ ഭയപ്പെടുത്തും. ആജ്ഞാശക്തിയും കാര്യപ്രാപ്തിയുമുള്ള ഒരു ക്രൂരനാണ് പൂഞ്ചോലക്കര എടത്തിലെ കോപ്പുണ്ണി വലിയച്ചൻ. പാവം തിരുമുൽപ്പാടുമായുള്ള പകപോക്കലിൽ അച്ചന്റെ ദുഷ്ടതയും പ്രൗഢിയും എപ്പോഴും വിജയിക്കുകയും ചെയ്യും." (*ചന്തുമേനോൻ ഒരു പഠനം*: പി കെ ബാലകൃഷ്ണൻ, ഡി സി ബുക്സ് 2006, പേജ് 115). 1977 ൽ എഴുതിയ പ്രിയ എസ്സിന്റെ പി എച്ച് ഡി ഗവേഷണ പ്രബന്ധത്തിൽ അച്ചൻ ഭീകരതയുടെ ഭാവങ്ങൾ പ്രസരിപ്പിക്കുന്ന കൊടുംക്രൂരനായി മാറുന്നു. ആ ഗവേഷണപ്രബന്ധത്തിലെ ചില അഭിപ്രായങ്ങൾ.

1) "ക്രൂരതയുടെയും കാളിമയുടെയും അന്ധകാരമാണ് എടത്തി

ലച്ചൻ." (*ഒയ്യാരത്തു ചന്തുമേനോന്റെ സാഹിത്യകൃതികൾ: ഒരു സാമൂഹ്യശാസ്ത്രാധിഷ്ഠിത പഠനം* - പേജ് 158).

2) "പ്രഭുത്വത്തിന്റെ പ്രതിരൂപമാണ് കോപ്പുണ്ണി അച്ചൻ. മലബാർ സാമൂഹിക ജീവിതത്തിൽ പ്രഭുത്വത്തിന്റെ അവസാനചിഹ്നംവരെ മാഞ്ഞുപോയത് ഇത്തരത്തിൽ മനസിലും പ്രവൃത്തിയിലും ദുഷ്ടതയുമായി നടക്കുന്ന കാരണവന്മാർ മൂലമാണെന്നതിന്റെ ദൃഷ്ടാന്തചിത്രമാണ് എടത്തിലച്ചൻ." (അതേ പ്രബന്ധം, പേജ് 160).

3) ജീർണതയിലേക്ക് കുതിക്കുന്ന ഫ്യൂഡലിസ്റ്റ് സമൂഹത്തിന്റെ പ്രതിനിധികളാണ് പൂഞ്ചോലക്കര അച്ചൻ, വൈത്തിപ്പട്ടർ, രാമവർമ്മൻ തിരുമുൽപ്പാട് തുടങ്ങിയവർ. എടത്തിലെ വലിയച്ചന് പ്രഭുത്വത്തിന്റെ ആഢ്യത്വം മാത്രമല്ല ഉള്ളത്. ഫ്യൂഡലിസത്തിന്റെ ക്രൗര്യവും ദൗഷ്ട്യവും മൂർത്തീകരിച്ച കഥാപാത്രമാണ് അച്ചൻ." (അതേ പ്രബന്ധം, പേജ് 164)

ഒരു കാര്യം വ്യക്തമാണ്. എം പി പോൾതൊട്ട് ഡോ. പ്രിയ എസ് വരെയുള്ളവരുടെ അച്ചനെക്കുറിച്ചുള്ള അഭിപ്രായങ്ങളിൽ വൈരുധ്യങ്ങളൊന്നുമില്ല. എങ്കിലും അധികാരപ്രമത്തനായ പ്രഭു എന്ന നിലയിൽ നിന്ന് അധികാരവും അതിക്രൂരതയും സമ്മേളിക്കുന്ന ഭീകരരൂപമായി കഴിഞ്ഞ ഏഴെട്ടു പതിറ്റാണ്ടുകളിലെ നോവൽ വായന അച്ചനെ വളർത്തിയെടുത്തു എന്നു പറയാതിരിക്കാൻ വയ്യ.

എന്നാൽ ഇപ്പറഞ്ഞതിൽനിന്നൊക്കെ വിഭിന്നമായി എടത്തിലച്ചനെ വിലയിരുത്തിയത് മൂർക്കോത്തുകുമാരനായിരുന്നു. ചന്തുമേനോനെ നേരിട്ടറിയാവുന്ന അദ്ദേഹം *ശാരദ*യെക്കുറിച്ച് രണ്ടു ലേഖനങ്ങൾ എഴുതിയിട്ടുണ്ട്. ആദ്യത്തേത് 1895ലും രണ്ടാമത്തേത് പത്തുവർഷത്തിനു ശേഷവും. ചന്തുമേനോന്റെ നിര്യാണത്തിനുശേഷം സി അന്തപ്പായി ആ നോവൽ ശാന്ദ്രേതായ വഴിയിൽ പൂരിപ്പിച്ച് പ്രസിദ്ധീകരിക്കുകയുണ്ടായി. അന്തപ്പായിയുടെ *ശാരദ*യിൽ എടത്തിലച്ചന് ദാരുണമായ മരണമാണ് ലഭിച്ചിരിക്കുന്നത്. ഈ പ്രകരണത്തിന്റെ പശ്ചാത്തലത്തിൽ മൂർക്കോത്ത് കുമാരൻ ഇങ്ങനെ തന്റെ രണ്ടാംലേഖനത്തിൽ അഭിപ്രായപ്പെടുന്നു:

"പൂഞ്ചോലക്കര എടത്തിലെ അച്ചനെ കൊല്ലിക്കേണ്ടിവരുമെന്ന് ഞാനും വിചാരിച്ചിരുന്നതാണ്. പക്ഷേ, ഇത്ര ഭയങ്കരമായ മരണം വേണ്ടിയിരുന്നുവോ എന്ന് പലരും സംശയിക്കുന്നു. അച്ചൻ ഒരു സാധുവും വിടുവായനുമാണ്. ശാരദയെ അദ്ദേഹം പെട്ടെന്ന് തറവാട്ടിൽ സ്വീകരിക്കാത്തതുകൊണ്ട് ആ പെൺകുട്ടിയുടെ യഥാർഥ സ്ഥിതി അറിയുന്ന വായനക്കാർക്ക് അദ്ദേഹത്തോട് ദേഷ്യമുണ്ടാകും. എന്നാൽ ശാരദയെ വായനക്കാർ അറിഞ്ഞേടത്തോളം പരമാർഥങ്ങൾ അറിഞ്ഞിട്ടില്ലാത്ത ആളാണ് അച്ച"നെന്ന് മൂർക്കോത്ത് കുമാരൻ നമ്മെ ഓർമിപ്പിക്കുന്നു. ഈ അഭിപ്രായക്കുറിപ്പിലെ "ഇത്ര ഭയങ്കരമായ മരണം വേണ്ടിയിരുന്നുവോ എന്ന് പലരും സംശയിക്കുന്നു" എന്ന വാക്യം ശ്രദ്ധേയമാണ്. *ശാരദ* പ്രസിദ്ധീകരിച്ച കാലത്ത് തന്നേപ്പോലെ പലർക്കും എടത്തിലച്ചനോട് അത്ര വിരോധം തോന്നിയിരുന്നില്ല എന്ന സൂചന ഇതിലുണ്ട്. "അച്ചൻ ഒരു

സാധുവും വിടുവായനുമാണ്" എന്ന വാക്യംകൂടി കൂട്ടിവായിക്കുമ്പോൾ *ശാരദ*യുടെ ആദ്യകാല വായനകൾ സൃഷ്ടിച്ച എടത്തിലച്ചനും പിൽക്കാല വായനകളിലെ എടത്തിലച്ചനും തീർത്തും വിഭിന്നരാണെന്നുപോലും പറയേണ്ടിവരും. സാധുവും വിടുവായനുമായ അച്ചൻ-അധികാരപ്രമത്തനും പ്രതാപിയുമായ അച്ചൻ-ക്രൂരതയും അന്ധകാരസ്വരൂപമായ അച്ചൻ എന്ന മാറ്റം ആധുനികതയുടെ വായനാശീലത്തെക്കുറിച്ചും പലതും സൂചിപ്പിക്കുന്നുണ്ട്.

ആധുനികതയ്ക്കും സോഷ്യൽ ജനാധിപത്യത്തിനും മുമ്പുണ്ടായിരുന്ന കാലഘട്ടത്തിന്റെ പ്രതിനിധിയാണ് എടത്തിലച്ചൻ. അദ്ദേഹത്തെ വിലയിരുത്തിയതാവട്ടെ ആധുനിക-ജനാധിപത്യ മൂല്യബോധത്തിന്റെ വക്താക്കളായ വായനാസമൂഹവും. ഇവിടെ ഒന്നുരണ്ടു ചോദ്യങ്ങൾ ആത്മവിമർശനത്തിന് തയാറുള്ള വായനക്കാരെങ്കിലും ചോദിക്കേണ്ടതാണ്. പുതിയ കാലത്തിന്റെ മൂല്യബോധവും നീതിബോധവും അളവുകോലായെടുത്ത് പഴയകാലത്തെ അളക്കുന്നതും വിധിക്കുന്നതും എത്രത്തോളം ശരിയാണ്? പഴയ കാലഘട്ടങ്ങളെയൊക്കെ അളക്കാനും വിധിക്കാനും ആധുനികതയ്ക്ക് എന്തിന് അധികാരം നൽകണം? ആധുനികതയുടെ വിലയിരുത്തലുകൾ ആധുനികതയ്ക്കു ശേഷവും സ്വീകാര്യമാവുമോ? ഒരു കണക്കിന് ഏത് ചരിത്രരചനയും ഏകപക്ഷീയവും നീതിരഹിതവുമാണ്. കാരണം, ഒരിക്കലും ഭൂതകാലത്തിന് ഭാവികാലത്തെ വിലയിരുത്താൻ അവസരം കിട്ടാറില്ല. ഭൂതകാലം എപ്പോഴും ചരിത്രരചനകളിലെ വിധേയവസ്തുമാത്രമാണ്.

എടത്തിലച്ചന്റെ കാലത്തെ മൂല്യബോധത്തിലെ ശരിതെറ്റുകൾ ഉപയോഗിച്ച് അദ്ദേഹത്തിന്റെ ചെയ്തികളെ വിലയിരുത്താൻ കഴിയുമോ? ഇന്നത്തെ അവസ്ഥയിൽ അതുപോലും പ്രയാസമാണ്. കാരണം, എടത്തിലച്ചന്റെ മൂല്യബോധമെന്ത്, അതിലെ ശരിതെറ്റുകളെന്ത് എന്നീകാര്യങ്ങളെക്കുറിച്ച് നാം ആലോചിക്കാൻ തുടങ്ങുമ്പോൾത്തന്നെ അവ നമ്മുടെ വ്യാഖ്യാനമായി മാറുന്നു, പഴയകാലത്തെ സംബന്ധിച്ച പുതിയ കാലം സൃഷ്ടിക്കുന്ന പാഠമായി പരിണമിക്കുന്നു. പഴയകാലത്തെക്കുറിച്ച് പഴയകാലം സൃഷ്ടിച്ച പാഠങ്ങൾ നമ്മുടെ അപഗ്രഥനതന്ത്രങ്ങളിൽ പുനഃസൃഷ്ടിക്കൽ അസാധ്യമാണ്. അതുകൊണ്ട്, ഈ ശ്രമത്തിലെ വ്യർഥത മനസിലാക്കിക്കൊണ്ടുതന്നെയാണ് ഞാൻ ഇതിനു മുതിരുന്നത്. മൂർക്കോത്തുകുമാരനിൽനിന്നു തുടങ്ങാം: ശാരദ കല്യാണിക്കുട്ടിയുടെ മകളാണെന്ന് വായനക്കാർക്ക് അറിയാമെങ്കിലും എടത്തിലച്ചന് അറിയില്ല, എടത്തിലച്ചനെ വൈത്തിപ്പട്ടർ തെറ്റിദ്ധരിപ്പിച്ചിരിക്കുകയാണ് എന്ന മൂർക്കോത്തുകുമാരന്റെ വാദംപോലും എടത്തിലച്ചനെ ആധുനികർക്കുമുന്നിൽ പൂർണമായി കുറ്റവിമുക്തനാക്കുന്നില്ല. കാരണം ആധുനികരായ വായനക്കാരെ സംബന്ധിച്ചേടത്തോളം എടത്തിലച്ചൻ ചെയ്ത മുഖ്യമായ കുറ്റം ശാരദയെ സ്വീകരിക്കുന്നില്ല എന്നതല്ല, ശാരദയുടെ അമ്മയായ കല്യാണിക്കുട്ടിയെ അവർക്കിഷ്ടമില്ലാത്ത ഒരു വിരൂപനെക്കൊണ്ട് സംബന്ധം

ചെയ്തുകൊടുത്തതാണ്. ഗത്യന്തരമില്ലാതായ കല്യാണിക്കുട്ടിക്ക് നാടു വിട്ടുപോകേണ്ടിവന്നു. വ്യക്തിയുടെ, അതും സ്ത്രീയുടെ അടിസ്ഥാനപരമായ സ്വാതന്ത്ര്യംപോലും ഹനിച്ചു എന്നതാണ് എടത്തിലച്ചൻ ചെയ്ത തെറ്റ്. പിന്നീട് ശാരദയെ സ്വീകരിക്കാത്തത് ആദ്യത്തെ തെറ്റിന്റെ തുടർച്ച മാത്രമാണ്.

ആധുനികതയുടെ ചിന്താപദ്ധതികളിൽനിന്ന് മാറിനിന്ന് അച്ചന്റെ ഭാഗത്തുനിന്ന് കാര്യങ്ങളെ അപഗ്രഥിച്ചാൽ എങ്ങനെയിരിക്കും? ഇതെളുപ്പമുള്ള കാര്യമല്ല. മാത്രമല്ല, ഒരുപാടു മുൻവിധികളിലൂടെയാവും നാമതു ചെയ്യാൻ പുറപ്പെടുന്നതുതന്നെ. എങ്കിലും അത്തരമൊരു ശ്രമം ഇവിടെ കൂടിയേ തീരൂ. കല്യാണിക്കുട്ടിയുടെ വ്യക്തിസ്വാതന്ത്ര്യത്തെ ഹനിച്ചതാണ് കോപ്പുണ്ണി വലിയച്ചനിൽ ആധുനികകാലം കണ്ടെത്തുന്ന ഏറ്റവും വലിയ കുറ്റം. എന്നാൽ കോപ്പുണ്ണി വലിയച്ചൻ ആരുടെയും വ്യക്തിസ്വാതന്ത്ര്യം ഹനിക്കാൻ ശ്രമിച്ചിട്ടില്ല. കാരണം, അങ്ങനെയൊരു സ്വാതന്ത്ര്യം ഉണ്ടെന്നുപോലും അദ്ദേഹത്തിന് അറിയില്ലായിരുന്നു. വ്യക്തിസ്വാതന്ത്ര്യമെന്നല്ല, വ്യക്തി എന്നൊരു സാധനംപോലും അദ്ദേഹത്തിന്റെ ദൃഷ്ടിയിൽ പെട്ടിട്ടില്ലായിരുന്നു. വ്യക്തിക്കുപകരം സമഷ്ടിയായിരുന്നു അച്ചന്റെ മനസിൽ. ഇവിടെ സമഷ്ടി എന്നതിന് അത്രവലിയ അർഥമൊന്നുമില്ല. തന്റെ തറവാടും ബന്ധുക്കളും പ്രജകളും തറവാട്ടു പാരമ്പര്യവും യോഗക്ഷേമങ്ങളും ചേർന്നതാണ് ആ സാകല്യം. ആ സാകല്യത്തിൽനിന്ന് വേറിട്ട് അദ്ദേഹം സ്വന്തം വ്യക്തിത്വത്തെപ്പോലും കണ്ടെത്തിയിട്ടുണ്ടായിരുന്നില്ല. 'ഞാൻ', 'എന്റെ' എന്നീ വാക്കുകൾ അച്ചൻ ഉപയോഗിക്കുന്നുണ്ടെങ്കിലും തറവാട്ടിലെ മുഴുവൻ അംഗങ്ങളെയും മുൻനിർത്തിക്കൊണ്ടുള്ള 'ഞാൻ' പ്രയോഗമാണത്. അദ്ദേഹത്തെ സംബന്ധിച്ചേടത്തോളം സ്വകാര്യം എന്നൊന്ന് ഇല്ല. ഇതിന് നല്ലൊരു ദൃഷ്ടാന്തമാണ് രാമൻമേനോൻ എഴുതിയ കത്ത് ശങ്കരൻ എടത്തിലച്ചന് കൊടുക്കാനായി പൂഞ്ചോലക്കര തറവാട്ടിൽ എത്തിയപ്പോൾ ഉണ്ടായ സംഭവങ്ങൾ. അങ്ങേയറ്റത്തെ 'കോൺഫിഡൻഷ്യൽ' സ്വഭാവമുള്ള കത്താണത്. അടുത്ത ബന്ധുക്കളെപ്പോലും അകറ്റിനിർത്തി വായിക്കേണ്ടത്. എന്നാൽ സ്വകാര്യവ്യക്തിയെ സൃഷ്ടിക്കുന്ന ഒരു വ്യവഹാരത്തിലും ഇന്നേവരെ പങ്കുചേരാത്ത അച്ചൻ ആ കത്തുവായിച്ചതും സർവരുടെയും ഇടയിൽ വെച്ചുതന്നെ. മാത്രമല്ല, താൻ കത്ത് വായിച്ചത് മറ്റുള്ളവർ കേൾക്കാതെ പോയോ എന്നു മാത്രമായിരുന്നു അദ്ദേഹത്തിന്റെ ശങ്ക:

> എഴുത്തു വായിച്ച ക്ഷണത്തിൽ മനസിൽനിന്ന് എളകി ഉജ്ജൃംഭിച്ച കഠിനപാരുഷ്യവും അവമാനത്തിൽനിന്നു ജനിച്ച കഠിനമായ ലജ്ജയും നിമിത്തം നിർവ്വികാരനായി നാലെട്ടുനിമിഷം നിന്ന ശേഷം അച്ചൻ "ശങ്കുനമ്പിയെ വിളിക്ക്" എന്നു പറഞ്ഞു.
>
> ശങ്കുനമ്പി നാലുകെട്ടിൽനിന്നു പുറത്തേക്കുകടക്കുന്ന തളത്തിൽ ജാഗ്രതയായിനിന്ന് എഴുത്തുവായിച്ചത് മുഴുവൻ കേട്ടിരിക്കുന്നു.

'വിളിക്ക്' എന്ന് അച്ചൻ പറയുമ്പോഴേക്കു ശങ്കുനമ്പി അച്ചന്റെ മുമ്പിലെത്തി.

അച്ചൻ : ഒരു എഴുത്ത് വായിച്ചത് കേട്ടുവോ?

ശങ്കുനമ്പി: കേട്ടു.

അച്ചനുവേണ്ടി എഴുത്തുവായിച്ചതുപോലും മറ്റൊരാളാണ്, കുഞ്ഞികൃഷ്ണൻ. എഴുത്തിന്റെ ഉള്ളടക്കം അച്ചനെ ദ്വേഷ്യം പിടിപ്പിച്ചു വെങ്കിലും അത് വ്യക്തിപരമായ അപമാനമായിട്ടല്ല അദ്ദേഹത്തിനു തോന്നിയത്. മറിച്ച് തറവാടിനേറ്റ അപമാനമായാണ്:

"അച്ചൻ: രാഘവൻ എഴുത്ത് വായിച്ചത് കേട്ടില്ലേ, നുമ്മളുടെ ഈ എടത്തിലേക്ക് ഇങ്ങിനെ ഒരു അവമാനം വന്നുചേർന്നുവല്ലൊ. ഇങ്ങിനെ ഇതിൽകീഴിൽ ഒരവസ്ഥ ഈ എടത്തിലേക്ക് സംഭവിച്ചിട്ടില്ല. എനിക്ക് ഈ സ്ഥാനം വഹിച്ചു ജീവിച്ചിരിക്കേണമെന്നു എനി മനസ്സില്ല.

സദാ ഭൃത്യ-ബന്ധുജനപരിസേവിതനായിട്ടാണ് അച്ചൻ ജീവിക്കുന്നത്. മാത്രമല്ല, അദ്ദേഹത്തിന്റെ സർവതീരുമാനങ്ങളും കൂട്ടായ തീരുമാനങ്ങളാണ്. അച്ചൻ ഒന്നുപറയും, കൂടെയുള്ളവർ ആ തീരുമാനത്തിന്റെ ശരിതെറ്റുകൾ ഗണിച്ച് അച്ചനെ തിരുത്തും. അച്ചൻ ആ തിരുത്ത് അംഗീകരിച്ച് തന്റെ അഭിപ്രായം മാറ്റും. ഇതാണ് അച്ചന്റെ തീരുമാനങ്ങളെടുക്കലിന്റെ രീതി. ഉദാഹരണങ്ങൾ ധാരാളം കാണിക്കാവുന്നതാണ്. എഴുത്തിന്റെ പിറകിൽ വൈത്തിപ്പട്ടരുടെ വേലത്തരങ്ങളാണെന്ന് സംശയം തോന്നിയ അച്ചൻ വൈത്തിപ്പട്ടരെ ഉടനെ വരുത്തിക്കാൻ കൽപ്പന കൊടുത്തു. എന്നാൽ പട്ടരെ ഉടനെ വരുത്തിക്കേണ്ട കാര്യമില്ലെന്ന അഭിപ്രായം രാഘവനുണ്ണി യുക്തിയുക്തം അവതരിപ്പിച്ചപ്പോൾ അച്ചൻ അഭിപ്രായം മാറ്റി:

"അച്ചൻ: അങ്ങിനെയാവട്ടെ. ഉണ്ണിയുടെ ആലോചനപോലെ ചെയ്തൊളൂ. നമുക്ക് അവമാനമൊന്നും വരരുത്. അത്രമാത്രമേ ആഗ്രഹമുള്ളൂ."

അച്ചനുവേണ്ടി മറുപടി എഴുതിയത് കൃഷ്ണമേനോനായിരുന്നു. ഇതിൽ അച്ചന് ഒരൽപ്പം നീരസം തോന്നി. കൃഷ്ണമേനോൻ കൊച്ചു പയ്യനാണ്, ഇതിലൊന്നും വലിയ പരിചയമായിട്ടില്ല എന്നായിരുന്നു അദ്ദേഹം കരുതിയത്. എന്നാൽ കൃഷ്ണമേനോന്റെ മറുപടി നന്നായിരുന്നു എന്ന് കർപ്പൂരയ്യരും മറ്റും പറഞ്ഞതുകേട്ടപ്പോൾ അച്ചന്റെ കോപം തണുത്തു, അഭിപ്രായം മാറി. "എന്നാൽ അങ്ങിനെയാവട്ടെ" എന്ന മറുപടിയും പറഞ്ഞു. മറ്റൊരവസരത്തിൽ അച്ചൻ കൃഷ്ണമേനോനോട് പറയുന്നു:

അച്ചൻ: (അല്പം കോപത്തോടെ) കാര്യം സൂക്ഷ്മമാണ്, യാതൊരു സംശയവുമില്ല. നോം ഈ ദിക്കിൽ പ്രഭുക്കളല്ലെ. ഈ വിധം നമ്മുടെ ആചാരങ്ങളിൽ അക്രമങ്ങൾ കാണിച്ചാൽ ഒരിക്കലും

> അതുകളെ അമർച്ചചെയ്യാതിരിക്കാൻ പാടുണ്ടോ? കുട്ടൻ ആലോചിച്ചു നോക്കൂ. ക്ഷണത്തിൽ എഴുത്തു തെയ്യാറാക്കണം. പക്ഷേ, ശങ്കുനമ്പി ഒപ്പിട്ടയക്കട്ടെ. ഞാൻ കൽപ്പിച്ച പ്രകാരം എഴുതിയതാണെന്ന് എഴുത്തിൽ കാണിക്കട്ടെ. അല്ലേ രാഘവാ—

കോൺഫിഡൻഷ്യൽ സ്വഭാവമുള്ള എഴുത്ത് വായിക്കുന്നത് സ്വജനങ്ങളോടൊപ്പം, മറുപടി തയാറാക്കുന്നത് അനന്തിരവൻ, ഒപ്പിടുന്നത് കാര്യസ്ഥൻ ശങ്കുനമ്പി, ഈ എഴുത്തിന്റെ സ്വഭാവം ശരിയാണെന്ന് ഉറപ്പുവരുത്തുന്നതും സ്വജനങ്ങളോട് ചോദിച്ച്. സ്വകാര്യതകളനുഭവിക്കാത്ത ഈ അച്ചൻ വ്യക്തിസ്വാതന്ത്ര്യം അനുവദിക്കാത്തതിനു കാരണം അദ്ദേഹം മറ്റൊരു മൂല്യവ്യവസ്ഥയുടെ പ്രജയായിരുന്നു എന്നതുകൊണ്ടുതന്നെയായിരുന്നു.

മറിച്ചാണ് രാമൻമേനോന്റെ കാര്യം. സ്വജനങ്ങളുടെ മധ്യത്തിൽ ഇരിക്കുമ്പോളും അദ്ദേഹം തന്റെ വ്യക്തിത്വത്തിൽ സ്വകാര്യതയുടെ ഇടങ്ങൾ സൂക്ഷിക്കുന്നു. വൈത്തിപ്പട്ടരുടെ നിർബന്ധപ്രകാരം നാട്ടിലേക്ക് മടങ്ങിയ അദ്ദേഹം ആദ്യം താമസിച്ചത് പട്ടരുടെ ഗൃഹത്തിലായിരുന്നു. പട്ടരുടെ കൂടെ താമസിച്ച് മൂന്നു ദിവസങ്ങൾക്കകം രാമൻമേനോൻ പട്ടരോടുപോലും ചോദിക്കാതെ തന്നെത്താൻ എടുത്ത തീരുമാനം പട്ടരെ അറിയിക്കുന്നു:

> പൂഞ്ചോലക്കര എടത്തിലേക്കു ഞങ്ങൾ ഇവിടെ എത്തിയവിവരം അറിയിക്കാൻ ഞാൻ നിശ്ചയിച്ചു.

പട്ടരുടെകൂടെ പട്ടരുടെ വീട്ടിൽ ജീവിച്ച് പട്ടർ അറിയാതെ എടുത്ത സ്വകാര്യതീരുമാനമായിരുന്നു അത്. അച്ചന്റെയും രാമൻമേനോന്റെയും തീരുമാനങ്ങൾക്കു പിറകിൽ രണ്ട് കാലഘട്ടങ്ങളുടെയും രണ്ടുതരം അഹംബോധങ്ങളുടെയും അന്തരമുണ്ട്. രാമൻമേനോന്റെ കാര്യത്തിൽ സ്വനിശ്ചയങ്ങൾ ശരിക്കും വൈയക്തികസൃഷ്ടിയായിരുന്നു, മറിച്ച് അത് തറവാടിന്റെ കൂട്ടുതീരുമാനങ്ങളും. ഉഗ്രശാസകനായ അച്ചൻ എന്നത് വ്യക്തിപരമായ സൃഷ്ടിയല്ല. തറവാടിന്റെ പൊതുതീരുമാനങ്ങളുടെയും തീരുമാനങ്ങളിലൂടെ പ്രസരിക്കുന്ന അധികാരത്തിന്റെയും സൃഷ്ടിയാണ്. എന്നാൽ, അച്ചനെ ആധുനികരായ വായനക്കാർ വ്യക്തിവാദത്തിന്റെ മൂശയിൽ പുനഃസൃഷ്ടിക്കുമ്പോൾ അദ്ദേഹം ഉഗ്രശാസകനും ക്രൂരനുമായ വ്യക്തിയായി മാറുന്നു.

അധികാരത്തിന്റെ കാര്യത്തിൽ സ്വകാര്യകർത്തൃത്വത്തിന്റെ ഉടമയോ പ്രജയോ ആവാത്ത അച്ചൻ സ്വത്തിന്റെ കാര്യത്തിലും ഇതേ നിലപാട് തുടരുന്നു. തറവാട്ടിലെ ഏകപെൺസന്തതിയായ ശാരദയിലൂടെയാണ് തറവാടിന്റെ സ്വത്ത് അന്യം നിൽക്കാതെ തുടരേണ്ടത്. എന്നാൽ ശാരദയെ സ്വീകരിക്കാൻ അച്ചൻ വിസമ്മതിക്കുന്നതിന്റെ കാരണം തറവാടിന്റെ സ്വത്ത് സ്വന്തം പേരിലാക്കാനോ താൻ വിവാഹം (സംബന്ധം)

ചെയ്ത വീട്ടിലേക്ക് മുതൽക്കൂട്ടാനോ അല്ല. സത്യത്തിൽ തറവാടിനെ തകർക്കുന്ന ചിന്തകൾ അച്ചനില്ലായിരുന്നു. അച്ചനു കിട്ടിയ വിശ്വാസ യോഗ്യമായ അറിവ് ശാരദ ഏതോ മുസ്ലീംസ്ത്രീയിൽ രാമൻമേനോന് ഉണ്ടായ സന്തതിയാണെന്നാണ്. ആ നിലയ്ക്ക് മരുമക്കത്തായ പ്രകാരം ശാരദയ്ക്ക് തറവാട്ടിൽ സ്വത്തവകാശമില്ല. മാത്രമല്ല തറവാടിന്റെ സ്വത്ത് അപഹരിക്കാൻ കപടവേഷം കെട്ടി വന്നിരിക്കുകയാണ് അവർ എന്നും ഉറപ്പിക്കാം. അവരിൽനിന്ന് തറവാടിനെ രക്ഷിക്കേണ്ടത് ഇപ്പോഴത്തെ കാരണവർ എന്ന നിലയ്ക്ക് തന്റെ കർത്തവ്യമാണെന്നും അച്ചൻ വിശ്വ സിച്ചു.

അച്ചനെ ദുഷ്ടതയുടെ ആൾരൂപമായി വളർത്തുന്ന എഴുത്തിന്റെ പതി റ്റാണ്ടുകൾ കടന്നുകഴിഞ്ഞിരിക്കുന്നു. വ്യക്തിസ്വാതന്ത്ര്യത്തെയും ആധു നികതയുടെ മൂല്യബോധങ്ങളെയും സാർവകാലികമൂല്യങ്ങളായി കരുതു കയായിരുന്നു ഈ വിമർശകർ. ആധുനികതയിൽനിന്ന് ഭിന്നമായ മൂല്യ ബോധങ്ങൾ നിലനിന്നകാലം ഉണ്ടായിരുന്നുവെന്നും അക്കാലത്ത് തീർ ത്തും വ്യത്യസ്തങ്ങളായ ശരിതെറ്റുകൾ ജനജീവിതത്തെ പാകപ്പെ ടുത്തിയെന്നും അവർ ആലോചിച്ചില്ല. എടത്തിലച്ചൻ കല്യാണിഅമ്മ യോട് ചെയ്തത് ശരിയായിരുന്നു എന്നല്ല ഇവിടെ വാദിക്കുന്നത്. മറിച്ച് രണ്ടുതരം മൂല്യവ്യവസ്ഥകളെയും ഒരുമിച്ച് അളന്ന് വിധിയെഴുതാൻ പാകത്തിൽ സദാചാരസംഹിതയുടെ പൊതുമാനദണ്ഡങ്ങളടങ്ങുന്ന ബൃഹദാഖ്യാനം ഇല്ല എന്നാണ് പറയാൻ ശ്രമിക്കുന്നത്. അച്ചനെതിരെ രാഷ്ട്രീയനിലപാടെടുക്കാനും ചരിത്രത്തിലെ പുരോഗമനശക്തികളുടെ കൂടെ നിൽക്കാനും വായനയിലൂടെ നാം തീരുമാനിക്കുന്നുവെങ്കിൽ അത് അഭിലഷണീയം തന്നെയാണ്. പക്ഷേ, അതൊരിക്കലും അച്ചനെ വ്യക്തി പരമായി ആക്രമിച്ചുകൊണ്ടാവരുത്. ഒരു കാലഘട്ടത്തിന്റെ സാധ്യതക ളിലും പരിമിതികളിലും നിന്ന് ഉയിർകൊണ്ട അച്ചന് തന്റെ കാലത്തെ ശരിതെറ്റുകളിൽനിന്നേ തന്റെ സദാചാരത്തെ രൂപപ്പെടുത്താനാവൂ. മാത്ര മല്ല, നാം ഇന്നെടുക്കുന്ന നിലപാടുകൾ ചരിത്രത്തിലെ അവസാനവാക്കാ ണെന്നും കരുതരുത്. ഭാവികാലത്തിന്റെ മൂല്യസംഹിത നമ്മുടെ ഊഹ ങ്ങൾക്ക് അതീതമായിരിക്കും.

*ശാരദ*യിലെ പതിനൊന്നാം അധ്യായം

രണ്ടുതരം മൂല്യസംഹിതകളിലെ ശരികൾ തമ്മിൽ പോരടിക്കു മ്പോൾ നോവൽ പരിസമാപ്തിയിൽ എത്തിക്കുന്നത് വിഷമകരമാണ്. ഇവയിൽ ഏതെങ്കിലും ഒരുഭാഗം ജയിച്ചാൽ അത് ഏകപക്ഷീയതയായും നീതിരാഹിത്യമായും വായനക്കാർക്ക് തോന്നാം. ആധുനികതയിൽ മുങ്ങിക്കുളിച്ച പിൽക്കാല വായനാസമൂഹത്തിന് അങ്ങനെ തോന്നിയിട്ടി ല്ലായിരിക്കാം. പക്ഷേ, ചന്തുമേനോന്റെ കാലം ആധുനികതയുടെ കാലമാ യിരുന്നില്ല സംക്രമണകാലമായിരുന്നു. പഴയകാലത്തെയും അതിന്റെ പ്രതിനിധികളെയും ഏകപക്ഷീയമായി കരിതേച്ചുകാണാൻ അക്കാ

ലത്തെ വായനക്കാർക്ക് സാധിക്കുമായിരുന്നില്ല. മൂർക്കോത്ത് കുമാരന്റെ വായനയിലെ അച്ഛന്റെ ചിത്രം അതാണ് സൂചിപ്പിക്കുന്നത്. നോവലിസ്റ്റിനും രണ്ടുശരികൾ തമ്മിലുള്ള പോരാട്ടം വലിയ വെല്ലുവിളിതന്നെയായിരുന്നു. തറവാടിന്റെ പൊതുതാൽപ്പര്യത്തേക്കാൾ വ്യക്തിയുടെ സ്വാതന്ത്ര്യമാണ് വലുതെന്ന് മാത്രം വാദിച്ചുകൊണ്ട് നോവൽ പരിസമാപ്തിയിൽ എത്തിക്കാൻ വിഷമമാണ്. അപ്പോൾ ഒന്നേ വഴിയുള്ളൂ. രണ്ടു മൂല്യബോധങ്ങളെയും ഒരുമിച്ച് അളക്കാൻ സാധിക്കുന്ന തരത്തിലുള്ള മൂല്യബോധത്തിന്റെ ബൃഹദാഖ്യാനത്തെ കൊണ്ടുവരിക. ചന്തുമേനോൻ അപ്രകാരമൊരു ബൃഹദ്സംഹിതയെ *ശാരദ*യിൽ കൊണ്ടുവരുന്നുണ്ട്. ആ സംഹിതയുടെ പ്രകാശനം നടക്കുന്നത് നോവലിന്റെ അവസാന അധ്യായമായ പതിനൊന്നാം അധ്യായത്തിലാണ്. *ഇന്ദുലേഖ*യിലെ പതിനെട്ടാമധ്യായംപോലെ *ശാരദ*യിലെ പതിനൊന്നാം അധ്യായത്തിലും വിശദമായ ചർച്ച നടക്കുന്നു.

തറവാടിന്റെയും വ്യക്തിയുടെയും മൂല്യസംഹിതകളെ ഒരുമിച്ച് കീഴടക്കാനും വിധിപറയാനുമായി ഇവിടെ ആത്മീയതയുടെ മൂല്യസംഹിതയാണ് വരുന്നത്. ശങ്കുവാരിയരും ശങ്കരമേനോനും തമ്മിലുള്ള നീണ്ട സംഭാഷണത്തിലാണ് ആത്മീയത പ്രത്യക്ഷപ്പെടുന്നത്. ആ പ്രകരണം ഇതാണ്. രാമൻമേനോൻ കല്യാണിഅമ്മയും മകൾ ശാരദയുമായി വടക്കേഇന്ത്യയിൽ താമസിക്കുന്ന കാലത്ത് സഞ്ചാരിയായ ശങ്കുവാരിയർ അറിടെയെത്തി ആ കുടുംബത്തെ കണ്ടിട്ടുണ്ട്. ശാരദ കല്യാണിഅമ്മയുടെ മകളാണന്ന സത്യം ശങ്കുവാരിയർക്കറിയാം. ആ സത്യം ശങ്കുവാരിയർ കോടതിയിൽ പറയണം. ആ മൊഴി കോടതി സ്വീകരിച്ചാൽ ശാരദയുടെ വിജയം കുറേക്കൂടി എളുപ്പമാകും. അതുകൊണ്ട് ശങ്കുവാരിയരെക്കൊണ്ട് കോടതിയിൽ പ്രസ്താവന നടത്തിക്കിട്ടാനാണ് ശങ്കരമേനോൻ ശ്രമിക്കുന്നത്. പക്ഷേ, ശങ്കുവാരിയർ തിരിച്ചു ചോദിച്ചു, ഇതുകൊണ്ട് തനിക്കെന്തുഗുണം? ജന്മിയും കരുത്തനുമായ അച്ഛനെ എതിർത്താൽ നാട്ടിൽ ജീവിക്കാൻപോലും ബുദ്ധിമുട്ടാകും. "ഈ ദരിദ്രനായ ഞാൻ ഈ കുലയാനത്തലവന്മാരോടു പൊരുതുവാൻ നിശ്ചയിച്ചു സാക്ഷിപറഞ്ഞാലോ മറ്റോ ഉണ്ടാകുന്ന ഫലം എന്താണെന്ന് പറഞ്ഞ് അറിയിക്കേണമോ" ഈ ചോദ്യത്തിന് വ്യക്തിസ്വാതന്ത്ര്യവാദത്തിൽ നിന്നോ ബ്രിട്ടീഷ് നിയമസംഹിതയിൽനിന്നോ ഉത്തരം കണ്ടെത്താൻ അസാധ്യമാണ്. സ്വന്തം ജീവൻതന്നെ അപകടപ്പെടുത്തി മറ്റൊരു വ്യക്തിയുടെ സ്വാതന്ത്ര്യം നേടാൻ ശ്രമിക്കുന്നതിനേക്കാൾ ഉചിതം സ്വന്തം ജീവനും തന്റെ പരിമിതമായ സ്വാതന്ത്ര്യവും രക്ഷിക്കലല്ലേ എന്ന ചോദ്യത്തിന് മുന്നിൽ അങ്ങനെ ശങ്കരമേനോൻ പതറുന്നു. അവിടെ വെച്ചാണ് മതത്തിന്റെയും ആത്മീയതയുടെയും ആവനാഴി ശങ്കരമേനോൻ തുറക്കുന്നത്. അദ്ദേഹത്തിന്റെ വാദം ഇതായിരുന്നു. മനുഷ്യജീവിതം നശ്വരമാണ്. "ഒരു മനുഷ്യനുള്ള ജീവകാലം ഒരുചാൺ നീളമേയുള്ളൂ. ആ കാലത്തിനുള്ളിൽ ചെയ്യുന്ന ഗുണപ്രവൃത്തികളേയോ ദോഷപ്രവൃത്തി

കളെയോ തന്നെ പിന്തുടരുന്ന ആളുകൾക്ക് പിന്നെയും പിന്നെയും ഓർമ യായിക്കൊണ്ടേ വരും."

പക്ഷേ, ഈ ഉത്തരവും ശങ്കുവാരിയർക്കുമുന്നിൽ ഏശാൻ പോകു ന്നില്ല. തന്റെ ജീവിതത്തെക്കുറിച്ച് ഭാവിതലമുറകൾ എന്തുപറഞ്ഞാലും തന്നെ സംബന്ധിച്ചിടത്തോളം ഏറ്റവും മുഖ്യം തന്റെ ജീവിതം അപായം കൂടാതെ മുന്നോട്ടു നീക്കലാണ് എന്ന് ശങ്കുവാരിയർ പറഞ്ഞാൽ എതിർ ക്കാൻ കഴിയുമോ? അത് മുൻകൂട്ടി കണ്ട് ഈ സദ്പ്രവർത്തികൾക്കെല്ലാം സാക്ഷിയും സംരക്ഷകനുമായി ഈശ്വരൻ ഉണ്ട് എന്ന് അദ്ദേഹം ശങ്കു വാരിയരെ ഓർമിപ്പിക്കുന്നു:

> ആ ജഗദീശ്വരനു മുന്നിൽ എടത്തിലച്ചൻ ഒന്നുമല്ല. പൂഞ്ചോലക്കര എടത്തിലേക്ക് വിപരീതമായി എങ്ങിനെ സാക്ഷിപറയും, എന്നുള്ള മഹാഭീതിയും ഉള്ളതായി കാണപ്പെടുന്നു. സർവ്വശക്തനായി ജഗന്നാഥനായുള്ള ഭഗവാന്റെ പരാശക്തിയിൽ മൂടപ്പെട്ടിരിക്കുന്ന ഈ ലോകത്തിൽ ദൈവാനുകൂലമായിട്ടല്ലാതെ നാം യാതൊന്നും പ്രവർത്തിച്ചുപോകുന്നതിൽനിന്ന് എല്ലായ്പ്പോഴും പിന്തിരിയേണ മെന്ന് വിചാരിക്കേണ്ടതാകുന്നു. എന്ത് പൂഞ്ചേലക്കര എടം, എന്ത് അച്ചൻ, ഇവരെക്കൊണ്ടെല്ലാം എന്തുകഴിയും.

അച്ചൻ കരനാഥനെങ്കിൽ സർവേശ്വരൻ ജഗന്നാഥനാണ്. അച്ചൻ ശക്തനെങ്കിൽ സർവേശ്വരൻ സർവശക്തനും. താൻ പറയാൻ പോകുന്ന മൂല്യസംഹിതയ്ക്കു പിന്നിലുള്ള വലിയ ഗ്യാരന്റി ഈ അനന്തമായ അധികാരവും കരുത്തുമാണ് എന്ന് ശങ്കരമേനോൻ ശങ്കുവാരിയരെ ഓർമി പ്പിക്കുന്നു. ശങ്കുവാരിയരെപ്പോലുള്ള അധീരന് ആവശ്യം ഈ കരുത്ത് നൽകുന്ന ധീരതയാണ്. ശങ്കരമേനോൻ തുടരുന്നു: ഈ ജഗത്ത് ഭഗവാന്റെ പരാശക്തിയിൽ മൂടപ്പെട്ടിരിക്കുന്നു.

> ഈശ്വരേച്ഛക്കനുസരിച്ച് ജീവിക്കലാണ് മനുഷ്യർക്കുമുന്നിലുള്ള ഏക മുക്തിമാർഗ്ഗം. നശ്വരമായ ഈ ലോകത്തിൽ പ്രതിഫലത്തെ ക്കുറിച്ച് ചിന്തിക്കാതെ സത്യസ്ഥിതിയെ സത്യമായി ലോകസമ ക്ഷം അറിയിക്കുകയും അസത്യത്തെ തുറന്നുകാട്ടുകയുമാണ് ഈ ശ്വരേച്ഛ. അതിനാൽ സത്യപ്രഖ്യാപനമാണ് ശരിയായ ഏകവഴി. ലോകത്ത് ഏതു വ്യക്തിക്കും ഇതു തന്നെയാണ് ശരിയായ വഴി യെങ്കിലും പലരും ദ്രവ്യലാഭത്തിനായി നുണപറയുന്നു. എന്നാൽ ശങ്കുവാരിയർ എന്ന സന്മാർഗ്ഗിയായ വ്യക്തിയുടെ രീതി അതല്ല. മാത്രമല്ല, അദ്ദേഹത്തിന്റെ അച്ഛൻ കൃഷ്ണവാരിയരും ഇതേ വഴിയാണ് തെരഞ്ഞെടുത്തത്. "കൃഷ്ണവാരിയർ യാതൊരു കാര്യ ത്തിലും കളവു പറഞ്ഞതായി ഒരിടത്തും ഒരുത്തനും പറകയില്ല, ശങ്കുവാരിയരെ ശങ്കരമേനോൻ ഓർമിപ്പിക്കുന്നു.

ശങ്കരമേനോന്റെ ഈ സുദീർഘവാദത്തിന് ചെസ്സിലെ 'കോമ്പിനേഷൻ' നീക്കങ്ങളോട് സാമ്യമുണ്ട്. ഒരു പ്രത്യേക ലക്ഷ്യം നേടിയെടുക്കാനായി ഒരുകൂട്ടം നീക്കങ്ങൾ ശൃംഖലയായി പ്രയോഗിക്കലാണ് 'കോമ്പിനേഷൻ' എന്ന പേരിൽ അറിയപ്പെടുന്നത്. ശങ്കരമേനോന്റെ വാദശൃംഖലയിൽ നിരവധി വാദങ്ങളുണ്ട്. ഓരോ വാദവും ശങ്കുവാരിയരിൽനിന്ന് ഉണ്ടായേക്കാവുന്ന മറുപടികളെ തടയാൻ ഉദ്ദേശിച്ചുള്ളതാണ്. ഏതു നിലയ്ക്കും ഇന്നതാണ് ശരി എന്ന് തെളിയിക്കലാണ് ഈ കോമ്പിനേഷന്റെ ലക്ഷ്യം. ഇവിടെ നാം ആലോചിക്കേണ്ട ഒരു വസ്തുതയുണ്ട്. മൂല്യസംഹിതയും ആത്മീയജീവിതത്തെയും സംബന്ധിച്ച ഈ വാദശൃംഖലയുടെ പൂർവരൂപങ്ങൾ എവിടെയുണ്ട്? ആത്മീയതയെ സംബന്ധിച്ച താർക്കികസമഗ്രതയുള്ള മഹാഭാഷണങ്ങളൊന്നും ഫ്യൂഡൽ കാലഘട്ടത്തിലുണ്ടായിരുന്നില്ല. മതം കുറേ ആചാരങ്ങളായും സാരോപദേശകഥകളായും ലോകോക്തികളായും പഴഞ്ചൊല്ലുകളായും മാത്രം നിലനിന്നകാലമായിരുന്നു അത്. 'ഈശ്വരനെ മുറുകെ പിടിച്ചോളൂ, പിന്നെ എടത്തിലച്ചനെ പേടിക്കേണ്ടിവരില്ല.' എന്ന ഒരു വാക്യം അക്കാലത്തെ സവർണജീവിതത്തിൽ സാധ്യതയുണ്ട്. എന്നാൽ, ഈശ്വരൻ സർവശക്തനാണെന്നും ആ ഈശ്വരന്റെ ഇഷ്ടം സത്യപ്രഖ്യാപനമാണെന്നും അതുതന്നെയാണ് ശങ്കുവാരിയരുടെ വ്യക്തിത്വത്തോട് യോജിക്കുന്നതെന്നും മറിച്ചൊരു പ്രവൃത്തി വ്യക്തിപരമായോ പൈതൃസംബന്ധിയായോ അദ്ദേഹത്തിന് അചിന്ത്യമാണെന്നും പറയുന്നമട്ടിലുള്ള താർക്കികശൃംഖല അസാധ്യമാണ്. പൂന്താനവും എഴുത്തച്ഛനുമൊക്കെ ആത്മീയകാര്യങ്ങൾ ചർച്ചചെയ്തിട്ടുണ്ടെങ്കിലും അപ്പോഴൊന്നും ആത്മീയത ഇതുപോലെ ആധിപത്യത്തിനു ശ്രമിക്കുന്ന സംവാദരൂപം കൈക്കൊള്ളുന്നില്ല.

*ശാരദ*യിലെ പതിനൊന്നാം അധ്യായത്തിലെ സംവാദഭാഗം പഴയ പാരമ്പര്യങ്ങളുടെ ഉൽപ്പന്നമല്ല. ആ സംവാദത്തെ മനസിലാക്കേണ്ടത് നവോത്ഥാനം എന്ന പേരിൽ അറിയപ്പെടുന്ന സാമൂഹികപരിഷ്കരണശ്രമങ്ങളുടെ പശ്ചാത്തലത്തിലാണ്. കേരളീയ നവോത്ഥാനത്തിന്റെ പ്രത്യേകതകളിൽ ഒന്ന് മതത്തിന്റെ മൂലതത്ത്വങ്ങളിൽ ഉണ്ടായ പുതിയ താൽപ്പര്യവും ഗഹനമായ ചർച്ചകളുമാണ്. യൂറോപ്യൻ നവോത്ഥാനത്തിലും ഇതുതന്നെ സംഭവിച്ചിട്ടുണ്ട്. മതത്തിന്റെ ആചാരാനുഷ്ഠാനഭാഗങ്ങളെ വിട്ടുകൊണ്ട് മതത്തിന്റെ അടിസ്ഥാനതത്ത്വങ്ങളെ വിശകലനം ചെയ്യാനും പുതിയ പാഠങ്ങൾ രചിക്കാനും നവോത്ഥാനകാലം പ്രത്യേക താൽപ്പര്യമെടുത്തു. കേരളത്തിൽ ഇതുനടത്തുന്നതിനു പിറകിൽ പാശ്ചാത്യവും തദ്ദേശീയവുമായ ഊർജങ്ങൾ വ്യത്യസ്തമായിത്തന്നെ ഉണ്ടായിരുന്നു. ശ്രീനാരായണഗുരുവിന്റെ രചനകളും പരിശ്രമങ്ങളും പാശ്ചാത്യമായ ഊർജത്തിന്റെ ഫലമാവാനിടയില്ല. പൊയ്കയിൽ യോഹന്നാന്റെ പ്രത്യക്ഷരക്ഷാദൈവസഭയുടെ പ്രവർത്തനങ്ങൾക്കു പിറകിൽ പാശ്ചാത്യ നവോത്ഥാനത്തിന്റെ പ്രഭാവം ഉണ്ടാവാനും ഇടയുണ്ട്. എന്തായാലും

*ശാരദ*യിലെ ഈ ഭാഗം മതത്തിന്റെ മൂലതത്ത്വങ്ങളെ സംബന്ധിച്ച നവോത്ഥാനകാലത്തെ പുത്തനുണർവിന്റെ ഭാഗമായിട്ടേ വിശദീകരിക്കാനാവൂ; സവർണഫ്യൂഡൽ പാരമ്പര്യത്തിൽ അതിന് വേരുകളില്ല. പ്രത്യക്ഷത്തിൽത്തന്നെ ഈ സംവാദത്തിന് *ഭഗവദ്ഗീത*യോട് സമാനതകളുണ്ട്. വിഷമകരമായ ഒരു സന്ദർഭത്തിൽ ഏതുകർമമാണ് ചെയ്യേണ്ടത്, എന്തുകൊണ്ട് ആ കർമം ആചരിക്കായ്ക പാപമായി ഭവിക്കും എന്നതാണല്ലോ *ഗീത*യുടെയും ചർച്ചാവിഷയം. *ഗീത*യും അതിവിപുലമായ സംവാദശൃംഖലയാണ്. *ഗീത*യുമായുള്ള ഈ താരതമ്യം ചില എതിർചോദ്യങ്ങളെ ക്ഷണിച്ചുവരുത്തുന്നുണ്ട്. അക്കാലത്തെ സവർണമണ്ഡലത്തിൽ സംസ്കൃതജ്ഞാനം ധാരാളമായിത്തന്നെ ഉണ്ടായിരുന്നു. എങ്കിൽ ആ ഭാഷാജ്ഞാനത്തിന്റെ ഭാഗമായി അവർക്ക് *ഭഗവദ്ഗീത*യിലേക്കും പ്രവേശനം കിട്ടിക്കൂടെന്നുണ്ടോ? അങ്ങനെ *ശാരദ*യിലെ ഈ സംവാദം സവർണപാരമ്പര്യത്തിൽനിന്നുതന്നെ വന്നതാണെന്ന് കരുതിക്കൂടെ? എന്റെ ഉത്തരം 'അല്ല' എന്നുതന്നെയാണ്. കാരണം, *ഭഗവദ്ഗീത*യ്ക്ക് അക്കാലത്തെ സവർണരിൽ അത്ര വലിയ പ്രചാരമൊന്നും ഉണ്ടായിരുന്നില്ല. *ഭാഗവത*മായിരുന്നു സവർണഭവനങ്ങളിൽ ധാരാളമായി പ്രചരിച്ചിരുന്ന ഗ്രന്ഥം. അതും സമഗ്രവും ഐക്യരൂപവുമുള്ള ഗ്രന്ഥമായല്ല, വിവിധ കഥകളായും പദ്യഭാഗങ്ങളായുമുള്ള കെട്ടഴിഞ്ഞ പുസ്തകംപോലെയുള്ള പ്രചാരമായിരുന്നു. *ഭഗവദ്ഗീത*യെ പ്രാചീനതയിൽനിന്ന് കണ്ടെടുത്ത് പ്രചരിപ്പിച്ചതിൽ യൂറോപ്യൻ ഓറിയന്റലിസ്റ്റുകൾക്ക് വളരെയേറെ പങ്കുണ്ട്. ആത്മീയ മൂലതത്ത്വപഠനങ്ങൾക്ക് ഏറെ വിഭവങ്ങൾ നൽകുന്ന കൃതികളായി അവർക്ക് *ഗീത*യും *ഉപനിഷത്തു*ക്കളും അനുഭവപ്പെട്ടു. യൂറോപ്യൻ ഓറിയന്റലിസ്റ്റുകളിലൂടെ തിരിച്ചുവന്ന് *ഭഗവദ്ഗീത*യെ സ്വീകരിച്ചത് എടത്തിലച്ചന്റെയോ ശങ്കുവാരിയരുടെയോ തലമുറയായിരുന്നില്ല, ആധുനികതയിലേക്ക് പ്രവേശം ലഭിച്ച സവർണരും അവർണരുമായിരുന്നു. ചുരുക്കത്തിൽ, *ശാരദ*യുടെ പതിനൊന്നാമധ്യായത്തിനു പിറകിലെ ഊർജസ്രോതസുകൾ പഴയ സവർണപാണ്ഡിത്യമല്ല, നവോത്ഥാന പാണ്ഡിത്യവും ഓറിയന്റലിസ്റ്റ് പാണ്ഡിത്യവുമാണ്.

പാപദർശനം

പതിനൊന്നാം അധ്യായത്തോട് ചേർത്തുവയ്ക്കേണ്ട അധ്യായമാണ് നാലാം അധ്യായം. ആ അധ്യായം ഇങ്ങനെ ആരംഭിക്കുന്നു:

> ഹേ മനുഷ്യരെ, നിങ്ങളുടെ അത്യാഗ്രഹത്തിന്റെ വലുപ്പം നിങ്ങളുടെ ക്രൂരതയുടെ രൂക്ഷതയാൽ അല്ലാതെ മറ്റെന്തിനാൽ ജയിക്കപ്പെടുന്നു," എന്ന് ഒരു വ്യുൽപ്പന്നമായ ദേഹം പണ്ടുപറഞ്ഞുപോൽ. ഈ അധ്യായത്തിൽ എഴുതുവാൻ പോവുന്ന കഥയെ ഓർത്തപ്പോൾ എനിക്ക് മേൽപ്പറഞ്ഞ വാക്കുകളുടെ യഥാർഥത്തെപ്പറ്റി പൂർണബോധ്യം ഉണ്ടായി.

എന്റെ പ്രിയപ്പെട്ട വായനക്കാരെ, നിങ്ങളിൽ ചിലർക്ക് ഈ മാതിരി കഥകളിൽ ഇങ്ങിനെ ഗ്രന്ഥകർത്താക്കന്മാർക്ക് സാധാരണസംഗതികളെപ്പറ്റിയുള്ള സ്വാഭിപ്രായങ്ങളെക്കുറിച്ച് എഴുതുന്നത് രസിക്കുമോ എന്നു ഞാൻ അറിയുന്നില്ല. എങ്കിലും ഈ അദ്ധ്യായത്തിൽ പറയുവാൻ പോകുന്ന കഥയുടെ സ്വഭാവം ഓർക്കുമ്പോൾ ആ കഥ പറയുന്നതിനുമുമ്പ് മേൽക്കാണിച്ച പ്രകാരമുള്ള ഒരു മുഖവുരയും അതിനെപ്പറ്റി ഏറ്റവും ചെറിയ ഒരു വിവരണവും ഇവിടെകൊടുക്കുന്നത് യോഗ്യമെന്നു മാത്രമല്ലാ ആവശ്യമാണെന്നുകൂടി ഞാൻ വിചാരിക്കുന്നു.

ആഖ്യാനത്തിലെ ഈ മുഖവുര മനുഷ്യന്റെ ദുഷ്ടതയെ സംബന്ധിച്ച വിശദമായ വിചാരത്തിന് മുന്നോടിയാണ്. ആ വിചാരമാകട്ടെ അതിനു തൊട്ടുശേഷം വരുന്ന വൈത്തിപ്പട്ടരുടെ മഹാപാപകർമത്തെക്കുറിച്ചുള്ള വിവരണത്തിന്റെ മുന്നോടിയും. മനുഷ്യന്റെ ഉള്ളിലെ പാപത്തിന്റെ വൈവിധ്യത്തെക്കുറിച്ചുള്ള ദീർഘവിവരണം അസാധാരണമാണ്. ('പാപം' എന്ന വാക്കല്ല ദുഷ്ടത, ധാർഷ്ട്യം തുടങ്ങിയ വാക്കുകളാണ് ചന്തുമേനോൻ ഉപയോഗിക്കുന്നത്.) മൃഗങ്ങളിൽനിന്ന് ഭിന്നമായി മനുഷ്യനിൽ എങ്ങനെ ദുഷ്ടത സങ്കീർണവും പ്രച്ഛന്നവുമായ രൂപങ്ങളിൽ അവതരിക്കുന്നു, എങ്ങനെ ദുഷ്ടത മനുഷ്യന്റെ ആർജിതപാണ്ഡിത്യത്തെയും നാഗരികശീലങ്ങളെയും പരാജയപ്പെടുത്തുന്നു, ദുഷ്ടതയുടെ ഭിന്ന അവതാരങ്ങളെന്ത്, ഇതിൽ വൈത്തിപ്പട്ടർ ഏത് ഗണത്തിൽപ്പെടുന്നു എന്നീ ചിന്തകളാണ് ഇവിടെയുള്ളത്. ഈ വിവരണം അസാധാരണം തന്നെയാണ്. കാരണം മലയാളസാഹിത്യപാരമ്പര്യത്തിലോ ഫ്യൂഡൽ ജീവിതത്തിലോ ദുഷ്ടതയെ ചിന്താവിഷയമായി എടുത്തിരുന്നില്ല. പുരാണങ്ങളിൽ ദുഷ്ടരാക്ഷസന്മാരെക്കുറിച്ച് വിവരണമില്ലെന്നല്ല. എന്നാൽ വ്യക്തികളിൽനിന്ന് സ്വഭാവസവിശേഷതയെ വേർതിരിച്ച് അപഗ്രഥിക്കുകയും വർഗീകരിക്കുകയും താരതമ്യങ്ങൾക്ക് വിധേയമാക്കുകയും ചെയ്യുന്ന രീതി ഇല്ലായിരുന്നു. പാപത്തെ ചിന്താവിഷയവും അതിലേറെ താത്വിക വിഷയവുമായെടുക്കുന്ന രീതി സെമിറ്റിക് മതങ്ങളുടേതാണ്. പാശ്ചാത്യചിന്തകളിലും ഈ രീതിയുടെ സ്വാധീനം കാണാം. ആ നിലയ്ക്ക് നാലാം അധ്യായം പതിനൊന്നാം അധ്യായത്തെപ്പോലെ മലയാളസാഹിത്യരംഗത്ത് പുതിയ തുടക്കങ്ങൾ കുറിക്കുകയായിരുന്നു. *ഇന്ദുലേഖ*യിൽ പാശ്ചാത്യസ്വാധീനം എത്രമാത്രമുണ്ടെന്നതിനെക്കുറിച്ച് ഏറെ പഠനങ്ങൾ നടന്നിട്ടുണ്ട്. *ശാരദ*യിൽ ഈ സ്വാധീനം സംസ്കാരത്തിന്റെ ആഴങ്ങളിലുള്ള മൂല്യബോധത്തിലേക്കും പാപദർശനത്തിലേക്കുമൊക്കെ പടരുന്നതായി നമുക്ക് മനസിലാക്കാം. കോളനിവൽക്കരണത്തിന്റെ ഉയർന്ന ഘട്ടമായിത്തന്നെ ഇതിനെ കണക്കാക്കുന്നതിൽ തെറ്റില്ല.

നിയമവ്യവസ്ഥ എന്ന സ്ഥാപനം

വലിയൊരു സ്ഥാപനം സമൂഹത്തിലേക്ക് കടന്നുവരുന്നതും നിലനിൽക്കുന്നതും സാമൂഹ്യശാസ്ത്രത്തിന് നല്ലൊരു പഠനവിഷയമാണ്.

നമ്മുടെ നാട്ടിൽനിന്ന് കിട്ടാവുന്ന ഉദാഹരണങ്ങൾ പരിശോധിക്കുമ്പോൾ തെളിഞ്ഞുവരുന്ന ഒരു പൊതുതത്വം ഇങ്ങനെ ഉയർന്നുവരുന്ന മഹാസ്ഥാപനങ്ങൾ ഒന്നിലേറെ അസ്തിവാരങ്ങൾ ഇടുന്നു എന്നതാണ്. ഏവർക്കും പരിചിതമായ ഉദാഹരണമാണ് മലയാളസിനിമ. അതിന് ഏകശിലാരൂപമല്ല ഉള്ളത്. വ്യവസായമെന്ന നിലയിലും കലയെന്ന നിലയിലും അതിന് നിലനിൽപ്പുണ്ട്. സിനിമയെ ഉപജീവിച്ച് സിനിമാമാസികകളും മിമിക്രിസംഘങ്ങളും ഗാനമേളക്കാരും താരങ്ങളുടെ പേരിലുള്ള ഫാൻസ് അസോസിയേഷനും നിലനിൽക്കുന്നു. അഥവാ ഇതൊക്കെ ചേർന്ന ബഹുരൂപിയായ സ്ഥാപനമാണ് മലയാളസിനിമ. ചന്തുമേനോന്റെ *ശാരദ*യിലുമുണ്ട് ഇതുപോലൊരു മഹാസ്ഥാപനം-ആധുനിക നിയമവ്യവസ്ഥ. ചന്തുമേനോൻ നിയമവിശാരദനും മുൻസിഫുമൊക്കെയായിരുന്നതിനാൽ അദ്ദേഹം തനിക്കറിയാവുന്ന മണ്ഡലത്തെ പശ്ചാത്തലമാക്കി എഴുതി എന്ന മട്ടിൽ ലഘുവായി കാണേണ്ടതല്ല *ശാരദ*യിലെ നിയമലോകം. ചരിത്രദൃഷ്ട്യാ നോക്കിയാൽ ഫ്യൂഡൽ കേരളത്തിലേക്ക് കടന്നുവന്ന ആദ്യത്തെ കൊളോണിയൽ സ്ഥാപനവും വ്യവഹാരവും തൊഴിലുമൊക്കെയായിരുന്നു ബ്രിട്ടീഷ് നിയമവ്യവസ്ഥ. ആ ലോകമായിരുന്നു കേരളത്തിലെ ആദ്യത്തെ ആധുനികവരേണ്യലോകം. ഡോക്ടറും എഞ്ചിനീയറുമൊക്കെ വന്നത് അഡ്വക്കേറ്റ് വന്നതിനുശേഷംമാത്രം.

ബ്രിട്ടീഷ് നിയമവ്യവസ്ഥ കേരളത്തിൽ വേരുപിടിച്ചതിന്റെയും ബഹുശാഖികളായി വളർന്നതിന്റെയും വലുതും എന്നാൽ വിശദാംശങ്ങളിൽ സൂക്ഷ്മതയുള്ളതുമായ ചിത്രം *ശാരദ*യിൽ കാണാം. പല വിഭാഗം ജനങ്ങളോട് പലതരത്തിൽ സംവദിക്കുന്ന വ്യവസ്ഥയാണത്. ബ്രിട്ടീഷ്-ആധുനിക ലോകത്തിൽ പൗരത്വം ഇല്ലാത്ത എടത്തിലച്ചനോടുപോലും അത് സംവദിക്കുന്നുണ്ട്. പക്ഷേ, അതൊരു പ്രത്യേക രീതിയിലാണെന്നുമാത്രം. ഉദയന്തളി രാമവർമ്മൻ തിരുമുൽപ്പാട് എന്ന മറ്റൊരു ജന്മിയോട് പോരാട്ടത്തിനുള്ള ഉപകരണമായാണ് ബ്രിട്ടീഷ്നിയമം അച്ചനുമുന്നിൽ നിൽക്കുന്നത്. പോരിൽ തോൽക്കുന്നത് മിക്കവാറും തിരുമുൽപ്പാടായിരുന്നു. എന്നാലും കളിക്കമ്പത്തോടെ അദ്ദേഹം വീണ്ടും കളിക്കിറങ്ങും, കളിയുപകരണം കൈയിലെടുത്തുകൊണ്ട്. ബ്രിട്ടീഷുകാർ ഇന്ത്യയിലെ മഹാരാജാക്കന്മാർക്ക് നൽകിയ ക്രിക്കറ്റ് ബാറ്റും ക്രിക്കറ്റ് നിയമങ്ങളുംപോലെ ഇവിടെ കോടതിയും നിയമവ്യവസ്ഥയും നിലനിൽക്കുന്നു. ബ്രിട്ടീഷ് കോടതിയാണെങ്കിലും ഇരുവർക്കും അതിനോട് അപരിചിതത്വമോ ആധിപത്യത്തിനായി വരുന്ന പുതിയ വ്യവസ്ഥയോടു തോന്നാവുന്ന പ്രതിരോധഭാവമോ ഇല്ല (നാടൻ കളികൾക്കു ബദലായി ക്രിക്കറ്റ് വന്നപ്പോൾ ഇന്ത്യക്കാർക്ക് എതിർപ്പൊന്നും ഉണ്ടായില്ലെന്ന പോലെ!). കാരണം, കളിയിൽ ബ്രിട്ടന്റെ ഇടപെടലൊന്നുമില്ലാതെ ഇവർക്ക് പൂർണാധികാരത്തോടെ കളിക്കാൻ കഴിയുന്നുണ്ട്. ബ്രിട്ടീഷ് നിയമവ്യവസ്ഥയെന്നത് അസ്വാതന്ത്ര്യമല്ല, കളിക്ക് അവശ്യംവേണ്ടുന്ന കളിനിയമസംഹിതമാത്രമാണ്.

ഇതിനോടൊപ്പം പറയേണ്ടുന്ന മറ്റൊരു കാര്യം നാട്ടിലെ നികുതി പിരിവിനുള്ള അവകാശം ബ്രിട്ടീഷ് ഗവൺമെന്റ് ഇടപ്രഭുക്കന്മാരെ ഏൽ

പ്പിച്ചതാണ്. ഇത് ജനങ്ങൾക്കിടയിലുള്ള തങ്ങളുടെ മതിപ്പും അധികാരവും വർധിപ്പിച്ചതായി അവർക്ക് തോന്നി. അതിനാൽ ഏതുരംഗത്തും ബ്രിട്ടീഷ് നിയമവ്യവസ്ഥ തങ്ങളെ രണ്ടാംതരം പ്രജകളാക്കിയതായി അവർ കരുതിയതുമില്ല.

അതിർത്തിതർക്കങ്ങളിൽ രസത്തോടെ ഏർപ്പെട്ട് സമയം കളയാതെ നികുതി തരാൻ വിസമ്മതിക്കുന്നവരെ നിലയ്ക്കു നിർത്താനും ബ്രിട്ടീഷ് നിയമസംഹിതയെ സങ്കീർണവ്യാഖ്യാനങ്ങൾക്ക് വിധേയമാക്കേണ്ട കാര്യമൊന്നുമില്ല. ലളിതമായ നിയമം, സുവ്യക്തമായ വ്യാഖ്യാനം, തങ്ങളുടെ ചൊൽപ്പടിക്കു നിൽക്കുന്ന കോടതി. വലിയ അഭിഭാഷകവൃന്ദത്തിന്റെ സഹായമൊന്നും ഇക്കാര്യത്തിൽ ഇടപ്രഭുക്കന്മാർക്ക് വേണ്ടിയിരുന്നില്ല. കർപ്പൂരയ്യരെപ്പോലുള്ള സാധാരണ വക്കീലന്മാരും കുണ്ടൻ മേനോനെയും ശാമുമേനോനെയുംപോലുള്ള വൈതാളികവൃന്ദവും ധാരാളം മതി. ഈ വൈതാളികരിലൂടെ ബ്രിട്ടീഷ് നിയമവ്യവസ്ഥയ്ക്ക് കോമാളിത്തം നിറഞ്ഞ പാരഡിയുണ്ടാകുന്നു. അങ്ങനെയാണ് റിലീഫ് ആക്ടിന് പകരം റില്ലി ആക്ടും സ്പെസിഫിക് റിലീഫ് ആക്ടിനുപകരം ഇസ്പിശ്യാൽറില്ലി ആക്ടും ഉണ്ടാകുന്നത്. പേരിലെ മാറ്റങ്ങളോടൊപ്പം ഉള്ളടക്കത്തിലുമുണ്ട് സാരമായ മാറ്റങ്ങൾ. ബ്രിട്ടീഷ് നിയമങ്ങളുടെ സരളമായ വകുപ്പുകൾ ഉപയോഗിച്ച് അച്ചനും തിരുമുൽപ്പാടിനും കളിക്കാമെന്നപോലെ വൈതാളികർക്ക് തങ്ങളുടെ പാരഡിയുമായി കളിക്കാനും ജീവിക്കാനും കഴിയുന്നുണ്ട്. ഇടപ്രഭുക്കന്മാർക്ക് കളിയിൽ ഏർപ്പെടാൻ പണച്ചെലവെങ്കിലും ഉണ്ട്. എന്നാൽ പാരഡിക്കാർക്ക് അതുമില്ല; അവർക്ക് ഇടപ്രഭുക്കന്മാരെ കളിയിലേർപ്പെടാൻ പ്രേരിപ്പിച്ചാൽ മാത്രം മതി. വക്കീലന്മാരുടെ ക്ലബ്ബ് നിയമവ്യവസ്ഥയ്ക്ക് താഴെ ഉണ്ടാകുന്ന ചെറിയൊരു സംഘടനയാണ്. അതിനും സ്വന്തമായ അസ്തിത്വവും സ്ഥാപനസ്വഭാവവും ഉണ്ട് (അതിലെ അംഗങ്ങളുടെ പിശുക്കുമൂലം ക്ലബ്ബും കോമാളിരൂപമായി അധഃപതിച്ചു എന്നേ ഉള്ളൂ). മലയാള സിനിമയ്ക്ക് കീഴിൽ നിരവധി തലങ്ങളും പ്രയോഗങ്ങളും സ്ഥാപനങ്ങളുമുള്ളതുപോലെ എന്ന ഉപമ ഒരിക്കൽക്കൂടി ഓർക്കാവുന്നതാണ്.

ശാരദയുടെയും രാമൻമേനോന്റെയും വരവോടെ ബ്രിട്ടീഷ് നിയമത്തിന്റെ ഗൗരവമുള്ള തലം പ്രവർത്തനക്ഷമമാകുന്നു. അതാകട്ടെ ഇടപ്രഭുക്കന്മാർക്കോ വൈതാളികർക്കോ പരിചിതവുമായിരുന്നില്ല. നാളിതുവരെ നേരിടേണ്ടി വന്നിട്ടില്ലാത്ത കേസ്. ഒരുതരം അസംബന്ധതയിലേക്ക് അത് കോപ്പുണ്ണിവലിയച്ചനെ തള്ളിയിട്ടു. കാരണം, ഇന്നലെവരെ തനിക്കറിയാവുന്ന ഭാഷയിൽ സംസാരിച്ചിരുന്ന ബ്രിട്ടീഷ്നിയമം തനിക്കറിയാത്ത ഭാഷയിൽ സംസാരിക്കാൻ തുടങ്ങി. വ്യക്തിയുടെ സ്വാതന്ത്ര്യം, അധികാരം എന്നിവ എന്തെന്നുപോലുമറിയാത്ത അദ്ദേഹം ഇക്കാര്യങ്ങൾക്കുവേണ്ടി വാദിക്കുന്ന കേസിലെ പ്രതിസ്ഥാനത്ത് നിൽക്കുന്ന അവസ്ഥ. കല്ല്യാണിക്കുട്ടിയുമായി ആർ സംബന്ധത്തിനു വരണം എന്നത് തറവാട്ടുകാരണവരുടെയും തറവാടിന്റെയും തീരുമാനവും അവകാശവുമാണ്.

അങ്ങനെയേ അക്കാലം കരുതിയിട്ടുള്ളൂ. ആ തീരുമാനത്തെ ധിക്കരിച്ച കല്ല്യാണിക്കുട്ടി പടിക്കുപുറത്താവും. പടിക്കുപുറത്തായ ആൾക്ക് ഒരു തരത്തിലുള്ള അവകാശവുമില്ല. അത്തരക്കാരെ മരിച്ച വ്യക്തിയായാണ് കണക്കാക്കുക. പടിക്കുപുറത്താക്കി പിണ്ഡംവെക്കുക എന്ന ചടങ്ങ് അതാണ് അർഥമാക്കുന്നത്. അങ്ങനെ നാട്ടുനിയമപ്രകാരം മരിച്ചുപോയതായി ഏകദേശം കണക്കാക്കാവുന്ന കല്ല്യാണിക്കുട്ടി സത്യത്തിലും മരിച്ചുപോയിരുന്നു എന്നതാണ് വലിയച്ചന് കിട്ടിയ വിശ്വാസയോഗ്യമായ വിവരം. പിന്നെ എങ്ങനെ ശാരദയുടെ വരവിനോട് അദ്ദേഹത്തിന് പൊരുത്തപ്പെടാനാവും? പക്ഷേ, ബ്രിട്ടീഷ്നിയമം വേറൊരു ഭാഷയിൽ സംസാരിക്കുകയാണ്. രണ്ടുതരം ജ്ഞാനവ്യവസ്ഥകൾ ഏറ്റുമുട്ടുമ്പോൾ ജഡ്ജി വ്യക്തമായും ആധുനികതയുടെ സ്വന്തം ആളാവുക എന്ന നീതിരാഹിത്യവും വലിയച്ചൻ നേരിടുന്നു.

വൈത്തിപ്പട്ടരും കറുപ്പനും കൃഷ്ണനും ചേർന്ന് നിയമവ്യവസ്ഥയുടെ മറ്റൊരവതാരത്തെക്കൂടി വരവേൽക്കുന്നു. ശങ്കരനെ കൊല്ലാൻ അവർ പാലിൽ വിഷം ചേർത്തു. പാൽ കുടിച്ചത് ഒരു നമ്പൂതിരി യുവാവായിരുന്നു. അയാൾ മരിച്ചു വീഴുകയും ചെയ്തു. ഇതുവരെ സിവിൽ നിയമങ്ങൾ മാത്രം കണ്ടുശീലിച്ച നാട്ടിൽ ക്രിമിനൽ നിയമത്തിന്റെ ഏറ്റവും ഉയർന്ന വകുപ്പുകൾ റോന്തുചുറ്റി പ്രതികളെ കണ്ടെത്തേണ്ടതാണ്. അതിനുള്ള രംഗം ഒരുങ്ങിക്കഴിഞ്ഞു. പക്ഷേ, നോവൽ മുഴുമിപ്പിക്കാതെ പോയതിനാൽ ഇതിന്റെ തുടർരംഗങ്ങൾ വായനക്കാരുടെ ഭാവനയിൽ മാത്രമേ നടക്കുന്നുള്ളൂ. ഈ ക്രിമിനൽ കുറ്റത്തിൽ എടത്തിലച്ചന് യാതൊരു പങ്കുമില്ല. പക്ഷേ, ക്രിമിനൽ കുറ്റം ചെയ്ത പട്ടർ അച്ചന്റെ കൂടെ നിൽക്കുമ്പോൾ അച്ചന് പ്രശ്നങ്ങൾ ഏറെയാണ്. നിയമം തനിക്കധികം പരിചയമില്ലാത്ത ക്രിമിനൽനിയമഭാഷണംകൂടി ആരംഭിക്കും. അതിനൊക്കെ അച്ചൻ ഉത്തരം പറയേണ്ടിവരും.

ശാരദ എന്ന നോവലിൽ ചന്തുമേനോന്റെ നിയമപാണ്ഡിത്യം തെളിഞ്ഞുകാണുന്നു എന്നു പറഞ്ഞാൽ അത് കൃത്യതയില്ലാത്ത പ്രസ്താവനയായിരിക്കും. വാസ്തവത്തിൽ അത്ര സങ്കീർണമായ നിയമചർച്ചകളൊന്നും നോവലിൽ ഇല്ല. എന്നാൽ നിയമവ്യവസ്ഥ എങ്ങനെ ഭിന്നരൂപഭാവങ്ങളിൽ സമൂഹത്തിൽ പ്രവർത്തിക്കുന്നു, മാറുന്ന സമൂഹത്തിലെ ഭിന്നജനവിഭാഗങ്ങൾക്ക് അത് ഏതെല്ലാം തരത്തിൽ അർഥങ്ങൾ പ്രദാനം ചെയ്യുന്നു എന്നീ കാര്യങ്ങൾ ഇത്ര ഗംഭീരമായി ചിത്രീകരിച്ച മറ്റൊരു നോവലും മലയാളത്തിൽ പിന്നീട് ഉണ്ടായിട്ടില്ല.

ഭാഷണവും എതിർഭാഷണവും

*ശാരദ*യുടെ തുടക്കം; രാമേശ്വരത്തെ സത്രത്തിൽ കല്യാണിയമ്മ മരണശയ്യയിൽ കിടക്കുന്നു. മരണം തൊട്ടുമുന്നിൽ നിൽക്കുമ്പോൾപ്പോലും അവർ തെളിഞ്ഞ ബുദ്ധിയോടെ ഭർത്താവായ രാമൻമേനോനോട് സംസാരിക്കുകയാണ്: "എനിക്ക് മലയാളത്തിൽ ചെന്നു ചേരണമെന്ന്

അശേഷം ആഗ്രഹമില്ല. നിങ്ങളുടെ കൂടെ ഇരിക്കുമ്പോൾ എല്ലാ സ്ഥലവും സ്വദേശംപോലെതന്നെ എനിക്കു തോന്നുന്നു." ഈ വാക്യം ഒന്നുകൂടി ശ്രദ്ധിച്ചു വായിക്കുക. മലയാളത്തിലെ ആദ്യനോവലുകളിലൊന്നാണല്ലോ *ശാരദ*. *ഇന്ദുലേഖ*യ്ക്കൊപ്പം നോവൽ ലക്ഷണങ്ങളെല്ലാംതികഞ്ഞ നോവലായി കുറേ പേരെങ്കിലും *ശാരദ*യെ കരുതുകയും ചെയ്യുന്നു. അങ്ങനെയെങ്കിൽ മലയാള സാഹിത്യത്തിന്റെ തുടക്കങ്ങളിലെ വളരെ മുഖ്യമായ വാക്യങ്ങളിലൊന്നായി *ശാരദ*യിലെ ഈ വരികളെ കാണാം. ആ വരികളിൽ മലയാളിയായ സ്ത്രീകഥാപാത്രം പറയുന്നു, തനിക്ക് മലയാള ദേശത്തേക്ക് തിരിച്ചുപോകാൻ അശേഷം ആഗ്രഹമില്ലെന്ന്.

ശാരദയും കല്യാണിക്കുട്ടിയും രാമൻമേനോനുമടങ്ങുന്ന ന്യൂക്ലിയർ കുടുംബം പ്രവാസിമലയാളികളാണ്. *ശാരദ*യുടെ തുടക്കം പ്രസിദ്ധീകരിക്കപ്പെട്ട ആയിരത്തി എണ്ണൂറ്റി തൊണ്ണൂറ്റി രണ്ടിലെന്നല്ല അതിനുശേഷമുള്ള ഒന്നുരണ്ടു ദശകങ്ങളിൽപ്പോലും പ്രവാസിമലയാളികൾ എന്നൊരു സാമൂഹികഗണം ഉണ്ടായിട്ടില്ല. ഒറ്റയ്ക്കും തെറ്റയ്ക്കും ചില ഒറ്റയാന്മാർ കേരളത്തിന്റെ അതിർത്തി കടന്നുപോയിട്ടുണ്ട്. (ശങ്കരാചാര്യരും ഷഡ്കാലഗോവിന്ദമാരാരും ഉദാഹരണങ്ങൾ). പക്ഷേ, പ്രവാസി മലയാളികുടുംബം എന്നൊന്ന് ഉണ്ടായിട്ടില്ല, അപ്രകാരമൊന്നിനെ സൃഷ്ടിക്കുന്ന സാമൂഹികമാറ്റങ്ങളും ഭാവിയിൽ വരാനിരിക്കുന്നതേ ഉണ്ടായിരുന്നുള്ളൂ. അതിനാൽ നോവൽ ജീവിതത്തെ പകർത്തുകയാണെന്നല്ല ഭാവിജീവിതത്തിന്റെ ബ്ലൂപ്രിന്റ് വരയ്ക്കുകയാണെന്ന് പറയണം. ഭാവിദേശത്തെയും ഭാവികാലത്തെയും എഴുതി സൃഷ്ടിക്കാൻ കഴിവുള്ള മാധ്യമമാണ് നോവൽ എന്ന് നോവലിന്റെ ചരിത്രധർമത്തെക്കുറിച്ച് പഠിച്ചിട്ടുള്ളവർ പറഞ്ഞത് ഓർക്കുമ്പോൾ *ശാരദ*യുടെ പ്രവാസികുടുംബം തെളിവോടെ നിനവിൽ വരുന്നു. കല്ല്യാണിക്കുട്ടിയുടെ ഭർത്താവായ രാമൻമോനോൻ ചിത്രകാരനാണ്. വെറും ചിത്രകാരനല്ല, പ്രൊഫഷണൽ ആർട്ടിസ്റ്റ്. പലതരത്തിലുള്ള ചിത്രകലാപാരമ്പര്യങ്ങളും ഈ പാരമ്പര്യങ്ങളിൽ ഉൾപ്പെടുന്ന ചിത്രകാരന്മാരും അക്കാലത്തു കേരളത്തിൽ ഉണ്ടായിരുന്നു. എന്നാൽ പാരമ്പര്യങ്ങളിൽനിന്ന് പുറത്ത്, സ്വന്തമായി ചിത്രങ്ങൾ രചിച്ച് അവയുടെ സൃഷ്ടിയിലൂടെയും വിൽപ്പനയിലൂടെയും യശസ്സ് നേടുന്ന കലാകാരൻ എന്ന സങ്കൽപ്പം ഭാവിയിൽ വരാനിരിക്കുന്നതേ ഉണ്ടായിരുന്നുള്ളൂ (ഇതിന് ഒരേയൊരു അപവാദം രാജാരവിവർമ്മയാണ്. രാമൻമേനോന്റെ സൃഷ്ടിയിൽ രവിവർമ്മ മാതൃകാബിംബമായി നിന്നിരുന്നോ എന്നറിയില്ല). ഈ കുടുംബത്തിന്റെ മൂന്നാമത്തെ അംഗം ശാരദയാണ്. ഇന്ദുലേഖയ്ക്ക് വൈദേശികത്വം ജന്മസിദ്ധമല്ല, ആർജിതമാണ്. എന്നാൽ ശാരദ കേരളത്തിന് പുറത്ത് ജനിച്ചുവളരുകയും കേരളം ഒട്ടും കാണാതെ ജീവിക്കുകയും ചെയ്ത പെൺകുട്ടിയാണ്. ആ കുട്ടിയിൽ ഇംഗ്ലീഷ് ചിഹ്നങ്ങളും വടക്കേ ഇന്ത്യൻ ചിഹ്നങ്ങളും യോജിക്കുന്നു. കേരളത്തിൽ ആധുനികവിദ്യാഭ്യാസം നേടുന്ന പെൺകുട്ടികളുടെ ആദ്യരൂപമാണ് ഇന്ദുലേഖയെങ്കിൽ ശാരദ നിരവധി പതിറ്റാണ്ടുകൾക്കുശേഷം

മാത്രം കേരളീയ ജീവിതം കാണാനിരിക്കുന്ന ഒരു പ്രത്യേക ജനുസിന്റെ ഭാവനാരൂപമാണ് - കേരളത്തിനു പുറത്ത് ജനിച്ച് കേരളവും മലയാളവും കാണാതെ ജീവിച്ചുവളർന്ന 'മലയാളി'യുടെ.

എന്നാൽ ഈ ഭാവനയോട് തീരെ പൊരുത്തപ്പെടാത്ത ഒരുകാര്യം കൂടി ശാരദയെ സംബന്ധിച്ച വർണ്ണനയിലുണ്ട്. ശാരദയുടെ രൂപകാന്തി വർണിക്കുമ്പോൾ ഉപയോഗിക്കുന്ന ഭാഷാശൈലി പഴയ നിയോക്ലാസിക് കാവ്യങ്ങളിലെ സ്ത്രീവർണനയുടേത് തന്നെയാണ്. ഈ ഉദാഹരണം നോക്കുക:

> പൂർണ്ണചന്ദ്രോദയത്തെ കണ്ടുകൊണ്ടു ചന്ദ്രവർണ്ണന ചെയ്യേണമെന്നുറച്ചിരിക്കുന്ന ഒരു മനുഷ്യൻ സായന്തനകാലത്തിൽ അത്യന്ത നീലമായി സ്വച്ഛമായിരിക്കുന്ന ആകാശത്തിൽ തിളങ്ങുന്ന അസംഖ്യനക്ഷത്രങ്ങളുടെ മദ്ധ്യേ ഉദിച്ചുവിളങ്ങുന്ന ബാലചന്ദ്രനെ കണ്ടു മനസ്സിളകി ബാലചന്ദ്രനെ വർണ്ണിച്ചു എന്നുവന്നേക്കാം... ശാരദയുടെ അപ്പോഴത്തെ കാന്തിയെ പൂർണ്ണവികാസത്തെ പ്രാപിക്കുമ്പോൾ അത്യന്തസുരഭിയായി അതിമനോഹരിയായി കാണപ്പെടുന്ന ഒരു വിശേഷവിധി പുഷ്പം കുഢ്മളമായി വികസിപ്പാൻ ആരംഭിക്കുന്ന കാലത്ത് ഏതുവിധമായ കാന്തിയോടെ കാണപ്പെടുന്നുവോ ആ കാന്തിയോടു സദൃശമായിരുന്നു എന്നു നിസ്സംശയം പറയാം.

നീണ്ടുനീണ്ട വാക്യങ്ങളും സംസ്കൃതഭാഷയുടെ അതിപ്രസരവും വിവരങ്ങളിലൂടെ വികസിച്ചുവരുന്ന ഉപമാദി അലങ്കാരങ്ങളുടെ സ്വഭാവവും ഈ ശാരദാവർണനയെ ഏതുതരത്തിലുള്ള സംവേദനസംസ്കാരത്തിലാണ് എത്തിക്കുന്നത് എന്ന് വ്യക്തമല്ലേ. ഈ വിവരണത്തിലൂടെ സൃഷ്ടിക്കപ്പെടുന്ന ശാരദയുടെ കർതൃത്വം ആധുനികയായ ബാലികയുടേതല്ല. എന്നാൽ ഈ പൊരുത്തക്കേടിനെ ചന്തുമേനോനിൽപ്പോലും നിലനിൽക്കുന്ന നിയോക്ലാസിക് സാഹിത്യശൈലിയുടെ സ്വാധീനമായി മാത്രം കണ്ടാൽ പോരാ. അതിനപ്പുറം സ്ത്രീയോട് ആധുനികർപോലും തുടരുന്ന മനോഭാവമായാണ് കാണേണ്ടത്. ഈ മനോഭാവം ആധുനികതയ്ക്കുശേഷം ഇന്നും തുടരുന്നുമുണ്ട്. പുരോഗമനാശയങ്ങൾ പ്രചരിപ്പിക്കാൻ വെമ്പുന്ന ചില സിനിമകളിൽ അൽപ്പം പരുക്കനും മണ്ണിൽ കാലൂന്നിനിൽക്കുന്ന പുരുഷകഥാപാത്രത്തെ കാണിക്കും. എന്നാൽ അതേ സിനിമയിലെ നായിക പ്രത്യക്ഷപ്പെടുമ്പോൾ കാര്യങ്ങളാകെ മാറുന്നു. വെണ്ണതോൽക്കുമുടലായി, മൃദുലമായ കാഴ്ചയായി അവൾ പ്രത്യക്ഷപ്പെടുമ്പോൾ അതുവരെയുള്ള പരുക്കൻ പശ്ചാത്തലസംഗീതമൊക്കെ മാറി ലാസ്യസംഗീതവും മോഹിനിയാട്ടത്തിന്റെ മന്ദതാളവും തിരിച്ചുവരുന്നു. നായിക പ്രത്യക്ഷപ്പെടുംവരെയേ പുരോഗമനപ്രസംഗമുള്ളൂ. ഇന്നും ഈ ശീലം നമ്മോടൊപ്പമുള്ളപ്പോൾ എങ്ങനെ ചന്തുമേനോനെ മാത്രം കുറ്റപ്പെടുത്താനാവും?

നായിക (സ്ത്രീ) പ്രത്യക്ഷപ്പെടുമ്പോൾ അവൾ അത്യാധുനികയാണെങ്കിലും പഴയകാവ്യങ്ങളിലെ ശൈലിയും ചമൽക്കാരങ്ങളും;

എന്നാൽ പുരുഷന്മാർ, അതും പഴഞ്ചന്മാരായ ഭൂപ്രഭുവർഗം പ്രത്യക്ഷപ്പെടുമ്പോൾ ആധുനികമായ ഉപമ- ഈ വൈരുധ്യത്തിനും *ശാരദ* സാക്ഷ്യം വഹിക്കുന്നു. എടത്തിലച്ചന്റെ വീട്ടിലേക്ക് ശങ്കരൻ ദൂത് പോയ രംഗമാണ് പ്രകരണം. ശങ്കരന്റെ കത്ത് വായിച്ച് കുപിതനായ അച്ചൻ ശങ്കരനെ "പിടിച്ച് അകത്തുകൊണ്ടുവരട്ടെ, വേഗം കൊണ്ടുവരട്ടെ" എന്ന് ആജ്ഞാപിച്ചു. ഇനിയുള്ള വർണന ഇങ്ങനെ:

> ഈ വാക്കു കേട്ടപ്പോൾ രണ്ടുനാലു ഭൃത്യന്മാർ ശങ്കരനെ തിരയുവാൻ പുറത്തേക്ക് ഓടി. "ആ എഴുത്തു കൊണ്ടുവന്ന നായയെ തല്ലട്ടെ." എന്ന് ഒന്നാമത് അച്ചൻ പറഞ്ഞ വാക്കുകൾ ആ നിമിഷത്തിൽ ടെലിഫോൺ എന്ന യന്ത്രശക്തിയിൽക്കൂടി അറിയുന്ന വേഗത്തിൽ നുണപറയുന്നതിൽ സമർഥരായ ഭൃത്യവർഗങ്ങളുടെ മുഖത്തിൽനിന്ന് കേട്ട് ശങ്കരൻ എടത്തിൽ നിന്ന് ഓടിയിരിക്കുന്നു.

19-ാം നൂറ്റാണ്ടിന്റെ അവസാന വർഷങ്ങളിൽ മലബാറിലെന്നല്ല ലോകത്തിലെ വൻ നഗരങ്ങളിൽത്തന്നെ ടെലിഫോൺ എത്തുന്നതേ ഉണ്ടായിരുന്നുള്ളൂ. അലക്സാണ്ടർ ഗ്രഹാംബെലിന് ടെലിഫോൺ കണ്ടുപിടിത്തത്തിന് പേറ്റന്റ് കിട്ടുന്നതുപോലും 1876 ൽ ആയിരുന്നു. 1882 ലാണ് കൽക്കത്തയിൽ ഇന്ത്യയിലെ ആദ്യത്തെ ടെലിഫോൺ എക്സ്ചേഞ്ച് ഉൽഘാടനം ചെയ്യപ്പെട്ടത്. അന്ന് കൽക്കത്തയിൽ ആകെ 93 ആളുകൾക്കാണ് ടെലിഫോൺ ഉണ്ടായിരുന്നത്. ആ ആധുനിക ഉപകരണത്തെയാണ് ചന്തുമേനോൻ എടത്തിലച്ചന്റെ ഭവനത്തിൽ സ്ഥാപിക്കുന്നത്.

ഇതിനർഥം ചന്തുമേനോന്റെ സാഹിത്യം പുരുഷാധിപത്യത്തിനു വെമ്പുന്നതും സ്ത്രീവിരുദ്ധവും ആണെന്നല്ല. നോവൽ വളരെ വ്യക്തമായിത്തന്നെ തന്റേടമുള്ള സ്ത്രീയെയും അവളുടെ സ്വാതന്ത്ര്യത്തെയും അവകാശത്തെയും മുന്നോട്ടു വെക്കുന്നുണ്ട്. എന്നാൽ ഈ പ്രത്യക്ഷമായ തത്വങ്ങൾക്ക് എതിരായും ചില നിശ്ശബ്ദചലനങ്ങൾ നോവലിൽ സംഭവിക്കുന്നുണ്ട് എന്ന് സൂചിപ്പിക്കാനേ ഇവിടെ ഉദ്ദേശ്യമുള്ളൂ. ഏതു സങ്കീർണഭാഷാവ്യവഹാരവും ഇത്തരം എതിർഭാഷണങ്ങളെയും എതിർലോകങ്ങളെയും സ്വശരീരത്തിൽ ഒളിപ്പിക്കുന്നുണ്ട്.

ഒന്നാം അച്ചടിപ്പിന്റെ പീഠിക

മലയാള ഭാഷയിൽ നോവൽ മാതൃകയായി ഉള്ള പുസ്തകങ്ങൾ ദിനംപ്രതി വർധിച്ചുവരുന്ന ഈ കാലം ഞാൻ രണ്ടാമതായി ഈവിധം പുസ്തകത്തെ എഴുതി പ്രസിദ്ധം ചെയ്യുന്നതിനെപ്പറ്റി വിശേഷവിധിയായി എനിക്ക് ഒന്നും പറയാനില്ല.

ഈ പുസ്തകത്തെ മൂന്നു ഭാഗങ്ങളായിട്ടാണ് പ്രസിദ്ധപ്പെടുത്താൻ നിശ്ചയിച്ചത്. രണ്ടാം ഭാഗവും മൂന്നാം ഭാഗവും ഈ ഇംഗ്ലീഷ് സംവത്സരം അവസാനിക്കുന്നതിനുമുമ്പുതന്നെ പ്രസിദ്ധപ്പെടുത്തുവാൻ തരമാവു മെന്നു തോന്നുന്നു.

ഇംഗ്ലീഷ് നോവലുകൾ വളരെ വായിച്ച് ഈ മാതിരി പുസ്തകങ്ങ ളുടെ ഗുണദോഷങ്ങളെ സൂക്ഷ്മമായി ഗ്രഹിപ്പിപ്പാൻ വിദഗ്ദ്ധത ഉള്ള എന്റെ സ്നേഹിതൻ ഈ ഭാഗം അച്ചടിക്കുന്ന കാലം അതിനെ വായി പ്പാൻ ഇടവരികയും അടിച്ചുതീർന്നേടത്തോളം അദ്ധ്യായങ്ങൾ പുസ്ത കത്തിന്റെ ഒന്നാമത്തെ ഭാഗമാക്കി ഉടനെ പ്രസിദ്ധപ്പെടുത്തേണ്ടതാ ണെന്നു തീർച്ചയായി അഭിപ്രായപ്പെടുകയും ചെയ്തതിനാൽ ഈ പുസ്തകത്തെ ഇങ്ങനെ മൂന്നു ഭാഗങ്ങളായി വിഭജിച്ചു പ്രസിദ്ധപ്പെടു ത്തുന്നതാകുന്നു.

കോഴിക്കോട്
1892 ആഗസ്റ്റ് 19

ഒ ചന്തുമേനോൻ

To

W.F. DUMERGUE Esq., M.C.S

Sir,

I respectfully beg to dedicate to you this my second endeavour at Novel Writing in Malayalam. I do so in gratitude for the friendly encouragement you have given me by translating into the English Language my first Nove; entitled *Indulekha* which, otherwise, would have attracted little notice beyond the Kerala Country.

I Beg to remain

Sir,

Yours obedient servant
O CHANDUMENON

ഒന്നാം അദ്ധ്യായം

കല്യാണിഅമ്മ: നിങ്ങൾ ഈ നിസ്സഹായമായ സ്ഥിതിയിൽ ആയല്ലോ. എന്റെ രോഗം ഭേദമാവുമെന്നു തോന്നുന്നില്ല. ഞാൻ നിമിത്തം നിങ്ങൾക്കു വലിയ ഒരു ഭാരവും വന്നുചേർന്നു. എന്തുചെയ്യാം. നിവൃത്തിയില്ലല്ലോ.

രാമൻമേനോൻ: ഇങ്ങനെ പറയുന്നത് എന്താണ്? നിണക്ക് ഈ ദീനംനിമിത്തം അപകടം ഒന്നും വരാൻ സംഗതി ഇല്ല. രണ്ടുനാലു ദിവസങ്ങൾക്കുള്ളിൽ ദേഹസൗഖ്യംവന്ന് നമ്മൾക്കു സുഖമായി ഇവിടെനിന്നു പുറപ്പെട്ട് നാട്ടിൽ ചെന്നുചേരാം. നീ മനസ്സിനെ ഇങ്ങനെ വിഷാദിപ്പിക്കരുത്. രോഗിക്കു മനസ്സിന്നു സുഖക്കേടോ, ഭയമോ ഉണ്ടാവുന്നതു രോഗവർദ്ധനയ്ക്കു ഹേതുവായിവരും.

കല്യാണിഅമ്മ: എനിക്കു ഭയം യാതൊന്നുമില്ല. മനസ്സിന്നു സുഖക്കേടുണ്ടാവുന്നതിന്ന് എന്താണു നിവൃത്തി? എനിക്കു മലയാളത്തിൽ ചെന്നുചേരണമെന്ന് അശേഷം ആഗ്രഹമില്ല. നിങ്ങളുടെകൂടെ ഇരിക്കുമ്പോൾ എല്ലാസ്ഥലവും സ്വദേശംപോലെതന്നെ എനിക്കു തോന്നുന്നു. എന്റെ ദീനം ഭേദമായി ഇവിടെനിന്നു നമ്മൾക്കു പുറപ്പെടാറാവുമെന്ന് എനിക്കു തോന്നുന്നില്ല. ശാരദയെ വിചാരിച്ചിട്ടല്ല ഞാൻ വ്യസനിക്കുന്നത്. ശാരദയെപ്പറ്റി നിങ്ങൾ ജീവിച്ചിരിക്കുമ്പോൾ എനിക്കു യാതൊരു സംഗതിയിലും വ്യസനിപ്പിനാവശ്യമില്ല. എന്നാൽ എനിക്കു നിങ്ങളുടെ ഇപ്പോഴത്തെ സ്ഥിതി ഓർത്തിട്ടാണു വ്യസനം. നിങ്ങൾ രോഗിയായിത്തീർന്നു. ഇങ്ങനെ വരാവുന്ന കാലത്ത് ഉപയോഗിപ്പാൻ സമ്പാദിച്ചുവെച്ചിരുന്ന ധനം ഒക്കെയും നശിച്ചു. അനന്യഗതിയായ ഒരു പെങ്കുട്ടിയെ സംരക്ഷണം ചെയ്തു വളർത്തേണ്ടുന്ന ഭാരവും നിങ്ങളിൽ വന്നുചേർന്നു. ഈ സ്ഥിതിയിൽ എന്നാൽമാത്രമാണു നിങ്ങൾക്കു വല്ല സഹായങ്ങളും എനി ഉണ്ടാവാനുള്ളത്. അതും ഇപ്പോൾ ദൈവം ഇല്ലാതെ ചെയ്യുന്നതായാൽ കഷ്ടം.

ഇത്രത്തോളം പറയുമ്പോഴേക്കും കല്യാണിഅമ്മ വ്യസനത്താൽ ഗൽഗദാക്ഷരങ്ങളായി സംസാരിപ്പാൻ കേവലം പാടില്ലാതെ ആയി കരഞ്ഞു. രാമൻമേനോന്റെ ഹൃദയത്തിൽ ഉണ്ടായ പരിതാപത്തെക്കുറിച്ച് എങ്ങനെ പറയാം! അദ്ദേഹത്തിനും ഒരക്ഷരം സംസാരിപ്പാൻ പാടില്ലാതെ കുറെ നിമിഷങ്ങൾ തന്റെ പ്രാണപ്രിയ ആയ ഭാര്യയുടെ മുഖത്തേക്കു കണ്ണുനീർ വാർത്തും കൊണ്ടു നോക്കി.

"നീ ഇങ്ങനെ വ്യസനിച്ചു പറയുന്നതു കേൾക്കുമ്പോൾ എന്റെ മനസ്സ് ദഹിച്ചുപോകുന്നു. കാരണമില്ലാതെ നീ എന്നെ ഇങ്ങനെ വ്യസനിപ്പിക്കൊല്ലെ. എനിക്ക് ഇതുവരെ വന്ന സകല കഷ്ടങ്ങളിലും വ്യസനശാന്തി നീ ഒരു ദേഹം നിമിത്തമാണ് ഉണ്ടായിട്ടുള്ളത്. ഞാൻ എത്രതന്നെ നിർഭാഗ്യവാനും പാപിയും ആയിരുന്നാലും എനിക്ക് ഇങ്ങനെ ഒരു അത്യന്തകഠിനസങ്കടം ദൈവം വരുത്തുകയില്ല എന്നുതന്നെ ഞാൻ ഉറപ്പായി വിശ്വസിക്കുന്നു. അത്ര നിർദയമായി ഒരു പ്രാണിയോടും ഇത്ര കാരുണ്യമുള്ള ദൈവം ചെയ്കയില്ല. നീ വെറുതെ വ്യസനിക്കരുതെ."

ഈ സംഭാഷണം ഉണ്ടായതിന്റെ രണ്ടാംദിവസം 'ഇത്ര കാരുണ്യമുള്ള ദൈവം എത്ര നിർദയമായി' തന്നെ ചെയ്തു. കല്യാണിഅമ്മ ശാരദ എന്നു പേരായ തന്റെ പെൺകിടാവിനെ അതിന്റെ അച്ഛൻ രാമൻമേനോൻ വശംവിട്ടു പരലോകം പ്രാപിക്കുകയുംചെയ്തു.

രാമൻമേനോനും മകൾ ശാരദയും കഠിനമായ വ്യസനത്തിൽ ആയി. കൈയിൽ രൊക്കം ഉണ്ടായിരുന്ന രണ്ടായിരത്തിൽച്ചില്വാനം ഉറുപ്പികയും കല്യാണിഅമ്മയ്ക്കു താൻ ഉണ്ടാക്കിച്ചുകൊടുത്തതും അവളുടെ സ്വന്തം വകയും ആയ അഞ്ചാറായിരം ഉറുപ്പികയുടെ സ്വർണ്ണാഭരണങ്ങളും ശാരദയ്ക്കുകൊടുത്ത സ്വല്പം ചില പണ്ടങ്ങളും മാത്രമാണ് അപ്പോൾ രാമൻമേനോൻ പക്കൽ ഉണ്ടായിരുന്ന സ്വത്ത്. ഏതെങ്കിലും തന്റെ കുട്ടിയെ വിചാരിച്ചു രാമൻമേനോൻ വളരെ വിഷാദം തുടങ്ങി. സ്വരാജ്യമായ മലയാളത്തിലേക്കുതന്നെ മടങ്ങുന്നതോ നല്ലത് അതല്ല പരദേശങ്ങളിൽത്തന്നെ വല്ല ദിക്കിലും താമസിക്കുന്നതോ എന്നിങ്ങനെ വിചാരിച്ചും സംശയിച്ചും വിഷാദിച്ചും മരിച്ചുപോയ തന്റെ പ്രാണവല്ലഭയെ ഓർത്തു കരഞ്ഞും ശാരദ വ്യസനിക്കുമ്പോൾ ധൈര്യം നടിച്ചും തന്റെ നേത്രരോഗം നിമിത്തം തനിക്കു സംഭവിച്ച പരാധീനതയെ ഓർത്തും രാമൻമേനോൻ ദുസ്സഹമായ സങ്കടത്തോടെ രാമേശ്വരത്തിൽത്തന്നെ തന്റെ ഭാര്യയുടെ മരണശേഷം ഒരു മാസത്തോളം ഒന്നും ചെയ്‌വാൻ ഉറയ്ക്കാതെ ശരീരത്തിലും മനസ്സിലും ഒരുപോലെ അന്ധനായി താമസിച്ചു.

ശാരദ എന്ന കുട്ടിക്ക് ഇക്കാലം പതിനൊന്നു വയസ്സു പ്രായമാണ്. ഇവൾ അതിബുദ്ധിയും കാഴ്ചയിൽ അതിസൗന്ദര്യവും ഉള്ള ഒരു പെൺകിടാവായിരുന്നു. തന്റെ അമ്മയുടെ മരണത്തിലും അച്ഛന്റെ കഠിനമായ വ്യസനത്തിലും ഈ പെൺകിടാവിനുണ്ടായ സങ്കടം ഇന്നപ്രകാരമെന്നു പറവാൻ പ്രയാസം. അച്ഛൻ കഠിനമായി വ്യസനിക്കുന്നതു കാണുമ്പോൾ ചിലപ്പോൾ താൻ അതിന്നു സമാധാനം ചെയ്‌വാൻ ശ്രമിക്കും. ചിലപ്പോൾ

താനുംകൂടെ കരയും. ഇങ്ങനെ ഇവർ ദിവസങ്ങൾ കഴിക്കുംകാലം രാമൻ മേനോൻ ഒരു രാത്രി ഊൺ കഴിഞ്ഞ് തന്റെ സമീപത്തിൽ കിടന്ന് ഉറങ്ങുന്ന ശാരദയുടെ അതികാന്തമായി വിളങ്ങുന്ന മുഖത്തെ നോക്കി ക്കൊണ്ട് ഇങ്ങനെ പറഞ്ഞു: "ഹാ ദൈവമേ! ഇത്ര കഠിനം ചെയ്യുന്നു വല്ലോ! എന്റെ മകൾ ഇങ്ങനെ നിസ്സഹായമായ സ്ഥിതിയിലായല്ലോ. ഞാൻ എന്റെ കുട്ടിയേയും കൊണ്ട് എനി എന്താണു ചെയ്യേണ്ടത് ഈശ്വരാ!"

ഈ ഒടുവിൽ പറഞ്ഞ വാക്കു കുറെ ഉച്ചത്തിലായതിനാലും രാമൻ മേനോന്റെ കണ്ണിൽനിന്നു പ്രവഹിക്കുന്ന ജലം തന്റെ ശരീരത്തിൽ വീണതിനാലും ശാരദ ഉണർന്നു കുവലയങ്ങൾപോലെയുള്ള കണ്ണുകൾ മിഴിച്ചു നോക്കി. അച്ഛൻ അടുക്കെ ഇരുന്നു കരയുന്നതുകണ്ട് ഉടനെ ശാരദ എഴുന്നേറ്റ് അച്ഛനെ ആലിംഗനംചെയ്തുംകൊണ്ടു പറയുന്നു: "എത്ര ദിവസമായി അച്ഛൻ ഇങ്ങനെ കരയുന്നു. അമ്മ എനി നുമ്മളുടെ അടുക്കെ വരികയില്ല, നിശ്ചയം എന്ന് അച്ഛൻതന്നെ പറഞ്ഞുവല്ലൊ. പിന്നെ എന്തിനു കരയുന്നു? കരഞ്ഞിട്ട് എന്തുകാര്യം?"

രാമൻമേനോൻ: ശരിയാണ് മകളെ; കരഞ്ഞിട്ട് യാതൊരു കാര്യ വുമില്ല. ഞാൻ നിന്റെ അമ്മയെ വിചാരിച്ചിട്ടല്ല കരഞ്ഞത്. അവൾ സൗഖ്യ ത്തോടെ ഇപ്പോൾ സ്വർഗത്തിൽ എന്നെ കാത്തുംകൊണ്ട് ഇരിക്കുന്നുണ്ട്. ഞാനും ഒടുവിൽ അവിടെ പോയി അവളുടെകൂടെ ഇരിക്കുകയും ചെയ്യും.

ശാരദ: അപ്പോൾ ഞാനോ അച്ഛാ? അച്ഛനും പോവുന്നുവെങ്കിൽ എനിക്ക് ആരുണ്ട്? അമ്മയും അച്ഛനും രണ്ടാളും പോയാൽ എനിക്ക് ആരും വേണ്ടേ?

ഈ വാക്കുകൾ കേട്ടപ്പോൾ രാമൻമേനോന്റെ ഹൃദയം ഇടിവെട്ടു പോലെ പൊട്ടി ദഹിച്ചുപോയി എന്നുതന്നെ പറയാം. എന്തുചെയ്യും പാവം? മകളെ മടിയിൽ ഇരുത്തി മൂർദ്ധാവിൽ ചുംബിച്ചു. കണ്ണിൽനിന്നു കൊടുമഴ ചൊരിയുംപോലെ ജലം ചാടി. ഇങ്ങനെ കുറെ കഴിഞ്ഞശേഷം മകളോടു പറയുന്നു: "എന്റെ മകളെ ഞാൻ ഒരിക്കലും വിട്ടുകളഞ്ഞു പോവുകില്ല. എന്റെ കുട്ടിയെ സുഖമായി ഒരു ദിക്കിൽതന്നെ താമസി പ്പിച്ച് എനിയും വേണ്ടുന്ന വിദ്യാഭ്യാസം എല്ലാം ചെയ്യിപ്പിച്ചു യോഗ്യനായ ഒരു ഭർത്താവിന്റെ രക്ഷയിൽ സമർപ്പിച്ചശേഷമേ എനിക്ക് അമ്മയുടെ അടുക്കെ പോകണമെന്നാഗ്രഹമുള്ളു."

ഈ വാക്കുകൾ കേട്ടശേഷം ശാരദ കുറഞ്ഞൊന്നു വിചാരിച്ചിട്ട് പറയുന്നു: "അച്ഛാ! എനിക്കും അമ്മയ്ക്കും മലയാളരാജ്യത്ത് ഒരു വീടു ണ്ടെന്ന് അമ്മ എന്നോട് ഒരുദിവസം പറഞ്ഞിട്ടുണ്ടല്ലോ, അത് എവിടെ യാണ്? അവിടെ നുമ്മൾത്തു പോവരുതെ?"

രാമൻമേനോൻ ഈ ചോദ്യം കേട്ടശേഷവും ഒന്നും മിണ്ടാതെ കുട്ടിയുടെ മുഖത്തുനോക്കി കണ്ണീർ വാർത്തുംകൊണ്ടുതന്നെ ഇരുന്നു.

ശാരദ: എന്താണ് അച്ഛാ വീട് ഇല്ലെ? ഞാൻ വല്ലതിനും ശാഠ്യം പിടിച്ചാലും മറ്റും ഓരോ കഥ പറഞ്ഞ് അമ്മ എന്നെ സന്തോഷിപ്പിക്കാറു

ണ്ടായിരുന്നു. ആ കൂട്ടത്തിൽ പറഞ്ഞതായിരിക്കും, അല്ലേ? എനിക്ക് വീടില്ല നിശ്ചയം,. അതാണ് അച്ഛൻ എന്നെയുംകൊണ്ട് ഇവിടെത്തന്നെ പാർക്കുന്നത്.

രാമൻമേനോൻ: എന്റെ മകൾക്കു മലയാളത്തിൽ വളരെ വിശേഷമായ വീടുണ്ട്. അമ്മ പറഞ്ഞത് നേരാണ്. നിന്റെ അമ്മ ഒരിക്കലും കളവ് പറക ഇല്ല. വീട് എന്റെ മകൾക്കുണ്ട്.

എന്നുപറഞ്ഞു പിന്നെയും രാമൻമേനോൻ കല്യാണിഅമ്മയെ ഓർത്തും അശ്രുക്കൾ വാർത്തും മകളുടെ മുഖത്തേക്കു നോക്കി.

ശാരദ: വീട് ഉണ്ടെങ്കിൽ നുമ്മൾക്ക് അവിടെപ്പോയി പാർക്കരുതെ? വീട് ഉണ്ട് എന്നു പറഞ്ഞിട്ട് അച്ഛൻ എന്തിന് കരയുന്നു?

രാമൻമേനോൻ എന്താണ് കുട്ടിയോട് പറയേണ്ടത് എന്നുള്ള ആലോചനയിൽ ആയി. ശാരദയ്ക്കു പതിനൊന്നു വയസ്സു പ്രായം മാത്രമേ ആയിട്ടുള്ളു. എങ്കിലും കുട്ടിയുടെ അറിവും ബുദ്ധിയുടെ ഗ്രഹണശക്തിയും കൂർമതയും അസാധാരണമായി ഉള്ളതാണെന്നു രാമൻമേനോനു നല്ല നിശ്ചയമുണ്ട്. ശാരദ ഇതുവരെ തന്റെ അമ്മയുടെ പൂർവകഥയെപ്പറ്റി ഒന്നും അറിക ഇല്ല. ഈ സമയം ആ കഥ പറഞ്ഞറിയിപ്പിക്കുന്നതിനാൽ ശാരദയ്ക്ക് അപ്പോൾ ഉള്ള വ്യസനത്തിന് ആധികൃത വരുന്നതല്ലാതെ വേറെ യാതൊരു പ്രയോജനവും ഉണ്ടാവുന്നതല്ലെന്ന് സ്പഷ്ടമാണ്. കുട്ടി ഈ സംഗതിയെപ്പറ്റി വിടാതെ ചോദ്യവും തുടങ്ങിയിരിക്കുന്നു. വല്ല കളവും പറഞ്ഞു ധരിപ്പിക്കുന്നതിലും അബദ്ധമുണ്ട്. ഇങ്ങനെ ഇരിക്കുമ്പോൾ 'എന്താണു കുട്ടിയോട് ഉത്തരം പറയേണ്ടത്, ഈശ്വരാ! എന്നു രാമൻമേനോൻ വിചാരിച്ചു പരിഭ്രമിച്ചുവശായി.

ശാരദ: എന്താണ് അച്ഛൻ ഒന്നു പറയാത്തത്? വീടുണ്ടെങ്കിൽ നുമ്മൾക്ക് അങ്ങോട്ട് പോവരുതെ? നുമ്മൾക്ക് വീട്ടിൽ ആരും സഹായത്തിന് ഇല്ലെ?

രാമൻമേനോൻ: നുമ്മൾക്ക് വീട്ടിലേക്കു പോവാം.

ശാരദ: അമ്മയ്ക്കു വീട്ടിൽ ആരും ഇല്ലെ? എന്താണ് അച്ഛൻ പറയാൻ മടിക്കുന്നത്? കുട്ടികളോട് പറയരുതാത്തതാണെങ്കിൽ ഞാൻ അച്ഛനോട് ചോദിക്കുന്നില്ല.

രാമൻമേനോൻ: വീട്ടിൽ വേണ്ടവരെല്ലാം ഉണ്ട്. നുമ്മൾക്ക് അങ്ങോട്ട് പോവാം. എന്റെ മകളോട് എല്ലാ വിവരവും ഞാൻ പറയാം.

ശാരദ: എന്നെ എന്റെ വീട്ടുകാർ ഇതുവരെ കണ്ടിട്ടുണ്ടോ?

രാമൻമേനോൻ-ഇല്ലാ.

രാമൻമേനോൻ: കുട്ടിയുടെ ചോദ്യങ്ങൾ നിമിത്തം വലിയ വലച്ചിലിൽ ആയി.

ശാരദ: നുമ്മളെ കണ്ടിട്ടില്ലെങ്കിൽ നുമ്മളെ അവരറിയുമോ?

ശാരദ: പിന്നെ നുമ്മൾ അവിടെ ചെന്നാൽ അവർ നുമ്മളെ അറിയുമോ?

രാമൻമേനോൻ: അറിഞ്ഞില്ലെങ്കിൽ വിവരങ്ങൾ പറഞ്ഞറിയിക്കാമല്ലോ.

ശാരദ: എന്തു വിവരങ്ങളാണ് പറയുവാനുള്ളത്? എനിക്കു കേൾക്കാമോ? എന്നോടു പറയാമോ?

രാമൻമേനോൻ മകളെ തന്റെ ഉരസ്സോടു ചേർത്തു ചുംബിച്ചു പറയുന്നു: "വിവരങ്ങളൊക്കെയും ഞാൻ നാളെ പറഞ്ഞുതരാം, മകളെ ഇപ്പോൾ എന്റെ മകൾ അധികം ഉറക്കമൊഴിയരുത്. വേഗം ഇവിടെ കിടന്നുറങ്ങൂ."

ശാരദ, "നാളെ പറഞ്ഞുതന്നാൽ മതി" എന്നും പറഞ്ഞ് ക്ഷണത്തിൽ അച്ഛന്റെ കല്പനപ്രകാരം കിടന്ന് ഉറങ്ങുകയും ചെയ്തു.

രാമൻമേനോൻ ഉറങ്ങാതെയും വശായി. ഏകദേശം പ്രഭാതത്തിനടുത്തപ്പോൾ ക്ഷീണംനിമിത്തം അല്പം ഉറങ്ങി. ഉണർന്നപ്പോൾ ഉദിച്ച് ഒരു നാഴികയായിരിക്കുന്നു. മകൾ എണീട്ടിരുന്ന്, അമ്മ ഉള്ള കാലത്തിൽ ത്തന്നെയുള്ള സമ്പ്രദായപ്രകാരം വെറ്റിലമുറുക്കാൻ ഉണ്ടാക്കി തയ്യാറാക്കിവെച്ച് അച്ഛന്റെ സമീപം ഇരിക്കുന്നതു കണ്ടു രാമൻമേനോൻ ബദ്ധപ്പെട്ട് എഴുനീറ്റിരുന്നു.

രാമൻമേനോൻ: കുട്ടി വളരെ നേരമായി എഴുനീറ്റ് ഇരിക്കുന്നു, ഇല്ലേ? ഞാൻ ക്ഷീണംകൊണ്ടു വല്ലാതെ ഉറങ്ങിപ്പോയി മകളെ.

ശാരദ: (വേഗം വെറ്റിലമുറുക്കാൻ അച്ഛന്റെ കൈയിൽ കൊടുത്തുംകൊണ്ട്) അച്ഛന് അമ്മയെ വിചാരിച്ചും എന്നെ വിചാരിച്ചും വളരെ വ്യസനമുണ്ട്. ഉറക്ക് മുമ്പുള്ളതുപോലെ ഇല്ല. വളരെ ക്ഷീണവുമുണ്ട്. എനിയും കുറെക്കൂടി ഉറങ്ങരുതെ? ഞാൻ ഇവിടെത്തന്നെ ഇരിക്കാം.

രാമൻമേനോൻ, "വേണ്ട മകളെ, നുമ്മൾക്ക് ഇനി പുറത്തുപോവുക." എന്നു പറഞ്ഞ് രണ്ടുപേരും പുറതത്തേക്കു വന്നു. രാവിലെ നിയമപ്രകാരമുള്ള കുളിയും ഭക്ഷണവും കഴിഞ്ഞശേഷം ശാരദ രാമൻമേനോന്റെ സമീപത്തിൽ വന്നിരുന്നു. രാവിലെ വിവരങ്ങൾ പറഞ്ഞുതരാമെന്ന് അച്ഛൻ പറഞ്ഞ ഓർമയും അതു കേൾക്കുവാനുള്ള അത്യാഗ്രഹവും ശാരദയ്ക്കു നല്ലവണ്ണം ഉണ്ടായിരുന്നുവെങ്കിലും അച്ഛന്റെ സമയം നോക്കാതെ പലപ്പോഴും വല്ലതും ചോദിക്കുന്ന പ്രകൃതി ശാരദയ്ക്ക് ഉണ്ടായിരുന്നില്ല. അതുകൊണ്ട് ശാരദ സ്വസ്ഥമായി അച്ഛന്റെ അടുക്കെ ഇരുന്നു. മകളുടെ ബുദ്ധിശക്തി നല്ലവണ്ണം ഗ്രഹിച്ചിട്ടുള്ള രാമൻമേനോനു ശാരദയുടെ അപ്പോഴത്തെ ഭാവം നല്ലവണ്ണം മനസ്സിലായിരുന്നു.

ശാരദയ്ക്കു തന്റെ അമ്മയുടെ പൂർവവൃത്താന്തങ്ങൾ കേൾക്കാൻ അതിയായ ആഗ്രഹം ഉണ്ട്, എന്നുള്ളതിനു സംശയമില്ല. താൻ പറഞ്ഞു മനസ്സിലാക്കാമെന്നു തലേദിവസം രാത്രി വാഗ്ദത്തം ചെയ്കയും ചെയ്തു. ഇനി അതുപ്രകാരം ചെയ്യാതിരുന്നാൽ കുട്ടിക്കു മനസ്സിനു വളരെ കുണ്ഠിതവും വ്യസനവും ഉണ്ടായിവരും. അതിനാൽ ഇനി കുട്ടിയോട് എല്ലാ വിവരങ്ങളെക്കുറിച്ചും പറയുന്നതാണു നല്ലത് എന്നുതന്നെ രാമൻമേനോൻ ഒടുവിൽ ഉറച്ചു. എന്നിട്ട് ഇങ്ങനെ പറഞ്ഞു: "എന്റെ മകൾ ഇന്നു ഞാൻ പറഞ്ഞു തരാമെന്നു പറഞ്ഞ വിവരങ്ങൾ കേൾപ്പാൻ ഉത്സാഹത്തോടുകൂടി ഇരിക്കുകയാണെന്നു തോന്നുന്നു. മനുഷ്യജന്മം എടു

ത്താൽ പലേ പ്രകാരമുള്ള വ്യസനങ്ങളും സന്തോഷങ്ങളും മനുഷ്യർക്ക് ഉണ്ടായിവരുന്നതു സാധാരണയാണ് മകളെ. ചിലപ്പോൾ മനസ്സിന് സന്തോഷമുണ്ടാക്കുന്ന കാര്യങ്ങൾ ഉണ്ടാവും. ചിലപ്പോൾ മനസ്സിന് വ്യസനം ഉണ്ടാക്കുന്ന കാര്യങ്ങൾ ഉണ്ടായിവരും. ഇങ്ങനെ എടകലർന്നിട്ടാണ് നുമ്മൾ മനുഷ്യേർക്ക് എല്ലായ്പോഴും ഉള്ള അനുഭവം. അതുകൊണ്ട് മനസ്സിന്നു സന്തോഷം വരുമ്പോഴും വ്യസനം വരുമ്പോഴും മനുഷ്യന്നു ധൈര്യം എന്നുള്ള ശക്തി ഉണ്ടായിരിക്കണം. സന്തോഷം ഉണ്ടായാൽ അഹങ്കരിച്ചു മദിക്കരുത്. വ്യസനകരമായ അവസ്ഥകൾ വരുമ്പോൾ മനസ്സിനെ ദുഃഖിപ്പിച്ചു കരയരുത്. മകളെ, അങ്ങനെ മനസ്സിന്നു നല്ല മിടുക്ക് എന്റെ മകൾക്കുണ്ടെങ്കിൽ ഞാൻ സകല വിവരങ്ങളും പറയാം."

ശാരദ: ഞാൻ അച്ഛൻ പറയുന്ന വിവരങ്ങൾ കേട്ടാൽ ഒരിക്കലും വ്യസനിച്ചു കരയുക ഇല്ല; നിശ്ചയംതന്നെ. എന്റെ അമ്മയുടെ വർത്തമാനങ്ങൾ കേട്ടാൽ ഞാൻ എന്തിനാണ് കരയുന്നത്? എനിക്ക് അതു കേൾക്കണമെന്നു വളരെ ആഗ്രഹമുണ്ട്. അച്ഛൻ പറയുകയേ വേണ്ടു.

രാമൻമേനോൻ: എന്നാൽ ഞാൻ പറയാം. നിന്റെ അമ്മ കല്യാണി മലയാളത്തിൽ പൂഞ്ചോലക്കരഎടം എന്ന കീർത്തിപ്പെട്ട നായർതറവാട്ടിൽ ഉള്ള ഒരു സ്ത്രീയായിരുന്നു. ഈ പൂഞ്ചോലക്കരതറവാടു വലിയ ദ്രവ്യപുഷ്ടിയോടും പ്രബലതയോടും പ്രഭുത്വത്തോടും കൂടിയുള്ള ഒരു തറവാടാകുന്നു. നിന്റെ കാരണവന്മാർ പുഞ്ചോലക്കര അച്ചന്മാർ എന്ന സ്ഥാനപ്പേരുള്ളവരാകുന്നു. നിന്റെ അമ്മ വളരെ രൂപവതിയായ ഒരു സ്ത്രീയായിരുന്നു മകളേ. ഏകദേശം പതിനെട്ട് ഇരുപത് വയസ്സു പ്രായമായപ്പോൾ നിന്റെ അമ്മയെ മഹാവിരൂപനും ബുദ്ധിശൂന്യനുമായ ഒരു എടപ്രഭുവിന്നു നിന്റെ തറവാട്ടിൽ കാരണവൻ പുഞ്ചോലക്കര അച്ചൻ എന്തോ തറവാട്ടിലേക്ക് ആദായമുള്ള ഒരു കാര്യത്തിനുവേണ്ടിമാത്രം സംബന്ധം കഴിച്ചുകൊടുത്തു. നിന്റെ അമ്മയ്ക്ക് ഈ ബുദ്ധിശൂന്യനായ പുരുഷനോടുകൂടി ഇരിപ്പാൻ കേവലം നിവൃത്തി ഇല്ലാതെ ആയിത്തീർന്നതിനാൽ ഇപ്പോഴേക്ക് ഒരു പതിനഞ്ച് സംവത്സരങ്ങൾക്കുമുമ്പ് നിന്റെ അമ്മ പൂഞ്ചോലക്കര എടത്തിൽനിന്ന് ഒളിച്ച് മലയാളരാജ്യം വിട്ടു പൊയ്ക്കളഞ്ഞു. കൂടെ സഹായത്തിന് ആദ്യത്തിൽ ഒരു പട്ടരും ചെറുവയസ്സായ ഒരു നായർഭൃത്യനുംമാത്രം ഉണ്ടായിരുന്നു. ആ ഭൃത്യനാണ് നുമ്മടെകൂടെയുള്ള ഈ കൃഷ്ണൻ. സ്വന്തംവകയായി ഉള്ള ചില പണ്ടങ്ങൾ കൈയടക്കമായി എടുപ്പാൻ പാടുള്ളതുംകൂടെ കൊണ്ടുപോയി. ഒന്നാമതു കാശിയിലേക്കു പോകണമെന്നുള്ള ഉദ്ദേശത്തിന്മേൽ പുറപ്പെട്ടു. കാശിയിൽവെച്ചു നിന്റെ അമ്മ എന്നെ കണ്ടു പരിചയമായി. ഞാൻ ഒരു ചിത്രമെഴുത്തുകാരനായിരുന്നു. എന്റെ രാജ്യവും മലയാളമാണ്. വടക്കേ ഇൻഡ്യയിൽ പലേ രാജസ്ഥലങ്ങളിലും ചിത്രമെഴുതി കുറെ പണം സമ്പാദിച്ചു കാശിയാത്രചെയ്തു. പക്ഷേ നാട്ടിലേക്കു മടങ്ങണമെന്നുള്ള ഉദ്ദേശത്തോടുകൂടി ഇരിക്കുന്നകാലത്താണ് മകളെ, ഞാൻ അതിരൂപവതിയും ഭാഗ്യവതിയും എന്റെ പ്രാണപ്രിയയുമായ നിന്റെ അമ്മയെ

കണ്ടെത്തിയത്. പിന്നെ ഞങ്ങൾ ഭാര്യാഭർത്താക്കന്മാരുടെ നിലയിലായി. ഞാൻ ജാതിയിൽ നിന്റെ പൂഞ്ചോലക്കര എടക്കാരോടു സമംതന്നെ ആയിരുന്നുവെങ്കിലും നിന്റെ എടക്കാർക്കു പ്രഭുത്വം ഉണ്ടാകയാൽ അവിടെയുള്ള സ്ത്രീകൾക്കു സാധാരണ ശൂദ്രർ ബാന്ധവം ആവുന്ന നടപ്പുണ്ടായിരുന്നില്ല. പൂഞ്ചോലക്കര എടത്തിൽ ബ്രാഹ്മണർമാത്രമാണ് സംബന്ധം നടന്നുവരുമാറ്. ഇങ്ങനെയായിരുന്നു സ്ഥിതി. എങ്കിലും ഞങ്ങൾ അതൊന്നും സാരമാക്കാതെ ഭാര്യാഭർത്താക്കന്മാരായിത്തീർന്നു. നാട്ടിലേക്കു തൽക്കാലം മടങ്ങേണ്ട എന്നു ഞങ്ങൾ നിശ്ചയിച്ചു. ഉജ്ജയിൻ എന്ന പട്ടണത്തിലേക്കു പോയി അവിടെ താമസിച്ചു ഞാൻ ചിത്രമെഴുത്തുകൊണ്ട് അഹോവൃത്തിക്കു സമ്പാദിച്ചു ഞങ്ങൾ വളരെ സുഖമായി കാലക്ഷേപംചെയ്തു. ഒരു നാലുസംവത്സരങ്ങൾ ഇങ്ങനെ കഴിഞ്ഞു. ഈ കാലത്തിനുള്ളിൽ എനിക്കു ചിത്രമെഴുത്തിൽ വിശേഷവിധിയായി സമ്പാദ്യം ഉണ്ടായിത്തുടങ്ങി. ഇങ്ങനെ ഇരിക്കുമ്പോൾ ഞങ്ങൾക്ക് എന്റെ മകൾ പുത്രിയായി ജനിച്ചു. അതിന്നുശേഷം ഉജ്ജയിൻ എന്ന പട്ടണംവിട്ട് വടക്കേ ഇൻഡ്യയിൽ പലേ രാജസ്ഥലങ്ങളിലും പോയി താമസിച്ചു. എനിക്ക് അധികമായ ധനസമ്പാദ്യം ഉണ്ടായി. സമ്പാദ്യങ്ങൾ ഞാൻ ഉജ്ജയിനിൽ നാട്ടുകാർചേർന്ന് ഉണ്ടാക്കിയ ഒരു ബേങ്കിൽ പലിശയ്ക്ക് ഇട്ടുവന്നു. ഇങ്ങനെ ഒരു പത്തുസംവത്സരങ്ങൾ സഞ്ചരിച്ചശേഷം നുമ്മൾ നല്ല ധനവാന്മാരുടെ സ്ഥിതിയിൽ ആയി മകളെ. ഇങ്ങനെ ഇരിക്കുമ്പോ നിർഭാഗ്യവശാൽ എനിക്ക് കഠിനമായി ഒരു നേത്രരോഗം ഉണ്ടായി. അതുനിമിത്തം ഞാൻ കേവലം അന്ധനായി എന്നു പറവാൻ പാടില്ലെങ്കിലും കണ്ണിന് കാഴ്ച വളരെ കുറവായി. ഈ രോഗം നിമിത്തവും എന്റെ മകളെ യോഗ്യനായ ഒരു മലയാളിക്കുതന്നെ കൊടുക്കേണമെന്ന് എനിക്കുണ്ടായ അതിയായ മോഹംനിമിത്തവും ഇതിന്നുശേഷം മലയാളത്തിലേക്കുതന്നെ മടങ്ങിപ്പോവാമെന്നു ഞങ്ങൾ ഉറച്ചു. ഈ കാലം നിർഭാഗ്യശിരോമണിയായിത്തീർന്ന ഞാൻ ബേങ്കിൽ നിന്നു പണം തിരിയെ ചോദിപ്പാൻ ഭാവിക്കുമ്പോഴേക്ക് ആ ബേങ്ക് കടത്തിൽപ്പെട്ട് നശിച്ചു പോയിരിക്കുന്നു. ഞാൻ പലിശയ്ക്ക് ഇട്ടിരുന്ന അമ്പതിനായിരം ഉറുപ്പികയും നശിച്ചുപോയി. ദീപാളിയായ ബേങ്കുടമസ്ഥന്മാർ ബേങ്കിലെ ബാക്കി സ്വത്തു കടക്കാർക്ക് ഓഹരിചെയ്തു കൊടുത്തതിൽ ഒരു മൂവായിരം ഉറുപ്പികമാത്രം എനിക്കു തന്നു. അതും വാങ്ങി നുമ്മൾ വടക്കേ ഇൻഡ്യ വിട്ടു മലയാളത്തിലേക്കു പുറപ്പെട്ടു. വരുംവഴി രാമേശ്വരയാത്ര ചെയ്യണം. എന്നാൽ എനിക്ക് രോഗത്തിനു ശാന്തത ഉണ്ടാവുമെന്ന് ആഗ്രഹിച്ചു നുമ്മൾ നേരെ ഇവിടെ രാമേശ്വരത്തേക്കു വന്നു. ഇവിടെവച്ച് നിന്റെ അമ്മയ്ക്കു കഠിനമായ ഒരു ജ്വരം ഉണ്ടായി. നുമ്മളെ ഈ സ്ഥിതിയിൽ ഇട്ട് അവൾ സ്വർഗപ്രാപ്തയാകയും ചെയ്തു. ഇങ്ങനെയാണ് മകളെ പൂർവവൃത്താന്തങ്ങൾ. നുമ്മൾ ഇപ്പോൾ കുട്ടിയുടെ വീട്ടിൽ ചെന്നാൽ കുട്ടിയേയും എന്നേയും ആരും അറിയുകയില്ല നിശ്ചയം.

അച്ഛൻ പറഞ്ഞത് എല്ലാം സാവധാനത്തിൽ സൂക്ഷ്മതയോടെ കേട്ട ശേഷം ശാരദ കുറഞ്ഞോന്നു വിചാരിച്ചു പിന്നെയും ചോദിക്കുന്നു: "എനിക്ക് ഒന്നുകൂടി അച്ഛനോടു ചോദിപ്പാനുണ്ടായിരുന്നു. അത് അച്ഛനെക്കുറിച്ചുതന്നെയാണ്. അച്ഛനും എനിക്കും വീടുകൾ വെവ്വേറെയാണോ? എന്താണ് അച്ഛൻ 'എന്റെ വീട്' എന്നു പറയുന്നത്? അച്ഛനു വീടു വേറെ ഉണ്ടോ? ഉണ്ടെങ്കിൽ അത് എവിടെയാണ്? അച്ഛനു വീട്ടിൽ ആരെല്ലാമുണ്ട്? ഇതുകൂടി എനിക്ക് അറിവാൻ ആഗ്രഹമുണ്ടായിരുന്നു. എന്നോടു പറയുന്നതിനു വിരോധമില്ലെങ്കിൽ പറഞ്ഞുതരണം."

രാമൻമേനോൻ: ഒരു വിരോധവുമില്ല. എന്റെ മകൾ അതും അറിഞ്ഞിരിക്കേണ്ടതാണ്. എന്റെ വീട് നിന്റെ പൂഞ്ചോലക്കര എടമുള്ള രാജ്യത്തുനിന്ന് ഒരു പതിനഞ്ച് കാതം തെക്കാണ്. ഞാൻ ജാതിയിൽ വളരെ യോഗ്യതയുള്ള ഒരു നായരാണ്. നിന്റെ ജാതിക്ക് സമംതന്നെയാണ്. എന്നാൽ നിന്റെ വീട്ടിലേക്ക് പ്രഭുത്വം ഉണ്ടാകകൊണ്ട് എന്റെ ജാതിക്കാർ സമത്വമായി നടന്നുവരാറില്ല.

ശാരദ: എന്താണച്ഛാ പ്രഭുത്വം എന്നുവെച്ചാൽ?

രാമൻമേനോൻ: രാജ്യം വാണു മനുഷ്യരെ ശിക്ഷാരക്ഷചെയ്തിരുന്നു മുമ്പുള്ള നിന്റെ കാരണവന്മാർ. ഇപ്പോൾ അതൊന്നുമില്ലെങ്കിലും ഈ അവസ്ഥ മുമ്പ് ഉണ്ടായിരുന്നതിനാൽ നിന്റെ തറവാട്ടിലേക്ക് പ്രഭുത്വമുണ്ടെന്നു പറഞ്ഞതാണ്.

ശാരദ: അത്രേ ഉള്ളൂ അല്ലേ? എന്റെ വീട്ടിൽനിന്നു പതിനഞ്ചുകാതം ദൂരയാണ് അച്ഛന്റെ വീട്. പിന്നെയോ?

രാമൻമേനോൻ: ഞാൻ നിന്റെ അമ്മയേയും നിന്നെയും ഒഴികെ നിന്റെ വീട്ടിൽ ഉള്ള വേറെ ആരെയും കണ്ടിട്ടില്ല. ആ ദിക്കുകാർ ആരും എനിക്ക് പരിചയക്കാരും ഇല്ല. എന്റെ തറവാട് വളരെ ദാരിദ്ര്യദശയിൽപ്പെട്ട തറവാടായിരുന്നു. എന്റെ അമ്മയും അച്ഛനും ഞാൻ ചെറിയ വയസ്സായിരിക്കുമ്പോൾ തന്നെ മരിച്ചു. എനിക്ക് കൂടെപ്പിറന്നവരായി ആരും ഇല്ല. വകയിൽ രണ്ടുമൂന്ന് അമ്മാമന്മാർ ഉണ്ടായിരുന്നു. അവർക്ക് എന്നോടു സ്നേഹവും അഥവാ സ്നേഹം ഉണ്ടായിരുന്നുവെങ്കിൽത്തന്നെ എന്നെ രക്ഷിപ്പാനുള്ള ശക്തിയും ഉണ്ടായിരുന്നില്ല. എനിക്കു പതിന്നാലു വയസ്സു പ്രായമായിരുന്നപ്പോൾ ഞാൻ എന്റെ രാജ്യംവിട്ട് ഇംഗ്ലീഷു പഠിക്കേണമെന്നുള്ള താല്പര്യത്താൽ തിരുവനന്തപുരം എന്ന രാജ്യത്തേക്ക് പൊയ്ക്കളഞ്ഞു. അതിന്നുശേഷം ഇതുവരെ എന്റെ വീട്ടുകാരുടെ വർത്തമാനം യാതൊന്നും ഞാൻ അറിഞ്ഞിട്ടില്ല. എന്റെ രാജ്യത്തേക്കും ഞാൻ കടന്നിട്ടില്ലാ.

ശാരദ: എന്നിട്ടോ? അച്ഛൻ തിരുവനന്തപുരത്തു പോയിട്ട് അമ്മയെ കണ്ടതുവരെയുള്ള വിവരങ്ങൾകൂടി പറഞ്ഞു കേട്ടാൽ നന്നായിരുന്നു.

രാമൻമേനോൻ: ശരി. ഞാൻ തിരുവനന്തപുരത്ത് ഒരു വലിയ ഉദ്യോഗസ്ഥന്റെകൂടെ താമസമായി. അദ്ദേഹത്തിന് എന്നെ വളരെ താൽപര്യമായി. എന്നെ സ്കൂളിൽ അയപ്പിച്ചു കുറെ ഇംഗ്ലീഷ് പഠിപ്പിച്ചു. എനിക്ക്

ചിത്രമെഴുത്തിൽ വാസന തുടങ്ങി. അതിൽ മഹാനായ ഒരു വലിയ ഉദ്യോഗസ്ഥൻ എന്നെ ശീലിപ്പിച്ചു. കുറെ കാലം കഴിഞ്ഞപ്പോൾ ആ ഉദ്യോഗസ്ഥൻ മരിച്ചുപോയി. ആ കാലം എനിക്ക് എണ്ണച്ചായത്തിൽ സാമാന്യം നല്ലവണ്ണം ചിത്രം എഴുതുവാൻ ശീലമായിരിക്കുന്നു. എനിക്ക് അദ്ദേഹത്തിന്റെ മരണശേഷം യാതൊരാളും സഹായിപ്പാൻ ഇല്ലാതെ ആയതിനാൽ ഞാൻ തിരുവനന്തപുരം വിട്ട് വടക്കേ ഇൻഡ്യയിൽ സഞ്ചാരത്തിന് ആരംഭിച്ചു. അക്കാലം എനിക്ക് ഇരുപത്തേഴു വയസ്സുപ്രായമാണ്. ചിത്രമെഴുത്തുകൊണ്ടുതന്നെ അഹോവൃത്തി കഴിച്ചു സഞ്ചരിച്ചു. അങ്ങനെ ഒരു ആറേഴുകൊല്ലം സഞ്ചരിച്ചശേഷമാണ് അതിസുന്ദരിയും ബുദ്ധിമതിയുമായ നിന്റെ അമ്മയെ ഞാൻ കണ്ടെത്തിയത്. അതുമുതൽ ഉള്ള വിവരങ്ങൾ നിന്നോടു ഞാൻ പറഞ്ഞിട്ടുണ്ടല്ലൊ. ഇങ്ങനെയാണ് എന്റെ വർത്തമാനം മകളെ.

ശാരദ ഈ വിവരങ്ങളെയെല്ലാം വളരെ ശ്രദ്ധയോടും ക്ഷമയോടും കേട്ട് ഒടുവിൽ ഒരു മന്ദഹാസത്തോടുകൂടി ഇങ്ങനെ പറഞ്ഞു: എന്നാൽ അച്ഛനേയും എന്നെയും നുമ്മടെ നാട്ടുകാർ ഇപ്പോൾ അറിവാൻ പ്രയാസം തന്നെ. നുമ്മൾ അവിടെ പോയിട്ട് എന്തുചെയ്യും? ഈ ശങ്കരൻ നുമ്മളുടെകൂടെ എപ്പോൾ വന്നുകൂടി അച്ഛാ? ശങ്കരനെ അച്ഛനും അമ്മയും സ്വന്തം മകനെപ്പോലെ കൊണ്ടുനടക്കുന്നുവല്ലോ. അവൻ നുമ്മളുടെ ആരാണ്?

രാമൻമേനോൻ: ശങ്കരൻ, അവന് എട്ട് ഒമ്പതു വയസ്സുപ്രായമായപ്പോഴെ എനിക്ക് തിരുവനന്തപുരത്തിൽവെച്ച് പരിചയമാണ്. അവൻ തിരുവനന്തപുരം രാജ്യക്കാരനാണ്. നല്ല ഒരു തറവാട്ടിൽ ഉള്ള കുട്ടിയാണ്. ബഹുബുദ്ധിമാനാണ്. അവനു വീട്ടിൽ നല്ല കോപ്പുണ്ട്. ചിത്രമെഴുത്തിൽ ഭ്രമിച്ച് എന്റെകൂടെ ചാടിപ്പോന്നതാണ്. പിന്നെ ഇതുവരെ എന്നെ വിട്ടിട്ടില്ല. എനിക്കും കല്യാണിക്കും ശങ്കരനെ നിന്നെപ്പോലെ താല്പര്യമാണ്. എന്റെ കുട്ടിയോട് എന്നോളം വാത്സല്യമുണ്ട് ശങ്കരന്. അവനോട് അങ്ങോട്ടും എന്റെ കുട്ടി അതുപോലെ സ്നേഹമായിരിക്കണം. ശങ്കരൻ അതിബുദ്ധിമാനാണ് മകളെ. ഇംഗ്ലീഷ് അവൻ താനെ പഠിച്ചു. കുറെ വില്പത്തി ഉണ്ട്. ചിത്രം സാമാന്യം നല്ലവണ്ണം എഴുതാൻ അറിയാം. വടക്കൻഭാഷകൾ പലതും ഞാൻ സംസാരിക്കുന്നതിലധികം നല്ലവണ്ണം സംസാരിക്കും. നുമ്മൾക്ക് ശങ്കരൻ വലിയ ഒരു സ്നേഹിതനും കൂറുള്ളവനും ആണു മകളെ. അവൻ അതിബുദ്ധിമാനാകയാൽ അവന്റെ സ്നേഹത്തിന്നു നുമ്മൾ വലിയ വിലവെക്കേണ്ടതാണ്. എന്റെ മകൾക്ക് എല്ലാവരുടെയും വിവരങ്ങൾ മനസ്സിലായല്ലോ? എനി ഞാൻ എന്റെ മകളോട് ഒരു കാര്യം ചോദിക്കട്ടെ: അതിന് ഉത്തരം പറയണം. എന്റെ മകൾക്ക് നുമ്മടെ സ്വന്തംനാട്ടിൽ പോകണമെന്നോ, അതല്ല ഈ ദിക്കിൽ എങ്ങാൻതന്നെ പാർക്കേണമെന്നൊ ആഗ്രഹം?

ശാരദ: അച്ഛന് എങ്ങനെയാണ് ഇഷ്ടം എന്നുവച്ചാൽ അങ്ങനെ തന്നെയാണ് എന്റെ ഇഷ്ടവും. അച്ഛൻ എവിടെ പാർക്കുന്നുവോ അവിടെ

പാർക്കാനാണ് എനിക്കും ആഗ്രഹമുള്ളത്. എന്നാൽ അച്ഛന് യാതൊരു സഹായവുമില്ലാതെ ഇവിടെ പാർക്കുന്നതിനേക്കാൾ നല്ലത് എനി നുമ്മളുടെ രാജ്യത്തേക്കുതന്നെ പോവുന്നതല്ലേ എന്ന് എനിക്ക് തോന്നുന്നു.. എനിക്ക് വീടുണ്ടെങ്കിൽ നുമ്മൾക്ക് അവിടെ പാർക്കരുതോ? അതിന് എന്താണു വിരോധം? അല്ലെങ്കിൽ അച്ഛന്റെ വീട്ടിൽ നുമ്മൾക്ക് രണ്ടാൾക്കുംകൂടെ പോയി താമസിക്കരുതെ? എവിടെയായാലും എനിക്ക് അച്ഛന്റെകൂടെ താമസിക്കണം. അത്രമാത്രമേ ആഗ്രഹമുള്ളു.

രാമൻമേനോൻ കുട്ടിയുടെ വാക്കുകൾകേട്ടു സന്തോഷിച്ചു. പിന്നേയും ദീർഘാലോചനയിലായി. ഇങ്ങനെ രാമേശ്വരത്തിൽ രാമൻമേനോൻ ആലോചനയിൽത്തന്നെ ദിവസങ്ങൾ കഴിക്കുന്ന കാലം ഒരു ദിവസം ശങ്കരൻ ഒരു തെരുവിൽക്കൂടി നടക്കുമ്പോൾ ദൈവഗത്യാ ഒരു പട്ടരെ കണ്ടെത്തി. ആയാളുടെ മുഖം മുമ്പു കണ്ട് നല്ല പരിചയമുള്ളതുപോലെ തോന്നി. ശങ്കരൻ കുറെ അടുത്തുചെന്നു കുറെക്കൂടി സൂക്ഷിച്ചുനോക്കി.

ശങ്കരൻ: സ്വാമി, നിങ്ങളുടെ പേര് വൈത്തിപ്പട്ടർ എന്നല്ലേ?

വൈത്തിപ്പട്ടർ: എന്താണ് ശങ്കരാ, നീ എങ്ങനെ ഇവിടെ എത്തിച്ചേർന്നു? കല്യാണിഅമ്മയും രാമൻമേനോനും ഏതു രാജ്യത്താണ്? ഇപ്പോൾ രാമൻമേനോൻ പണം കുറെ സമ്പാദിച്ചുവോ? നീ എന്തിന് അവരെ വിട്ടു പോന്നു? നിണക്കു സമ്പാദ്യം വല്ലതും ഉണ്ടായോ?

ശങ്കരൻ: അമ്മ മരിച്ചുപോയി. ഇന്നേക്ക് ഇരുപതിരുപത്തഞ്ചുദിവസം മുമ്പേ ഇവിടെവച്ചുതന്നെയാണ് മരിച്ചത്. എജമാനൻ ഇവിടെ ഉണ്ട്. അതാ ആ കാണുന്ന സത്രത്തിൽ ഒരു സ്ഥലം ഒഴിച്ചുവാങ്ങി പാർക്കുന്നു. അദ്ദേഹത്തിന് കല്യാണിഅമ്മയിൽ ഉണ്ടായ ഒരു മകളും കൂടെ ഉണ്ട്. നിങ്ങൾക്ക് എജമാനനെ കാണണ്ടേ?

ഈ വൈത്തിപ്പട്ടരെക്കുറിച്ച് ഈ കഥയിൽ ഇനി പലേ സ്ഥലങ്ങളിലും ചില മുഖ്യമായ സംഗതികളെ സംബന്ധിച്ചു പറയേണ്ടിവരുന്നതിനാൽ ഇയ്യാളുടെ സ്ഥിതിയെക്കുറിച്ച് അല്പം ഇവിടെ പ്രസംഗിക്കേണ്ടി വന്നിരിക്കുന്നു.

ഇയാൾ ചെറുപ്പംമുതൽ പൂഞ്ചോലക്കര എടത്തിലെ ഒരു ആശ്രിതനായിരുന്നു. തെക്കൻചരക്കു കച്ചോടത്തിലും മറ്റും ഒരു നാലഞ്ചായിരം ഉറുപ്പികയുടെ സ്വത്ത് സമ്പാദിച്ചിരിക്കുന്നു. അങ്ങനെ ഇരിക്കുമ്പോഴാണ് ഇയാൾ കല്യാണിഅമ്മയുടെ ആവശ്യപ്രകാരം ആ അമ്മയുടെകൂടെ കാശിക്കു ചാടിപ്പോയത്. കൂടെപ്പോയത് ദ്രവ്യാഗ്രഹത്തിന്മേലാണ്. പക്ഷേ, തന്റെ ആലോചനകൾ സഫലമായില്ല. രാമൻമേനോനും കല്യാണിഅമ്മയും ഭാര്യാഭർത്താക്കന്മാരുടെ നിലയിൽ ആയി കുറെ കഴിഞ്ഞശേഷം ഇയാൾ മടങ്ങി സ്വരാജ്യത്തിലേക്കുതന്നെ പോന്നു. മടങ്ങിവന്നശേഷം പൂഞ്ചോലക്കര എടത്തിലും അതിനു സമീപമുള്ള സ്ഥലങ്ങളിൽ എങ്ങും ഇയാൾക്ക് പൂഞ്ചോലക്കര അച്ചന്റെ ദ്വേഷത്താൽ ഇരിപ്പാൻ നിവൃത്തിയില്ലാതെയായി, സ്വന്തം ഗ്രാമത്തിൽത്തന്നെ പാർപ്പായി പണ്ട് സമ്പാദിച്ച സ്വത്തുകൊണ്ടു സന്ധിച്ചു ചെലവുകഴിച്ചുവന്നു. ഇയാൾ

കാഴ്ചയിൽ വളരെ വിരൂപനായിരുന്നു. ദേഹം കറുത്ത മഷിയുടെ വർണം, പിൻകുടുമ നരച്ച ഒരു എലിവാൽപോലെ അല്പം ഇരിപ്പുണ്ട്. മുഖം അതിവിരൂപം എന്നുതന്നേ പറവാനുള്ളൂ. വാർദ്ധക്യത്താൽ പല്ലുകൾ കൊഴിഞ്ഞു പൊയ്പ്പോയതു കഴിച്ചു രണ്ടുനാലെണ്ണംമാത്രം വായിൽ ഒതുങ്ങാത്തവിധം നീണ്ടു വൈത്തിപ്പട്ടർക്കും കാണുന്നവർക്കും ഒരുപോലെ സങ്കടത്തെ ജനിപ്പിക്കുന്നവിധം മ്ലേച്ഛമായ സ്ഥിതിയിൽ നിൽക്കുന്നുണ്ട്. കണ്ണുകൾ സ്വഭാവേന അകത്തോട്ടു വലിഞ്ഞ് അശേഷം പ്രകാശമില്ലാതെ ഇരുന്നുവെങ്കിലും ഇടയ്ക്കിടെ മിഴികൾക്കു സർപ്പദൃഷ്ടിപോലെ ഒരു വിഷമചേഷ്ട ഉണ്ടായിരുന്നു. വല്ല സാധനത്തെയും സൂക്ഷ്മമായി നോക്കുമ്പോഴും വല്ലതും ശുഷ്കാന്തിയോടെ സംസാരിക്കുമ്പോഴും മനസ്സുകൊണ്ടു വല്ലതും ആലോചിക്കുമ്പോഴും മനസ്സിന് വല്ല വ്യസനമോ ആശ്ചര്യമോ സന്തോഷമോ ഉണ്ടാവുമ്പോഴും ഉള്ളോട്ടു വലിഞ്ഞ് കുണ്ടിൽ കിടക്കുന്ന ഈ കണ്ണുകൾ മുന്നോട്ടു തുറിച്ചുവന്നു വലുതായ മിഴികൾ രണ്ടും നാസികയുടെ രണ്ടു ഭാഗവും തൊട്ടുകൊണ്ടു നിശ്ചഞ്ചലങ്ങളായി അധോമുഖങ്ങളായി നില്ക്കും. പ്രകൃതിയിൽ ലേശം ജീവനില്ലാത്ത വൈത്തിപ്പട്ടരുടെ ഈ കണ്ണുകൾക്ക് ഇങ്ങനെ ഒരു വികൃതി ഉണ്ടായിരുന്നു. ഈ സർപ്പദൃഷ്ടി ഉണ്ടാവുന്ന സമയങ്ങളിൽ വൈത്തിപ്പട്ടരുടെ മുഖം അത്യന്തം രൂക്ഷമായും രൗദ്രമായും ഇരുന്നു. മുഖത്തേക്കു നോക്കിയാൽ ഭയം തോന്നും. ഒരു സർപ്പം ഫണം ഉയർത്തി അതിക്രോധത്തോടെ കടിപ്പാൻ ഭാവിക്കുന്നതുപോലെ തോന്നും. എന്നാൽ വൈത്തിപ്പട്ടരുടെ കണ്ണുകളുടെ ഈ വികൃതചേഷ്ട ക്രോധത്തിൽമാത്രമല്ല ഉണ്ടാവാറ്. സന്തോഷത്തിലും സന്താപത്തിലും ഉണ്ടാവും. എന്നുവേണ്ട ഇയാൾക്ക് മനസ്സിന്നുള്ള സാധാരണ സമഗതിക്കു ഒരു ലേശം ഭേദം വന്നാൽ സർപ്പദൃഷ്ടിയായി. അതുകൊണ്ട് അധികംസമയവും സർപ്പദൃഷ്ടിയിൽ തന്നെയാണ്, ഇയാളുടെ മിഴികൾ നിൽക്കുമാറ്. ശരീരം കൃശമായി അകത്തോട്ടു വളഞ്ഞു കത്തിക്കരിഞ്ഞ ഒരു വിറകിൻ കൊള്ളിപോലെ ഇരുന്നു. ആകപ്പാടെ പട്ടരുടെ ആകൃതി ഒരു പിശാചിന്റെ ആകൃതിതന്നെ എന്നു പറയാം. ശങ്കരൻ കണ്ടപ്പോൾ ഇദ്ദേഹം സ്നാനത്തിനു പോവുകയായിരുന്നു.

ശങ്കരൻ മേൽപ്രകാരം പറഞ്ഞ ഉടനെ വൈത്തിപ്പട്ടർ കലശലായി ഒരു സർപ്പദൃഷ്ടി ഇട്ടു.

വൈത്തിപ്പട്ടർ: ഓ ഹൊ, കല്യാണിഅമ്മ മരിച്ചുപോയോ? രാമൻ മേനോൻ ഇനി എന്താണു ഭാവം? എങ്ങോട്ടു പോവുന്നു?

ശങ്കരൻ: ആ സംഗതിയെക്കുറിച്ച് എനിക്ക് ഒന്നും നിശ്ചയമില്ല. സ്വാമി അങ്ങോട്ടു വരുന്നില്ലെ? എജമാനനെ കാണണ്ടെ?

വൈത്തിപ്പട്ടർ: രാമൻമേനോൻ ദ്രവ്യം കുറെ സമ്പാദിച്ചുവോ? എന്തുണ്ടുകോള് കൈയിൽ? വെറുതെ ഈ രാമേശ്വരത്തു പാർത്തിട്ട് എന്താണ് കാര്യം? ഞാൻ സ്നാനത്തിനു വന്നിട്ട് ഇന്നേക്ക് അഞ്ചെട്ടു ദിവസമായി. സ്നാനവും മറ്റു കഴിഞ്ഞു നാളയോ മറ്റന്നാളോ നാട്ടിലേക്കു

മടങ്ങുന്നു. രാമൻമേനോൻ വരുന്നു എങ്കിൽ നോക്ക് ഒന്നിച്ചുപോവാമല്ലോ. രാമൻമേനോന്റെ കൈയിൽ എന്തുണ്ട്? വളരെ പണമുണ്ടോ?

"അത് അദ്ദേഹത്തോട് ചോദിച്ചാലല്ലാതെ എങ്ങനെയറിയാൻ കഴിയും? നിങ്ങൾ അങ്ങോട്ടു വരുന്നുണ്ടെങ്കിൽ മലയാളത്തിലേക്കു പോവുന്നതിനെക്കുറിച്ചും മറ്റും നിശ്ചയിക്കാമല്ലോ. ഞാൻ ഇപ്പോൾ പോകട്ടെ." എന്നു പറഞ്ഞു ശങ്കരൻ നടന്നു. അപ്പോൾ വൈത്തിപ്പട്ടർ ചൂണ്ടിക്കാണിച്ചുകൊണ്ടു ചോദിച്ചു: "ഏതു സത്രത്തിലാണ്? ആ ചെങ്കല്ലു കെട്ടിയ മാളികയായ സത്രത്തിലോ?

ശങ്കരൻ: അതെ.

വൈത്തിപ്പട്ടർ: മുമ്പ് ഞങ്ങളുടെകൂടെ വന്ന കൃഷ്ണൻ ഇപ്പോൾ കൂടെ ഉണ്ടോ?

ശങ്കരൻ: ഉണ്ട്.

വൈത്തിപ്പട്ടർ: അവനോട് ഒന്ന് ഇത്രത്തോളം വരാൻ പറയുമോ?

"അവനവിടെ പണിത്തിരക്ക് ഒന്നും ഇല്ലെങ്കിൽ പറയാം."എന്നും പറഞ്ഞ് ശങ്കരൻ വേഗം നടന്നു. പട്ടർ ക്ഷണത്തിൽ വളരെ എല്ലാം മനസ്സു കൊണ്ട് ആലോചിച്ചു. ആലോചന മുറുകിയപ്പോൾ അഞ്ചാറുപ്രാവശ്യം സർപ്പദൃഷ്ടിയും ഉണ്ടായി. കുളിക്കുന്നതിനുമുമ്പുതന്നെ രാമൻമേനോനെ ഒന്നു കാണേണമെന്നു നിശ്ചയിച്ചു. ശങ്കരൻ കാണിച്ചുകൊടുത്ത സത്ര ത്തിലേക്കായിത്തന്നെ പതുക്കെ നടന്നു. അപ്പോഴേക്കു ശങ്കരൻ സത്ര ത്തിൽ എത്തി. പട്ടരെ കണ്ടവിവരം രാമൻമേനോനോടു പറഞ്ഞു. "പട്ടരെ എന്തുകൊണ്ടു കൂട്ടിക്കൊണ്ടുവന്നില്ലാ?" എന്നു രാമൻമേനോൻ കുറെ ദേഷ്യത്തോടെ ചോദിച്ചതിന്, "ഞാൻ വരാൻ പറഞ്ഞു. കൃഷ്ണനെ അങ്ങോട്ടയയ്ക്കാൻ വൈത്തിപ്പട്ടര് പറഞ്ഞു. പട്ടർ വരുമെന്നു തോ ന്നുന്നു." എന്നു മറുപടി പറഞ്ഞു. രാമൻമേനോൻ ഉടനെ അടുക്കെ നിന്നിരുന്ന കൃഷ്ണനെ വിളിച്ച് "നീ ഓടിപ്പോയി നോക്ക്, വൈത്തിപ്പട്ടർ ആ തെരുവിൽ എങ്ങാനും ഉണ്ടായിരിക്കും. ഉണ്ടെങ്കിൽ നിന്റെ ഒന്നിച്ചു കൂട്ടിക്കൊണ്ടുവാ. വേഗം വരണം.' എന്നു പറഞ്ഞയച്ചു.

കൃഷ്ണൻ ഓടിപ്പോയി. കുറെ ഓടിയപ്പോഴേക്കു വൈത്തിപ്പട്ടർ അഭി മുഖമായി വരുന്നതു കണ്ടു.

വൈത്തിപ്പട്ടർ: എന്താണ് കൃഷ്ണാ? കല്യാണിഅമ്മ മരിച്ചുപോയി ഇല്ലെ? ആ സ്ത്രീയുടെ കൈയിൽ കുറെ പണ്ടങ്ങൾ ഉണ്ടായിരുന്നത് എല്ലാം പോയോ, അല്ല, രാമൻമേനോൻ വശം ഉണ്ടോ?

കൃഷ്ണൻ: പണ്ടങ്ങൾ ഒന്നും പോയിട്ടില്ല. എജമാനന്റെ പക്കൽ വളരെ പണ്ടങ്ങൾ ഇതുകൂടാതെ ഉണ്ടല്ലോ. സ്വാമി പോന്നതിൽപ്പിന്നെ എജമാനൻ വളരെ പണം സമ്പാദിച്ചു വലിയ കോപ്പുകൂട്ടിയിരിക്കുന്നു. നാട്ടിൽ പോയി വീടും മറ്റും അതികേമമായി പണിയിച്ചു താമസിക്കണം. എന്നായിരുന്നു വിചാരം. അപ്പോഴേക്ക് അമ്മ മരിച്ചു. എനി എങ്ങോട്ടു പോകുന്നുവോ അറിഞ്ഞിട്ടില്ല. എനിക്ക് എന്റെ വീട്ടിൽ പോയാൽ കൊള്ളാ മായിരുന്നു. സ്വാമി അല്ലെ എന്നെ ഈ കുടുക്കിൽ ആക്കിവെച്ചത്.

എനിയെങ്കിലും പറഞ്ഞു വല്ലതും വാങ്ങിത്തന്ന് എന്നെ നാട്ടിലേക്കുതന്നെ അയച്ചുതന്നാൽ നന്നായിരുന്നു.

വൈത്തിപ്പട്ടർ: എന്താണ് നല്ല കോപ്പുണ്ടോ? എത്ര ഉറുപ്പികയ്ക്ക് ആസ്തി ഉണ്ടാവും? എല്ലാം കൈയടക്കമായി കൂടെത്തന്നെ കൊണ്ടു നടക്കുന്നുവോ?

കൃഷ്ണൻ: ഒക്കെ കൈയിൽത്തന്നെ നോട്ടായിട്ടും പണമായിട്ടും പണ്ടമായിട്ടും അമ്പത് അറുപതിനായിരം ഉറുപ്പിക കൈയിൽ ഉണ്ട്. അതുകൂടാതെ വളരെ പണം പലിശയ്ക്ക് കൊടുത്തിട്ടുണ്ട്. വടക്ക് ഓരോ കച്ചേരികളിലും പലിശയ്ക്കു കൊടുത്തിട്ടുണ്ട്. മൂപ്പർക്ക് കണ്ണിൽ ദീനമാണ്. കണ്ണിന്നു നല്ല കാഴ്ചയില്ല.

വൈത്തിപ്പട്ടർ: സത്യമായിട്ട് അമ്പത് അറുപതിനായിരം ഉറുപ്പിക കൈയിലുണ്ടോ?

കൃഷ്ണൻ: ഉണ്ട്. സംശയമില്ല. ഒരു പെൺകുട്ടിയുമുണ്ട്. ശാരദ എന്നാണ് പേര്.

വൈത്തിപ്പട്ടർ: കണ്ണിന് ഉപദ്രവം തന്നെ ഉണ്ടോ? അളെ കണ്ടാൽ അറികയില്ലെ?

കൃഷ്ണൻ: ആളെ അടുത്തു കണ്ടാൽ സാമാന്യം തിരിയും. ദൂരത്ത് ഉള്ളത് യാതൊന്നും കാണുകയില്ല. നടക്കുന്നതു വടി കുത്തീട്ടാണ്. സകല കാര്യങ്ങളും ശങ്കരമേനോനാണ് നടത്തുന്നത്. പണവും മറ്റും ശങ്കരമേനോനാണു സൂക്ഷ്മം.

വൈത്തിപ്പട്ടർ: കുട്ടിക്ക് എത്ര വയസ്സായി?

കൃഷ്ണൻ: പത്തുപതിനൊന്നായി. കല്യാണിഅമ്മയെപ്പോലെ തന്നെയാണ് കണ്ടാൽ.

വൈത്തിപ്പട്ടർ: നീ വാ. ഞാനും വരാം. ഞാൻ അദ്ദേഹത്തിനെ ഒന്നു കണ്ടുകളയാം.

കൃഷ്ണൻ: നിങ്ങളെ വിളിക്കാൻ പറഞ്ഞു മൂപ്പര്. ഒന്നിച്ചു കൂട്ടിക്കൊണ്ടു വരാഞ്ഞിട്ടു ശങ്കരമേനോനോടു ശണ്ഠയിട്ടു.

വൈത്തിപ്പട്ടര് "അങ്ങനെയോ?" എന്നു ചോദിച്ചു. മനസ്സിന്ന് ഓരോ സ്തോഭങ്ങൾ ഉണ്ടാവുമ്പോൾ ഒക്കെ ഓരോ സർപ്പദൃഷ്ടി ഇട്ടുംകൊണ്ടു രാമൻമേനോന്റെ കൈയിലുള്ള പണത്തിന്റെ സ്ഥിതിയേയും മറ്റും ഓർത്തുകൊണ്ടു സത്രത്തിലേക്കായി വേഗം നടന്നു.

സത്രത്തിൽ ചെന്നു കയറുമ്പോൾ രാമൻമേനോൻ സത്രത്തിലെ കോലായിൽ ഒരു പരവതാനിയിൽ തന്റെ മകളോടുകൂടി ഇരിക്കുന്നതു വൈത്തിപ്പട്ടർ കണ്ടു. രാമൻമേനോൻ കണ്ടാൽ നല്ല സുമുഖനാണെന്നും മുമ്പു പറഞ്ഞിട്ടുണ്ടല്ലോ. ഇപ്പോൾ ഏകദേശം അൻപതു വയസ്സായിരുന്നുവെങ്കിലും തല്ക്കാലമായി ഉണ്ടായ കഠിനവ്യസനത്താൽ ഉള്ള ക്ഷീണമല്ലാതെ ദേഹകാന്തിക്ക് അശേഷം കുറവ് വന്നിട്ടില്ല. ഈ രാമൻമേനോൻ വളരെ നിർമലനായ മനസ്സുള്ളാളായിരുന്നു നല്ല ബുദ്ധിമാനും ആയിരുന്നു. എന്നാൽ ചിലപ്പോൾ മനസ്സിന്റെ നൈർമല്യതയുടെ ആധിക്യ

ത്താൽ സാമർത്ഥ്യക്കുറവു വാക്കുകളിലും പ്രവൃത്തികളിലും വന്നുപോവാറുണ്ട്. ഇംഗ്ലീഷ് സാമാന്യം നല്ലവണ്ണം സംസാരിക്കാം. വടക്കുരാജ്യത്ത് അധികംകാലം താമസിച്ചതിനാൽ ഹിന്ദുസ്ഥാനി, മറാട്ടി, ബങ്കാളി മുതലായ ഭാഷകൾ ഇദ്ദേഹത്തിനു വിശേഷമായി സംസാരിക്കാം. പലേ രാജ്യങ്ങളിലും സഞ്ചരിച്ച് ഇദ്ദേഹത്തിനു നല്ല അറിവും വെളിവും വിശാലതയും ഉണ്ടായിരുന്നു.

വൈത്തിപ്പട്ടര് സത്രത്തിന്റെ കോലായിൽക്കയറി രാമൻമേനോന്റെ സമീപത്തിൽ എത്തി. ശാരദ ഈ മരണദേവതയുടെ സ്വരൂപം കണ്ട് ഒന്നു ഞെട്ടി. അച്ഛന്റെ അടുക്കലേക്കു കുറേക്കൂടി അടുത്ത് ഇരുന്നു. പട്ടര് അടുക്കെ എത്തിയപ്പോൾ രാമൻമേനോൻ അതു തിരിച്ചറിഞ്ഞു. "അവിടെ ഇരിക്കിൻ സ്വാമി" എന്നു പറഞ്ഞു.

വൈത്തിപ്പട്ടര് അവിടെ ഇരിക്കാതെ മാറത്ത് ഒന്ന് തല്ലി കഠിനമായി ഒരു സർപ്പദൃഷ്ടി ഇട്ടു. എന്നിട്ട് ഒരു നിലവിളി. അതു കഴിഞ്ഞശേഷം "എന്റെ എജമാനനെ ഈ ആപത്തിൽ ഞാൻ കാണാൻ ഇടയായല്ലൊ. ഈശ്വരാ എന്റെ കല്യാണിഅമ്മ മരിച്ചുപോയല്ലൊ. ഞാൻ ആ അമ്മയ്ക്കു സഹായം ചെയ്ക നിമിത്തം ഇന്നും ദരിദ്രനായി ഒരു ഗതിയുമില്ലാതെ നടക്കുന്നു. പൂഞ്ചോലക്കര അച്ചൻ എന്നെ ആട്ടിക്കളഞ്ഞു. എനിക്ക് ഇപ്പോൾ അഹോവൃത്തിക്ക് ഒരു മാർഗ്ഗവും ഇല്ലാതായി. ഏഴെട്ടു കുട്ടികളും ഞാനും പട്ടിണിയായി കാലം കഴിക്കുന്നു. എജമാനനെ, ഈശ്വരാ, ആ അമ്മ ഇപ്പോൾ ഇരുന്നിരുന്നെങ്കിൽ എനിക്ക് എത്ര ഗുണമുണ്ടായിരുന്നു. എന്റെ ദാരിദ്ര്യം നീങ്ങുമായിരുന്നല്ലൊ. എജമാനന് എന്താണ് കൊറവ്? മഹാഭാഗ്യശാലി. ഒന്നാന്തരം തങ്കക്കട്ടപോലെ ഒരു മകളെ കല്യാണിഅമ്മ തന്നിരിക്കുന്നു. അമ്മൂ, ശാരദേ, അമ്മയെക്കുറിച്ചു വ്യസനിക്കരുതേ." എന്നു പറഞ്ഞ് പട്ടര് പിന്നെയും കുറെ കരഞ്ഞു.

രാമൻമേനോൻ: നിങ്ങൾ ഇരിക്കിൻ സ്വാമി.

വൈത്തിപ്പട്ടർ: വേണ്ട എജമാനനെ, ഞാനിവിടെ നിൽക്കാം.

രാമൻമേനോൻ: "വേണ്ട ഇരിക്കിൻ" എന്നു പറഞ്ഞു തിരക്കിയതിന്റെ ശേഷം പട്ടര് പതുക്കെ ഇരുന്നു.

രാമൻമേനോൻ: നിങ്ങളെ ഇപ്പോൾ കണ്ടെത്തിയത് എന്റെ ഭാഗ്യം.

വൈത്തിപ്പട്ടർ: എന്റെ ഭാഗ്യം എജമാനനെ. എന്റെ ഭാഗ്യം. എന്റെ ഭാഗ്യംതന്നെ. എജമാനന് എന്തുഭാഗ്യമാണ് ഞാൻ നിമിത്തം വരുവാനുള്ളത്. മഹാഭാഗ്യശാലിയായ എജമാനനെ കണ്ടത് എന്റെ ഭാഗ്യം. എന്റെ സുകൃതം തന്നെ. എന്റെ കുട്ടികളുടെ ഭാഗ്യം. എജമാനനെ, കുട്ടികളുടെ ഭാഗ്യം. രാമേശ്വരസ്നാനത്തിനു വന്നതിനാൽ സ്വാമി എനിക്ക് സഹായിച്ചു. എന്തിന് ഇവിടെ വെറുതെ താമസിക്കുന്നു? ഈ തങ്കക്കുട്ടിയെ ഈ ദിക്കിൽ ഇനി ഒട്ടും താമസിപ്പിച്ചുകൂടാ. ഉടനെ നമ്മുടെ രാജ്യത്തേക്കുതന്നെ പോണം. ഞാൻ കൂടെത്തന്നെ വരാം. ഞാൻ ഇവിടെ എത്തിട്ട് എട്ടൊൻപതുനാളായി. സ്നാനവും മറ്റും കഴിഞ്ഞ് ഇന്ന് ഉച്ചതിരിഞ്ഞു പുറപ്പെടണമെന്നു വിചാരിച്ചിരുന്നു. അപ്പോഴെക്കാണ് ശങ്കരനെ കണ്ടത്. എജമാനൻ ഇനി ഇവിടെ എന്തിനായിട്ടു താമസിക്കുന്നു?

രാമൻമേനോൻ: എങ്ങോട്ടാണ് പോകേണ്ടത് എന്ന് ഉറച്ചില്ലാ. അതു കൊണ്ടുമാത്രം താമസിക്കുന്നതാണ്.

വൈത്തിപ്പട്ടർ: എന്താണ്? നുമ്മൾക്ക് നമ്മുടെ നാട്ടിൽത്തന്നെ പോവരുതെ? പണമുണ്ടായാൽ എവിടെയാണ് എജമാനനേ സുഖമായി കഴിഞ്ഞുകൂടുന്നതിനു വിരോധം? പിന്നെ ശാരദയ്ക്കു യോഗ്യനായ ഒരു ഭർത്താവ് വരണ്ടെ? ഈ പൊട്ടരാജ്യത്ത് ഇരുന്ന് ഇതെല്ലാം എങ്ങനെ നിവർത്തിക്കും? ഉടനെ നാട്ടിലേക്കു പോകണം, അതിന്നു സംശയമുണ്ടോ?

രാമൻമേനോൻ: ഏതു നാട്ടിലേക്ക്? നാട് ഏതാണ് ഞങ്ങൾക്ക് ഇപ്പോൾ പ്രത്യേകമായുള്ളത്? അതു പറയിൻ.

വൈത്തിപ്പട്ടർ: മലയാളരാജ്യംതന്നെ. പൂഞ്ചോലക്കര എടത്തിലേക്ക് ഇപ്പോൾ പോവണമെന്നു ഞാൻ പറയുന്നില്ല. എജമാനന്റെ നാട്ടിലേക്ക് പോവരുതെ? തല്ക്കാലം എന്റെ ഗൃഹത്തിൽത്തന്നെ താമസിക്കാമല്ലോ. എന്റെ രാജ്യത്ത് പോയിട്ട് പിന്നെ വിചാരിച്ചു നിശ്ചയിച്ച് ശാരദയുടെ നാട്ടിലേക്കോ എജമാനന്റെ നാട്ടിലേക്കോ പോവാമല്ലോ.

രാമൻമേനോൻ: പൂഞ്ചാലക്കര എടത്തിലേക്കു പോയാൽ എന്താണു വിരോധം? ശാരദയുടെ വീട് അല്ലേ അത്?

വൈത്തിപ്പട്ടർ: അതെ എജമാനനെ; അതെ. ശാരദയുടെ വീടുതന്നെ. എന്നാൽ ആ തരത്തിലുള്ളവരെല്ലാം വളരെ വികൃതികളാണ്.

ഇതുപറഞ്ഞപ്പോൾ രാമൻമേനോൻ പതുക്കെ ഇരുന്ന ദിക്കിൽനിന്ന് എഴുന്നേറ്റ് ശങ്കരനെ വിളിച്ച് ശാരദയ്ക്ക് ഭക്ഷണം കൊടുപ്പാൻ കല്പിച്ചു. "ഞാൻ വേഗം ഇദ്ദേഹത്തിനെ അയച്ചുവരാം, മകളേ അമ്മൂ, ഊണുകഴിച്ചോളൂ." എന്നു ശാരദയോടു പറഞ്ഞ് അകത്തേക്കയച്ചശേഷം പട്ടരോടുകൂടി സത്രത്തിലെ മുറ്റത്തിറങ്ങി ഒരു വൃക്ഷത്തണലിൽ രണ്ടുപേരുംകൂടി പോയി നിന്നു.

രാമൻമേനോൻ: ഞാൻ പൂഞ്ചോലക്കര എടത്തിലുള്ള വർത്തമാനങ്ങൾ എന്റെ ഭാര്യ ചില സമയങ്ങളിൽ പറഞ്ഞറിഞ്ഞതല്ലാതെ വേറെയാതൊന്നും അറിയില്ല. കല്യാണി ആ ദിക്കുവിട്ട് പോന്നിട്ടുതന്നെ ഇപ്പോഴേക്കു പതിനഞ്ചു പതിനാറു കൊല്ലങ്ങളായി. എനിക്ക് എടത്തിലെ ഇപ്പോഴത്തെ സ്ഥിതിയേയും വർത്തമാനങ്ങളെയുംകുറിച്ചു വിവരമായി അറിയുവാൻ ആഗ്രഹമുണ്ട്. വിവരമായി പറയിൻ, കേൾക്കട്ടെ.

വൈത്തിപ്പട്ടർ: വിവരമായി പറയാം. എജമാനൻ കല്പിച്ചപ്രകാരം പറയാം. ഞാൻ പൂഞ്ചോലക്കര എടത്തിലെ ഉണ്ണിമാരെപ്പോലെതന്നെ ആ എടത്തിൽ വളർന്ന ഒരുവനാണ്. എന്നെപ്പോലെ അവരുടെ വർത്തമാനം നിശ്ചയമുണ്ടായിട്ട് ആരും ഇല്ല. എജമാനനവർകളുടെ ഭാര്യയോടുകൂടി ഞാൻ പുറപ്പെട്ടുപോന്നതുവരെ എനിക്ക് അവരുടെ ചോറായിരുന്നു. പൂഞ്ചോലക്കര എടത്തിൽ ഞാൻ കാണുന്ന കാലം—

രാമൻമേനോൻ: അത്ര പഴയകഥ വേണ്ടാ. ഇപ്പോഴത്തെ സ്ഥിതി കേട്ടാൽ മതി.

വൈത്തിപ്പട്ടർ: പൂഞ്ചോലക്കര എടം. മഹാ പ്രസിദ്ധമായ തറവാടാണ്. ഇപ്പോൾ ആ തറവാടിലേക്ക് ഒരു ലക്ഷം പറയ്ക്കുമീതെ നെല്ലു മിച്ചവാരമായിത്തന്നെ വരുവാനുണ്ട് പറമ്പുകളിൽനിന്നുള്ള കാലാനുഭവവും മലവാരവും മറ്റുംകൂടി ഒരു അമ്പതിനായിരം ഉറുപ്പികയിൽ ചുരുങ്ങാതെ ഒരു കൊല്ലത്തിൽ വരവുണ്ട്. ചെലവും അങ്ങനെതന്നെ. എടത്തിൽ നേമം ഉള്ളതിനു പുറമേ നാല് ഊട്ടുപുരകകളുണ്ട്. യജമാനനെ, നാല് ഊട്ടുപുരകളിൽ നിത്യം ബ്രാഹ്മണർക്ക് സുഖമായി ഭക്ഷണം കൊടുക്കുന്നു. അതിയായ സമ്പത്തുള്ള ഒരു എടമാണ്.

രാമൻമേനോൻ: ഇപ്പോഴത്തെ അച്ചൻ ആരാണ്? എന്തിനാണ് നിങ്ങൾ അവിടെയുള്ള ആളുകൾ എല്ലാം വികൃതികളാണെന്നു പറഞ്ഞത്?

വൈത്തിപ്പട്ടർ: പറയാം എജമാനനെ പറയാം. എജമാനനവർകളെ ഞാൻ സകലവിവരങ്ങളും പറഞ്ഞു ധരിപ്പിക്കാം. ഇപ്പോഴത്തെ അച്ചന് പേര് കോപ്പുണ്ണി അച്ചൻ എന്നാണ്. അവിടെയുള്ള അനന്തരവന്മാരെയെല്ലാം 'ഉണ്ണിമാര്' എന്നാണ് വിളിച്ചുവരുമാറ്. കോപ്പുണ്ണിഅച്ചന് ഇപ്പോൾ അമ്പത് അമ്പത്തഞ്ചുവയസ്സായി. മഹാദുഷ്ടനാണ്. ഇത്ര ദയ ഇല്ലാത്ത ഒരാളെ ഞാൻ കണ്ടിട്ടില്ല. അനന്തരവന്മാര് പ്രാപ്തിയായവര് അഞ്ചുപേരുണ്ട്. ഒന്നാമത് രാഘവനുണ്ണി, രണ്ട് കേശവനുണ്ണി, ഇവര് രണ്ടുപേരും വലിയച്ചന്റെ നേരെ അനുജന്മാരാണ്. മൂന്ന് കൃഷ്ണനുണ്ണി, ഇയാൾ വലിയച്ചന്റെ എളയമ്മയുടെ മകനാണ്. നാല് കേശവനുണ്ണി, അഞ്ച് ഗോവിന്ദനുണ്ണി ഇവര് വലിയച്ചന്റെ നേരെ അനന്തരവന്മാരാണ്. കുടുംബം ഇനി ശാരദതന്നെ ഉള്ളു എന്നു പറയാം. കോപ്പുണ്ണിവലിയച്ചന്റെ നേരെ സോദരി ഇക്കാളിഅമ്മയുടെ മകളായിട്ട് കുഞ്ചിക്കുട്ടിഅമ്മ എന്ന സ്ത്രീയുണ്ട്. ഇരുപത്താറ് വയസ്സായി. ചേലക്കര നമ്പൂതിരിപ്പാടാണ് ബാന്ധവം. ഇങ്ങനെയാണ് കുടുംബത്തിന്റെ സ്ഥിതി.

രാമൻമേനോൻ: ഈ മരുമക്കൾ ഉണ്ണിമാർക്കെല്ലാം ഗൃഹസ്ഥവൃത്തി തന്നെ ആയിരിക്കും, അല്ലേ?

വൈത്തിപ്പട്ടർ: അതെ, ഗൃഹസ്ഥവൃത്തിതന്നെ. ഗോവിന്ദനുണ്ണി ഒഴികെ എല്ലാവർക്കും ഗൃഹവൃത്തിതന്നെ. ഗോവിന്ദനുണ്ണി ഇംഗ്ലീഷ് പഠിച്ചു ബി.എ. പരീക്ഷകൊടുത്തു ജയിച്ചിരിക്കുന്നു. ഇപ്പോൾ അതിലും വലിയ പരീക്ഷയ്ക്ക് മദ്രാശി പഠിക്കുന്നു. ശേഷം ഉള്ളവർക്ക് എല്ലാം സ്വസ്ഥവൃത്തിയാണ്. വലിയ ഭാവമാണ്. അമ്പോ ആ കഥ പറയേണ്ട. കല്യാണിഅമ്മ നാടുവിട്ടു പൊയ്ക്കളഞ്ഞത് എടത്തിലേക്കു വലിയ ഒരു അപമാനമായി എന്നുള്ള വിചാരമാണ് ഇവർക്കുള്ളത്. ഞാൻ മടങ്ങി എത്തി എന്നു കേട്ടിട്ട് എന്നെ തല്ലിക്കാൻ വട്ടംകൂട്ടി. ഭയപ്പെട്ട് അവിടം വിട്ട് ഞാൻ ഓടി. എജമാനനെ, എന്റെ കാര്യം അതുമുതൽ മഹാകഷ്ടത്തിലായി. എനി എജമാനനവർകൾതന്നെ എന്നെ രക്ഷിക്കണം. കല്യാണിഅമ്മയെക്കൊണ്ട് എനിക്ക് ഉപകാരം ഒന്നും ഉണ്ടായിട്ടില്ല. അവർക്കു വേണ്ടി ഞാൻ എന്റെ ചോറുകളഞ്ഞു എജമാനനെ. ഞാനും കുട്ടികളും പട്ടിണിയായി. എങ്കിലും സ്വാമി സഹായിച്ചു. എനി എജമാനനെ വിട്ട്

ഒരാളെയും ഞാൻ ആശ്രയിക്കുകയില്ല. എന്റെ കല്യാണിഅമ്മ ഇപ്പോൾ ഉണ്ടായിരുന്നുവെങ്കിൽ എനിക്ക് ഒരു സങ്കടവും ഉണ്ടാവുന്നതല്ല. എനി എന്നെ എജമാനൻതന്നെ രക്ഷിക്കണം.

എന്നുപറയുമ്പോഴേക്ക് ഒരു അഞ്ചാറു സർപ്പദൃഷ്ടി തുടരെത്തുടരെ ഉണ്ടായി.

രാമൻമേനോൻ: കല്യാണിയുടെ എളയമ്മയുടെ മകളായി ഒരു അമ്മ ഉണ്ടായിരുന്നില്ലേ? ആ സ്ത്രീ ഇപ്പോൾ ഇല്ല, അല്ലേ? ആ സ്ത്രീയെക്കുറിച്ച് കല്യാണി എപ്പോഴും വളരെ സ്തുതിച്ചും പിരിഞ്ഞതിന്മേൽ വളരെ വ്യസനമായും പറയാറുണ്ടായിരുന്നു.

വൈത്തിപ്പട്ടർ: അതെ. എജമാനനെ, ആ അമ്മ മരിച്ചു. ബഹുശ്രീയും ഭാഗ്യവും ഉള്ള ഒരു കുട്ടിയായിരുന്നു. കല്യാണിഅമ്മയെക്കാൾ ആറുവയസ്സ് എളതായിരുന്നു. പേര് ലക്ഷ്മിഅമ്മ എന്നായിരുന്നു. കല്യാണിഅമ്മയും ലക്ഷ്മിഅമ്മയും ഇപ്പോഴത്തെ അച്ഛന്റെ മുത്തശ്ശിയുടെ അനുജത്തിമാരുടെ മക്കളായിരുന്നു. ലക്ഷ്മിഅമ്മ, കല്യാണിഅമ്മ പോയി രണ്ടു സംവത്സരങ്ങൾ കഴിഞ്ഞപ്പോൾ മരിച്ചു. മരിക്കുന്നതിന് ഒരു കൊല്ലം മുമ്പേ ആയമ്മയുടെ ഭർത്താവ് രാമവർമ്മൻതിരുമുല്പാടും അച്ഛനുമായി ബദ്ധമത്സരമായി. തിരുമുല്പാട് എടത്തിൽ കയറിക്കൂടാ എന്നു കല്പിച്ചു. കല്യാണിഅമ്മ പോയ വ്യസനവും തന്റെ ഭർത്താവുമായി പിരിഞ്ഞ വ്യസനവും നിമിത്തം തന്നെ കല്യാണിഅമ്മ ഈ ദിക്കു വിട്ടുപോയി രണ്ടു സംവത്സരങ്ങൾ കഴിഞ്ഞതിൽപ്പിന്നെ ലക്ഷ്മിഅമ്മ മരിച്ചു. ഇപ്പോൾ ഉള്ള കുഞ്ചിക്കുട്ടിഅമ്മ വലിയച്ഛന്റെ അടുത്ത കുടുംബമാണ് യജമാനനെ. വലിയച്ഛന്റെ പെങ്ങൾ ഇക്കാളിഅമ്മയുടെ മകളാണ്. ഇക്കാളിഅമ്മ മരിച്ചു ഇപ്പോൾ ഈ കുഞ്ചുക്കുട്ടിഅമ്മ മാത്രമേ തറവാട്ടിൽ സന്തതി എന്നു പറവാനുള്ളു. ഇവൾ പ്രസവിക്കുന്ന കാര്യം സംശയമാണ്. വളരെയെല്ലാം സൽക്കർമ്മങ്ങൾ സന്തത്യർത്ഥം ചെയ്തുവരുന്നുണ്ട്. അതിന്റെ ഫലമായിരിക്കാം ശാരദ ഉണ്ടായത്.

രാമൻമേനോൻ ഈ വാക്കു കേട്ടപ്പോൾ ഒന്നു ചിറിച്ച് പട്ടരോട് കുളിച്ച് ഭക്ഷണം കഴിച്ചുവരാൻ പറഞ്ഞയച്ചു.

രാമൻമേനോൻ കുളിയും ഭക്ഷണവും മറ്റു കഴിഞ്ഞു സത്രത്തിന്റെ പൂമുഖത്തിൽ വന്നിരുന്നു പിന്നെയും മനസ്സുകൊണ്ട് എന്താണിനി പ്രവർത്തിക്കേണ്ടതെന്നാലോചിച്ച് ഒരുവിധമെല്ലാം ഉറച്ചു. അപ്പൊഴെക്കു പട്ടരും ഊണുകഴിഞ്ഞു ഹാജരായി.

രാമൻമേനോൻ: ഏതെങ്കിലും മലയാളത്തിലേക്കു പുറപ്പെടുക. തല്ക്കാലം നിങ്ങളുടെ ഗൃഹത്തിൽ താമസിക്കാം. പിന്നെ വേണ്ടതു പോലെ സാവകാശത്തിൽ ആലോചിച്ച് പ്രവർത്തിക്കാമല്ലോ.

വൈത്തിപ്പട്ടർ: ഏതെങ്കിലും ഈശ്വരാധീനം; എജമാനന് ഇങ്ങനെ തോന്നിയത്. എന്റെ ഗൃഹം എജമാനനവർകൾക്കും ശാരദയ്ക്കും താമസിക്കാൻ അശേഷം യോഗ്യതയുള്ളതാണെന്നു ഞാൻ വിചാരിക്കുന്നില്ല എങ്കിലും ഞാൻ ഇവിടുത്തെയും ഇവിടുത്തെ മരിച്ചുപോയ ഭാര്യയുടേയും

പ്രത്യേക ഒരു ആശ്രിതനാണല്ലോ. അതുകൊണ്ട് എന്റെ ഗൃഹത്തിൽ താമസിക്കുന്നതിനു യാതൊരു കുറവും ഇവിടേക്കു വരാൻ പാടില്ല. എന്റെ മനോരഥം സാധിച്ചു. എജമാനനെ, ഞാൻ ഭാഗ്യവാൻതന്നെ. പണം കാശ് എന്തു സാരം! ഇത്ര സ്നേഹമുള്ള ഒരു എജമാനനെ സ്നേഹിക്കാൻ സാധിച്ചുവല്ലൊ. ഇത്രതന്നെ എന്റെ ഭാഗ്യം!

ഈ സംഭാഷണം കഴിഞ്ഞതിന്റെ പിറ്റേദിവസം ഇവരെല്ലാവരും രാമേശ്വരംവിട്ട് മലയാളത്തിലേക്കു പുറപ്പെടുകയും നിശ്ചയപ്രകാരം വൈത്തിപ്പട്ടരുടെ ഗൃഹത്തിൽ പോയി താമസിക്കുകയും ചെയ്തു.

രണ്ടുമൂന്ന് ദിവസങ്ങൾ ഈ ഗൃഹത്തിൽ താമസിച്ചശേഷം രാമൻ മേനോൻ വൈത്തിപ്പട്ടരെ വിളിച്ച് ഇങ്ങനെ പറഞ്ഞു: "പൂഞ്ചോലക്കര എടത്തിലേക്ക് ഞങ്ങൾ ഇവിടെ എത്തിയ വിവരം അറിയിപ്പാൻ ഞാൻ നിശ്ചയിച്ചു. ഒരു കത്തോടുകൂടി ശങ്കരനെ അയയ്ക്കാം. നിങ്ങൾക്ക് അവിടെ ചെല്ലുവാൻ പാടില്ലല്ലോ. എന്നാൽ, നിങ്ങൾകൂടി അവന്റെകൂടെ ആ പ്രദേശത്തേക്കു പോണം. എടത്തിൽ പോകണ്ട. അതിനുസമീപം ഒരു സ്ഥലത്ത് ഗൂഢമായി നിങ്ങൾ താമസിച്ചോളിൻ. ശങ്കരൻ കത്തു കൊടുത്തു വിവരങ്ങൾ അറിഞ്ഞശേഷം ഇങ്ങോട്ടും പോന്നോളിൻ."

"അങ്ങനെതന്നെ കല്പനപ്രകാരം നടക്കാം" എന്നു പറഞ്ഞു എങ്കിലും വൈത്തിപ്പട്ടർക്ക് ഈ നിശ്ചയം വളരെ രസിച്ചില്ല. ഒന്നാമത് പൂഞ്ചോലക്കര എടത്തിന്റെ സമീപം എങ്ങാൻ പോവുന്നതിനുകൂടി പട്ടർക്ക് ഭയം ഉണ്ട്. അവിടെ എങ്ങാനും കണ്ടാൽ തല്ലി എല്ലൊടിക്കണമെന്നാണ് അച്ചന്റെ കല്പന. ആ പ്രദേശത്തുള്ള സകലമനുഷ്യരും ഈ അച്ചനെ ഏകചക്രയിലെ നിവാസികൾ ബകനെ ഭയപ്പെട്ടതുപോലെ ഭയപ്പെട്ട് ഇദ്ദേഹത്തിന്റെ സകല കല്പനകളേയും അത്യാദരവോടെ നടത്താൻ ഒരുങ്ങിയിരിക്കുന്നവരായിരുന്നു. എടത്തിലെ വർത്തമാനങ്ങൾ പട്ടർക്ക് നല്ല അറിവുണ്ട്. പിന്നെ സമർത്ഥനായ ശങ്കരന്റെ ബാധയും കലശലായി ഉണ്ട്. തന്റെ സ്വന്തമായി ചില ആലോചനകൾ പ്രകാരം കാര്യം വരുന്നതിന് ഇപ്പോൾ കൊടുത്ത കല്പന താമസം വരുത്തുന്നതുപോലെ പട്ടർക്കു തോന്നി. ഈ സംഗതികളാൽ വൈത്തിപ്പട്ടർക്കു രാമൻമേനോന്റെ കല്പന വളരെ ബോദ്ധ്യമായില്ല. എങ്കിലും കല്പിച്ച പ്രകാരംതന്നെ പ്രവർത്തിക്കാൻ ഉറച്ചു. രാമൻമേനോൻ ശങ്കരന്റെ പക്കൽ സ്വകാര്യമായി ഒരു എഴുത്തു പൂഞ്ചോലക്കര അച്ചന് എഴുതിക്കൊടുത്തു. ശങ്കരനും വൈത്തിപ്പട്ടരും പൂഞ്ചോലക്കര എടത്തിലേക്കു പുറപ്പെട്ടു പോവുകയും ചെയ്തു.

പുറപ്പെട്ട സമയം പകൽ നാലുമണിസമയത്ത് ഇവരു രണ്ടുപേരും എടത്തിന്റെ ഒരു മൂന്നുനാഴിക സമീപമെത്തി. വൈത്തിപ്പട്ടർക്ക് കാൽ മുന്നോട്ടു പോവാതായിത്തുടങ്ങി.

വൈത്തിപ്പട്ടർ: ശങ്കരാ, എനി ഞാൻ ഇവിടെ എങ്ങാനും താമസിക്കും. ഇവിടുന്ന് എനി ഒന്നര രണ്ടു നാഴിക വഴിയേ ഉള്ളൂ. എടത്തിലേക്കു വഴി ഇതുതന്നെയാണ്. നേരെ നടന്നാൽ എടത്തിലെ പടിഉമ്രത്ത്

എത്തും. എനിക്ക് ഇത്രത്തോളം വരാൻതന്നെ ഭയമായിരിക്കുന്നു. അപ്പാ, ഈ പ്രദേശം എല്ലാം എടംവക ജന്മമാണ്. രണ്ടുമൂന്ന് നാഴിക മുമ്പെ നുമ്മൾ ഒരു പുഴ കടന്നില്ലെ, അതിനപ്പുറം കണ്ട സകല ഭൂമികളും എടം വകയാണ്. അവരുടെ ആൾക്കാരും കുടിയാന്മാരും ആശ്രിതന്മാരുമല്ലാതെ ഈ ദിക്കിൽ ആരും ഇല്ല. എന്റെ ഒരു ബന്ധുവിന്റെ മഠം ഇവിടെ സമീപം ഉണ്ട്. ഞാൻ അവിടേക്കുപോയി ഗൂഢമായി ഇന്ന് അവിടെ താമസിക്കാം. ശങ്കരൻ ഇന്ന് എടത്തിന്നു സമീപമുള്ള വല്ല മഠങ്ങളിലും താമസിച്ചു രാവിലെ എഴുത്തുകൊടുത്ത് ഇങ്ങോട്ടു മടങ്ങിക്കോളൂ. ഞാൻ നാളെ ഊണു കഴിഞ്ഞ് ഈ അരയാലിന്റെ ചുവട്ടിൽ ശങ്കരൻ മടങ്ങിവരുന്നതു വരെ ഇരിക്കാം.

ശങ്കരൻ: നേരം അസ്തമനത്തിന് അടുത്തുവല്ലൊ. രാത്രിയിൽ സ്വാമിയെ ആരു കണ്ടറിയുന്നു? നോക്കൂ, ഉപായത്തിൽ ഇന്ന് എടത്തിന്റെ സമീപം എങ്ങാനും താമസിക്കുന്നത് അല്ലെ നല്ലത്. വെളിച്ചമാവാൻ നാല ഞ്ചുള്ളപ്പോൾ നിങ്ങൾ ഈ സ്ഥലത്തേക്കുതന്നെ മടങ്ങിക്കൊള്ളിൻ, അത ല്ലെ നല്ലത്?

വൈത്തിപ്പട്ടർ: നീ എന്താണ് പറയുന്നത്. അതൊന്നും വയ്യ. നീ അവിടത്തെ സ്ഥിതി ഒന്നും അറിക ഇല്ല. അതുകൊണ്ടു വല്ലതും പറയുന്ന താണ്.

ശങ്കരൻ: എടത്തിലെ സ്ഥിതി എന്തെങ്കിലുമായ്ക്കോട്ടെ. നിങ്ങളെ ആരും കാണാഞ്ഞാൽ പോരെ?

വൈത്തിപ്പട്ടർ: നിണക്ക് ഇപ്പോൾ അങ്ങനെ എല്ലാം തോന്നും. നിന്റെ ചെറുപ്പം തോന്നിക്കുന്നതാണ്.

ശങ്കരൻ: ഇപ്പോഴും എപ്പോഴും അങ്ങനെതന്നെ തോന്നും. പോട്ടെ. നിങ്ങൾക്ക് ഇത്ര ഭീരുത്വമുണ്ടെങ്കിൽ നിങ്ങൾ വരേണ്ട. എടത്തിലേക്കു വഴി നേരെ ഈ വഴിതന്നെയാണല്ലോ. അതു നിശ്ചയം തന്നെയല്ലേ?

വൈത്തിപ്പട്ടർ: നിശ്ചയം. ഇതേവഴി. നൂലിട്ടതുപോലെ ഈ ഒരു ഒറ്റവഴിതന്നെ. ശങ്കരൻ നാളെ മടങ്ങുമല്ലോ. ഞാൻ നാലു നാഴിക വെളിച്ചായാൽ ഇവിടെവന്നു ശങ്കരൻ വരുന്നതുവരെ ഇവിടെത്തന്നെ ഇരിക്കാം.

ശങ്കരൻ: ഞാൻ മടങ്ങുന്ന സമയം എനിക്ക് ഇപ്പോൾ നിശ്ചയിക്കാൻ പാടില്ല. ഞാൻ മടങ്ങിവരുമ്പോൾ നിങ്ങളെ ഇവിടെ കണ്ടില്ലെങ്കിൽ ഞാൻ നേരെ തീവണ്ടിസ്റ്റേഷനിലേക്കു നടക്കും.

വൈത്തിപ്പട്ടർ: നല്ല ശിക്ഷ. എന്നെ കൂടാതെയോ?

"നിങ്ങളെ കണ്ടില്ലെങ്കിൽ അങ്ങനെതന്നെ. എനിക്ക് നിങ്ങളെ കാത്തു താമസിപ്പാൻ സാധിക്കയില്ല." എന്നും പറഞ്ഞ് ശങ്കരൻ വേഗം നടന്നു. ആദ്യം കണ്ടതുമുതൽ ശങ്കരന് ഈ പട്ടരെ വെറുപ്പും പുച്ഛവു മാണ് ഉണ്ടായിരുന്നത്. എന്നാൽ സമർത്ഥനായ ശങ്കരൻ തന്റെ ഈ അഭിപ്രായത്തെ ആരെയും ഇതുവരെയും അറിയിച്ചിട്ടില്ല.

'ഈശ്വര! പൂഞ്ചോലക്കര അച്ചൻ ഈ അധികപ്രസംഗിച്ചെക്കന്റെ

തലമണ്ട അടിച്ചുപൊളിച്ചു വിടണെ' എന്ന് ഉള്ളിൽ പ്രാർത്ഥിച്ചുകൊണ്ട് വൈത്തിപ്പട്ടർ അയാളുടെ ബന്ധുവിന്റെ ഗൃഹത്തിലേക്കും പോയി.

ശങ്കരനെക്കുറിച്ച് ഇതിനു മുമ്പ് അവിടവിടെ പ്രസ്താവംചെയ്തിട്ടുള്ളതിൽനിന്ന് ഇവന്റെ സ്ഥിതിയെക്കുറിച്ച് എന്റെ വായനക്കാർ സാമാന്യം എല്ലാം ഗ്രഹിച്ചിരിക്കും. ശങ്കരൻ കാഴ്ചയിൽ മന്മഥോപമമായ സുന്ദരനും അതിബുദ്ധിസാമർത്ഥ്യമുള്ള ഒരു കുട്ടിയുമായിരുന്നു. സ്വരാജ്യമായ തിരുവനന്തപുരത്തിൽ ഒരു ധനപുഷ്ടിയുള്ള തറവാട്ടിലെ ഒരു കുട്ടിയായിരുന്നു. ചിത്രത്തിൽ ഉള്ള ഭ്രാന്തുകൊണ്ട് എട്ടൊമ്പതു വയസ്സായപ്പോൾ രാമൻമേനോന്റെകൂടെ ചാടിപ്പോന്നശേഷം പിന്നെ വീട്ടിലെ യാതൊരു വർത്തമാനവും അറിയാതെ രാമൻമേനോനൊടുകൂടി കാലക്ഷേപം ചെയ്തുവന്നവനാണ്. ശങ്കരനെക്കുറിച്ചുള്ള അഭിപ്രായം എനി ഈ കഥ പരക്കുന്നതോടുകൂടി എന്റെ വായനക്കാർക്ക് ഉണ്ടാവുന്നതാകയാൽ ഇത്രമാത്രമേ ഈ കുട്ടിയെക്കുറിച്ച് പറയുന്നുള്ളു. ഈ കാലം അവന്ന് ഇരുപത്തൊന്നു വയസ്സു പ്രായമാണ്.

ശങ്കരൻ എടത്തിൽ എത്തുമ്പോഴേക്കു സൂര്യാസ്തമനസമയം അടുത്തിരിക്കുന്നു. പൂഞ്ചോലക്കര എടവും അതിന്നു ചുറ്റുമുള്ള സ്ഥലങ്ങളും കാഴ്ചയ്ക്ക് അതിയോഗ്യമായു രമ്യമായും ഉള്ളവകകളായിരുന്നു.

പൂഞ്ചോലക്കര എടം ഉള്ളത് അതിദീർഘവിസ്താരത്തിൽ കിടക്കുന്ന ഒരു പാടത്തിന്റെ പടിഞ്ഞാറെക്കരയിൽ ആകുന്നു. ശങ്കരൻ വഴിനടന്ന് ഈ പാടത്തിലേക്ക് എറങ്ങിയപ്പോൾത്തന്നെ ദൂരത്തിൽ പാടത്തിന്റെ പടിഞ്ഞാറെ കരയിൽ വലിയ വൃക്ഷങ്ങളുടേയും തെങ്ങിൻതോട്ടങ്ങളുടെയും എടയിൽക്കൂടി പൊങ്ങിക്കാണാവുന്ന എടത്തിന്റെ ഉയർന്ന മാളികകളേയും അതുകളോടു തൊട്ടു തെക്കുഭാഗത്തിൽ അസ്തമനസൂര്യപ്രഭതട്ടി തിളങ്ങിക്കൊണ്ടിരിക്കുന്ന ഒരു തങ്കത്താഴികകൊണ്ട് കൃതമായ ഒരു വലിയ ക്ഷേത്രത്തെയും കണ്ടു. ശങ്കരന്നു മനസ്സിൽ ആഹ്ലാദം തോന്നി വേഗം നടന്നു. എടത്തിന്നു സമീപത്തിലെത്തിയപ്പോൾ ശങ്കരൻ ആ സ്ഥലത്തിന്റെ മഹിമയെ കണ്ട് ആശ്ചര്യപ്പെട്ടു.

എടത്തിന്റെ തെക്കേ മതിലും ക്ഷേത്രത്തിന്റെ വടക്കേ മതിലും ഒന്നുതന്നെയാണ്. അന്യോന്യം അത്ര സമീപത്തിലാണ് ക്ഷേത്രവും എടവും നില്ക്കുന്നത്. ഇതുകളുടെ പുരോഭാഗത്തു ശങ്കരൻ കണ്ടത് അതിവിശാലമായ കുളത്തെയാണ്. വിശേഷമായി കരിങ്കല്ലുകൊണ്ടു നാലുഭാഗവും കെട്ടിപ്പടുത്തതും അതിനിർമ്മലമായ ജലത്തോടുകൂടിയുള്ളതുമായ ഈ വലിയ ചിറയുടെ ഒരു കരയിൽ നില്ക്കുന്ന ആളുകളെ മറ്റൊരു കരയിൽ നില്ക്കുന്നവർക്കു തിരിച്ചറിവാൻ കുറെ പ്രയാസപ്പെടും. അത്ര വിസ്തീർണത്തിൽ ഉണ്ടാക്കപ്പെട്ടിട്ടുള്ള ഒരു ചിറയായിരുന്നു ഇത്. ഇതു നാലുഭാഗങ്ങളിലും അവിടവിടെ ചെങ്കല്ലുകൊണ്ടും കരിങ്കല്ലുംകൊണ്ടും പണിത് മിനുസംവരുത്തി ഇട്ടിട്ടുള്ള തറകളോടുകൂടി അതികൗതുകത്തിൽ പടർന്ന് ഉയർന്നുനിൽക്കുന്ന അരയാലുകളേയും ചിറയുടെ കിഴക്കേക്കരയിൽ മുഴുവനും ഊട്ടുപുരകൾ വെള്ളക്കുമ്മായമിട്ട മാളികകളോ

ടുകൂടി ഉയർന്നും ചിറയിലെ സ്വച്ഛമായ ജലത്തിൽ സ്വച്ഛായകളെ പ്രതിഫലിപ്പിക്കുന്നതിനാൽ അതുകളെത്തന്നെ ദ്വിഗുണീകരിച്ചു കാണിച്ചുകൊണ്ടു നിൽക്കുന്നതുകളേയും കണ്ടു. ഇതുകൂടാതെ ഗോസ്സായി സത്രം, ധർമ്മശാല മുതലായ അനേകം എടുപ്പുകൾ ഈ ചിറയ്ക്കു ചുറ്റും ഉണ്ടായിരുന്നു. സന്ധ്യാകാലം സമീപിച്ചതിനാൽ ചിറവക്കിലും ക്ഷേത്രമുറ്റത്തും എടത്തിലെ പടിഉമ്മ്രത്തും ഉള്ള തിരക്കുകൾ ഇന്നപ്രകാരമെന്നു പറവാൻ പ്രയാസം. ഇങ്ങനെ യോഗ്യതയും പ്രൗഢിയും ഉള്ള ഒരു എടത്തിലെ സന്തതി ആയിരിക്കേണ്ടവൾതന്നെയാണ് എജമാനന്റെ മകൾ ശാരദ എന്നു ശങ്കരന്നു മനസ്സിൽ തോന്നി.

ശങ്കരൻ എടത്തിലെ പടിഉമ്മ്രത്തും ക്ഷേത്രതിരുമുറ്റത്തും മദ്ധ്യവഴിയിലും മറ്റും കുറേനേരം അവിടെയുള്ള ഘോഷങ്ങളെയും തിരക്കുകളേയും കണ്ടുകൊണ്ടുനിന്നു. ഒരു മനുഷ്യനെങ്കിലും തന്നോട് ഒരക്ഷരവും ഉരിയാടിയിട്ടില്ല. ഇങ്ങനെ കുറേനേരം കഴിഞ്ഞശേഷം ആരോടെങ്കിലും കടന്നു ചോദിക്കുകതന്നെ എന്നു നിശ്ചയിച്ചു ശങ്കരൻ പിന്നെയും എടത്തിന്റെ പടിഉമ്മ്രത്തു പോയിനിന്നു. പലേവിധ മനുഷ്യരും പടിപ്പുരയുടെ അന്തർഭാഗത്തിലേക്കും പടിപ്പുരയിൽനിന്നു പുറത്തേക്കും എട തിരുവുകൂടാതെ കടന്നുപോകുന്നതു ശങ്കരൻ കണ്ടു. എങ്കിലും ഒരു മനുഷ്യനെങ്കിലും സാവകാശത്തോടുകൂടിയോ സ്വസ്ഥചിത്തന്റെ നിലയിലോ അവിടെ എങ്ങും ആരെയും കണ്ടില്ല. എല്ലാവർക്കും തിരക്കുതന്നെ. അത്യുത്സാഹത്തോടെ ചാടിയും ഓടിയും നടക്കുന്നവരെ അല്ലാതെ കാണാൻ പ്രയാസപ്പെട്ട് അങ്ങനെ കുറെസമയം കഴിഞ്ഞപ്പോൾ ദൈവഗത്യാ ഒരു നായർ പടിയകത്തുനിന്നു പുറത്തേക്കു സാവധാനത്തിൽ നടന്നുപോവുന്നതു കണ്ടു. ശങ്കരൻ അയാളുടെ പിന്നാലെ ചെന്നു. ആ നായർ സുമുഖനായ ശങ്കരനെ കണ്ടപ്പോൾ ചോദിച്ചു: "എന്താണ്? എവിടെനിന്നു വരുന്നു? ഈ ദിക്കിൽ എങ്ങും മുമ്പ് കണ്ടിട്ടില്ല."

ശങ്കരൻ: ഞാൻ അന്യദേശക്കാരനാണ്. എടത്തിൽ അച്ചന് ഒരു എഴുത്തുകൊടുപ്പാനുണ്ടായിരുന്നു. അതിന് എന്താണ് നിവൃത്തി എന്ന് ഒന്നു പറഞ്ഞു തന്നാൽ നന്നായിരുന്നു.

നായർ: ഇവിടെത്തന്നെ നിന്നോളു. എടംവക പ്രധാന കാര്യസ്ഥൻ ശങ്കുനമ്പി ഇപ്പോൾ ഇതിലെ വരും. അദ്ദേഹത്തോടു പറഞ്ഞാൽ ഒക്കെ നിവൃത്തി ആവും.

എന്ന് അയാൾ പറയുമ്പോഴേയ്ക്കും ഒരു പൂണൂൽക്കാരൻ വൃദ്ധൻ വെറ്റില മുറുക്കിയതിന്റെ ചണ്ടികൾ കലശലായി ശബ്ദത്തോടെ നടക്കുന്നതിന്റെ രണ്ടു ഭാഗത്തേയ്ക്കും പാറ്റിതുപ്പിക്കൊണ്ടു പടിയുടെ കോണി എറങ്ങുന്നതു കണ്ടു. ഇയാളുടെ പിന്നാലെ രണ്ടുമൂന്ന് ആളുകൾകൂടി എറങ്ങി ഓച്ചാനിച്ചുംകൊണ്ട് നടക്കുന്നതു കണ്ട്, "ഇതാ ശങ്കുനമ്പി വരുന്നു" എന്നു കാണിച്ചുകൊടുത്തു. ചെറുപ്പക്കാരൻ നായർ പോയി. ശങ്കരൻ ഉടനെ ശങ്കുനമ്പിയുടെ മുമ്പാകെ പോയി ഓച്ചാനിച്ചു നിന്നു. കുറേനേരത്തേക്കു നമ്പി കണ്ടഭാവം നടിക്കാതെ ഒന്നും മിണ്ടാ

തെ നടന്നു. അപ്പോൾ ശങ്കരൻ വിടാതെ അടുത്തടുത്ത് അധികം ഓച്ഛാനിച്ചുംകൊണ്ടുകൂടി. ഒടുവിൽ ശങ്കുനമ്പി ചോദിച്ചു: "എന്താണ്? എവിടെ നിന്നു വരുന്നു?"

ശങ്കരൻ: ഞാൻ കുറെ ദൂരത്തുനിന്നു വരുന്നു. എടത്തിൽ വലിയച്ചന്നു സ്വകാര്യമായി ഒരു എഴുത്തു കൊടുപ്പാനുണ്ടായിരുന്നു. അതിന്ന് ഇപ്പോൾ തരമാവുമൊ എന്നറിഞ്ഞില്ല.

ശങ്കുനമ്പി: ആരുടെ എഴുത്താണ്?

ശങ്കരൻ: ആളെപറഞ്ഞാൽ ഇവിടേക്കു മനസ്സിലാവുകയില്ല. എഴുത്തിൽ വിവരങ്ങൾ എല്ലാം ഉണ്ട്.

ശങ്കുനമ്പി: ആളെപ്പറഞ്ഞാൽ മനസ്സിലാവൂല്ലേ? എന്തെ രസികാ, ആട്ടെ പറയൂ. മനസ്സിലാവുമോ എന്നു നോക്കട്ടെ.

ശങ്കരൻ: എഴുത്ത് എഴുതിയ ആളുടെ പേര് രാമൻമേനോൻ എന്നാണ്.

ശങ്കുനമ്പി: എവിടത്തെ രാമൻമേനോൻ?

ശങ്കരൻ: തെക്കില്ലത്തെ.

ശങ്കുനമ്പി: തെക്കില്ലത്തോ?

ശങ്കരൻ: അതെ.

ശങ്കുനമ്പി: ഏതു രാജ്യക്കാരനാണ്?

ശങ്കരൻ: അത് എനിക്കു നിശ്ചയമില്ല.

ശങ്കുനമ്പി: അപ്പോൾ നീ അയാളെ അറിയില്ലെ?

ശങ്കരൻ: അറിയും.

ശങ്കുനമ്പി: പിന്നെ എന്താണു പറയരുതെ?

ശങ്കരൻ: ഞാൻ ഇപ്പോൾ പറഞ്ഞേടത്തോളം വിവരങ്ങൾ മാത്രമെ അറിയുകയുള്ളു.

ശങ്കുനമ്പി: നീ ആളൊരു വികടനാണെന്നു തോന്നുന്നു. എഴുത്തു എന്റെ പക്കൽ തരാമോ?

ശങ്കരൻ: അച്ഛന്റെ പക്കൽത്തന്നെ കൊടുക്കാനാണു കല്പന.

ശങ്കുനമ്പി: ആരുടെ കല്പന?

ശങ്കരൻ: എന്റെ എജമാനൻ രാമൻമേനോന്റെ.

"എന്നാൽ കല്പനപ്രകാരം നടന്നോളൂ. അച്ഛനെത്തന്നെ കണ്ട് എഴുത്ത് കൊടുത്തോളൂ."എന്നും പറഞ്ഞു പ്രധാന കാര്യസ്ഥനും കൂടെയുള്ളവരും കുളപ്പുരയിലേക്കു നടന്നു.

ശങ്കരൻ പിന്നെയും അവിടെ നിന്നുവശായി. അങ്ങനെ അവിടെ ഒരു കാൽനാഴിക നിന്നശേഷം പടിവാതിൽക്കൽക്കൂടി അതികലശലായി ഒരു വെളിച്ചം പുറത്തേക്കു ചാടുന്നതു കണ്ടു. ക്ഷണേന ഒരു ചെറുപ്പക്കാരൻ വെള്ളിക്കു സമമായിമിന്നുന്ന ദീർഘമായ തണ്ടിന്മേൽ തൂങ്ങി സ്വർണ്ണപ്രഭമായി തിളങ്ങുന്ന ഓടുകൊണ്ടു വാർക്കപ്പെട്ട തണ്ടോടുകൂടിയ ഒരു കുത്തുവിളക്കിൽ ഏകദേശം പന്തംപോലെ അഗ്നി ഉജ്ജ്വലിച്ചു കത്തുന്ന ഒരു വെളിച്ചത്തോടുകൂടി പടി എറങ്ങുന്നതു കണ്ടു. അതിന് അടുത്ത

വഴിയെ അതിദീർഘമായ ഒരു ചങ്ങലവട്ട കത്തിച്ചുപിടിച്ചുകൊണ്ടു മറ്റൊരു സുമുഖനായ ചെറുപ്പക്കാരൻ എറങ്ങുന്നതു കണ്ടു. അതിന്റെ വഴിയെ അത്യന്തം തടിച്ച് ഉരുണ്ടു കറുത്ത വർണത്തിൽ ഭയങ്കരമായ ഒരു സ്വരൂപം എറങ്ങിവരുന്നതും കണ്ടു. ഈ സ്വരൂപത്തിന്റെ തലയിൽ വാൽക്കണ്ണാടിപോലെ അത്രമിനുസമായി വെളിച്ചം തട്ടുമ്പോൾ മിന്നുന്ന കഷണ്ടിയാണു കണ്ടത്. കറുത്ത നെറ്റി മുഴുവനും വെളുത്ത ഭസ്മം കൊണ്ടു മൂടിയിരിക്കുന്നു. കണ്ണുകൾ വൃത്തത്തിൽ അത്യന്തം കോപരസത്തോടെ ചുകന്ന രാശിയായിട്ടാണ്. ദീർഘം കുറഞ്ഞ തടിച്ച കുറെ മേലോട്ടു മലർന്ന ദ്വാരങ്ങളോടുകൂടിയ ആ മൂക്കും പരന്ന മുഖവും കറുത്തു തടിച്ച ചുണ്ടും അത്യന്തം വിശാലമായ വക്ഷസ്സ് നിറയെ തേച്ച ഭസ്മപ്രഭയും അതിന് ഉപരി കിടക്കുന്ന സ്വർണ്ണം കെട്ടിയ വലിയ രുദ്രാക്ഷമാലയും കണ്ടു ശങ്കരൻ അത്ഭുതപ്പെട്ടു. വയറ് ഉജ്ജൃംഭിച്ച് ശരീരത്തിൽനിന്നു വളരെ മുന്നോട്ടു ചാടിനിൽക്കുന്നതിന്മേൽക്കൂടി കെട്ടി ഉടുത്തിട്ടുള്ള പുളിയിലക്കര വലിയമുണ്ടും കസവു മേൽമുണ്ടും എടയ്ക്കിടെ അഴിഞ്ഞു പോവാൻ തുടങ്ങുമ്പോൾ കൈകൊണ്ടു പിന്നെയും പിന്നെയും മുറുക്കിക്കൊണ്ടിരുന്നു. കാലിൽ ആനക്കൊമ്പു കൊരടകളോടുകൂടിയ ഉയരമുള്ള മെതിയടികൾ ഇട്ടിരുന്നു. അതുകൾ ഇട്ട് ഒരു വിധം അനായാസേന ഈ കൂറ്റൻ നടക്കുന്നതു നിത്യാഭ്യാസ ബലംതന്നെ എന്നു ശങ്കരന്നു സംശയംകൂടാതെ തോന്നി. ഈ ഉഗ്രവേഷത്തിന്റെ പിമ്പിൽ സേവകന്മാരുടെ നിലയിൽ നല്ല ഉടുപ്പോടുകൂടി പത്തുപതിനഞ്ചു യോഗ്യന്മാരും നടന്നിരുന്നു.

ഈ കണ്ട ഭയങ്കവേഷംതന്നെയാണ് പൂഞ്ചോലക്കര അച്ചൻ എന്നു ശങ്കരന്നു സംശയം കൂടാതെ തോന്നി. വേറെ അവിടെ ഉണ്ടായിരുന്ന ആളുകളോട് അന്വേഷിച്ചു തീർച്ചയായശേഷം ശങ്കരൻ ഈ വേഷത്തിന്നു കുറെ അടുത്തു ചെന്നു നല്ലവണ്ണം ഒന്നു താണുതൊഴുതു. അച്ചന്മാരെ തൊഴുന്നതു സാധാരണ നടപ്പില്ലെങ്കിലും ചിലപ്പോൾ കാര്യവശാൽ സമർത്ഥന്മാരായ ആളുകൾ ചെയ്തു വരുമാറുണ്ട്. തൊഴുത ഉടനെ 'ആരാണ് അത്?' എന്ന് അച്ചൻ ചോദിച്ചപ്പോഴേക്കു കൂടെയുള്ള സേവകന്മാർ ചാടി ശങ്കരന്റെ അടുക്കലേക്ക് എത്തി. അപ്പോഴേക്കു ശങ്കരൻ എഴുത്ത് എടുത്തു സേവകന്മാരുടെ പക്കൽ കൊടുത്തു. അവർ അച്ചന്റെ കൈയിൽ കൊടുപ്പാൻ ഭാവിച്ചു. അച്ചൻ വാങ്ങീല്ലാ.

അച്ചൻ: ആരുടെ എഴുത്താണ് ഇത്?

ശങ്കരൻ: തെക്കില്ലത്ത് രാമൻമേനോൻ എന്നൊരാളുടെ എഴുത്താണ്. അദ്ദേഹം ഇവിടെ പരിചയമില്ലാത്ത ഒരാളാണ്. ഒരു സ്വകാര്യസംഗതിയെ കുറിച്ചാണ് എഴുതീട്ടുള്ളത്. അതു വായിക്കുമ്പോൾ ഇവിടുന്നു ഗ്രഹിക്കും.

"തെക്കില്ലത്തു രാമനൊ? ഏത് തെക്കില്ലം? എന്ത് രാമൻ? ഞാൻ കേട്ടിട്ടേ ഇല്ല" എന്നു പതുക്കെപറഞ്ഞുകൊണ്ട് അച്ചൻ, അമ്പലത്തിലേക്കു നടന്നു. ശങ്കരൻ പിന്നാലെ പോവുന്ന ഒരാളോടു ചോദിച്ചതിൽ, "എഴുത്തുവായിച്ചശേഷം മറുപടി ഉണ്ടായിരിക്കും. താൻ പടിപ്പുരയ്ക്കൽ

ത്തന്നെ കുറെനേരം കാത്തിരിക്കൂ. എന്നാൽ വിവരമെല്ലാം അറിയാം" എന്നു പറഞ്ഞപ്രകാരം ശങ്കരൻ അവടെ പോയി താമസിക്കുകയും ചെയ്തു.

അച്ചൻ ക്ഷേത്രത്തിൽനിന്നു മടങ്ങി പതിവുപ്രകാരമുള്ള നാമജപവും മറ്റും കഴിഞ്ഞ് ഉണ്ണാൻ ഭാവിച്ചു. മാളികയിൽനിന്നു താഴത്തിറങ്ങി തെക്കിനിയിൽ എത്തിയപ്പോൾ എഴുത്തുകാരൻ കുഞ്ഞികൃഷ്ണൻ അമ്പലത്തിനേക്കു പോവംവഴി ശങ്കരൻ കോടുത്ത എഴുത്തും കയ്ക്കൽ പിടിച്ച് അച്ചന്റെ മുമ്പാകെ ചെന്നുനിന്നു.

കുഞ്ഞികൃഷ്ണൻ എഴുത്തു തുറന്നു വിളക്കിന്റെ സമീപം ഇരുന്നു താഴെ പറയുംപ്രകാരം വായിച്ചു:

ശ്രീ

അവിടുന്നുമായി യാതൊരുപ്രകാരവും പരിചയമില്ലാത്ത ഒരുവൻ അവിടേക്കു സാധാരണ സംഗതികളെപ്പറ്റിത്തന്നെയെങ്കിലും ഒരു കത്ത് ഒന്നാമതായി എഴുതുമ്പോൾ അവനു വളരെ ശങ്കയും ഭയവും സ്വാഭാവികമായി ഉണ്ടാവുന്നതാണല്ലോ. എന്നാൽ അങ്ങനെ പരിചയമില്ലാത്ത ഒരുവൻ എഴുതുന്ന കത്തിൽ കാണിക്കുന്ന സംഗതികൾ അവടേക്കും എഴുതുന്നവനും ഒരുപോലെ വ്യസനകരമായിട്ടുള്ളവകളായിവരുമ്പോൾ ആ കത്ത് എഴുതുവാനുള്ള സങ്കടം ഇന്നപ്രകാരമാണെന്നു പറഞ്ഞറിയിപ്പാൻ പ്രയാസമാണ്. ഇങ്ങനെയുള്ള സങ്കടത്തോടുകൂടിയാണ് ഞാൻ ഈ കത്ത് അവിടെ ഗ്രഹിപ്പാനായി എഴുതുന്നത്. മഹാനായി അതിഭാഗ്യവാനായി ദയാലുവായിരിക്കുന്ന അവിടുന്നു ദയവുചെയ്ത് ഈ കത്തിലെ വിവരങ്ങൾ ഗ്രഹിച്ചു യഥോചിതം പ്രവർത്തിക്കുമെന്നുള്ള വിശ്വാസം പൂർണമായി എനിക്കുണ്ടാകയാൽ എന്റെ മനസ്സിന്റെ സങ്കടത്തെ ചുരുക്കി ഈ വിവരങ്ങളെക്കുറിച്ച് എഴുതുന്നു.

അവിടത്തെ മരുമകളായി കല്യാണി എന്നുപേരായ ഒരു അമ്മ പത്തുപതിനഞ്ചു സംവത്സരങ്ങൾ മുമ്പു സംഗതിവശാൽ ഈ മലയാള ദിക്കുവിട്ടു പൊയ്ക്കളഞ്ഞതായി അവിടത്തെ ഓർമയിൽ നിസ്സംശയമായി ഉണ്ടായിരിക്കണം. ആ കല്യാണിഅമ്മ ഈ രാജ്യംവിട്ടു നേരെ പോയതു കാശിയിലേക്കായിരുന്നു. ഒന്നിച്ചു സഹായത്തിന് ഒരു ബ്രാഹ്മണനും ചെറുവയസ്സായ ഒരു നായരും ഉണ്ടായിരുന്നു. കാശിയിൽവെച്ചു ഞാൻ ആ അമ്മയെ കണ്ടു. ഞാൻ ഒന്നാന്തരം കീരിയം എന്നു പറയുന്ന നായർ ജാതിയിൽ ഉള്ള ഒരു നായരാണ്. ജാതിയിൽ എന്നെക്കാൾ ശ്രേഷ്ഠതയുള്ള നായന്മാർ മലയാളത്തിൽ ഇല്ല. അതിനെക്കുറിച്ച് അവിടെക്കു ബോദ്ധ്യമുള്ള വിധം തെളിവുതരാം. കാശിയിൽവെച്ചു കണ്ടശേഷം ഞാനും കല്യാണിഅമ്മയും അന്യോന്യം പരിചയമായി. ഞങ്ങൾ ഭാര്യാഭർത്താക്കന്മാരുടെ സ്ഥിതിയിൽ ആയി. കുറെകാലം ഞങ്ങൾ ക്ഷേമമായിരുന്നു. പിന്നെ ഞങ്ങൾക്ക് ഒരു പെൺകുട്ടി ഉണ്ടായി. അതിന്റെ ശേഷം ഞങ്ങൾ മലയാളത്തിലേക്കുതന്നെ മടങ്ങണം എന്നു നിശ്ചയിച്ചു വടക്കെ ഇന്ത്യവിട്ടു പുറപ്പെട്ടു. സേതുസ്നാനം കഴിക്കേണമെന്നുള്ള ആഗ്രഹ

ത്തോടെ രാമേശ്വരത്തേക്കു വന്നു. അവിടെവച്ച് കല്യാണിഅമ്മയ്ക്ക് ഒരു ജ്വരരോഗമുണ്ടായി. അതുനിമിത്തം ഇന്നേക്ക് ഒരുമാസം പത്തുദിവസം മുമ്പേ കല്യാണി അമ്മ സ്വർഗപ്രാപ്തിയാകുകയും ചെയ്തു. ശാരദ എന്നു പേരായ മേല്പറഞ്ഞ കുട്ടിയ്ക്ക് ഇപ്പോൾ പതിനൊന്നു വയസ്സു മാത്രമേ ആയിട്ടുള്ളു. അവളും ഞാനും ഇപ്പോൾ ഇവിടെ താമസിക്കുന്നു. അവൾക്ക് ഇനി അമ്മയായും അച്ഛനായും ഈശ്വരനെപ്പോലെ അവിടുന്നുതന്നെ ഗതിയുള്ളു എന്നു ഞാൻ പറയേണ്ടതില്ലല്ലോ. ഞാൻ രോഗം നിമിത്തവും മനോവ്യസനം നിമിത്തവും വലിയ പരവശതയിൽ പെട്ടിരിക്കുന്നു. പൂഞ്ചോലക്കര എടത്തിലെ സന്താനമായ ശാരദയെ അവളുടെ സ്ഥിതിക്കു തക്കവണ്ണമുള്ള അഭ്യാസാദികളെ ചെയ്യിച്ചു യോഗ്യതയായ സ്ഥിതിയിൽ വരുത്തുവാൻ ശ്രമിക്കേണ്ടുന്ന ഈ കാലം ഈ വിവരങ്ങളെ അവിടെ അറിയിക്കാത്ത ഒരു തെറ്റ് എന്റെമേൽ ഉണ്ടാവുമെന്നു ഞാൻ ഭയപ്പെട്ടു ഞാൻ ഈ കത്ത് എഴുതുന്നതാണ്.

അതുകൊണ്ടു മഹാദയാലുവായ അവിടുന്നു ദയവുചെയ്തു നിസ്സഹായ സ്ഥിതിയിൽ ഇരിക്കുന്ന ഈ കുട്ടിയുടെ കാര്യത്തിൽ ഏതുപ്രകാരം പ്രവർത്തിക്കണം എന്ന് ഒരു മറുപടി ഉണ്ടാവാനായി ഞാൻ വിനയപൂർവം അപേക്ഷിക്കുന്നു.

എന്ന്,
അവിടുത്തെ ആശ്രിതൻ
തെക്കില്ലത്ത് രാമൻ.

എഴുത്തുമുഴുവനും വായിച്ചുകഴിഞ്ഞ് കുഞ്ഞികൃഷ്ണൻ എഴുനീറ്റു നിന്നു. അച്ചൻ ഇടിവെട്ടിയ ഒരു ജന്തുവിനെപ്പോലെ നിശ്ചലനായി മുഖവും താഴ്ത്തി നിന്നു. ഒരു നാലെട്ടു നിമിഷം അങ്ങനെ നിന്നു. എഴുത്തുവായന തുടങ്ങുമ്പോഴേക്കു നാലുകെട്ടിൽ നാലുഭാഗത്തും അവിടവിടെയായി ഉണ്ണിമാരും കാര്യസ്ഥന്മാരും ഭൃത്യന്മാരും മറ്റും അച്ചനെ മറഞ്ഞു നിറഞ്ഞുനിന്നിരിക്കുന്നു. എഴുത്തിലെ സകലവിവരങ്ങളും എല്ലാവർക്കും വെടിപ്പായും മനസ്സിലാവുകയും ചെയ്തിരിക്കുന്നു. കോവിലകങ്ങളിലും വലിയ പ്രഭുക്കന്മാരുടെ വസതികളിലും സ്വകാര്യമായി ഒരു കാര്യവും വെയ്ക്കാൻ കഴിയാത്തത് ഈ മാതിരി എഴുത്തുവായന കൊണ്ടും മറ്റുമാണെന്ന് ഇപ്പോൾ സ്പഷ്ടമാണല്ലൊ. അച്ചൻ എങ്ങനെ സ്തബ്ധനായി നിന്നുവോ അതുപോലെതന്നെ ഈ കത്തുവായിച്ചു കേട്ടവര് എല്ലാവരും നിന്നുപോയി. കേട്ടതിൽ മിക്കതും ആളുകൾ അതിസുന്ദരിയായ കല്യാണിഅമ്മയെ കണ്ടു പരിചയമുള്ളവരായിരുന്നു. ഓരോരുത്തരുടെ മനസ്സിന്റെ സ്വഭാവത്തിന് അനുസരിച്ച് ഓരോരുത്തർക്ക് ഓരോ മനോവികാരങ്ങളും ചേഷ്ടകളും ഉണ്ടായി. അതെല്ലാം ഇപ്പോൾ പറയാൻ പ്രയാസം.

എഴുത്തുവായിച്ച് ക്ഷണത്തിൽ മനസ്സിൽനിന്ന് എളകി ഉജ്ജൃംഭിച്ച് കഠിനപാരുഷ്യവും അവമാനത്തിൽനിന്നു ജനിച്ച കഠിനമായ ലജ്ജയും നിമിത്തം നിർവികാരനായി നാലെട്ടു നിമിഷം നിന്നശേഷം അച്ചൻ “ശങ്കുനമ്പിയെ വിളിക്ക്” എന്നു പറഞ്ഞു.

ശങ്കുനമ്പി നാലുകെട്ടിൽനിന്നു പുറത്തേക്കു കടക്കുന്ന തളത്തിൽ ജാഗ്രതയായി നിന്ന് എഴുത്തു വായിച്ചതു മുഴുവൻ കേട്ടിരിക്കുന്നു, 'വിളിക്ക' എന്ന് അച്ചൻ പറയുമ്പോഴേക്ക് ശങ്കുനമ്പി അച്ചന്റെ മുമ്പിൽ എത്തി.

അച്ചൻ: ഒരു എഴുത്തു വായിച്ചതു കേട്ടുവോ?

ശങ്കുനമ്പി: കേട്ടു.

അച്ചൻ: ആ എഴുത്തുകൊണ്ടുവന്ന നായയെ പിടിച്ച് അകത്തു കൊണ്ടു വരട്ടെ. തല്ലി എല്ലൊടിച്ചു വിടട്ടെ. അതാണ് ഇങ്ങനെയുള്ള എഴുത്തിന്റെ മറുപടി. വളരെ മാനമര്യാദയോടുകൂടി ഇരിക്കുന്ന നമ്മെ അവമാനിച്ചതു കണ്ടില്ലെ. എന്താണു ശങ്കുനമ്പി ഒന്നുംപറയാത്തത്? ആ നായയെ പിടിച്ചു കൊണ്ടുവരാൻ പറയൂ.

ശങ്കുനമ്പി: പറയാം. ആ എഴുത്തുകൊണ്ടുവന്ന ചെക്കൻ വളരെ കുറുമ്പുകാരനാണെന്ന് എനിക്ക് അവനെ കണ്ടപ്പോൾത്തന്നെ തോന്നി. എന്നാൽ അവന് ഈ എഴുത്തിലെ സംഗതി ഒന്നും അറിവില്ലാ എന്നു തോന്നുന്നു.

അച്ചൻ: പിടിച്ചുകൊണ്ടുവരാൻ പറയൂ. എവിടെ? ആരാണ് അവിടെ? ആ എഴുത്തു കൊണ്ടുവന്നവനെ പിടിച്ച് അകത്തുകൊണ്ടുവരട്ടെ, വേഗം കൊണ്ടുവരട്ടെ.

ഈ വാക്കുകൾ കേട്ടപ്പോൾ രണ്ടുനാലു ഭൃത്യന്മാർ ശങ്കരനെ തിരയുവാൻ പുറത്തേക്ക് ഓടി. 'ആ എഴുത്തു കൊണ്ടുവന്ന നായയെ തല്ലട്ടെ.' എന്ന് ഒന്നാമത് അച്ചൻ പറഞ്ഞ വാക്കുകൾ ആ നിമിഷത്തിൽ പടിപ്പുരയിൽ 'ടലിഫൊൻ' എന്ന യന്ത്രശക്തിയിൽക്കൂടി അറിയുന്ന വേഗത്തിൽ നുണപറയുന്നതിൽ സമർത്ഥരായ ഭൃത്യവർഗങ്ങളുടെ മുഖ ത്തിൽനിന്നു ശങ്കരൻ കേട്ട് ശങ്കരൻ എടത്തിൽനിന്ന് ഓടിയിരിക്കുന്നു. തിരയാൻ പുറത്തേക്കു ചാടിയ ആളുകൾ 'അയാളെ ഇവിടെയെങ്ങും കാണാനില്ല' എന്നുപറഞ്ഞ് അകത്തേക്കുതന്നെ മടങ്ങിച്ചെന്നു.

അച്ചൻ: എന്താണ്, ശങ്കുനമ്പി അവനെ ഒളിപ്പിച്ചെന്നു തോന്നുന്നു.

ശങ്കുനമ്പി: ഞാൻ എന്തിന് അവനെ ഒളിപ്പിക്കുന്നു? അവനു രണ്ടു തല്ലുകിട്ടണമെന്നുതന്നെയാണ് എനിക്കും ആഗ്രഹം.

അച്ചൻ: ഈ കാണിച്ച ധിക്കാരത്തിന് ഉത്തരം ചോദിക്കേണ്ട എന്നാണ് ശങ്കുനമ്പി വിചാരിക്കുന്നത്.

ഇത്രത്തോളം പറയുമ്പോഴേക്കു രാഘവനുണ്ണി അകായിലേക്കു വന്നു ജ്യേഷ്ഠന്റെ മുമ്പാകെ ചെന്നുനിന്നു.

അച്ചൻ: രാഘവൻ എഴുത്തുവായിച്ചതു കേട്ടില്ലെ. നുമ്മളുടെ ഈ എടത്തിലേക്ക് ഇങ്ങനെ ഒരു അവമാനം വന്നുചേർന്നുവല്ലൊ. ഇങ്ങനെ ഇതിൻ കീഴിൽ ഒരവസ്ഥ ഈ എടത്തിലേക്ക് സംഭവിച്ചിട്ടില്ല. എനിക്ക് ഈ സ്ഥാനംവഹിച്ചു ജീവിച്ചിരിക്കേണമെന്ന് എനി മനസ്സില്ല.

രാഘവനുണ്ണി: ഇത് എന്തൊരു കഥയാണ് ഇങ്ങനെ കല്പനയാ കുന്നത്. വല്ല വികൃതികളും നുമ്മെ അപമാനിക്കേണമെന്നു വിചാരിച്ചോ

വല്ല കാര്യലാഭമുണ്ടാവേണമെന്നു കരുതിയോ വല്ല തോന്നിയവാസവും എഴുതിയയച്ചാൽ നമുക്ക് എന്താണ് കുറവ്? ഈ കത്തിൽ കാണിച്ച അവസ്ഥ മുഴുവനും ശുദ്ധമേ ഭോഷ്ക്കാണെന്നുള്ളതിലേക്ക് സംശയ മുണ്ടോ. ആ പാപി കല്യാണി എന്ന സ്ത്രീ ഇവിടെ നിന്നു പോയിട്ട് രണ്ടു മാസങ്ങൾക്കുള്ളിൽ കുടകിലൊ മറ്റോവെച്ചു മരിച്ചുപോയതായി സൂക്ഷ്മമായി ഇവിടെ വർത്തമാനം കിട്ടീട്ടുണ്ടല്ലൊ. പിന്നെ ആ സർപ്പ ദൃഷ്ടിക്കാരൻ കള്ളൻ വൈത്തിപ്പട്ടര് പണം സമ്പാദിക്കാമെന്നുള്ള മോഹ ത്തിന്മേൽ ഒരു കളവുണ്ടാക്കിത്തീർത്തു നുമ്മളെ അപമാനിക്കാമെന്നു കരുതി ഇങ്ങനെ പ്രവർത്തിക്കുന്നതാണെന്നുള്ളതിലേക്കു സംശയ മുണ്ടോ? ഈ പട്ടരു വലിയ ഭീഷണിക്കാരനും അതിസമർത്ഥനായ കള്ളനും ആണെന്നു നുമ്മൾക്കു എല്ലാവർക്കും നിശ്ചയമുണ്ടല്ലോ. ഈ കള്ളപ്പട്ടര് ഇത്രനാളും ഇങ്ങനെ ഒരു ചതിക്കു വട്ടംകൂട്ടുവാൻ ശ്രമിച്ചു നടക്കുകയായിരുന്നു. എവിടെനിന്നോ ഒരു പെൺകുട്ടിയെ തരത്തിൽ പിടിച്ചു. അതിന് ഒരു അച്ഛനെയും സൃഷ്ടിച്ചു നുമ്മളുമായി വല്ല വ്യവ ഹാരമോ കൂട്ടുമോ ഉണ്ടാക്കാമെന്നുള്ള ദുർവ്വിചാരത്തോടുകൂടി വൈത്തി പ്പട്ടര് ഉണ്ടാക്കിത്തീർത്ത ഭോഷ്ക്കാണെന്നുള്ളതിലേക്ക് എനിക്കു യാതൊരു സംശയവുമില്ല. ആ പട്ടര് ഇവിടെ രാമപുരത്തു വന്നു നിൽക്കു ന്നുണ്ടത്രെ. കൃഷ്ണൻ ഇപ്പോൾ എന്നോടു പറഞ്ഞു.

ഭൃത്യൻകൃഷ്ണൻ: അതെ, വൈത്തിപ്പട്ടരെ ഇന്നു ഞാൻ രാമ പുരത്ത് വെങ്കിച്ചൻപട്ടരുടെ മഠത്തിൽ ചരക്കിനുപോയപ്പോൾ കണ്ടിരി ക്കുന്നു. രണ്ടു നാഴിക പകലെ ആണു കണ്ടത്.

രാഘവനുണ്ണി: ഞാൻ പറഞ്ഞില്ലേ, ഇനി ഇതിൽ സംശയിക്കാൻ ഉണ്ടോ?

അച്ചൻ: വൈത്തിപ്പട്ടരെ കൃഷ്ണൻ കണ്ടുവോ?

കൃഷ്ണൻ: കണ്ടു. അയാൾ എന്തോ ഒരു കാര്യമായി വെങ്കിച്ചൻ പട്ടരെ കാണാൻ വന്നതാണെന്നു പറഞ്ഞു. നാളെ രാവിലെ മടങ്ങി നാട്ടി ലേക്കു പോവുമെന്നു പറഞ്ഞു.

അച്ചൻ: ഇവിടത്തെ വർത്തമാനം വല്ലതും നിന്നോടു ചോദിച്ചുവോ?

കൃഷ്ണൻ: ഒന്നും ചോദിച്ചില്ല. തന്നെ കണ്ടവിവരം ആരോടും പറയേണ്ട എന്നുമാത്രം പറഞ്ഞു. എടത്തിലേക്ക് എന്താണ് വരാത്തത് എന്നു ചോദിച്ചതിനു വരണ്ടകാലമാവുമ്പോൾ വരും. ഇപ്പോൾ വരുന്നില്ല എന്നും പറഞ്ഞു.

രാഘവനുണ്ണി: എനി ഇതിൽ സംശയമുണ്ടോ?

അച്ചൻ: രാഘവൻ പറഞ്ഞതു ശരിയാണെന്ന് എനിക്കും തോന്നു ന്നു. പക്ഷേ, ആ പട്ടരെ ഇപ്പോൾത്തന്നെ ആളെ അയച്ചു വരുത്തിയാലോ?

രാഘവനുണ്ണി: വരട്ടെ-വരട്ടെ-ബദ്ധപ്പെടേണ്ട. പട്ടരെ എപ്പോഴെ ങ്കിലും വരുത്താം. പണംകൊടുത്താൽ ആ കള്ളൻ എന്തുംചെയ്യും. അയാളെ സ്വാധീനമാക്കാൻ ഒരു പ്രയാസവുമില്ല. എന്നാൽ അയാൾ ഈ കാര്യത്തിൽ എന്തൊക്കെയാണ് വൈഷമ്യങ്ങൾ പ്രവർത്തിച്ചിരിക്കുന്നത്

എന്ന് അന്വേഷിച്ചറിഞ്ഞ് ഈ കാര്യത്തിന്റെ അവസ്ഥപോലെ വേണ്ടതു ചെയ്യാം.

ശങ്കുനമ്പി: ഇപ്പോൾ ഉണ്ണി കേൾപ്പിച്ചതു ശരിയാണ്. അങ്ങനെ തന്നെയാണ് പ്രവർത്തിക്കേണ്ടത് എന്ന് എനിക്കും തോന്നുന്നു.

അച്ചൻ: ഈശ്വരോ രക്ഷതു. പണ്ടു പണ്ടുള്ള കാരണവന്മാരെല്ലാവരും അവരവരുടെ കാലം മാനമായിത്തന്നെ കഴിച്ചുപോയി. നുമ്മളുടെ കാലത്ത് ഇങ്ങനെ ഒരു അവമാനംവരാൻ യോഗമുണ്ടെങ്കിൽ നിവൃത്തിയില്ലല്ലോ. രാഘവൻ പറഞ്ഞതു ശരിയാണെങ്കിൽ ആ കള്ളപ്പട്ടരെ ഉടനെ സ്വാധീനമാക്കി ഈ സംഗതിയെപ്പറ്റി പുറത്തേക്ക് ഒരു ശബ്ദത്തിന് എട കൊടുക്കാതെ കഴിക്കുന്നതല്ലേ നല്ലത് എന്ന് എനിക്ക് തോന്നുന്നു.

രാഘവനുണ്ണി: കല്പിച്ചതു ശരിതന്നെ. പുറത്തേക്ക് ഒരു ശബ്ദത്തിന്ന് എടവരാതെ കഴിക്കുന്നതുതന്നെയാണാവശ്യം. എന്നാൽ വൈത്തിപ്പട്ടര് എന്തൊക്കെയാണ് ഇതിൽ പ്രവർത്തിച്ചിരിക്കുന്നത് എന്നും ഈ എഴുത്ത് അയച്ച വിദ്വാൻ ആരാണെന്നും മറ്റുമുള്ള വിവരങ്ങൾ സൂക്ഷ്മമായി അറിഞ്ഞശേഷം വൈത്തിപ്പട്ടരെ വരുത്തിയാൽ മതി എന്ന് എനിക്കു തോന്നുന്നു.

“അങ്ങനെയാവട്ടെ. ഉണ്ണിയുടെ ആലോചനപോലെ ചെയ്തോളൂ. നമുക്ക് അവമാനമൊന്നും വരരുത്. അത്രമാത്രമെ ആഗ്രഹമുള്ളൂ.” എന്നും പറഞ്ഞ് ദീർഘത്തിൽ ഒന്നു നിശ്വസിച്ചുകൊണ്ട് ഭക്ഷണത്തിനായി അച്ചൻ അകായിലേക്കു പോകയുംചെയ്തു.

രണ്ടാം അദ്ധ്യായം

പ്രഹരം കിട്ടുമെന്ന് ഭയപ്പെട്ട് പടിപ്പുരയിൽനിന്നും ഓടിപ്പോയ ശങ്കരൻ രണ്ടു നാഴിക വഴിയിൽനിൽക്കാതെ തിരിഞ്ഞുനോക്കാതെ ഓടിയ ശേഷം ക്ഷീണിച്ചു വലഞ്ഞ് വഴിയിൽ ഒരേടത്ത് ഇരുന്നു.

പൂഞ്ചോലക്കര എടത്തിൽ കൃഷ്ണനുണ്ണി എന്നു പേരായിട്ട് ഒരു ദേഹം ഉണ്ടെന്ന് എന്റെ വായനക്കാർക്ക് ഓർമ ഉണ്ടായിരിക്കാം. ഇയാൾ വലിയ അച്ചന്റെ മൂന്നാമത്തെ അനന്തരവനാണ്. ഈ കാലം നാല്പത്തഞ്ചു വയസ്സു പ്രായമാണ്. സംസ്കൃതഭാഷയിൽ നല്ല പാണ്ഡിത്യവും നല്ല ബുദ്ധിഗുണവും നിർമലമനസ്സും ഉള്ള ഒരാളായിരുന്നു. ഇദ്ദേഹത്തിന് ശാരദയുടെ അമ്മയെ വളരെ താല്പര്യമായിരുന്നു. ആ സ്ത്രീയെ വലിയച്ചൻ ദ്രോഹിച്ചതിനാൽ രാജ്യംവിട്ടു പൊയ്ക്കളവാൻ എടയായതാണെന്നുള്ള അഭിപ്രായക്കാരനും ആ സ്ത്രീക്കു സംഭവിച്ച കഷ്ടദശയിൽ വളരെ പരിതാപം ഉള്ളവനും ആയിരുന്നു. എഴുത്തു വായനയും ശങ്കരന്റെ ഓട്ടവും കഴിഞ്ഞശേഷം ഇദ്ദേഹം സ്വന്തം വിശ്വാസമുള്ള ഒരു കാര്യസ്ഥനെ വിളിച്ച് ഓടിപ്പോയ ശങ്കരന്റെ പിന്നാലെ ഓടി അവനെ കണ്ടുപിടിച്ച് ശാരദയുടേയും രാമൻമേനോന്റെയും വിവരങ്ങളെക്കുറിച്ച് വിവരമായി അന്വേഷിച്ചു വർത്തമാനങ്ങൾ എല്ലാം അറിഞ്ഞു വേറെ ചില വിവരങ്ങൾ ശങ്കരനെ അറിയിച്ചു മടങ്ങിച്ചെല്ലണമെന്നു പറഞ്ഞയച്ചിരുന്നു. കൃഷ്ണനുണ്ണിയുടെ ഭൃത്യൻ കല്പനപ്രകാരം ഓടി. വളരെ ഓടി. കുറെ കഴിഞ്ഞപ്പോൾ തന്റെ മുമ്പിൽ വളരെ ദൂരത്ത് ഒരാൾ ഓടുന്നതു പോലെ തോന്നി. പിന്നെയും ഓടി. അല്പം ചന്ദ്രികാപ്രകാശമുള്ള ഒരു രാത്രിയായിരുന്നു. നല്ലവണ്ണം ആളെ തിരിച്ചറിഞ്ഞുകൂടാ. ശങ്കരൻ വഴിയിൽ ഇരുന്നു കുറെ കഴിഞ്ഞപ്പോഴേക്കു കൃഷ്ണനുണ്ണിയുടെ കാര്യസ്ഥൻ രാമൻ ഓടി ഏകദേശം അടുത്തെത്തി. ഏകദേശം ഇരുനൂറുവാരെ സമീപമായപ്പോഴേ ശങ്കരൻ കണ്ടുള്ളൂ. കണ്ട ഉടനെ ശങ്കരൻ ഭയപ്പെട്ട് എണീറ്റു കുതിച്ചോടി.

രാമൻ: ഹെ, നില്ക്കൂ.നില്ക്കൂ. എനിക്ക് ഒന്നു പറയാനുണ്ട്.

ശങ്കരൻ "ഒന്നു പറവാനുണ്ട്, അല്ലെ? ഈ ജന്മം എന്നെ തൊടാൻ കിട്ടുകില്ല." എന്നു പറഞ്ഞു പിന്നെയും കുതിച്ചോടി. പിന്നാലെതന്നെ രാമനും ഓടി. മുമ്പും വഴിയുമായി ഓടി. ശങ്കരൻ കാൽ തടഞ്ഞു വീണു. രാമൻ അപ്പോഴേക്ക് അടുക്കെ എത്തി.

ശങ്കരൻ: എന്നെ ഒന്നും ചെയ്യരുതെ.ഞാൻ ക്ഷീണിച്ചിരിക്കുന്നു. എന്നെ വല്ലതും ചെയ്താൽ ഞാൻ ഈ നിമിഷം മരിച്ചുപോവും. എന്നെ തൊടരുതെ. ഒന്നും ചെയ്യല്ലെ.

രാമൻ: തന്നെ ഞാൻ എന്തൊണെടൊ ചെയ്യുന്നത്. എനിക്ക് തന്നോട് ഒരു വിവരം പറയാൻ പറഞ്ഞയച്ചിട്ടുണ്ട്. ഞാൻ തന്നെ ഒന്നും ചെയ്വാനല്ല വന്നത്, എണീക്ക്.

ശങ്കരൻ: എനിക്ക് ഒരു വിവരവും കേൾക്കണ്ട. മനസ്സുവേണം. ഞാൻ ഇവിടെനിന്നു പതുക്കെ എണീട്ടു പൊയ്ക്കോളാം. ഇനിയും ആളുകൾ വരുന്നുണ്ടായിരിക്കാം. എന്നെ തല്ലിദ്രോഹിച്ചിട്ട് എന്താണ് ഫലം? ഞാൻ ഒരു കൂലിക്കാരന്റെ നിലയിൽ എഴുത്തു കൊണ്ടുവന്നതിന് എന്നെ എന്തിന് തല്ലുന്നു? അങ്ങനെ ചെയ്യുന്നത് മര്യാദയാണെങ്കിൽ ചെയ്തോളിൻ. ഞാൻ ഇവിടെത്തന്നെ കിടക്കാം. വേണ്ടുന്ന ആളുകളെ എല്ലാം ശേഖരിച്ച് എന്നെ തല്ലിക്കൊന്നോളു.

രാമൻ: കഷ്ടം! എന്താണെടോ തനിക്കു ഭ്രാന്തുണ്ടോ? ഞാൻ തല്ലാനും തല്ലിക്കാനും വന്നതല്ല. കല്യാണിഅമ്മയുടെ ജ്യേഷ്ഠൻ കൃഷ്ണനുണ്ണി എജമാനൻ പറഞ്ഞയച്ചിട്ട് തന്നെ കാണാൻ വന്നതാണ്. കല്യാണിഅമ്മയെ കൃഷ്ണനുണ്ണി എജമാനനും വളരെ താല്പര്യമായിരുന്നു. ആ അമ്മയ്ക്ക് ശാരദ എന്ന ഒരു കുട്ടിയുണ്ടായിട്ടുണ്ടെന്ന് കേട്ടതിലുള്ള സന്തോഷത്താൽ തന്നെ കണ്ടു വിവരങ്ങൾ എല്ലാം അറിഞ്ഞു ചെല്ലാനും ചില വിവരങ്ങളെ തന്നോടു പറവാനും പറഞ്ഞയച്ചിട്ടു ഞാൻ വന്നതാണ്. ഓടി ഓടി ഞാൻ തന്നെക്കാൾ വലഞ്ഞിരിക്കുന്നു. ഇപ്പോൾ എനിക്ക് ഒരാളേയും തല്ലാൻ വയ്യാ. ഞാൻ തന്നെ എന്തിനു തല്ലുന്നു? കഷ്ടം! എണീട്ടിരിക്കൂ.

എന്ന് പറഞ്ഞ് രാമൻ, ശങ്കരന്റെ കൈയ്ക്കു പിടിച്ചു പതുക്കെ എഴുന്നേല്പിച്ച് ഇരുത്തി.

ശങ്കരന് പരിഭ്രമം പിന്നെയും തീർന്നില്ല. ഈ വിദ്വാൻ തന്നെ എന്തോ ചതിപ്പാനായി വന്നതായിരിക്കും, എന്നുള്ള ഭയം ശങ്കരന്നു വിടുന്നില്ല. കുറെ ആലോചിച്ച്, ഒടുവിൽ ശങ്കരൻ പറഞ്ഞു:"എനിക്കു ക്ഷീണം കൊണ്ട് ഒന്നും വയ്യ. ഞാൻ ഇന്നു ഭക്ഷണം കഴിച്ചിട്ടില്ല എനിക്ക് ഒന്നും സംസാരിപ്പാനും വയ്യ. കുറേ വെള്ളം കുടിപ്പാൻ കിട്ടിയാൽ നന്നായിരുന്നു."

"ഞാൻ പോയി ക്ഷണം വെള്ളം കൊണ്ടുവരാം." എന്നു പറഞ്ഞ് രാമൻ സമീപമുള്ള വാര്യത്തേക്ക് ഓടിപ്പോയി.

ശങ്കരൻ എഴുന്നേറ്റുനിന്നു നാലുഭാഗത്തും സൂക്ഷിച്ചുനോക്കി. ഈ ഓടി വന്ന വിദ്വാന്റെ വഴിയെ പിന്നെയും ആൾശേഖരമായി വരുന്നുണ്ടാ

യിരിക്കുമെന്നായിരുന്നു ശങ്കരന്റെ ഭയം. വളരെ എല്ലാം സൂക്ഷിച്ചുനോക്കി, ആരെയും കണ്ടില്ല. പിന്നേയും ഒന്ന് ഓടിയാലോ എന്നു ശങ്കരനു തോന്നി. 'വേണ്ട, വരുന്നതെല്ലാം വരട്ടെ. ഒരുസമയം ഈ വന്നയാൾ പറഞ്ഞതു നേരായിവന്നാലോ? അതുകൊണ്ട് ഇവിടെത്തന്നെ നില്ക്കുക. വരുന്നതെല്ലാം വരട്ടെ.' എന്നു മനസ്സുകൊണ്ടു ശങ്കരൻ ഉറച്ചു. അപ്പോഴേക്ക് രാമൻ കിണ്ടിയിൽ നല്ല സംഭാരവും ഒരു ചൂട്ടുവെളിച്ചവും കൊണ്ടുവന്നു. ശങ്കരന്റെ അടുക്കെ എത്തി. ചൂട്ട് ഒന്നു പ്രകാശിച്ചു ശങ്കരന്റെ മുഖത്തേക്കു നോക്കി. രാമൻ ഒന്നു ചിറിച്ചു സംഭാരം കുടിപ്പാൻ കൊടുത്തു. സംഭാരം മുഴുവനും ആർത്തിയോടെ കുടിച്ചു. "ആവൂ." എന്നു പറഞ്ഞു രണ്ടാമതും അവിടെ ഇരുന്നു.

രാമൻ: എന്താണ് ഹെ, സംശയമെല്ലാം തീർന്നുവോ? ഞാൻ ചതിപ്പാൻ വന്നവനാണെന്നുള്ള ഭയം ഇനിയും വിട്ടില്ലേ?

"എനിക്ക് സംശയം ഒന്നുമില്ല. സംഭാരം കുടിച്ചതുകൊണ്ട് ക്ഷീണത്തിനു വളരെ ഭേദം തോന്നുന്നു. എനി രണ്ടു തല്ലുകൊണ്ടാലും തല്ക്കാലം സിദ്ധിക്കൂടുകയില്ലെന്നു തോന്നുന്നു." എന്നു പറഞ്ഞു ശങ്കരൻ ഒന്നു ചിറിച്ചു.

രാമൻ: എനിയും താൻ ശങ്കിക്കുന്നുണ്ടെങ്കിൽ തനിക്ക് മഹാപാപം ഉണ്ടാകും. തന്റെ മുഖവും ദേഹവും കണ്ടാൽ തനിക്കു വളരെ ക്ഷീണമുണ്ടെന്നു തോന്നുന്നു. ഇവിടെ അടുത്ത് ഒരു വാര്യം ഉണ്ട്. അവിടെനിന്നാണ് ഞാൻ ഇപ്പോൾ ഈ സംഭാരം കൊണ്ടുവന്നത്. നോക്ക് അങ്ങോട്ടു പോവുക. അവിടെനിന്നു നോക്ക് രണ്ടാൾക്കും ഊണുകഴിക്കാം. ഇന്നു രാത്രി അവിടെ താമസിച്ച് ഉഷസ്സിനു തനിക്കു പോവുകയും ചെയ്യാം.

രാമന്റെ വാക്കുകളും സ്വഭാവവും ശങ്കരന്റെ മനസ്സിന്നു ക്രമേണ വിശ്വാസത്തെ വർദ്ധിപ്പിച്ചു. രണ്ടുപേരുംകൂടി വാര്യത്തേക്കു പോയി ഊൺ കഴിച്ച് അവിടെ താമസിച്ചു. ശങ്കരൻ കല്യാണിഅമ്മയുടെയും ശാരദയുടെയും വിവരങ്ങൾ എല്ലാം വഴിപോലെ പറഞ്ഞു രാമനെ ധരിപ്പിച്ചു. എടത്തിലെ സ്ഥിതികൾ എല്ലാം രാമനും പറഞ്ഞു ശങ്കരനെ വെടിപ്പായി മനസ്സിലാക്കി.

ശങ്കരൻ: എന്നാൽ കൃഷ്ണനുണ്ണി എജമാനനും വലിയച്ചനുമായി തമ്മിൽ രസക്കേടായിട്ടാണ് സ്ഥിതി എന്നു തോന്നുന്നു.

രാമൻ: യാതൊരു രസക്കേടുമില്ല. കൃഷ്ണനുണ്ണി എജമാനൻ വളരെ സ്വഭാവഗുണമുള്ളാളാണ്. അതിദയാലുവും നിർമലമനസ്സുമാണ്. വലിയ ഒരു കാര്യസ്ഥനല്ല. എന്നാൽ അദ്ദേഹത്തിന്റെ സ്വഭാവംകൊണ്ട് ഒരു മനുഷ്യനും അദ്ദേഹത്തോടു മുഷികയില്ല. അതികോപിയായ വലിയച്ചനും അതിദുഷ്ടനായ രാഘവനുണ്ണി എജമാനനും മറ്റ് എടത്തിലുള്ള എല്ലാവരും കൃഷ്ണനുണ്ണി എജമാനനോട് ഒരുപോലെ താല്പര്യമായിട്ടാണ്. ഒരാളോടും അദ്ദേഹം ശണ്ഠയ്ക്കു പോവാറില്ല. സ്വഭാവം ഇങ്ങനെ നന്നായിട്ടു ഞാൻ മറ്റൊരാളെ കണ്ടിട്ടില്ല.

ശങ്കരൻ: എന്താണ് എന്നോടു പറവാൻ പറഞ്ഞയച്ച വിവരങ്ങൾ?

രാമൻ: അതൊ, പറയാം. ശാരദ എന്ന കുട്ടി എഴുത്തിൽ കണ്ട പ്രകാരം സത്യമായി കല്യാണിഅമ്മയുടെ മകളാണെങ്കിൽ നിശ്ചയമായി എടത്തിലെ സന്തതിയാണ്. എടത്തിൽനിന്ന് അവളെ രക്ഷിക്കേണ്ടതു മാണ്. എന്നാൽ വലിയച്ചൻ അതിന്നു സ്വന്തമനസ്സാലേ സമ്മതിക്കുന്നത് പ്രയാസമാണ്. രാമൻമേനോൻ എന്താണ് ഇനി ചെയ്‌വാൻ വിചാരിക്കുന്നത് എന്നുള്ളതിനെപ്പറ്റി വിവരമായി യജമാനന്നു ഗൂഢമായി അറിയിക്കേണമെന്നും യജമാനന്നു കുട്ടിയെ ഒന്നു കാണണമെന്ന് വളരെ ആഗ്രഹമുണ്ടെന്നും അദ്ദേഹത്തിനാൽ കഴിയുന്നത്ര സഹായം എല്ലാം ചെയ്യുമെന്നും പറഞ്ഞു.

ശങ്കരൻ: കൃഷ്ണനുണ്ണി എജമാനനു കുട്ടിയോട് ഇത്ര പ്രീതി തോന്നിയതു ശാരദയുടെ ഭാഗ്യവിശേഷംതന്നെ. ഞാൻ വിവരങ്ങൾ എല്ലാം എന്റെ എജമാനനെ അറിയിക്കാം. എനി ഞങ്ങൾ പ്രവർത്തിക്കുന്നതെല്ലാം കൃഷ്ണനുണ്ണി യജമാനനെ ഗൂഢമായി അറിയിച്ചിട്ടല്ലാതെ ചെയ്കയില്ല എന്ന് അവിടെ ധരിപ്പിക്കണം. പാർപ്പിന്റെ കാര്യം ഉറച്ചാൽ ആ വിവരവും അറിയിക്കാം.

ശങ്കരനും രാമനും പിന്നെയും വൈത്തിപ്പട്ടരെക്കുറിച്ചും മറ്റും എടത്തിലെയും മറ്റും വർത്തമാനങ്ങളെക്കുറിച്ചും തമ്മിൽ ഉണ്ടായ സംഭാഷണം കഴിയുമ്പോഴേക്കും പ്രഭാതമായി. ശങ്കരൻ യാത്ര പറഞ്ഞ് ഉടനെ പുറപ്പെടുകയും ചെയ്തു.

രാമപുരം പ്രദേശത്ത് എത്തിയപ്പോൾ രണ്ടുമൂന്നു നാഴിക പുലർന്നിരിക്കുന്നു. വൈത്തിപ്പട്ടർ കാണിച്ചുകൊടുത്ത അരയാൽച്ചുവട്ടിൽ ഒരു നാഴികയോളം താമസിച്ചു. പട്ടരെ കണ്ടില്ല. ശങ്കരൻ അവിടെനിന്നും പോന്നു. പരിയാരം എന്നു പേരായ കടവു കടക്കുമ്പോഴേക്കു പതിനൊന്നു മണി കഴിഞ്ഞിരിക്കുന്നു. ഉറക്കും വിശപ്പും ക്ഷീണവും ശങ്കരനെ അസാമാന്യമായി ബാധിച്ച് നടപ്പാൻ ഒരു നിവൃത്തിയും ഇല്ലാതെ ആയി. കടവു കടന്ന് ഒരു മൂന്നുനാഴിക തെക്കോട്ടു നടന്നശേഷം വഴിക്കു സമീപം ഒരു തേക്കിൻകാട്ടിന്റെ ഉള്ളിൽ ഒരു ക്ഷേത്രത്തെ കണ്ട് അങ്ങോട്ടു നടന്നു. ക്ഷേത്രത്തിൽ എത്തിയപ്പോൾ അവിടം നിർജനമായിട്ടാണു കണ്ടത്. മൂന്നേമുക്കാൽ ഭാഗവും കുറ്റിക്കാടുകൾ നിറഞ്ഞ് ഇടിഞ്ഞുപൊളിഞ്ഞു കിടക്കുന്ന ഒരു കുളവും പുല്ലും കാടും നിറഞ്ഞുനിൽക്കുന്ന ഒരു തറയോടുകൂടിയ ഒരു അരയാലും മുട്ടിന്നുമീതെ കാടുനിറഞ്ഞു നില്ക്കുന്ന തിരുമുറ്റത്ത് ഒരാൾക്കു സന്ധിച്ചുനടക്കാൻമാത്രം വിസ്താരത്തിൽ വാതിൽമാടത്തിലേക്ക് ഒരു വഴിയും കണ്ടു. ക്ഷേത്രവളപ്പു മുഴുവനും അതിദീർഘങ്ങളായി നില്ക്കുന്ന തേക്കുവൃക്ഷങ്ങളാൽ നിറയപ്പെട്ടിരുന്നു. ശങ്കരൻ തിരുമുറ്റത്തുള്ള വഴിയിൽക്കൂടെ വാതിൽമാടത്തിന്റെ വാതുക്കൽ എത്തി. അകത്തേക്കു നോക്കിയപ്പോൾ രണ്ടുമൂന്നു സംവത്സരമായി ഓല മാറ്റിക്കെട്ടാതെയുള്ള പുരയോടുകൂടിയ ഒരു മണ്ഡപവും വാതിൽ പകുതി അടഞ്ഞുനില്ക്കുന്ന ഒരു ശ്രീകോവിലും അതിന്റെ അകത്തു വളരെ ക്ഷീണിച്ചുകത്തുന്ന ഒരു ദീപത്തേയും കണ്ടു. അമ്പലത്തിൽ ആൾ

ഉണ്ടായിരിക്കുമെന്നു നിശ്ചയിച്ച്, ശങ്കരൻ ഉച്ചത്തിൽ, "ഹേ, അമ്പലത്തിൽ ആരാണ്? ഒന്നു പുറത്തേക്കു വരണേ." എന്നു പറഞ്ഞു. അപ്പോൾ തിടപ്പള്ളിയിൽ നിന്നു വെളുത്തുതടിച്ച ഒരു കൂറ്റൻ തുളു എമ്പ്രാൻ പുറത്തേക്കു ചാടിവന്നു.

എമ്പ്രാൻ: ആറു ദെവസ്താനത്തില് ബായിടുന്നു? നീനുഗോജ പോക്കിരിയമ്പളത്തില് ബായിഡാവൊ? നിനഗു എന്തുവേണം?

ശങ്കരൻ: അങ്ങുന്നേ എനിക്ക് അമ്പലത്തിൽ ഒരു വഴിപാടു കഴിക്കാനുണ്ട്. അതുകഴിച്ച് ഭക്ഷണം കഴിച്ചുപോണം. അതിനു തരമാവുമോ എന്ന് അറിഞ്ഞില്ലാ.

എമ്പ്രാൻ: ദുഡ് നീനു നന്ന കൈയിലെ കൊട്ടരെ ബാളിബാഡ്ഡു രാത്തിരി ഗയക്കും. ഇല്ലി ബഹു ദുർബ്ബിച്ച ദിക്കു അപ്പാ. നായി അക്കി നിബൈദ്യബച്ചതെ ഉള്ളു. അതു നാനു അരഗു കൊടലിക്കില്ല.

ശങ്കരൻ ഉടനെ ഒരുറുപ്പിക എടുത്ത് എമ്പ്രാനു വെച്ചു കാണിച്ചുകൊണ്ട്, "ഇതാ അങ്ങുന്നെ, എനിക്ക് ഒരു ഉരി ഉണക്കലരി ചോറു മാത്രം കിട്ടിയാൽ മതി. അതു തരാതെ കഴികയില്ല. ഞാൻ ക്ഷണം കുളിച്ചു വരാം" എന്നു പറഞ്ഞു.

എമ്പ്രാൻ മലയാളത്തിൽ വന്നിട്ട് കഷ്ടിച്ച് ഒരു രണ്ടുമാസമായിട്ടേ ഉള്ളൂ. ഒന്നായി അരക്കാലുറുപ്പികയിൽ കവിഞ്ഞ ദക്ഷിണയൊ വഴിവാടൊ ഇതേവരെ കൈയിൽ വീണിട്ടില്ലാ. ഒന്നായി ഒരുറുപ്പിക കൈയിൽ വീണപ്പോൾ സന്തോഷം അധികമായി ഉണ്ടായി. ഇങ്ങനെ തന്നോരിന് എന്താണ് ശങ്കരനോട് ഉപചാരമായി പറയേണ്ടത് എന്ന് ഓർത്തുകൊണ്ട് ശങ്കരന്റെ മുഖത്തേക്കു നോക്കി വെടിപ്പായി ഒരു മന്ദഹാസംചെയ്തു. മലയാളം ഒരുവാക്കുപോലും ശരിയായി പറയാൻ ഇദ്ദേഹത്തിനു ശീലമില്ല. എങ്കിലും ശങ്കരൻ ചെയ്ത ഈ ഉചിതകർമ്മത്തെക്കുറിച്ച് അഭിനന്ദിച്ച് ഒരു വാക്കു പറയണമെന്ന് എമ്പ്രാന് അത്യാഗ്രഹം ഉണ്ടായതിനാൽ കർണാടകം തന്നാൽ കഴിയുന്നേടത്തോളം മലയാളമാക്കി ഇങ്ങനെ പറഞ്ഞു:"നീനു ബഹള ബുദ്ധിമന്ത, രസിക നാനു ഉപവാസമായിട്ടാലും നിവേദ്യ നീനഗു കൊടുത്ത, ബെഗ സ്നാനമാഡിബാ. നാനു മലയാളിക്ക ബന്തു എരഡു തിങ്കളുമാത്ര ആയിത്തപ്പാ, നിന്മ മലയാളബാഗ നനഗ തെളിവതില്ലപ്പാ."

ശങ്കരൻ കുളിച്ചു വരുമ്പോഴേക്കു വാതിൽമാടത്തിൽ ഒരു ഭാഗത്ത് ഒരു തേക്കിലയിൽ ഒരുപട നിവേദ്യച്ചോറും ഉപകരണമായി കുറെ ഉപ്പും പച്ചമുളകും സംഭാരവും എമ്പ്രാൻ തയ്യാറാക്കിവച്ചിരിക്കുന്നു. ശങ്കരൻ ഉടനെ ഭക്ഷണത്തിന് ഇരുന്നു. അപ്പോഴേക്കും ക്ഷേത്രത്തിലെ കഴകക്കാരൻ വാര്യർ കടന്നുവന്നു. "ആരാണ് ഒരു പുതിയ വഴിപോക്കൻ?" എന്ന് എമ്പ്രാനോടു ചോദിച്ചുകൊണ്ട് ശങ്കരൻ ഉണ്ണുന്ന സ്ഥലത്തിനു സമീപംചെന്ന് ഇരുന്നു.

കഴകക്കാരൻ ശങ്കുവാര്യർ കുറെ പ്രായംചെന്ന സുശീലനായ ഒരു മനുഷ്യനാണ്. ശങ്കരന്റെ മുഖത്തേക്കു സൂക്ഷ്മമായി നോക്കിക്കൊ

ണ്ടിരുന്നു. ഒരു നാലഞ്ചുനിമിഷം ഇങ്ങനെ നോക്കിക്കൊണ്ടിരുന്നശേഷം ശങ്കുവാര്യർ ശങ്കരനോടു പറഞ്ഞു: "മുമ്പെ ഞാൻ എവിടെയോവെച്ച് ഒരു പ്രാവശ്യം കണ്ടതായി എനിക്കു നല്ല ഓർമ തോന്നുന്നു. എവിടെ വെച്ചാണെന്ന് ഓർത്തുനോക്കീട്ടു ലേശം തോന്നുന്നില്ല."

ശങ്കരൻ: എനിക്കും കണ്ടതുപോലെ തോന്നുന്നു.

ശങ്കുവാര്യർ: എവിടെയാണ് ദിക്ക്?

ശങ്കരൻ: ദിക്കോ-പറയാം (എന്നു പറഞ്ഞ് ഒന്നു ചിറിച്ചു) എന്റെ ദിക്കു പൂർവം തിരുവനന്തപുരത്താണ്. ഇപ്പോൾ പ്രത്യേകം ദിക്ക് ഒന്നുമില്ല. സഞ്ചാരിയായി കാലം കഴിക്കുന്നു.

ശങ്കുവാര്യർ: കാശിക്കു പോയിട്ടുണ്ടോ?

ശങ്കരൻ: ഉണ്ട്, കാശിയിൽ ഒന്നു രണ്ടു സംവത്സരം താമസിച്ചിട്ടുണ്ട്.

ശങ്കുവാര്യർ: ശരി, ശരി. അങ്ങനെവരട്ടെ. ശരി കാശിയിൽവെച്ചാണു കണ്ടിട്ടുള്ളത്, സംശയമില്ല. നിങ്ങൾ ആരുടെകൂടെയാണ് കാശിക്കു പോയത്?

ശങ്കരൻ: തെക്കില്ലത്ത് രാമൻമേനോൻ എന്നൊരാളുണ്ട്. അദ്ദേഹത്തിന്റെ കൂടെ ഞാൻ പലപ്പോഴും കാശിയിൽപോയി താമസിച്ചിട്ടുണ്ട്. അദ്ദേഹത്തിന്റെ കൂടെ ഞാൻ പലപ്പോഴും കാശിയിൽ പോയി താമസിച്ചിട്ടുണ്ട്. അദ്ദേഹത്തിന്റെ ഭാര്യ കല്യാണിക്കുട്ടി അമ്മയും ഉണ്ടായിരുന്നു.

ശങ്കുവാര്യർ: ഓ ഹൊ, ഓ ഹൊ, പൂഞ്ചോലക്കര എടത്തിൽനിന്നു പോയ അമ്മ-മനസ്സിലായി, മനസ്സിലായി. സകലതും മനസ്സിലായി. എനി ഒന്നും പറയേണ്ട. ശിവ!ശിവ! ഇപ്പോഴേക്ക് എട്ടുകൊല്ലമായി ഞാൻ നിങ്ങളെ കണ്ടിട്ട് രാമൻമേനോനും കല്യാണിഅമ്മയ്ക്കും ചെറിയ ഒരു പെൺകിടാവും അന്ന് ഉണ്ടായിരുന്നു. അവരൊക്കെ ഏതു ദിക്കിലാണ് ഇപ്പോൾ? രാമൻമേനോൻ നല്ല ശിക്ഷയാണ്, ബഹുയോഗ്യനാണ്. എനിക്ക് അന്ന് അദ്ദേഹം ഒന്നാന്തരം ഒരു കസവുവേഷ്ടിയും കല്യാണി അമ്മ ഒരു ചകലാസ്സും സമ്മാനമായി തന്നിരുന്നു.

ശങ്കരൻ ഉണ്ടായ വിവരങ്ങൾ എല്ലാം വാര്യരോടു പറഞ്ഞു. ഊൺ കഴിഞ്ഞ് അമ്പലത്തിൽ കിടന്ന് ഉറങ്ങി. ഉറങ്ങി ഉണർന്നപ്പോഴേക്കും നേരം അസ്തമനമായിരിക്കുന്നു. അന്നു രാത്രി വാര്യരുടെ കൂടെ സുഖമായി താമസിച്ചു. പലേ വിവരങ്ങളും അയാളിൽ നിന്ന് ഗ്രഹിച്ചു. പിറ്റേദിവസത്തെ വണ്ടിക്ക് രാമൻമേനോന്റെ അടുക്കലേക്കു പുറപ്പെടുകയും ചെയ്തു.

ഇതിനിടയിൽ സർപ്പദൃഷ്ടിക്കാരൻ വൈത്തിപ്പട്ടരു പറഞ്ഞു നിശ്ചയിച്ച് പ്രകാരം ആൽത്തറക്കൽ വന്നു കുറെ കാത്തുനിന്നു വഴിപോക്കര് ഓരോരുത്തരോടു ചോദിച്ചതിൽ ശങ്കരൻ കടന്നുപോയിരിക്കണമെന്നു തോന്നി. നേരെ കടവിലേക്കു നടന്ന് അവിടെ അന്വേഷിച്ചതിൽ ശങ്കരൻ കടന്നുപോയതായി അറിഞ്ഞു. കടവുകാരൻ ശങ്കരനെ വൈത്തിപ്പട്ടരുടെ കൂടെ പൂഞ്ചോലക്കരയ്ക്കു പോവുമ്പോൾ കണ്ടിട്ടുണ്ട്. ശങ്കരൻ പ്രഭാതസമയം കടവുകടന്നുപോയി എന്ന് അവൻ പറഞ്ഞറിഞ്ഞു. വൈത്തി

പ്പട്ടർ വളരെ ക്രോധിച്ചു. സർപ്പദൃഷ്ടി കലശലായി കൺമിഴികളുടെ ഗോഷ്ഠികളാൽ കടവിലുള്ളവരെ ആസകലം ഭയപ്പെടുത്തി. ഉടനെ കടവുകടന്നു നേരെ തീവണ്ടിക്കു കുതിച്ചുനടന്നു. വൈകുന്നേരത്തെ വണ്ടി കിട്ടി. അസ്തമിച്ചു പത്തുനാഴിക ആയപ്പോഴേക്കു തന്റെ ഗൃഹത്തിൽ എത്തി. രാമൻമേനോൻ ഉറങ്ങീട്ടില്ല. വിവരങ്ങളെക്കുറിച്ചു ചോദിച്ചതിൽ വൈത്തിപ്പട്ടർ ശങ്കരന്റെ ധിക്കാരത്തിലും വികൃതിയിലും യാതൊന്നും താൻ വിചാരിച്ചപോലെ നടന്നില്ലെന്നും എഴുത്തുകൊടുത്തുവോ എന്നുതന്നെ താൻ അറിഞ്ഞില്ലെന്നും മറ്റും ഘോഷംകൂട്ടി.

വൈത്തിപ്പട്ടർ: അവൻ ഇന്നുരാവിലെ വണ്ടിക്ക് ഇങ്ങോട്ടു പോന്നിരിക്കുന്നുവല്ലോ. ഇതെന്തുകഥയാണ്? ഇങ്ങനത്തെ കുരുത്തംകെട്ടവരെ കൂടെ കൊണ്ടുനടന്നാൽ എങ്ങനെ കാര്യം നടക്കും? ഞാൻ യജമാനന്റെ കൂടെ ആയതിൽ ശങ്കരനു വലിയ സുഖക്കേടുള്ളതുപോലെ തോന്നുന്നു. ഞാൻ പക്ഷേ, യജമാനൻ കല്പിച്ചാൽ എന്റെ പാട്ടിൽ പൊയ്ക്കൊളാം. എന്നാൽ യജമാനൻ ഈ ജന്മം കുരുത്തംകെട്ട ചെക്കനെ ഒന്നിച്ചു താമസിപ്പിക്കരുത്. മഹാപാപിയാണ് അവൻ. അശേഷം സ്വാമിഭക്തിയും വകതിരിവും ഇല്ല. ഒരിക്കലും അവനെ കൂടെ താമസിപ്പിക്കരുതെ, ഉടൻ യജമാനൻ അവനെ കളയണം. അവന്റെ നാട്യവും ശൃംഗാരവും കണ്ട് എനിക്ക് മതിയായി. രാമൻമേനോന് ഈ വാക്കുകളെ അശേശം രസിച്ചില്ല. “ആട്ടെ അവൻ നാളത്തെ വണ്ടിക്കു വരുമായിരിക്കാം. വന്നിട്ടു വിവരങ്ങളെല്ലാം അന്വേഷിക്കാം.” എന്നും പറഞ്ഞു മേനോൻ ഉറങ്ങാൻപോയി.

പിറ്റേദിവസത്തെ വണ്ടിക്കു ശങ്കരൻ എത്തി വർത്തമാനങ്ങൾ എല്ലാം രാമൻമേനോനോടു പറഞ്ഞു. “ഓ ഹൊ, ഇത്ര കലശലാണു വട്ടം,” എന്നു മാത്രം രാമൻമേനോൻ അപ്പോൾ പറഞ്ഞു. എന്താണ് ഇനി പ്രവർത്തിക്കേണ്ടത് എന്ന് ആലോചനയും തുടങ്ങി.

മൂന്നാം അദ്ധ്യായം

രാമവർമ്മൻ തിരുമുല്പാട് എന്ന ദേഹത്തെപ്പറ്റി ഒന്നാം അദ്ധ്യായത്തിൽ ഒരേടത്തു വായിച്ചത് എന്റെ വായനക്കാരുടെ ഓർമ്മയിൽ ഉണ്ടായിരിക്കും. അദ്ദേഹത്തിന്റെ വസതി ഉദയന്തളി എന്ന് ഒരു പ്രദേശത്തായിരുന്നു. ഈ സ്ഥലം പൂഞ്ചോലക്കര എടത്തിൽനിന്ന് ഏകദേശം ഒരു രണ്ടുകാതം കിഴക്കുതെക്കുവശത്തായിരുന്നു. അദ്ദേഹം പൂഞ്ചാലക്കര എടത്തിൽ ഉണ്ടായിരുന്ന ലക്ഷ്മിയമ്മയുടെ ഭർത്താവായിരുന്നു എന്നു പറഞ്ഞിട്ടുണ്ടല്ലോ. ആ സ്ത്രീ മരിക്കുന്നതിനു രണ്ടു സംവത്സരങ്ങൾക്കു മുമ്പു രാമവർമ്മൻ തിരുമുല്പാടും പൂഞ്ചോലക്കര അച്ചനുമായി തമ്മിൽ ബദ്ധമത്സരമായതിനാൽ തനിക്കും തന്നിലും അത്യന്ത അനുരാഗത്തോടു കൂടിയിരുന്ന ഭാര്യയെ ഇദ്ദേഹം ഉപേക്ഷിക്കേണ്ടിവന്നു. ഈ വേർപാടിന്നു ശേഷം ഉടനെ ലക്ഷ്മിയമ്മ മരിച്ചു. ശാരദയുടെ അമ്മയും ഈ ലക്ഷ്മിയമ്മയും തമ്മിൽ അത്യന്തസ്നേഹമായിരുന്നു. അതുനിമിത്തം രാമവർമ്മൻ തിരുമുല്പാട്ടിലേക്ക് കല്യാണിഅമ്മയോട് അതിപ്രിയമായിരുന്നു. കല്യാണിഅമ്മ രാജ്യംവിട്ടു പൊയ്ക്കളഞ്ഞതിൽ തിരുമുല്പാടു കഠിനമായി വ്യസനിച്ചിരുന്നു.

പൂഞ്ചോലക്കര അച്ചനോളം ധനബാഹുല്യവും പ്രാബല്യവും ഉണ്ടായിരുന്നില്ലെങ്കിലും രാമവർമ്മൻ തിരുമുല്പാട് നല്ല ഒരു ജന്മിയും കുറെ സ്വാധീനശക്തി ഉള്ള ആളും ആയിരുന്നു. പൂഞ്ചോലക്കര അച്ചനും ഇദ്ദേഹവുമായി അത്യന്തം വിരോധമായിരുന്നു. "മനുഷ്യന്നു മനുഷ്യനോളം ക്രൂരത ചെയ്യുന്ന ശത്രു ഭൂമണ്ഡലത്തിൽ മറ്റൊരു ജന്തുവും ഇല്ല" എന്ന് ഒരു ഇംഗ്ലീഷുകവി പറഞ്ഞതു സൂക്ഷ്മമായ ഒരഭിപ്രായമാണെന്ന് ഇവർ രണ്ടുപേരും അന്യോന്യം ചെയ്തിരുന്ന കർമങ്ങളെ ഓർത്താൽ ഏവനും ബോധ്യപ്പെടും. ഇവർക്ക് അന്യോന്യം ഉണ്ടായിരുന്ന പാരുഷ്യത്തിന്റെ കർക്കശത ഏതുപ്രകാരമായിരുന്നു എന്ന് എന്റെ വായനക്കാരെ മന

സ്സിലാക്കേണ്ടതു് ഈ കഥയിൽ എനിമേൽ പറയുവാൻ പോകുന്ന സംഗതികളെ ഓർക്കുമ്പോൾ ആവശ്യമാണെന്ന് എനിക്കു തോന്നുന്നു. അതുകൊണ്ട് അതിനെപ്പറ്റി ചുരുക്കമായി ഇവിടെ പ്രസ്താവിക്കുന്നു.

ഒന്നാമതു മത്സരം തുടങ്ങുവാൻ കാരണം ഒരു ദേവസ്വമാണ്. ദേവസ്വം വാസ്തവത്തിൽ രാമവർമ്മൻ തിരുമുല്പാട്ടിലെ വകയായിരുന്നു. പൂഞ്ചോലക്കര അച്ചനു പണ്ട് ഒരു മേൽക്കോയ്മസ്ഥാനം ഉണ്ടായിരുന്നു വത്രെ. എന്നാൽ എടത്തിൽനിന്ന് അധികം കാലമായി ആ സ്ഥാനസംബന്ധമായുള്ള യാതൊരു പ്രവൃത്തികളും ചെയ്തുവരികയോ യാതൊരു അനുഭവങ്ങളും പറ്റിവരികയോ ഉണ്ടായിട്ടില്ല. അത്യാഗ്രഹിയായ രാഘവനുണ്ണിയുടെ ഉപദേശം നിമിത്തം ഈ മേൽക്കോയ്മസ്ഥാനം നടത്തി വരണമെന്ന് അച്ചനു കാംക്ഷ തുടങ്ങി. ആദ്യം ബന്ധുവിന്റെ നിലയിൽ ഇരുന്ന തിരുമുല്പാടുമായി സന്ധിസംസാരങ്ങൾ തുടങ്ങി. അതൊന്നും ഫലിച്ചില്ല. പിന്നെ ഈ പഴയ മേൽക്കോയ്മാവകാശം ഊരായ്മ തന്നെയാക്കി പിടിച്ചുകയറി വ്യവഹരിച്ച് തിരുമുല്പാട്ടിനെ തോല്പിച്ചു കൊല്ലത്തിൽ നാലഞ്ചായിരം ഉറുപ്പിക മുതലെടുപ്പുള്ള ദേവസ്വത്തെ അച്ചൻ കയ്ക്കലാക്കി. ഉടനെ വേറെ ഒരു വ്യവഹാരം തുടങ്ങി. യഥാർത്ഥത്തിൽ രാമവർമ്മൻ തിരുമുല്പാട്ടിലെ കീഴിൽ കുടിയാന്മാർ നടന്നു വന്നിരുന്ന വലിയ ഒരു ഭൂമി ഒഴിപ്പിപ്പാൻ തിരുമുല്പാടു കൊടുത്തിരുന്ന ഒരു വ്യവഹാരത്തിൽ കുടിയാന്മാരെക്കൊണ്ട് അച്ചൻ ജന്മവാദം പുറപ്പെടുവിച്ചു ജന്മിയുടെ നിലയിൽ വ്യവഹാരത്തിൽ കടന്നുകൂടി ദ്രവ്യം ധാരാളം ചെലവുചെയ്തു തിരുമുല്പാട്ടിനെ തോല്പിച്ചു. ഈ വ്യവഹാരത്തിൽ തോറ്റതിനാൽ തിരുമുല്പാട്ടിലേക്കു കൊല്ലത്തിൽ രണ്ടായിരം ചിലാനം പറ നെല്ലു വരുമാനമുള്ള ഒന്നാന്തരം ഒരു ഭൂമി പൊയ്പ്പൊയി.

സങ്കടം സഹിക്കാൻ പാടില്ലാതെ ആയതിനാൽ തിരുമുല്പാട് അച്ചന്റെ ചില കുടിയാന്മാരെ സ്വാധീനമാക്കി അച്ചന്റെ വക ഒരു ഭൂമിയിൽ കൈയേറ്റം ചെയ്തു. അച്ചൻ ക്രിമിനൽ അന്യായം കൊടുത്തു. തിരുമുല്പാടിനും ആൾക്കാർക്കും ഒരു മജിസ്ട്രേട്ടു നല്ലവണ്ണം സമ്മാനം കൊടുത്തു. ഇവിടെയും തോറ്റു.

പൊല്ലീസ് അന്യായത്തിൽ തോറ്റശേഷവും തിരുമുല്പാടു വിട്ടില്ല. കൈയേറ്റംചെയ്തു കൈവശപ്പെടുത്തിയ ഭൂമി തന്റേതാണെന്നു സ്ഥാപിപ്പാൻ വ്യവഹാരം കൊടുത്തു. ആദ്യം കോടതിയിൽ തിരുമുല്പാട് ഒരുവിധം ജയിച്ചു. അച്ചൻ അപ്പീൽചെയ്തു ആദ്യവിധി മാറ്റി അച്ചന്റെ ഭൂമിയാണെന്ന് അപ്പീലിൽ തീർച്ചയാക്കി.

ഈ കാര്യം കഴിഞ്ഞ ഉടനെ തിരുമുല്പാട്ടിലെ കുടിയാനായ ഒരു ചെറുമനെ, തിരുമുല്പാട് തല്ലിച്ചു കഠിന ഉപദ്രവം ഏല്പിച്ചിരിക്കുന്നു എന്ന് ഒരു കള്ള പൊല്ലീസ് അന്യായം അച്ചൻ തിരുമുല്പാട്ടിലേക്കു മേൽ കൊടുപ്പിച്ചു. ചെറുമനു കഠിനമായി തല്ലുകൊണ്ട് എല്ലൊടിഞ്ഞതു ശരിയാണ്. എന്നാൽ ഇതിൽ തിരുമുല്പാടു യാതൊന്നും അറികയോ പ്രവർത്തിക്കുകയോ ഉണ്ടായിട്ടില്ല. അദ്ദേഹത്തിന്റെ ഒരു കൃഷിക്കാരൻ

കാര്യസ്ഥനാണ് അടിച്ചത്. അതു തിരുമുല്പാടു കാര്യസ്ഥനെക്കൊണ്ടു തന്റെ മുമ്പാകെവച്ചു ചെയ്യിച്ചതാണെന്ന് ഉണ്ടാക്കിത്തീർത്തു. പൊല്ലീസ്സുകാർ ജോറായി അന്വേഷണം നടത്തി. തുരുമുല്പാടും കുടുംബവും ഭയപ്പെട്ടു വിറച്ചു. ഒന്നുരണ്ടായിരം ഉറുപ്പികയോളം ചെലവുചെയ്യേണ്ടിവന്നു. ഉറുപ്പിക ചെലവായശേഷം പൊല്ലീസ്സന്വേഷണത്തിന്റെ ഊക്ക് ഒന്നു ശമിച്ചു. മജിസ്ട്രേട്ടു തിരുമുല്പാടിനെ വിട്ടു. "ആട്ടെ, രണ്ടായിരം ചെലവായതിന്റെ ശേഷമല്ലെ" എന്നു പറഞ്ഞ് അച്ചൻ രസിച്ചു.

ഇതു കഴിഞ്ഞശേഷം തിരുമുല്പാട്ടിലെ കോവിലകത്ത് അതിഘോഷമായി ഒരു അടിയന്തിരം ഉണ്ടായിരുന്നു. തിരുമുല്പാട്ടിലെ അമ്മയുടെ മാസം. ആ മാസാടിയന്തിരത്തിൻനാൾ നാലഞ്ചായിരം എടങ്ങഴി അരിവെച്ചു സർവ്വാണിസദ്യ നിശ്ചയിച്ചിരുന്നു. സർവ്വാണിസദ്യ തകരാറാക്കിത്തീർക്കേണമെന്നു നിശ്ചയിച്ചു. അച്ചന്റെ പ്രദേശത്തുനിന്ന് ഒന്നു രണ്ടായിരം ആൾക്കാരെ സർവ്വാണിസാപ്പാടിന്നായി അയപ്പിച്ചു. അവർ അവിടെച്ചെന്നു കലശൽകൂടി ചോറു കടന്നുവാരി വെപ്പുസ്ഥലം അശുദ്ധമാക്കി ഉണ്ടാക്കിയ ഭക്ഷണസാധനങ്ങൾ സകലതും നശിപ്പിച്ച് അന്യോന്യം അടിയും പിടിയും നിലവിളിയും കലശലാക്കി. ഈ ലഹള കണ്ടു ഭയപ്പെട്ട് അടിയന്തിരത്തിനു വന്ന മര്യാദക്കാരായ ആളുകൾ എല്ലാം ഓടിഒളിച്ചു. തിരുമുല്പാടും കുടുംബവും മാളികമേൽ പോയി വാതിലടച്ചു. അടിയന്തിരം കേവലം ഉരസലയിപ്പോയി. ഈ സംഗതിയെക്കുറിച്ചു തിരുമുല്പാട് മജിസ്ട്രേട്ടിൽ അച്ചന്റെ പേരിൽ അന്യായം കൊടുത്തു. മജിസ്ട്രേട്ട് ദീർഘമായി വിസ്തരിച്ച് അന്യായം കളവാണെന്നു കണ്ടു നീക്കി.

ഒരു ഹീനജാതിയായ സ്ത്രീയെക്കൊണ്ടു തിരുമുല്പാടുമായി ഉണ്ടായിട്ടുള്ള സംസർഗത്തിൽ തനിക്ക് ഒരു കുട്ടി ഉണ്ടായിരിക്കുന്നുവെന്നും അതിന്നു ചെലവിനു വാങ്ങിക്കൊടുപ്പിക്കേണമെന്നും ഒരു കള്ള അന്യായം അച്ചൻ കൊടുപ്പിച്ചു. ആ കാര്യം വിചാരണചെയ്തു മജിസ്ട്രേട്ട് ഒടുവിൽ അന്യായത്തെ നീക്കി. എങ്കിലും തിരുമുല്പാടിന്ന് അതുനിമിത്തം കഠിനമായ വ്യസനവും അപമാനവും ഉണ്ടാക്കിത്തീർത്തു.

തിരുമുല്പാടിന്റെ കോവിലകത്തെ സ്ത്രീകളുടെ സംബന്ധക്കാരായ ഒന്നുരണ്ടു നമ്പൂതിരിമാരോടു ഭീഷണി പറഞ്ഞു സംബന്ധം വിടിയിപ്പിച്ചു. ഇങ്ങനെ ഇവർത്തമ്മിൽ നടന്ന വ്യവഹാരങ്ങളെക്കുറിച്ചും ദുഷ്ടകർമ്മങ്ങളെ കുറിച്ചും മുഴുവനും ഇവിടെ പറയുവാൻ പ്രയാസമാണ്. വ്യവഹാരങ്ങളിൽ മിക്കവാറും കലാശം തിരുമുല്പാടിനു ദോഷമായിട്ടാണ്. തിരുമുല്പാടിന്റെ ഭാഗം നേരായാലും കളവായാലും കാര്യം അവസാനിക്കുന്നതിൽ ഭേദം അധികമായി ഉണ്ടാവാറില്ല. എന്നാൽ നിർഭാഗ്യവശാൽ തിരുമുല്പാട് ഒരു വ്യവഹാരപ്രിയനായിരുന്നു. ദ്രവ്യപ്രബലത ഉള്ളാളുമായി വ്യവഹാരത്തിൽ മത്സരിക്കുന്നത് എല്ലായ്പ്പോഴും അപകടമായിട്ടുള്ളതാണെന്നുള്ള ബോദ്ധ്യം നല്ലവണ്ണം ഉണ്ടാവാൻമാത്രം ഉള്ള പഠിപ്പ് തിരുമുല്പാടിന് ഉണ്ടായി എങ്കിലും പിന്നെയും വ്യവഹാരത്തിൽ ഉള്ള

രസം അശേഷം ഇദ്ദേഹത്തിനു വിട്ടിട്ടില്ല. എന്തെങ്കിലും ഒരു സുഷിരം കിട്ടിയാൽ അതിൽക്കൂടെ അച്ഛന്റെ നേരേ പാഞ്ഞുകേറും. തോറ്റ് ഇളഭ്യനായി മടങ്ങും. തന്റെ നേരെ പാഞ്ഞുകേറിയതിനാൽ ഉണ്ടായ ക്രോധശമനത്തിന് അച്ഛൻ തിരുമുല്പാടിന്റെ നേരെ കയറും. മിക്കവാറും കാര്യങ്ങൾ ജയിക്കുകയും ചെയ്യും. ഇങ്ങനെ ഇവർതമ്മിൽ ഉണ്ടായ ദുർവ്യവഹാരങ്ങളാൽ തിരുമുല്പാടിന്നു വളരെ സ്വത്ത് ക്ഷയിച്ചു കടത്തിലായി. വസ്തുക്കൾ പണയം വെച്ചുതുടങ്ങി. ആ കാലത്താണ് ഇദ്ദേഹം ഈ കഥയിൽ പ്രവേശിക്കുന്നത്. കടം വാങ്ങിയും വ്യവഹരിക്കേണമെന്നുള്ള നിശ്ചയം ദൃഢമായി ചെയ്തിട്ടുള്ള ദേഹമായ ഇദ്ദേഹത്തിനു വ്യവഹാരത്തിൽ രസം പിടിപ്പിപ്പാൻ ഒരു നാട്ടുകാര്യസ്ഥൻ ഉണ്ടായിരുന്നു. അദ്ദേഹത്തിന്റെ പേര് കരിപ്പാട്ടിൽ കുണ്ടന്മേനോൻ എന്നായിരുന്നു.

'നാട്ടുകാര്യസ്ഥൻ' എന്ന പദത്തിനു ഞാൻ ഉദ്ദേശിച്ച അർത്ഥമോ അല്ലെങ്കിൽ വല്ല പ്രത്യേക അർത്ഥമോ ഒരു വിവരണം കൂടാതെ എന്റെ വായനക്കാർ ഗ്രഹിക്കുമോ എന്നു ഞാൻ സംശയിക്കുന്നു. ഞാൻ ഉപയോഗിച്ച പദത്തിന്റെ ഗാംഭീര്യം നിമിത്തം മനസ്സിലാവാൻ പ്രയാസമെന്നല്ല ഞാൻ പറയുന്നത്. 'നാട്ടുകാര്യസ്ഥൻ' എന്ന പദത്തിൽ എവിടെയാണ് ഗാംഭീര്യം? എന്നാൽ മനസ്സിലാവാൻ വൈഷമ്യം എന്നു ഞാൻ ശങ്കിക്കുന്നത് ഈ പദം ഞാൻ ഉദ്ദേശിച്ച അർത്ഥത്തിൽ സാധാരണ ഗ്രഹിക്കപ്പെടുന്നുണ്ടെന്ന് എനിക്കു വിശ്വാസമില്ലാത്തതിനാലാണ്. അതുകൊണ്ട് ആ പദത്തിന്നു ഞാൻ ഇവിടെ ഉദ്ദേശിച്ച അർത്ഥം താഴെ വിവരിക്കുന്നു:

സർക്കാരുദ്യോഗം, കച്ചവടം, കൃഷി, ഗൃഹസ്ഥവൃത്തി, വിദ്യാപരിശ്രമം, കൈവേലപ്രവൃത്തികൾ, കൂലിപ്പണി, തീർത്ഥാടനം, പിച്ച എടുക്കൽ മുതലായ യാതൊരു വ്യാപാരങ്ങളിലും ക്രമമായും ശരിയായും പ്രവേശിക്കാതെയും അധികകാലം കോടതിയിൽ വ്യവഹാരകാര്യങ്ങളിൽ പരിചയിച്ചു വ്യവഹാരത്തിൽ അത്യന്തം രസംപിടിച്ചു പൂർവാർജിതമായി വല്ല സ്വത്തുക്കളും തനിക്ക് ഉണ്ടായിരുന്നുവെങ്കിൽ അതു വ്യവഹാരഭ്രാന്തിനാൽ നശിച്ചു ദിവസവൃത്തിക്കു നല്ല ബുദ്ധിമുട്ടോടുകൂടി വല്ല കാര്യങ്ങളിലും മദ്ധ്യസ്ഥം പറഞ്ഞു വ്യവഹാരങ്ങൾ നടത്തുന്നതിൽ വക്കീലന്മാരുടെ ഉപദേഷ്ടാവായും വല്ല മുറിവാചകങ്ങളും പഠിച്ചു ഹർജികൾ, ആധാരങ്ങൾ, തറവാട്ടുകരാറുകൾ മുതലായത് എഴുതുന്നതിൽ ബഹുസമർത്ഥൻ എന്ന് അറിവില്ലാത്താളുകളെ ധരിപ്പിച്ചും ധനപുഷ്ടിയും ജനപുഷ്ടിയും ഉള്ള തറവാടുകളിൽ കടന്നുകൂടി കുടുംബച്ഛിദ്രവും നാശവും ഉണ്ടാക്കിയും നാട്ടിൽ വ്യവഹാരങ്ങൾ വർദ്ധിപ്പിച്ചു കാലക്ഷേപം ചെയ്യുന്ന ഒരു മനുഷ്യന്നു ഞാൻ 'നാട്ടുകാര്യസ്ഥൻ' എന്ന പേർ കൊടുക്കുന്നു. മേൽപ്പറഞ്ഞ കരിപ്പാട്ടിൽ കുണ്ടന്മേനോൻ ഈ വിധമുള്ള നാട്ടുകാര്യസ്ഥനാകുന്നു. ശീട്ടുകളിയിലും മറ്റും ചിലപ്പോൾ കിട്ടുന്നതുപോലെ ദുർവ്യവഹാരങ്ങളാൽ തന്റെ ചെറുപ്പത്തിൽ ആദ്യ

കാലത്തു സമ്പാദിച്ചിരുന്ന സ്വത്തും തനിക്കു തറവാട്ടിൽ കാരണവസ്ഥാനം കിട്ടിയശേഷം തറവാട്ടുവക അല്പമായി ഉണ്ടായിരുന്ന സ്വത്തും ഈ മനുഷ്യൻ ഒരുപോലെ നശിപ്പിച്ച് അഹോവൃത്തിക്കു വളരെ ബുദ്ധിമുട്ടി 'ഉഴലൂർ' ആയി നടക്കുന്ന കാലമാണ്, ഈ കഥ നടന്ന കാലം. സൂക്ഷ്മത്തിൽ വളരെ വലച്ചിലിൽ ആയിരുന്നു, തന്റെ ഇപ്പോഴത്തെ സ്ഥിതി എങ്കിലും ഒരു വെളുത്ത മുണ്ടും തോർത്തുമുണ്ടും ഒരു ചൂരൽ വടിയും പഴേ രണ്ടു ചെരുപ്പും കാലപ്പഴക്കത്താൽ ആദ്യത്തെ ആകൃതിയും വർണവും ഏതാണ്ട് മാറി വശായ ഒരു പട്ടുകൊടയും കാര്യസ്ഥതയാൽ സഹജമെന്നപോലെ ആയിത്തീർന്നിരിക്കുന്ന തന്റെ ഗംഭീരഭാവവും ധാർഷ്ട്യാതിരേകമായ വാക്കുകളും കൂടാതെ കുണ്ടൻമേനോനെ അദ്ദേഹത്തിന്റെ ഈ ദുഷ്ക്കാലത്തിലും ആരും പുറത്തു കാണാറില്ല. ധാർഷ്ട്യവും ഗർവും നിമിത്തവും ഉള്ള വിലകൂടി ക്ഷണത്തിൽ ഇല്ലാതെ ആയിപ്പോവുമെന്നു ശങ്കിച്ചും തന്റെ കഷ്ടദശയെ കുറിച്ചും ബുദ്ധിമുട്ടുകളെ കുറിച്ചും ആരോടും കുണ്ടന്മേനോൻ പറയാറില്ല. വല്ല ശുദ്ധമനസ്സുകളായ മനുഷ്യർ തന്റെ അപ്പോഴത്തെ സ്ഥിതിയെക്കുറിച്ചു പരിതാപപ്പെട്ടു കുണ്ടന്മേനോടു വല്ലതും പറഞ്ഞാൽ അതു തനിക്ക് അശേഷം രസമാവുകയില്ലെന്നു മാത്രമല്ല ചിലപ്പോൾ ശുണ്ഠിക്കുകൂടി കാരണമായി വരുമാറാണ്. ഇങ്ങനെയാണ് ഈ നാട്ടുകാര്യസ്ഥന്റെ പ്രകൃതം. ഇദ്ദേഹത്തിന്റെ ഭവനവും ഉദയന്തളി പ്രദേശത്തുതന്നെയാണ്. രാമവർമ്മൻ തുരുമുല്പാടിന്റെ കോവിലകത്തുനിന്ന് ഒരു നാലുനാഴിക ദൂരമാണ്. രാമവർമ്മൻതിരുമുല്പാടും അച്ചനുമായി വ്യവഹാരം തുടങ്ങിയ ആദ്യകാലങ്ങളിൽ കുണ്ടൻമേനോൻ രാപ്പകൽ തിരുമുല്പാടോടുകൂടി നിന്നു വ്യവഹാരപരിശ്രമം ചെയ്തിരുന്നു. ഇയാളുടെ ഉപദേശങ്ങളിൽ രാമവർമ്മൻ തിരുമുല്പാടു പലേ അബദ്ധങ്ങളിലും ചാടീടുണ്ടായിരുന്നുവെങ്കിലും കുണ്ടന്മേനോനുമായുള്ള ആലോചന തിരുമുല്പാടു കേവലം വിട്ടിരുന്നില്ല. കൂടെക്കൂടെ ഇക്കാലം തിരുമുല്പാടു കുണ്ടന്മേനോനെ കാണുമാറും വ്യവഹാരസംഗതികളെപ്പറ്റി ആലോചിക്കുമാറും ഉണ്ട്.

അങ്ങനെ ഇരിക്കുമ്പോൾ നമ്മുടെ ഈ കഥ നടക്കുന്ന കാലം ഒരു ദിവസം രാവിലെ കുണ്ടന്മേനോൻ രാമവർമ്മൻ തിരുമുല്പാടിനെ കാണ്മാൻ അദ്ദേഹത്തിന്റെ കോവിലകത്തേക്കു ചെന്നു. കോവിലകത്തു പൂമുഖത്തുവെച്ചു രാമവർമ്മൻ തിരുമുല്പാടും കുണ്ടന്മേനോനുമായി ഓരോ സംഗതികളെ കുറിച്ചു സംസാരം തുടങ്ങി.

കുണ്ടൻമേനോൻ: ഇവിടുന്ന് ഒരു വിശേഷവർത്തമാനം കേട്ടുവോ?

തിരുമുല്പാട്: ഇല്ല. എന്താണു കേൾക്കട്ടെ.

കുണ്ടൻമേനോൻ: പൂഞ്ചോലക്കര എടത്തിൽനിന്നു മുമ്പു നാടുവിട്ടു പൊയ്ക്കളഞ്ഞ കല്യാണിഅമ്മയുടെ മകളായിട്ട് ഒരു കുട്ടി അതിന്റെ അച്ഛനോടുകൂടി ഈ ദിക്കിൽ എത്തീട്ടുണ്ടത്രെ. കല്യാണിഅമ്മ മരിച്ചുപോയി പോൽ. കുട്ടിയുടെ അച്ഛൻ പൂഞ്ചോലക്കര അച്ചന് ഒരു എഴുത്തയച്ചിരിക്കുന്നു. അതിൽ കുട്ടിയെ അച്ചൻ ഏറ്റുവാങ്ങി രക്ഷിക്കേണ

മെന്നും അല്ലെങ്കിൽ ഉടനെ വ്യവഹാരം കൊടുക്കുമെന്നും എഴുതിയിരിക്കുന്നുവത്രെ. അച്ചനും ഉണ്ണിമാരും വളരെ ഭ്രമിച്ചു വശായിരിക്കുന്നു. ഞാൻ ഇന്നലെ വൈകുന്നേരമാണ് ഈ വിവരം കേട്ടത്. അതാണ് ഇന്ന് ഇത്ര നേർത്തെ ഇങ്ങോട്ടു പോന്നത്.

ഈ വാക്കുകൾ കേട്ടപ്പോൾ തിരുമുല്പാട് പെട്ടെന്ന് അത്യന്ത സന്തോഷത്തിലും അല്പം വ്യസനത്തിലും ആയതിനാൽ രണ്ടുമൂന്നു നിമിഷങ്ങൾ ഒന്നും സംസാരിപ്പാൻ വയ്യാതെ ഇരുന്നു. ഈ സ്തോഭത്തിൽനിന്നു നിവൃത്തിച്ചശേഷം ചോദിച്ചു: "ഇതു സത്യമോ? കുണ്ടനോട് ആർ പറഞ്ഞു?"

കുണ്ടൻമേനോൻ: സത്യമാണ്, സംശയമില്ല. ഈ കുട്ടിയുടെ അച്ഛന്റെ എഴുത്ത് ഒരുവൻ പൂഞ്ചോലക്കര എടത്തിൽ കൊണ്ടുപോയി കൊടുക്കുന്നതു കണ്ട ദേഹമാണ് എന്നോടു പറഞ്ഞത്. കാര്യത്തിൽ ഒരു സംശയവുമില്ല. എഴുത്തു കൊണ്ടുവന്നവനെ തല്ലിക്കാൻ അച്ചൻ വട്ടംകൂട്ടി, അവൻ ഓടിക്കളഞ്ഞുവത്രെ. വർത്തമാനം പരമാർത്ഥമാണെന്നുള്ളതിനു യാതൊരു സംശയവും ഉണ്ടാവാൻ പാടില്ല.

തിരുമുല്പാട്: വ്യവഹാരം കൊടുക്കുമെന്നുതന്നെ എഴുതീട്ടുണ്ടോ?

കുണ്ടൻമേനോൻ: അങ്ങനെതന്നെ എഴുതിയിരിക്കുന്നു. എഴുത്തു കിട്ടിയ തിയ്യതിമുതൽ ഒരു മാസത്തിനകത്ത് എഴുത്തിലാവശ്യപ്പെട്ട പ്രകാരം പ്രവർത്തിക്കുന്നില്ലെങ്കിൽ വ്യവഹാരം കൊടുക്കുമെന്നുതന്നെ തീർച്ചയായും എഴുതിയിരിക്കുന്നു. ഈ കുട്ടിയുടെ അച്ഛൻ വളരെ ദ്രവ്യസ്ഥനും നല്ല കാര്യസ്ഥനുമാണത്രെ. കുട്ടി അതിസുമുഖിയാണ് അത്രെ.

തിരുമുല്പാട്: നിശ്ചയമായി നുമ്മൾ ഈ കുട്ടിക്കുവേണ്ട സഹായങ്ങൾ സകലതും ചെയ്യണം.

കുണ്ടൻമേനോൻ: സകലസഹായങ്ങളും ചെയ്യണം.

തിരുമുല്പാട്: കഷ്ടം! കല്യാണി മരിച്ചുപോയി, ഇല്ലെ? ഈ മഹാപാപി അച്ചൻ നിമിത്തം ആ പെണ്ണും എന്റെ ഭാര്യ ലക്ഷ്മിയും നശിച്ചു. അവരെ രണ്ടുപേരെയും ഈ അച്ചൻ കൊലചെയ്തതായി വിചാരിക്കണം. എനിക്ക് അധികാരമുണ്ടായിരുന്നുവെങ്കിൽ ഈ വൃകോദരനെ ഞാൻ തൂക്കിക്കൊല്ലാൻ വിധികൊടുക്കുമായിരുന്നു. ആ മഹാപാപിക്കു നല്ലകാലമാണ്. എന്തുചെയ്യാം. നിവൃത്തി ഇല്ലല്ലൊ. വ്യവഹാരം ഈ കുട്ടി കൊടുത്തിട്ടെന്തു ഫലം? അച്ചന്റെ പണത്തിനുമീതെ എന്തെങ്കിലും പോവുമോ?

കുണ്ടൻമേനോൻ: അങ്ങനെ പറയേണ്ട. ഈ വ്യവഹാരം നല്ല ഒന്നാന്തരം വ്യവഹാരമാണ്. സ്ഥാപനയ്ക്കു കൊടുത്താൽ മതി. 'ഇസ്പീശ്യാൽറില്ലി' എന്ന് ഇപ്പോൾ ഒരാക്ട് ഉണ്ട്. അതുപ്രകാരം സ്ഥാപനയ്ക്കു കൊടുത്താൽ കുടുങ്ങി.

തിരുമുല്പാട്: എന്തു ആക്ട് ഉണ്ടായാലും അച്ചനു പണമില്ലെ? ആക്ടൊക്കെ പണത്തിനു വഴങ്ങണ്ടേ?

കുണ്ടൻമേനോൻ: ഈ വ്യവഹാരം കടുത്തുവൊ? എന്നാൽ ജയിക്കും. സംശയമില്ല. 'റില്ലി' ആക്ട് പ്രകാരം വേണ്ടേടത്തോളം തെളി

വുകൊടുത്താൽ ഹൈക്കോടതിയിലെങ്കിലും ഗുണം കിട്ടും നിശ്ചയം. ഞാൻ വേറെ ഒരു വിശേഷ വർത്തമാനംകൂടി കേട്ടു. വലിയമൂപ്പർക്ക് എളക്കമുണ്ടത്രെ. ഏതോ വേറെ ഒരു ജില്ലയിലേക്കു മാറ്റുന്നുവത്രെ.

തിരുമുല്പാട്: ജഗദീശ്വരാ! ഭഗവാനെ! ഈ ബകരാക്ഷസൻ ഇവിടെ നിന്നു പോയാൽ സാധുക്കൾക്കു ജീവിക്കാമായിരുന്നു പോവുകയില്ല. ഒരിക്കലും പോവുകയില്ല. അത്ര ഭാഗ്യം ഈ ജില്ലയിലെ സാധുക്കൾക്കുണ്ടോ?

കുണ്ടൻമേനോൻ: അല്ല, പോകും. ഇഷ്ടീൻ സായ്പ് സകലവർത്തമാനവും അറിഞ്ഞിരിക്കുന്നുപോൽ. ഉടനെ മാറ്റം ഉണ്ടാവും.

തിരുമുല്പാട്: നീ പറഞ്ഞ ആക്ട് പ്രകാരം ഉള്ള വ്യവഹാരം ഏതു കോടതിയിൽ കൊടുക്കേണ്ടതാണ്?

കുണ്ടൻമേനോൻ: അത് മുൻസിപ്പ് കോടതിയിൽ കൊടുക്കാം.

തിരുമുല്പാട്: അപ്പോൾ സലയൊ? എടത്തിലെ വസ്തുമുതൽ ഒക്കെയും അധികാരസലയായി ചേരണ്ടെ, അതു മുൻസിപ്പ് കോടതിയിൽ ഒതുങ്ങുമോ?

കുണ്ടൻമേനോൻ: ഓ ഹോ, 'ഇസ്പീശ്യാൽറില്ലി' ആക്ട് പ്രകാരം അധികാരസല ആവശ്യമില്ല. പത്തുറുപ്പികയുടെ കടലാസിൽ അന്യായം എഴുതികൊടുക്കണം. അതേ വേണ്ടൂ. ഏതു കോടതിയിലും കൊടുക്കാം.

തിരുമുല്പാട്: എന്തൊ, എനിക്ക് ഇതു നിശ്ചയമില്ല. ആട്ടെ എനിക്ക് ആ കുട്ടിയേയും അതിന്റെ അച്ഛനേയും കാണാൻ അത്യാഗ്രഹമായിരിക്കുന്നു. അവർ ഏതു ദിക്കിലാണ്?

കുണ്ടൻമേനോൻ: കല്യാണിഅമ്മയുടെ കൂടെ പോന്നിരുന്ന വൈത്തിപ്പട്ടര് എന്ന ഒരു പട്ടരുടെ ഗൃഹത്തിൽ ആണത്രെ താമസം.

തിരുമുല്പാട്: കുണ്ടൻ ഉടനെ ആ ദിക്കിലേക്കു പുറപ്പെടണം. വൈത്തിപ്പട്ടർ എന്റെ ഒരു താല്പര്യക്കാരനാണ്. പട്ടരുവികൃതിയാണെങ്കിലും പൂഞ്ചോലക്കര എടത്തിലേക്കു ബദ്ധമത്സരിയാണ്. അയാളെ സ്വാധീനത്തിൽ വെക്കണം. കുട്ടിയേയും അതിന്റെ അച്ഛനേയും ഇങ്ങട്ട് വൈത്തിപ്പട്ടർ മുഖാന്തിരം കുണ്ടൻതന്നെ പോയി കൂട്ടിക്കൊണ്ടുവരണം. പക്ഷേ, ഉദയവർമ്മനുംകൂടി വരട്ടെ. കുട്ടി എന്റെ ഭാര്യയുടെ ജ്യേഷ്ഠത്തിയുടെ മകളല്ലെ? എനിക്ക് ആ കുട്ടിയെ എന്റെ സ്വന്തം ആളെ അയച്ചു വരുത്തുവാൻ അവകാശമുണ്ടല്ലൊ. ഒട്ടും താമസിക്കരുത്. ഉടനെ കുണ്ടൻ പോണം.

രാമവർമൻ തിരുമുല്പാടും കുണ്ടന്മേനവനും തമ്മിൽ ഉണ്ടായ ഈ സംഭാഷണം കേട്ടുംകൊണ്ടു പൂമുഖത്ത് ഒരു ചെറുപ്പക്കാരൻ നമ്പൂതിരി നിന്നിരുന്നു. ഇദ്ദേഹം വലിയ ഒരു സ്ത്രീഭ്രാന്തനും ഒരു ഉത്സാഹപുരുഷനുമായിരുന്നു. കണ്ടാൽ സുമുഖനാണ്. ഇദ്ദേഹത്തിന്റെ ഇല്ലം രാമവർമ്മൻ തുരുമുല്പാട്ടിലെ കോവിലകത്തിന്ന് ഏറ്റവും സമീപമായിരുന്നു. കോവിലകത്ത് ഇദ്ദേഹം നിത്യനാണ്. കല്യാണിഅമ്മയുടെ മകളായിട്ട് ഒരു പെൺകുട്ടി എത്തീട്ടുണ്ടെന്നു കുണ്ടന്മേനോൻ പറഞ്ഞ ഉടനെ

കുട്ടിയെ കാണേണമെന്നു നമ്പൂതിരി മനസ്സുകൊണ്ട് ഉറച്ചുകഴിഞ്ഞു. ഇദ്ദേഹം വലിയ ഒരു സഞ്ചാരിയാണ്. ഉത്സവങ്ങളോ മറ്റുവലിയ കാഴ്ചകളോ ഉള്ള ഇടങ്ങളിലെല്ലാം ഈ നമ്പൂതിരിയെ കാണാതെ ഇരിക്കുകയില്ല. കുറെ സംഗീതവാസനയുണ്ട്. പാട്ട് എവിടെയുണ്ടോ അവിടെ നമ്പൂതിരിയും ഉണ്ട്. പാട്ട് ശീലമുള്ള സ്ത്രീകൾ തനിക്കു പരിചയമില്ലാത്തവരായി ആരും ഈ മലയാളത്തിൽ ഇല്ല. ഈ രാജ്യത്തിൽ ഇദ്ദേഹം പോയി കാണാതെയോ പരിചയമില്ലാതെയോ പ്രദേശം ഉണ്ടോ എന്നും സംശയമാണ്.

"ഉടനെ കുണ്ടൻ പോകണം." എന്നു തിരുമുല്പാടു പറഞ്ഞപ്പോൾ നമ്പൂതിരി "ഞാനും കൂടെ പോവാം. ഞാൻ വൈത്തിപ്പട്ടരുടെ ഗൃഹത്തിൽ പലപ്പോഴും പോയിട്ടുണ്ട്. സർപ്പദൃഷ്ടിക്കാരനും ഞാനുമായി നന്ന സ്നേഹമായിട്ടാണ്. ഞാനുംകൂടെ പോവാം." എന്നു പറഞ്ഞു.

രാമവർമ്മൻ തിരുമുല്പാട്ടിനു നമ്പൂതിരി പറഞ്ഞത് വളരെ സമ്മതമായി. സന്തോഷത്തോടുകൂടി "അങ്ങനെതന്നെ," എന്നു സമ്മതിച്ചു.

ഉദയവർമ്മൻ തിരുമുല്പാട്ടിലേക്കും കുണ്ടമ്മേനോനും ഉടനെ പുറപ്പെടാൻ തരമായില്ലാ. നമ്പൂതിരി ഈ രണ്ടുപേരോടും എപ്പോൾ പുറപ്പെടുന്നു താൻ ഹാജരായിരിക്കുന്നു എന്ന് ഈ സംഭാഷണം കഴിഞ്ഞ മുതൽ എല്ലാ ദിവസങ്ങളിലും പോയി ചോദ്യം തുടങ്ങി. അവരു രണ്ടു പേരും ഈ നമ്പൂതിരിയുടെ ബദ്ധപ്പാടുകൊണ്ടു ബുദ്ധിമുട്ടി. ഒടുവിൽ ഒരു ദിവസം ഉദയവർമ്മൻ തിരുമുല്പാട് നമ്പൂതിരിയോട് ഇങ്ങനെ പറഞ്ഞു:"എനിക്കു രണ്ടു ദിവസം കഴിഞ്ഞേ പുറപ്പെടാൻ നിവൃത്തിയുള്ളു. നമ്പൂതിരിക്കു ബദ്ധപ്പാടാണെങ്കിൽ മുമ്പെ പൊയ്ക്കോളൂ."

"എന്നാൽ ഞാൻ മുമ്പെ പോവാം. നിങ്ങൾ എല്ലാം വരുന്ന വിവരം മുൻകൂട്ടി അറിയിച്ചു നിങ്ങൾ വരുമ്പോൾ എതിരേല്ക്കാൻ ഞാൻ ഹാജരായി നിന്നുകൊള്ളാം." എന്നും പറഞ്ഞ് ഉടനെ വൈത്തിപ്പട്ടരുടെ ഗൃഹത്തിലേക്കായി നമ്പൂതിരി പോയി. അദ്ദേഹം പോയതിന്റെ രണ്ടാംദിവസം ഉദയവർമ്മൻ തിരുമുല്പാടും കുണ്ടമ്മേനോനും ഭൃത്യന്മാരോടുകൂടി വൈത്തിപ്പട്ടരുടെ രാജ്യത്തേക്കു പുറപ്പെടുകയും ചെയ്തു.

നാലാം അദ്ധ്യായം

"ഹെ മനുഷ്യരെ, നിങ്ങളുടെ അത്യാഗ്രഹത്തിന്റെ വലുപ്പം നിങ്ങളുടെ ക്രൂരതയുടെ രൂക്ഷതയാൽ അല്ലാതെ മറ്റെന്തിനാൽ ജയിക്കപ്പെടുന്നു."എന്ന് ഒരു വ്യുല്പന്നമായ ദേഹം പണ്ടു പറഞ്ഞുപോൽ. ഈ അദ്ധ്യായത്തിൽ എഴുതുവാൻ പോകുന്ന കഥയെ ഓർത്തപ്പോൾ എനിക്കു മേല്പറഞ്ഞ വാക്കുകളുടെ യഥാർത്ഥത്തെപ്പറ്റി പൂർണബോദ്ധ്യം ഉണ്ടായി.

എന്റെ പ്രിയപ്പെട്ട വായനക്കാരേ നിങ്ങളിൽചിലർക്ക് ഈമാതിരി കഥകളിൽ ഇങ്ങിനെ ഗ്രന്ഥകർത്താക്കന്മാർക്ക് സാധാരണ സംഗതികളെപ്പറ്റിയുള്ള സ്വാഭിപ്രായങ്ങളെക്കുറിച്ച് എഴുതുന്നതു രസിക്കുമോ എന്നു ഞാൻ അറിയുന്നില്ല. എങ്കിലും ഈ അദ്ധ്യായത്തിൽ പറയുവാൻ പോവുന്ന കഥയുടെ സ്വഭാവം ഓർക്കുമ്പോൾ ആ കഥ പറയുന്നതിനുമുമ്പു മേൽകാണിച്ച പ്രകാരമുള്ള ഒരു മുഖവുരയും അതിനെപ്പറ്റി ഏറ്റവും ഒരു വിവരണവും ഇവിടെ കൊടുക്കുന്നതു യോഗ്യമെന്നു മാത്രമല്ല ആവശ്യമാണെന്നുകൂടി ഞാൻ വിചാരിക്കുന്നു.

ഒരു മനുഷ്യനു തന്റെ സ്നേഹിതന്മാർ പലരേയും ഒന്നായി ക്ഷണിച്ച് ഒരു വിരുന്നു കഴിക്കുമ്പോൾ അവരിൽ ഓരോരുത്തർക്കും രുചിയുള്ളതും, രുചിയില്ലാത്തതും ആയ ഭക്ഷണപദാർത്ഥങ്ങൾ എന്താണെന്ന് അന്വേഷിച്ച് അതുപ്രകാരം ഓരോരുത്തർക്കു വട്ടംകൂട്ടുവാൻ അസാദ്ധ്യമാണ്. ഒരുവിധം തന്റെ രുചിക്കും സാധാരണ സമ്പ്രദായത്തിനും ഒത്തവണ്ണം സദ്യയ്ക്കു വട്ടംകൂട്ടുക എന്നേവരൂ. ഈ മാതിരിയിൽ മാത്രമേ ഒരു പുസ്തകം എഴുതുന്നാൾക്കും ചെയ്വാൻ കഴിയുകയുള്ളൂ. ഗ്രന്ഥകർത്താവിന്റെ ബുദ്ധിശക്തിക്കും വാസനയ്ക്കും രുചിക്കും ഒത്തവണ്ണം ഗ്രന്ഥം എഴുതുവാനേ നിവൃത്തിയുള്ളു. വായനക്കാരുടെ ബുദ്ധി

ശക്തിക്കും രുചിക്കും ഒത്തവണ്ണം അവർ രസിക്കുകയോ നിന്ദിക്കുകയോ ചെയ്തുകൊള്ളട്ടെ.

ഈ അദ്ധ്യായത്തിന്റെ ആദ്യത്തിൽ കാണിച്ചവാക്യപ്രകാരം മനുഷ്യന്റെ ബുദ്ധിയുടെ ദുഷ്ടതയെപ്പറ്റി ഓർത്താൽ ആശ്ചര്യപ്പെടാതെ ഇരിപ്പാൻ നിവൃത്തിയില്ല. ഒരു സിംഹത്തെയോ പുലിയെയോ കരടിയെയോ കാണുന്ന ക്ഷണത്തിൽ അത് എന്തൊരുമാതിരി ദുഷ്ടജന്തുവാണെന്നു മനുഷ്യനും മറ്റുള്ള ജന്തുക്കൾക്കും മനസ്സിലാവുന്നു. അങ്ങനെ മനസ്സിലാവുന്നതിനാൽ ആവക ജന്തുക്കളിൽ നിന്ന് ഉണ്ടാവുന്ന ആപത്തുകളെ തടുപ്പാനുള്ള വഴി മുൻകൂട്ടി കരുതുന്നു. എന്നാൽ ദുഷ്ടമനുഷ്യൻ എന്നു പറയുന്നത് എന്തൊരു ജന്തുവാണ്? ഈ ജന്തുവിന്റെ സ്വഭാവമെന്താണ്? സിംഹം, പുലി, കരടി, കാട്ടുപോത്ത്, പന്നി, പശു, മാൻ മുതലായ ജന്തുക്കളുടെ ക്രൗര്യഗുണമോ സൗമ്യഗുണമോ ഏകദേശം ഇന്നപ്രകാരമാണെന്നു നാം ഗണിച്ചുവെച്ചിട്ടുണ്ട്. എന്നാൽ ഒരു ദുഷ്ടമനസ്സായ മനുഷ്യന്റെ ദൗഷ്ട്യത്തിന്ന് ഇന്നപ്രകാരമെല്ലാമുള്ള ചേഷ്ടകൾ ഉണ്ടാവാമെന്നു വല്ല ഒരു നിശ്ചയവും നമുക്ക് ആർക്കെങ്കിലും കിട്ടീട്ടുണ്ടോ-ഇല്ല. കിട്ടുവാൻ പാടില്ല.

മനുഷ്യന്റെ ദൗഷ്ട്യത്തിന്ന് അളവില്ല. ഒരു ദുഷ്ടമനുഷ്യനു ചെയ്തുകൂടാത്ത ദുഷ്ടകർമ്മം ഒന്നുമില്ല. അപ്പോൾ അവന്റെ ചേഷ്ടതകളെക്കുറിച്ച് എങ്ങനെ ഗണിക്കുന്നു. ഒരു ദുഷ്ടന്റെ മനസ്സ് ഇന്നപ്രകാരമെല്ലാം വ്യാപരിക്കുമെന്നും ഇന്നത് എല്ലാം അവനെക്കൊണ്ടു ചെയ്യിപ്പിക്കാമെന്നും ഉള്ളത് ആർക്കും നിശ്ചയിപ്പാൻ പാടില്ല. അതിനാൽ ഒരു മനുഷ്യൻ ദുഷ്ടനായാൽ ദുഷ്ടമൃഗങ്ങളെക്കാൾ ഭയപ്പെടേണ്ട ഒരു ജന്തുവാണെന്നു പ്രത്യക്ഷമാണ്. പിന്നെ മനുഷ്യരിൽ അത്യന്തക്രൂരനും അത്യന്ത സൗമ്യശീലനും ആകൃതിയിലും അവയവങ്ങളിലും പുറമെ കാണുന്ന സ്വഭാവത്തിലും ദുഷ്ടമൃഗങ്ങളെയും, ശിഷ്ടമൃഗങ്ങളെയും തമ്മിൽ തിരിച്ചറിവാൻ കഴിയുന്നമാതിരിയുള്ള ഭേദങ്ങൾ ഒന്നും കാണപ്പെടുന്നില്ല. ജഗദീശ്വരൻ ദുഷ്ടമനുഷ്യരെ സൃഷ്ടിക്കുമ്പോൾ അവർക്കു ദുഷ്ടമൃഗങ്ങളെ വേർതിരിച്ച് അറിയിക്കുന്ന മാതിരിയുള്ള വല്ല ദംഷ്ട്രങ്ങളോ കൊമ്പുകളോ നഖങ്ങളോ മറ്റു വല്ല അടയാളമോ കൊടുത്തിരുന്നുവെങ്കിൽ ഈ ലോകത്തിൽ മനുഷ്യരിൽ നിന്നു മനുഷ്യർക്ക് ഇത്ര ആപത്തുകൾ നേരിടുന്നതല്ലായിരുന്നു. ഒരു സർപ്പം ഫണം ഉയർത്തി കടിപ്പാൻ വരുന്നതുകാണുമ്പോൾ നമുക്ക് ഒന്നുകിൽ അതിനെ അടിച്ചു കൊന്നുകളയാം. അല്ലെങ്കിൽ അതു സമീപിക്കുന്നതിനുമുമ്പ് ഓടിക്കളയാം. ഒരു ദുഷ്ടമനുഷ്യൻ ഭംഗിവാക്കും പറഞ്ഞു സമീപത്തിൽ വന്നു മന്ദഹസിച്ചുകൊണ്ടിരിക്കുന്നതിനിടയിൽ ഒരു കത്തി എടുത്തു നമ്മുടെ കഴുത്തിൽ കുത്തിക്കൊല്ലുവാനുറച്ചാലോ, അനുഭവിക്കുക എന്നല്ലാതെ എന്തു നിവൃത്തി? ഇതരജന്തുക്കളിൽ ഉള്ളതുപോലെ തന്നെ മനുഷ്യനും ഈവക ഓരോ ക്രൂരകർമ്മങ്ങൾ ചെയ്യുന്നതിന്നുള്ള മുഖ്യഹേതു 'സ്വാർത്ഥം' തന്നെയാണ്. എന്നാൽ ഒരു മൃഗത്തിന്റെ സ്വാർത്ഥവികാരങ്ങൾക്ക് അളവുണ്ട്. മനുഷ്യന്റെ സ്വാർത്ഥവികാര

ങ്ങൾക്കു യാതൊരു അളവുമില്ല. മൃഗത്തിനു വിശേഷബുദ്ധി ഇല്ലാത്ത തിനാൽ അതിന്റെ സ്വാർത്ഥവികാരനിവൃത്തിക്കുവേണ്ടി ചെയ്യുന്ന ദൗഷ്ട്യകർമ്മങ്ങൾക്ക് അളവുണ്ട്. മനുഷ്യനു വിശേഷബുദ്ധി ഉള്ളതിനാൽ മനുഷ്യന്റെ സ്വാർത്ഥവികാരനിവൃത്തിക്കു ചെയ്യുന്ന ദൗഷ്ട്യ കർമങ്ങൾക്ക് അളവില്ല.

ഒരു സിംഹത്തിനോ വ്യാഘ്രത്തിനോ അതിന്റെ ക്ഷുത്ത് അട ക്കാനുള്ള ഭക്ഷണവും ദാഹം ശമിപ്പിക്കാനുള്ള ജലവും നിദ്രയ്ക്ക് ഒരു ഇടവും സംഗതിന് സജ്ജാതിമൃഗത്തിലുള്ള ഒരു ജന്തുവേയും ആവശ്യ മുള്ളപ്പോൾ എല്ലാം കിട്ടിവന്നാൽ യാതൊരു ക്രൗര്യകർമങ്ങളും ആ സിംഹമോ വ്യാഘ്രമോ ചെയ്വാൻ സംഗതിയില്ല. ഈവിധം മൃഗങ്ങളുടെ ആവശ്യങ്ങളും രുചികളും സങ്കല്പങ്ങളാണ്. എന്നാൽ മനുഷ്യനോ, ഈ ആവശ്യങ്ങൾക്കും രുചികൾക്കും അവസാനമില്ല. സർവരാജ്യസാമ്രാട്ടായിരിക്കുന്ന ഒരു ദേഹത്തിനും അത്യന്തം ദരിദ്രനും ഒരുപോലെ ആഗ്രഹ നിവൃത്തി പൂർത്തിയായി ഒരിക്കലും ഉണ്ടാവുന്നില്ല.

എന്നാൽ സ്വാർത്ഥത്തിൽ തല്പരന്മാരല്ലാത്ത മനുഷ്യരെ കാണ്മാൻ പ്രയാസമാണ്. അതുകൊണ്ടു ദുഷ്ടന്മാരല്ലാത്ത മനുഷ്യരെ കാണ്മാൻ പ്രയാസമാണെന്നു പറഞ്ഞുകൂടാ. ഹൃദയശുദ്ധിയും വിവേകവും ദയയും ഉള്ള മനുഷ്യർക്കു തങ്ങളുടെ സ്വാർത്ഥനിവൃത്തി വരുന്നതു ദുഷ്കർമ്മം കൊണ്ടുമാത്രമേ കഴികയുള്ളു എന്നുകണ്ടാൽ അവർ ആ സ്വാർത്ഥ നിവൃത്തിക്കുള്ള കാംക്ഷയെ ത്യജിക്കുന്നു.

ദുഷ്ടബുദ്ധിക്കു സ്വാർത്ഥനിവൃത്തിയിലുള്ള കാംക്ഷ ഒരു വിധ ത്തിലും ത്യജിക്കാൻ മനസ്സുവരുന്നതല്ല. ദുഷ്ടമനുഷ്യർതന്നെ പലേ മാതിരികളിൽ കാണും. ഒരു ദുഷ്ടബുദ്ധിക്കു പഠിപ്പും അറിവും എത്രയെങ്കിലും ഉണ്ടായാലും ദുഷ്ടകർമം ചെയ്യുന്നതിൽ യാതൊരു വിരക്തിയും ഉണ്ടാകയില്ല. പഠിപ്പും അറിവും ഉള്ള ദുഷ്ടൻ ചെയ്യുന്ന ദുഷ്ടകർമത്തിന്നു വെടിപ്പും മിടുക്കും കൂടും. വലിയ പഠിപ്പ്, വലിയ ഉദ്യോഗം, ഒന്നാന്തരം തലക്കെട്ട്, വിശേഷമായ പട്ടുകോട്ട്, ഭംഗിയുള്ള ചന്ദനപ്പൊട്ട്, ജനവ ശ്യകരമായ പുഞ്ചിരി, വിനയമൃദുളമായ വാക്ക്, സർവജനസമ്മതമായ നാട്യം, അതുകളോടുകൂടിയുള്ള എത്ര ഭയങ്കരദുഷ്ടന്മാരെ നാം ദിവസേന കാണുന്നു. ആ മന്ദഹാസത്തിന്റെ ഉള്ളിൽ നിറഞ്ഞിരിക്കുന്ന കാള കൂടത്തിന്റെ ശക്തി കടിപിണഞ്ഞവർക്കേ അറിവാൻ കഴിയുകയുള്ളു. ഒരു വ്യാഘ്രത്തിന്നൊ പുലിക്കൊ ഈ മാതിരിയിലുള്ള വേഷത്തിലും ദുഷ്ടകർമങ്ങൾ ചെയ്വാൻ സാധിക്കുമോ?

പിന്നെ, ഒരു മാതിരി പഠിപ്പില്ലാത്ത ദുഷ്ടന്മാരുണ്ട്, അവരുടെ പ്രവൃ ത്തികൾ ചിലപ്പോൾ ദുഷ്ടമൃഗങ്ങളുടെ പ്രവൃത്തിപോലെ വന്നേക്കാം. ഇവർക്കു സ്വാർത്ഥനിവൃത്തി വരുത്തുവാനുള്ള ആഗ്രഹം മുൻപറഞ്ഞ വരെപ്പോലെതന്നെ ഉണ്ടെങ്കിലും ക്ഷമയും ആലോചനയും കുറഞ്ഞി രിക്കും. അതിനാൽ ഇവരുടെ ദുഷ്കർമങ്ങൾ ഏകദേശം ദുഷ്ടമൃഗങ്ങളുടെ കർമങ്ങൾപോലെ തോന്നും. ഇവർക്കു തന്റെ സമസ്യ സൃഷ്ടിയുടെ

ജീവഹാനി വരുത്തുക, മുതൽ കളവുചെയ്ക, ഈവക പ്രവൃത്തികൾ ചെയ്യുന്നതിൽ ബുദ്ധിക്കു യാതൊരു മടിയൊ ചഞ്ചലതയൊ ലേശം പോലും ഇല്ല. മുൻപറഞ്ഞ രസികന്മാരായ ദുഷ്ടന്മാർക്കും ഈവക പ്രവൃത്തികൾ ചെയ്യുന്നതിൽ മടിയുണ്ടാവുമെന്നല്ല ഞാൻ പറയുന്നതിന്റെ അർത്ഥം. അവർക്കു ബുദ്ധിചാതുര്യവും സാമർത്ഥ്യവും ആലോചനയും ഉണ്ടാകയാൽ ഈവക പ്രവൃത്തികൾ ചെയ്യുന്നതിൽ തങ്ങൾക്കു നേരിടാവുന്ന അപകടത്തെ ഓർത്ത് അവർ ഈവക കർമങ്ങൾ നേരിട്ടു ചെയ്യുന്നതല്ല. പാഷാണംകൊണ്ടോ മറ്റു വല്ല ഔഷധം കൊണ്ടോ ഉപായത്തിൽ ആരും അറിയാതെ ഒരുത്തനെ തീർത്തുകളഞ്ഞാൽ വല്ല കാര്യലാഭവും ഉണ്ടാവുമെങ്കിൽ അങ്ങനെ ചെയ്യുന്നതിൽ ഈ പഠിപ്പുള്ള ദുഷ്ടന്മാർക്ക് അശേഷം വിരക്തി ഉണ്ടാവുകയില്ല.

കള്ളാധാരം അതിചാതുര്യത്തോടെ ഉണ്ടാക്കി അന്യന്റെ സ്വത്തുക്കളെ തട്ടിപ്പറിക്കുന്നത് ഈ കൂട്ടർക്കു ബഹുരസകരമായ ഒരു തൊഴിലാണ്. ഈവക ദുഷ്ടന്മാർ രാജസേവകന്മാരോ ശിക്ഷരക്ഷാധികാരികളോ ആയാൽ അന്യന്റെ പണം പിടിച്ചുപറിക്കുന്നതിൽ ലേശം ദയ കാണിക്കുകയില്ല. അട്ട ചോര കുടിക്കുന്നതുപോലെ കൈയിൽപ്പെട്ട മനുഷ്യന്റെ സർവസ്വവും പിഴിഞ്ഞ് എടുത്താലേ കടി വിടുകയുള്ളു.

പിന്നെ ഒരുവിധം കഠോരന്മാരുണ്ട്. അവർക്കു വിശേഷവിധിയായി സ്വാർത്ഥസിദ്ധി ഒന്നുമില്ലെങ്കിലും പരിതാപം കണ്ടുകൊണ്ടിരിക്കുന്നതു തന്നെ ബഹുവിനോദകരമായിരിക്കുന്ന ഒരു സംഗതിയാണ്. ഈ ദുഷ്ടന്മാരുടെ മനസ്സിന്ന് ഉത്സാഹമോ സന്തോഷമോ ഉണ്ടാവുന്നത് അന്യന്റെ സന്താപത്തിലും സങ്കടത്തിലുമാണ്. ഈ കഠിനബുദ്ധി ആദ്യം ചെറിയ സംഗതികളിൽ തുടങ്ങും. പിന്നെ അതു വർദ്ധിക്കും. ദുഷ്പ്രവൃത്തി ചെയ്തുചെയ്തു ക്രമേണ ബുദ്ധി അത്യന്തകഠിനമായിത്തീർന്നാൽ പിന്നെഅവൻ ഒരു ഭ്രാന്തനെപ്പോലെ ആയിത്തീരുന്നു. ദുഷ്ടത എന്തെങ്കിലും ഒന്ന് ഒരു ദിവസം ചെയ്തിട്ടില്ലെങ്കിൽ ഈ ദുഷ്ടനു ശ്വാസംമുട്ടിയാൽ ഉണ്ടാവുന്നതുപോലെയുള്ള ഒരു പ്രാണവേദന ഉണ്ടാവുന്നു. ചില രാജ്യങ്ങളിൽ ഈവിധം ദുഷ്ടന്മാർ തങ്ങളുടെ ആത്മപ്രീതിക്കുവേണ്ടി നിരപരാധികളായ സ്ത്രീകളേയും കുഞ്ഞുങ്ങളേയും ഒളിച്ചിരുന്നു വൃഥാവെട്ടിക്കൊന്ന് അവരുടെ മരണവികൃതികളെ കണ്ടു സന്തോഷിക്കുന്നു. തന്റെ സമസൃഷ്ടിയുടെ ദുസ്സഹമായ പ്രാണവേദനയിൽ ഉള്ള ഓരോ ഗോഷ്ടികൾ കാണുന്നതിലുള്ള സന്തോഷവും അവന്റെ ശരീരത്തിന്നു വെട്ടിമുറി ഏല്പിക്കുമ്പോൾ തന്റെ മനസ്സിന്നുള്ള ഒരു തൃപ്തിയും രക്തവും കുടൽമാലയും സമ്മിശ്രങ്ങളായി പുറത്തുചാടി ഒഴുകി തളംകെട്ടി നില്ക്കുന്നതു കാണുമ്പോൾ കണ്ണിന്നുള്ള ആനന്ദവും ഈ ദുഷ്ടന് ഉണ്ടാവുന്നത് ഇത്രത്തോളമാണെന്നു പറവാൻ അസാദ്ധ്യം. ഈ ഒരു തൃപ്തിക്കുമാത്രം ദുർബുദ്ധികളായ ചില കുട്ടികൾ തവളയേയും ഓന്തിനേയും മറ്റും വെറുതെ എറിഞ്ഞുകൊല്ലുന്നതുപോലെ മനുഷ്യരെ ഈ വക ദുഷ്ടന്മാർ കൊലചെയ്യുന്നു.

ഇത്രത്തോളം ക്രൂരത മനുഷ്യന്റെ മനസ്സിന്ന് ഉണ്ടാവുമെങ്കിൽ ഇങ്ങനെ മൃതിപ്പെടുന്നതിന്നു കീഴായി എന്തെല്ലാം വിധം സങ്കടത്തെ ഈ വിധം ദുഷ്ടനു തന്റെ സമസൃഷ്ടിക്കും വൃഥാ ഉണ്ടാക്കിത്തീർക്കാം. അസംഖ്യം വിധത്തിൽ അനേക സംഗതികളിൽ ചെയ്യാം.

ഞാൻ എനി പറയാൻ പോവുന്ന കഥയെ കേൾക്കുമ്പോൾ ഈ ഒടുവിൽ പറഞ്ഞവിധം ഉള്ള ദുഷ്ടന്മാർകൂടി നമ്മുടെ രാജ്യത്തിൽത്തന്നെ ചിലപ്പോൾ കാണപ്പെടുന്നുണ്ടെന്നറിയാം.

നമ്മുടെ സർപ്പദൃഷ്ടിക്കാരൻ വൈത്തിപ്പട്ടർ ഈ ഒടുവിൽ പറഞ്ഞ മാതിരിയുള്ള ദുഷ്ടനല്ല. എന്നാൽ വൈത്തിപ്പട്ടർ സ്വാർത്ഥസിദ്ധിക്ക് എത്ര ക്രൗര്യകർമവും ചെയ്‌വാൻ മടിയില്ലാത്തവനും പഠിപ്പും അറിവും അശേഷമില്ലാത്ത ഒരു ദുഷ്ടനും ആയിരുന്നു. ഇയാൾ കേവലം സാമർത്ഥ്യമില്ലാത്ത ഒരാളല്ല. ശങ്കരൻ മടങ്ങി എത്തിയാൽ രാമൻമേനോൻ അവനോടു ക്രോധിച്ചു ശകാരിക്കുമെന്നായിരുന്നു വൈത്തിപ്പട്ടരുടെ വിചാരവും ആഗ്രഹവും. അപ്രകാരം യാതൊരു ശണ്ഠയും ഉണ്ടായില്ലെന്നുതന്നെ അല്ലാ രാത്രി വളരെനേരം ശങ്കരനുമായി രാമൻമേനോൻ സ്വകാര്യം സല്ലപിച്ചിരിക്കുന്നതാണ് വൈത്തിപ്പട്ടര് കണ്ടത്. വൈത്തിപ്പട്ടരോടു രാമൻമേനോൻ ശങ്കരൻ മടങ്ങിവന്നശേഷം യാതൊന്നും സംസാരിച്ചിട്ടില്ല. ശങ്കരനുമായി സ്വകാര്യം പറഞ്ഞസമയത്തും വൈത്തിപ്പട്ടരെ വിളിച്ചിട്ടില്ല.

വൈത്തിപ്പട്ടർക്കു മനസ്സിന്ന് ആകപ്പാടെ അശേഷം സ്വാസ്ഥ്യം ഇല്ലാതെ ആയി. തനിക്കു മോഹങ്ങൾ വളരെ എല്ലാം ഉണ്ടായിരുന്നു. അതുകൾ സാധിക്കുന്നതിന്നും അത്ര പ്രയാസമില്ലെന്നായിരുന്നു പട്ടരുടെ ആദ്യത്തെ വിചാരം. ക്രമേണ ഈ വിചാരത്തിന്നു ഭേദം വന്നുതുടങ്ങി. ശങ്കരൻ തനിക്കു സർവത്ര വിരോധിയായി വന്നിരിക്കുന്നു. രാമൻമേനോൻ ഇവന്റെ ചൊൽപ്പടിയിൽത്തന്നെ ഇരിക്കുകയുള്ളു. പട്ടരുമായി രാമൻമേനോൻ യാതൊരു കാര്യങ്ങളെക്കുറിച്ചും ആലോചിക്കുന്നില്ലാ. അധികം പണം വെച്ചിട്ടുള്ളതെന്നു പട്ടര് തീർച്ചയായും വിശ്വസിച്ചിട്ടുള്ള പെട്ടിയും താക്കോലും ശങ്കരൻ പക്കൽതന്നെ. ഈ സംഗതികൾ എല്ലാം ആലോചിച്ച് അതിദുഷ്ടനായ പട്ടരുടെ മനസ്സിന്നു ലേശംപോലും സ്വസ്ഥത ഇല്ലാതെ ആയിത്തീർന്നു.

'കഷ്ടം! കഷ്ടം!' വൈത്തിപ്പട്ടരു വിചാരിക്കുന്നു: 'ഞാൻ എന്തൊരു ഭാഗ്യഹീനനാണ്. എത്രതന്നെ ഞാൻ ശ്രമിച്ചിട്ടും അദ്ധ്വാനിച്ചിട്ടും എന്റെ ദാരിദ്ര്യം നീങ്ങുന്നില്ലല്ലോ. പത്തുവയസ്സുമുതൽ അദ്ധ്വാനിച്ചുതുടങ്ങിയിരിക്കുന്നു. ഇപ്പോൾ എനിക്ക് 62 വയസ്സായി. അമ്പത്തിരണ്ടുകൊല്ലം അദ്ധ്വാനിച്ചിട്ടും സുഖമായി അഹോവൃത്തിക്കു സമ്പാദിച്ചിട്ടില്ല. എന്റെ തലയിലെഴുത്തുതന്നെ. മറ്റെന്താണു പറവാനുള്ളത്. പൂഞ്ചോലക്കര എടത്തിൽ തെക്കൻ ചരക്കുകച്ചോടത്തിൽ കുറെ സമ്പാദ്യം ഉണ്ടായിരുന്നു. ആ കച്ചോടംതന്നെ നിജമായും സ്ഥിരമായും ചെയ്തുവന്നിരുന്നുവെങ്കിൽ നാലുകാശു കാണുമായിരുന്നു. അതിമോഹംകൊണ്ട് അതുവിട്ടു. ആ പാപി കല്യാണിയുടെകൂടെ ചാടിപ്പോയി. മോഹങ്ങൾ ഒന്നും സാധി

ക്കാതെ പട്ടിയെപ്പോലെ മടങ്ങിപ്പോന്നു. കച്ചവടവും പോയി കഞ്ഞിക്കും വകയില്ലാതായി. കല്യാണിയുടെകൂടെ പോയ സമയം ആലോചിച്ചിരുന്നപ്രകാരം എല്ലാം ക്ഷണേന ധൈര്യത്തോടെ പ്രവർത്തിച്ചിരുന്നുവെങ്കിൽ ഇന്നു ഞാൻ നല്ല ഒരു ധനികനായിരിക്കുമെന്നുള്ളതിനു വാദമുണ്ടോ? എത്രയായാലും ഞാൻ പട്ടരല്ലേ. പട്ടർക്കു ധൈര്യം ഉണ്ടാവുമോ? കഷ്ടം! അല്പം ധൈര്യവും നിശ്ചയിച്ച് പ്രവർത്തിക്കുന്നതിൽ വേഗതയും ഉണ്ടായിരുന്നുവെങ്കിൽ ഞാൻ എത്ര എളുപ്പത്തിൽ പണം സമ്പാദിക്കുമായിരുന്നു. ഇപ്പോൾ ദൈവഗത്യാ നല്ല ഒരു തരംകിട്ടി എന്നു ഞാൻ സന്തോഷത്തോടുകൂടി കരുതിയിരുന്നു. ഇതും ഇപ്പോൾ തകരാറായിട്ടാണു വരാൻ പോവുന്നത്. അസത്തു മനസ്സെ, നിണക്ക് എന്താണ് ഒരു ഭീരുത്വം? ആഗ്രഹമുണ്ടെങ്കിൽ പ്രവർത്തിക്ക, പ്രവർത്തിക്ക, ഭീരുത്വത്തിന്റെ ഫലം ദാരിദ്ര്യം, ദാരിദ്ര്യത്തിൽ കിടന്നു നശിക്ക. അല്ലെങ്കിൽ വല്ലതും തീർച്ചയാക്കി പ്രവർത്തിക്ക. ഈ കണ്ണുപൊട്ടന്റെ കൈയിൽ അമ്പത് അറുപതോളം രൊക്കം ഉണ്ട്. അതിൽ ഒരു നാലിലൊന്നു കിട്ടിയാൽ ഞാൻ കുബേരനായല്ലൊ. എങ്ങനെ കിട്ടാനാണ്? ഞാൻ രാമേശ്വരത്തുവെച്ച് ആഗ്രഹിച്ചതു സകലം നിഷ്ഫലം നിഷ്ഫലം തന്നെ. ഇങ്ങനെ കൈയിൽ വന്നപോലെയുള്ള കാര്യം കിട്ടാതെ പോവുന്നുവല്ലോ. ഇയാളുടെ വശം അസംഖ്യം ദ്രവ്യം ഉണ്ടല്ലൊ. ഇയാളുടെ വലിയ പെട്ടിയും നോക്കി കൊതിച്ചുകൊണ്ടു വൃഥാ കാലം കളയുന്നുവല്ലോ. ശങ്കരൻ ഇവിടെ താമസിപ്പാൻ ഒരിക്കലും അനുവദിക്കുകയില്ല. ഇപ്പോഴും ഭീരുത്വം കാണിച്ചുനിന്നാൽ ഈ ജന്മം നമുക്കു ദാരിദ്ര്യം തന്നെ ഫലം. സംശയമില്ല. ശങ്കരൻ ആൾ മഹാവികൃതിയാണ്. ബഹുസമർത്ഥനാണ്. അവൻ ജീവിച്ചിരിക്കുമ്പോൾ രാമൻമേനോന്റെ നേരെ എതിർപ്പാൻ കഴിയില്ല. നമ്മുടെ വിദ്യ യാതൊന്നും ഫലിക്കയില്ല. യാതൊരു കാര്യവും രാമൻമേനോൻ എന്റെ മുഖാന്തിരം ചെയ്കയുമില്ല. വല്ലതും സമ്പാദിക്കേണമെന്നുണ്ടെങ്കിൽ അതിന്റെ വഴി ഇപ്പോൾത്തന്നെ എടുക്കണം. ഈ നിമിഷം എടുക്കണം സംശയമില്ല, സംശയമില്ല. ഇവറ്റ എന്റെ ഗൃഹത്തിൽ വന്നു താമസിക്കുന്നത് ഇതുവരെ ആരും അറിഞ്ഞിട്ടില്ല. എന്നാൽ ശങ്കരൻ ജീവനോടെ ഇരിക്കുമ്പോൾ ഞാൻ വല്ലതും പ്രവർത്തിച്ചാൽ എന്നെ അവൻ ജേലിൽ ആക്കുമെന്നുള്ളതിന്നു സംശയമില്ല. ശങ്കരൻ ആൾ അല്പനല്ല. ശങ്കരൻ ഇല്ലായിരുന്നുവെങ്കിൽ ഈ കണ്ണുപൊട്ടനും കുട്ടിയും അവരുടെ പണവും നമ്മുടെ കൈയിൽ ത്തന്നെ. പിന്നെ ഞാനേ ഗതി, വേറെ യാതൊരു പരിചയക്കാരും കൂടി ഇവർക്കില്ല. നമ്മുടെ ഇഷ്ടപ്രകാരം അറുപത് എഴുപതിനായിരം ഉറുപ്പിക കൊണ്ടു കളിക്കാം. വിചാരം ഇവിടെ എത്തിയപ്പോൾ ഒരു സർപ്പദൃഷ്ടിയോടുകൂടി വൈത്തിപ്പട്ടർക്കു മ്ലേച്ഛമായ പല്ലുകൾ മുഴുവനും പുറത്തായി ഒരു സന്തോഷഹർഷം ഉണ്ടായി. പിന്നെയും ആലോചിച്ചുതുടങ്ങി. എന്താണ് ആലോചിച്ചത് എന്ന് എനിക്ക് എഴുതുവാൻകൂടി ഭയമാവുന്നു. ഈ മഹാപാപി പട്ടര് ചെയ്യുവാൻ ഉറച്ച കർമം ഇന്നതാണെന്നു ഞാൻ

ഇവിടെ പറയണമോ? ഈ മഹാപാപിയെക്കുറിച്ച് എഴുതുന്നവർക്കുകൂടി മഹാപാപം ഇല്ലേ.

പട്ടരുടെ ആലോചന മുറുകി. ഒരുവിധം എല്ലാം ഉറച്ചശേഷം തന്റെ ഒരു വിശ്വസ്തനായ സ്നേഹിതനോട് ഈ സംഗതിയെപ്പറ്റി ആലോചന ചെയ്യണമെന്നു നിശ്ചയിച്ച് അയാളുടെ പാർപ്പിടത്തിലേക്കായി വൈത്തിപ്പട്ടർ പോയി. ഈ സ്നേഹിതന്റെ പേർ കറുപ്പൻചെട്ടി എന്നായിരുന്നു. കറുപ്പൻചെട്ടി ആ ദിക്കിൽ നല്ലവണ്ണം അറിയപ്പെട്ടിരുന്ന ഒരു പെരും കള്ളനും ദുഷ്ടകർമങ്ങൾ ചെയ്തുചെയ്ത് അതിനിഷ്ഠൂരനായിത്തീർന്ന ഒരു മഹാപാപിയും ആയിരുന്നു. നരഹത്യ, കൂട്ടായ്മക്കവർച്ച, കവർച്ച, കളവ് ഇതുകളാണ് ഇവന്റെ തൊഴിൽ. എന്നാൽ പൊല്ലീസ്സുകാരുടെ അജാഗ്രതയാലോ ഈ മഹാപാപിയുടെ സാമർത്ഥ്യത്താലോ ഇവനെ രണ്ടുപ്രാവശ്യത്തിലധികം ശിക്ഷിപ്പാൻ സാധിച്ചിട്ടില്ല. വളരെകാലം മുമ്പ് ഒരു കളവിൽ കുടുങ്ങി മൂന്നുകൊല്ലം കഠിനതടവും കൊരടാവുകൊണ്ടു നൂറടിയും കിട്ടി. ഇതിന്നുശേഷം വളരെക്കാലം പല കൊലക്കാര്യങ്ങളിലും ഇവൻ ഉൾപ്പെട്ടിരുന്നുവെങ്കിലും ഒരു കാര്യത്തിലെങ്കിലും കുടുങ്ങീട്ടില്ല. നമ്മുടെ ഈ കഥ നടന്ന കാലത്തിന്ന് ഏകദേശം ഒറു പതിനൊന്നു സംവത്സരങ്ങൾ മുമ്പ് ഒരാളെ കൊല്ലാൻ ശ്രമിച്ച കുറ്റത്തിന് പത്തുകൊല്ലം തടവുശിക്ഷ അനുഭവിച്ചു. അതുകഴിഞ്ഞു മടങ്ങി നാട്ടിൽ എത്തീട്ട് ഇക്കാലം ഒരു കൊല്ലമേ ആയിട്ടുള്ളു.

സൃഷ്ടിയിൽ ദുഷ്ടനും ശിഷ്ടനും വളരെ ഭേദങ്ങൾ സാധാരണ കാണപ്പെടുന്നില്ലെങ്കിലും ചിലപ്പോൾ കാണാറുമുണ്ട്. എന്നാൽ ചില അത്യന്തരൂക്ഷവേഷത്തിന്റെ ഉള്ളിൽ അത്യന്തമൃദുവായ ഹൃദയവും ചില അത്യന്തസൗമ്യവേഷത്തിന്റെ ഉള്ളിൽ അത്യന്തക്രൂരഹൃദയവും കാണപ്പെടുന്നു. അതിനാലാണ് സ്വരൂപത്തിന്റെ സ്വഭാവത്തെക്കൊണ്ട് ഹൃദയത്തിന്റെ സ്വഭാവം നിശ്ചയിക്കാൻ പാടില്ലെന്ന് ഈ അദ്ധ്യായത്തിന്റെ ആദ്യത്തിൽ ഞാൻ പറഞ്ഞത്. എന്നാൽ നമ്മുടെ കറുപ്പൻ അകത്തും പുറത്തും ഒരുപോലെ രൂക്ഷനായിരുന്നു.

കറുപ്പൻ വർണത്തിൽ കറുപ്പൻതന്നെയായിരുന്നു. ആ കറുത്ത മുഖത്തിലും ശരീരത്തിൽ എല്ലാടവും ഒരുപോലെ കുഴിഞ്ഞുകീറി കാണുന്ന വസൂരിക്കലകളും രക്തവർണങ്ങളായ വട്ടക്കണ്ണുകളും ശ്വാവിന്റെ ദംഷ്ട്രങ്ങൾപോലെ നീണ്ടു വെളുത്തു മിന്നുന്ന പല്ലുകളും രൂക്ഷമായ നോക്കും ദീർഘിച്ച ഊക്കുള്ള ആ ദേഹവും എല്ലായ്പ്പോഴും കൈയിൽ കൊണ്ടു നടക്കുന്ന ഭയങ്കരമായ പിശ്ശാങ്കത്തിയും കണ്ടാൽ ഈ വാർദ്ധക്യകാലത്തും ഈ മഹാപാപി ചണ്ഡാളൻ അത്യന്തം നിഷ്ഠൂരനായ ഒരു യമഭടൻ തന്നെ എന്നു മനുഷ്യർക്കു തോന്നും. ഈ കറുപ്പന്റെ സ്വരൂപംപോലെ ഇവനെപ്പോലെയുള്ള ദുഷ്ടമനുഷ്യരെയെല്ലാം സൃഷ്ടിച്ചിരുന്നുവെങ്കിൽ സാധുജനങ്ങൾക്ക് ഇവരിൽ നിന്ന്, ദുഷ്ടമൃഗങ്ങളിൽനിന്ന് ഇപ്പോൾ ഒരുവിധം രക്ഷപ്പെടുന്നതുപോലെ രക്ഷപ്പെടാമായിരുന്നു. മുമ്പു ചില കള

വുകാര്യങ്ങൾ ഇവൻ ചെയ്തിട്ടുള്ളതിൽ ഈ വൈത്തിപ്പട്ടരു ചിലപ്പോൾ കളവുമുതൽ ഇവന്നുവേണ്ടി സൂക്ഷിച്ചുകൊടുക്കുകയും മറ്റും ചെയ്തിട്ടുണ്ട്. വൈത്തിപ്പട്ടരും കറുപ്പനും തമ്മിൽ വളരെ ചേർച്ചയായിട്ടാണ്.

വൈത്തിപ്പട്ടര് കറുപ്പന്റെ പുരയിൽ ചെന്നുകയറുമ്പോൾ കറുപ്പൻ ഒരു മുണ്ടുവിരിച്ചു തന്റെ പിശ്ശാങ്കത്തിയും തലയ്ക്കൽവെച്ചു കിടന്നുറങ്ങുകയായിരുന്നു. പട്ടരു മിറ്റത്തുനിന്നു "കറുപ്പാ, കറുപ്പാ, എന്ന സന്ധ്യാവേളയിലെ തൂങ്കറയാ?" എന്നു ചോദിച്ചു. കറുപ്പൻ ഞെട്ടി ഉണർന്നിരുന്നു. "ഓ അയ്യരു വന്തത് എനിക്കു തിരിയിലെ അയ്യര് ഇരുങ്കോളെ!" എന്നു പറഞ്ഞ് ഒരു പലക എടുത്തിരിപ്പാൻ കൊടുത്തു. കറുപ്പനും പട്ടരുംകൂടെ ഉടനെ പുരയുടെ തെക്കേ മിറ്റത്തു പോയി അടുത്ത് ഇരുന്ന് ഏറ്റവും ഗോപ്യമായി രണ്ടുമൂന്നു നാഴിക സംസാരിച്ചു. സംസാരം കഴിഞ്ഞശേഷം എഴുനീറ്റു രണ്ടുപേരും നിന്ന് അന്യോന്യം മുഖത്തേക്കു നോക്കി. കറുപ്പൻ പതുക്കെ ഒരു മന്ദഹാസം ചെയ്തു. കറുപ്പന്റെ 'മന്ദഹാസം' ഏതു പ്രകാരമായിരിക്കുമെന്ന് എന്റെ വായനക്കാരിൽ ചിലർക്കെങ്കിലും മനസ്സുകൊണ്ടു ധ്യാനിച്ചുകൂടെ? കാണാം എന്നുതന്നെ ഞാൻ വിചാരിക്കുന്നു. കറുപ്പനെപ്പോലെയുള്ള ജന്തുക്കൾ മനസ്സിനു വല്ല സ്തോഭവും ഉണ്ടാവുമ്പോൾ പല്ലിളിച്ചു കാണിക്കുന്നതിനു 'മന്ദഹാസം', 'പുഞ്ചിരി' എന്നും മറ്റുമുള്ള വാക്കുകളെ ഉപയോഗിക്കുന്നതു കേവലം അബദ്ധമാണെന്ന് എനിക്ക് നിശ്ചയമുണ്ട്. എന്നാൽ ഈ അർത്ഥത്തെ സൂചിപ്പിക്കുന്നതിനു വേറെ വാക്കുകളെ നമ്മുടെ ഭാഷയിൽ ഉപയോഗിച്ചു കാണുന്നില്ല. കറുപ്പനും പട്ടരുമായുള്ള സംഭാഷണം കഴിഞ്ഞു കറുപ്പൻ എഴുനീറ്റുനിന്നു പട്ടരുടെ മുഖത്തുനോക്കി ഒന്ന് 'ഇളിച്ചുകാട്ടി' എന്ന് എഴുതിയാൽ എന്റെ വായനക്കാർ പരിഭ്രമിക്കുമെന്നു വിചാരിച്ചുമാത്രം ഈ അത്യന്തം വിരൂപനും ക്രൂരനുമായ കറുപ്പന്റെ ഈ ചേഷ്ടയ്ക്ക് 'മന്ദഹാസം' എന്ന് എഴുതിയതാണ്. പല്ലുകൾ പുറത്തേക്കു കാണിച്ച് ഒരു മഹാപ്രേതം ഹുങ്കാരം ഇടുന്നതുപോലെ ഒരു ഹുങ്കാരം ചെയ്തുകൊണ്ടു പറഞ്ഞു: "ഇന്ത മാതിരിയല്ലാമൽ ഇന്ത കാരിയം ശാതിക്കറത്ക്ക് വേറെ ഉപായങ്ങൾ നാൻ ഒന്നും കാണലെ. എനക്കു മിന്നെപ്പോലെ ഉടമ്പുക്കു വലം കെടയാതയ്യരെ. എനക്കു വയശ്ശറുപതുമാട്ടുമാച്ച്. മിന്നെപ്പോലെ മനശ് എത്തര തിക്കിലെ ഉടമ്പു എനക്കു എത്തറതില്ലെ. എനി ഇന്തമാതിരി കാരിയങ്കൾ ഒപായത്തിലെ ശെയ്യറതന്നിലെ തെകമിടുക്കനാലെ നിവിരത്തിക്കറത് പറയാശം, അയ്യരെ."

വൈത്തിപ്പട്ടര്: ആനാൽ നീ എല്ലാം ശൊന്നപോലെ പണ്ണിവൈ. നാൻ നാളെ സായന്തനം നാലുമണിക്ക് ഇങ്കെ വറേൻ.

കറുപ്പൻ: അയ്യരെ, നാൻ ശെലിലെ ഇരുന്തു വന്തു പിരിപ്പാട്. ഒറു നാളെക്കാവതു വയറു നറയെ ശാപ്പടലൈ. പകുതാരത്തിരിയം അയ്യരെ, നമ്മ കഷ്ടപ്പാടുപോരക്കിര പൊതു എന്നും ഏതാവതു ശെയ്ത് മരുവടിയും ശെലിലേക്കുതാൻ പോയി അങ്കെ താൻ നന്മകാലം മുഹിക്കറുതെ നല്ലത് എന്നു യോശിക്കറേൻ.

വൈത്തിപ്പട്ടർ: നീ വിശാരിയാതെ അപ്പാ, ഇന്ത കാരിയം കാളിയുടെ ശഗായത്തിൻപേരിലെ ഫലിച്ചിദേ ആനാൽ, ഒൻ താരിത്തിരിയത്തെ നാനെതീർത്തുവെക്കറേൻ, സന്ദേഹമില്ലെ. ശയം വരുമ്പടിക്ക് ഒന്നുടയ മൂരിത്തിയെ നന്നാ പിരാർത്തനൈ ശൈത് ഇര്.

വൈത്തിപ്പട്ടർ തിരിയെ ഗൃഹത്തിൽ വന്നു മുമ്പത്തെപ്പോലെ വളരെ ജാഗ്രതയായും ഭക്തിയോടും രാമൻമേനോനെ ശുശ്രൂഷിച്ചുകൊണ്ടിരുന്നു. ശങ്കരനോടും വൈത്തിപ്പട്ടർ വളരെ പ്രസാദഭാവത്തിലിരുന്നു. മുമ്പു ചിലപ്പോൾ ശുണ്ഠി എടുക്കാറുണ്ട്. അത് ഇപ്പോൾ കേവലം ഇല്ലെന്നല്ല, ഇങ്ങട്ട് ശങ്കരൻ എത്ര ഹാസ്യമായും പുച്ഛമായും പറഞ്ഞാലും അങ്ങട്ടു വളരെ സന്തോഷിച്ചും സ്നേഹത്തോടും പറഞ്ഞുതുടങ്ങി. കറുപ്പൻചെട്ടി യുമായി ആലോചന കഴിഞ്ഞ ദിവസം രാത്രി ശങ്കരനുമായി ഒരു സംഭാ ഷണം ഉണ്ടായി.

വൈത്തിപ്പട്ടർ: എന്താണ് ശങ്കരമേനോനെ നമ്മുടെ ദിക്കിൽ തലെ തട്ടി വല്ലാതെ കടന്നുപിടിച്ചിരിക്കുന്നുവല്ലോ. ഇന്നലെ തറയിൽ പത്തു പതിനഞ്ചുപേർ മരിച്ചുപോൽ. ഇന്നും അഞ്ചെട്ടുപേർക്കു തുടങ്ങിയിരി ക്കുന്നുവത്രെ. ഉണ്ടാവുന്നതൊക്കെ അപകടമായിട്ടുതന്നെ. നമ്മുടെ ഈ ഗ്രാമത്തിൽത്തന്നെ കുറെശ്ശെ ഉണ്ടോ എന്ന് ഒരു സംശയം. ഞാൻ മൂപ്പ രോടു വിവരം പറഞ്ഞില്ല. കുട്ടി അടുക്കെ ഉണ്ടായിരുന്നതിനാൽ കുട്ടി ഭയപ്പെടുമോ എന്നും വിചാരിച്ചു ഞാൻ ഒന്നും പറഞ്ഞില്ല.

ശങ്കരൻ: പറയാത്തതു നന്നായി. മൂപ്പരെ അറിയിച്ചിട്ട് എന്താവശ്യം. ഈ ഗ്രാമത്തിൽത്തന്നെ ഉണ്ടെങ്കിൽ നുമ്മൾക്ക് പാർപ്പ് ഇവിടെ നിന്ന് ഉടനെ മാറ്റണം.

വൈത്തിപ്പട്ടർ: ഞാനും അങ്ങനെതന്നെ വിചാരിക്കുന്നു.

ശങ്കരൻ: ഈ ഗ്രാമത്തിൽ എവിടെയാണ് ദീനം ഉണ്ടായത്?

വൈത്തിപ്പട്ടർ: ഒരു മൊട്ടച്ചി അമ്മ്യാർക്ക്. ഗ്രാമത്തിന്റെ അങ്ങെ തലയ്ക്കലാണത്രെ. ഇപ്പോൾ തുടങ്ങീട്ടെ ഉള്ളുവത്രെ. എന്നോട് അകത്തു നിന്നു കുട്ടികളാണു പറഞ്ഞത്. ശങ്കരമേനോന് ഈ ദീനത്തിനെ വളരെ പേടിയുണ്ടോ?

ശങ്കരൻ: എനിക്ക് അശേഷം ഭയമില്ല. ഞാൻ എല്ലായ്പോഴും മരിപ്പാൻ ഒരുങ്ങിയവനാണ്. എന്റെ യജമാനനെ വിചാരിച്ചിട്ടില്ലെങ്കിൽ എനിക്കു മരിക്കുന്നതു സന്തോഷമാണ്. അങ്ങനെയാണ് എന്റെ ഇപ്പോ ഴത്തെ സ്ഥിതി.

വൈത്തിപ്പട്ടർ: എന്റെ തങ്കക്കുട്ടി എന്തിനപ്പാ ചാവുന്നു. നിങ്ങൾ എത്ര സമർത്ഥനാണ്. നിങ്ങൾ ഇല്ലാതിരുന്നുവെങ്കിൽ യജമാനന്റെ ഇപ്പോഴത്തെ സ്ഥിതി എന്തായിരുന്നു. ഒരു ദിവസം നിങ്ങളെക്കൂടാതെ അദ്ദേഹം ഇരിക്കയില്ല. ഈശ്വരാ, എനി അദ്ദേഹത്തിന് ഒരു ആപത്തും വരരുതെ. എന്റെ ഗൃഹത്തിൽവെച്ച് ഒരു സങ്കടവും അദ്ദേഹത്തിനു നേരിടാതിരിക്കേണമെന്നു ഞാൻ ദൈവത്തെ എപ്പോഴും പ്രാർത്ഥിക്കുന്നു. എന്നാൽ ഇത്ര സമീപം ദീനം ഉണ്ടെന്നു ഞാൻ കേട്ടതു ശരിയാണെങ്കിൽ

ഇവിടെനിന്നു തല്ക്കാലം പാർപ്പ് മാറ്റണം. ശങ്കരമേനോൻ പറഞ്ഞതു ശരിയാണ്. സംശയമില്ല ഇവിടെനിന്നു മൂന്നു നാഴിക കിഴക്ക് എനിക്ക് ഒരു ഗൃഹമുണ്ട്. പക്ഷേ, നോക്കൂ നാലു ദിവസം അവിടെ പോയി താമസിക്കുന്നതാണു നല്ലത്, എന്നു തോന്നുന്നു. നാളെ ഇവിടുത്തെ ദീനസ്ഥിതി അന്വേഷിച്ച് കേട്ടതെല്ലാം ശരിയാണെങ്കിൽ നേരെ എന്റെ മറ്റൊരു ഗൃഹത്തിലേക്കു പോയി അവിടെ പാർപ്പാൻ എല്ലാം ശട്ടമാക്കി. ഒരു വണ്ടിയുംകൊണ്ടു ഞാൻ ഇങ്ങോട്ടു വരാം. എജമാനനേയും കുട്ടിയേയും നമുക്ക് അങ്ങട്ടു കൂട്ടിക്കൊണ്ടുപോവാം. അതല്ലെ നല്ലത്?

ശങ്കരൻ: അതെ, ഉടനെ പാർപ്പു മാറ്റുന്നത് ആവശ്യം. ഞാൻ വെളിച്ചാവുമ്പോൾ വിവരങ്ങളെക്കുറിച്ച് മൂപ്പരെ അറിയിക്കാം.

വൈത്തിപ്പട്ടർ: ശാരദയുടെ അടുക്കെവെച്ച് ദീനത്തിന്റെ വർത്തമാനം ഒന്നും പറയരുതെ. കുട്ടികൾ ക്ഷണം ഭയപ്പെടും. വിശേഷിച്ചും നമ്മുടെ കുട്ടിക്ക് ഈവക ഒക്കെയും ക്ഷണത്തിൽ മനസ്സിലാവുമെന്ന് നിങ്ങൾക്ക് അറിയാമല്ലൊ. കുട്ടിക്കു യാതൊരു അറിവും കൊടുക്കരുതെ.

ശങ്കരമേനോൻ: ഇല്ല. ഞാൻ ശാരദയെ അറിയിക്കാതെ മൂപ്പരെ വിവരങ്ങൾ ഗ്രഹിപ്പിച്ചുകൊള്ളാം.

വൈത്തിപ്പട്ടര് ആ ദിക്കിൽ ദീനമുണ്ടെന്നു പറഞ്ഞതു കേവലം കളവല്ല. ആ ഗ്രാമത്തിനു സമീപം ഒരഞ്ചാറു ദിക്കിൽ നടപ്പുദീനം ഉണ്ടാവുകയും അഞ്ചെട്ടുപേർ മരിക്കുകയും ചെയ്തിരുന്നു. വെളിച്ചായപ്പോൾ ശങ്കരൻ ഈ വിവരത്തെക്കുറിച്ച് പുറമേയും കേട്ടു. രാമൻമേനോനോടു വിവരങ്ങളെക്കുറിച്ചു സ്വകാര്യമായി പറഞ്ഞു. രാമൻമേനോൻ വൈത്തിപ്പട്ടരെ വിളിക്കാൻ പറഞ്ഞു. അപ്പോഴേക്ക് വൈത്തിപ്പട്ടര് തന്റെ മറ്റേ ഗൃഹം രാമൻമേനോനും മറ്റും പാർപ്പാൻ ശട്ടംകെട്ടുവാനാണെന്നും പറഞ്ഞു പോയിരിക്കുന്നു.

വൈകുന്നേരം ഏകദേശം നാലുമണിസമയത്ത് പട്ടരു മടങ്ങി എത്തി. ഗൃഹം എല്ലാം ശട്ടമായിരിക്കുന്നു. ഒരു താഴ്ന്ന കെട്ടിപുര പൊളിഞ്ഞു കിടക്കുന്നതു നന്നാക്കാനുണ്ട്. ആൾപാർപ്പില്ലാത്തതിനാൽ നിലവും വളരെ മ്ലേച്ഛമായിരിക്കുന്നു. അതു കൂലിക്കാരു നന്നാക്കുന്നുണ്ട്. കുറെ പനയോല വെട്ടിച്ചു കൊണ്ടുപോവാനാണു താൻ വന്നത്. അതു കൊണ്ടുപോയി കെട്ടിച്ച് രാത്രി പന്ത്രണ്ടുമണിക്കു താൻ മടങ്ങിയെത്തും. പുലർച്ചെ നാലുമണിക്കു ഗൃഹത്തിലേക്കു പുറപ്പെടാം എന്നും രാമൻമേനോനോടു പറഞ്ഞു പട്ടരു പിന്നെയും പുറപ്പെട്ടു. ഇതിനിടയിൽ വൈത്തിപ്പട്ടര് വേറെ ചില കാര്യങ്ങൾകൂടി പ്രവർത്തിച്ചിട്ടാണ് പോയത്.

രാമൻമേനോന്റെകൂടെ ഭൃത്യനായിട്ടു കൃഷ്ണൻ എന്നു പേരായ ഒരുവൻ ഉണ്ടെന്ന് എന്റെ വായനക്കാരുടെ ഓർമയിൽ ഉണ്ടായിരിക്കും. ഇവൻ വളരെ ബുദ്ധി കുറഞ്ഞ ദുഷ്ടച്ചെക്കനായിരുന്നു. ഇവൻ ചെറുപ്പത്തിൽ വൈത്തിപ്പട്ടർക്കു തെക്കൻചരക്കു ചുമടേ എടുത്തു കൂലിവാങ്ങി വൈത്തിപ്പട്ടരുടെ ഭൃത്യന്റെ മാതിരിയിൽ കാലക്ഷേപം കഴിച്ചുവരാറാ

യിരുന്നു. കല്യാണിഅമ്മയുടെകൂടെ കൂട്ടിക്കൊണ്ടുപോയതും വൈത്തിപ്പട്ടരാണ്. ഇവന്റെ സ്വന്തം യജമാനൻ ഇപ്പോഴും വൈത്തിപ്പട്ടരാണെന്നാണ് ഇവന്റെ ബോധം. വൈത്തിപ്പട്ടരുമായി കണ്ട് ഒന്നിച്ചുകൂടിയതിന്റെ ശേഷം വൈത്തിപ്പട്ടരോടു ചേർന്നു രാവുപകൽ എടയുള്ള സമയം എല്ലാം രാമൻമേനോനേയും ശങ്കരനേയും ദുഷിക്കുകയാണ് ഇവന്റെ പ്രവൃത്തി. വൈത്തിപ്പട്ടരെ ഇവനു വളരെ വിശ്വാസമായിട്ടാണ്. വൈത്തിപ്പട്ടർക്ക് അങ്ങോട്ടും അങ്ങനെതന്നെ. രാമൻമേനോന്റെ പക്കൽനിന്നു വളരെ പണം കൗശലത്തിൽ വാങ്ങി കൊടുക്കുമെന്നു പട്ടരു പലപ്പോഴും ഈ കൃഷ്ണനോടു പറയുകയും അതിനെ കൃഷ്ണൻ പൂർണമായി വിശ്വസിക്കുകയും ചെയിതിരിക്കുന്നു. ശങ്കരമേനോന്റെ ഉപദ്രവംകൊണ്ടാണ് ഒന്നും വൈത്തിപ്പട്ടരു വിചാരിച്ചതുപോലെ സാധിക്കാത്തത് എന്നു വൈത്തിപ്പട്ടരു പറഞ്ഞു കൃഷ്ണനു നല്ല ബോദ്ധ്യം വന്നിട്ടുള്ളതിനാൽ ശങ്കരനോടു കൃഷ്ണനു വൈരം ധാരാളമായി ഉണ്ടായിരുന്നു. വൈത്തിപ്പട്ടര് രാമൻമേനോനോടു പുരകെട്ടിക്കാനാണെന്നു പറഞ്ഞു പുറപ്പെട്ടതിനു മുമ്പു താൻ മഠത്തിൽനിന്ന് എറങ്ങിയാൽ ഒരു നാലു നിമിഷത്തിന്ന് ഉള്ളിൽ കൃഷ്ണൻ എറങ്ങിപുറത്തേക്കു ചെല്ലണമെന്നും ഗ്രാമത്തലയ്ക്കൽ നിരത്തുവഴിക്കു സമീപം താൻ നില്ക്കുമെന്നും അവിടെവെച്ചു ചില വിവരങ്ങൾ കൃഷ്ണനോടു പറവാനുണ്ടെന്നും പറഞ്ഞ പ്രകാരം കൃഷ്ണൻ വൈത്തിപ്പട്ടരു പറഞ്ഞ സ്ഥലത്തേക്കു ചെന്നു. ഒരു രണ്ടു നാഴികനേരം കൃഷ്ണനും വൈത്തിപ്പട്ടരുംകൂടി അത്യന്തഗോപ്യമായ ഒരു സ്ഥലത്തുവെച്ചു സ്വകാര്യം സംസാരിച്ചു പിരിഞ്ഞു. കൃഷ്ണൻ തിരിയെ ഗൃഹത്തിലേക്കു പോരികയും ചെയ്തു. കൃഷ്ണൻ ബുദ്ധിയില്ലാത്ത ഒരു പൊണ്ണച്ചാരാണെന്നു മുമ്പെ പറഞ്ഞിട്ടുണ്ടല്ലോ. എന്നാൽ വൈത്തിപ്പട്ടരു പറഞ്ഞതുപോലെ കൃത്യമായി എല്ലാം പ്രവർത്തിക്കാൻ അവന് അശേഷം പ്രയാസം ഇല്ലാതെ വന്നത് ഇവന്റെ ബുദ്ധിക്കുറവുനിമിത്തം തന്നെയാണ്. ബുദ്ധിയും ആലോചനയും ഉള്ള ഒരു ഭൃത്യനും ബുദ്ധിശൂന്യനും പറഞ്ഞതുപോലെ കേൾപ്പാൻ മാത്രം അറിവുള്ള ഒരു ഭൃത്യനും ആയാൽ പലപ്പോഴും യജമാനൻ പറഞ്ഞതുപോലെ കൃത്യമായി പ്രവർത്തിക്കുന്നതു ബുദ്ധിശൂന്യനാണെന്നു കാണാം. ബുദ്ധിയുള്ള ഒരു കാര്യസ്ഥനെ ഒരു കാര്യം ഇന്നപ്രകാരത്തിൽ ചെയ്യണമെന്ന് ഏല്പിച്ചാൽ അതു പ്രകാരംതന്നെ പ്രവർത്തിക്കുന്നതിൽ തന്റെ യജമാനനു മുൻകൂട്ടി കാണാൻ കഴിയാത്ത വല്ല വിഷമങ്ങളും നേരിട്ടാൽ അതുകളെ തടുക്കാൻ തല്ക്കാലമായി സദൃശമായി സ്വന്തയുക്തിയാൽ ആ കാര്യസ്ഥൻ വല്ലതും പ്രവർത്തിച്ചു എന്നോ അല്ലെങ്കിൽ പ്രവർത്തിക്കാൻ തന്നെ ഏല്പിച്ചതിൽ വല്ലതും പ്രവർത്തിക്കാതിരുന്നുവെന്നോ വന്നേക്കാം. തന്നോടു പറഞ്ഞതു പ്രവർത്തിക്കാൻമാത്രം ബുദ്ധിക്കു ശക്തിയുള്ള ഒരു കാര്യസ്ഥനൊ, ഭൃത്യനൊ പറഞ്ഞതുമാത്രം പ്രവർത്തിക്കും. അതു കൃത്യമായും പ്രവർത്തിക്കും. എന്തു വൈഷമ്യങ്ങൾ എടയിൽ ഉണ്ടായിരുന്നാലും അതൊന്നും നോക്കാതെ കൃത്യമായി പറഞ്ഞതുപോലെ കഴിയു

ന്നേടത്തോളം പ്രവർത്തിക്കും. നമ്മുടെ കൃഷ്ണനൻ, ഈ ഒടുവിൽ പറഞ്ഞമാതിരിയുള്ള ഒരുവനാണ്. കൃഷ്ണനൻ മടങ്ങി വൈത്തിപ്പട്ടരുടെ ഗൃഹത്തിൽ പോയി വൈത്തിപ്പട്ടർ പറഞ്ഞതെല്ലാം മനസ്സിൽ ദൃഢമായി ഓർത്തുകൊണ്ട് തന്റെ നിയമപ്രകാരമുള്ള ഓരോ പ്രവൃത്തികൾ നോക്കി വരികയും ചെയ്തു.

വൈത്തിപ്പട്ടരു രാമൻമേനോനോനോടു പറഞ്ഞതു മുഴുവനും കളവല്ല. അദ്ദേഹത്തിന് ആൾപ്പാർപ്പില്ലാത്ത ഒരു ഗൃഹം ഉള്ളതും അതു നന്നാക്കിയിരുന്നതും നേരായിരുന്നു. എന്നാൽ താൻ വിചാരിച്ച കാര്യം സാധിച്ചാൽ രാമൻമേനോനേയും കുട്ടിയേയും ആ ഗൃഹത്തിലേക്കു കൊണ്ടുപോയി താമസിപ്പിക്കാമെന്നു തന്നെയാണു വൈത്തിപ്പട്ടരു സത്യമായി നിശ്ചയിച്ചിരുന്നത്.

വൈത്തിപ്പട്ടരു പോയി. രാമൻമേനോൻ ആകപ്പാടെ വലിയ മനോവ്യസനത്തോടുകൂടി ശങ്കരനോടു പറയുന്നു: "ഈ ദിക്ക് എനിക്ക് അശേഷം പിടിച്ചിട്ടില്ലാ - ഇവിടെ ഒരു സൗഖ്യവുമില്ല. ഇപ്പോൾ ഈ ദിക്കിൽ ദീനവും തുടങ്ങിയിരിക്കുന്നു. നീ ഇന്നാൾ പറഞ്ഞ ഉദയന്തളിദിക്കിലേക്കു പോയി അവിടെ ഒരു സ്ഥലം വാങ്ങി പാർപ്പാക്കിയാലോ?"

ശങ്കരൻ: ആ സ്ഥലം വസതിക്കു വളരെ യോഗ്യമാണെന്നാണ് എന്നോടു കൃഷ്ണനുണ്ണിയുടെ ആൾ പറഞ്ഞതും. എന്നാൽ എനിക്ക് ഇതിൽ അല്പം ഒരാക്ഷേപമുണ്ട്. രാമവർമ്മൻ തിരുമുൽപ്പാടിന്റെ അധീനത്തിൽ നാം പോയി പാർക്കുന്നതു പൂഞ്ചോലക്കര എടക്കാരുമായി മത്സരിക്കാനാണെന്ന് ഒരു അപശ്രുതി ഉണ്ടാവുമോ എന്നു ഞാൻ ശങ്കിക്കുന്നു.

രാമൻമേനോൻ: പൂഞ്ചോലക്കര എടക്കാർ നമ്മുടെ കുട്ടിയെ കേവലം തള്ളിക്കളയുന്നതായാൽ പിന്നെ എന്താണു നിവൃത്തി? ശാരദയുടെ ന്യായമായ അവകാശങ്ങളെ നിശ്ചയമായി രക്ഷിപ്പാൻ തന്നെയാണ് ഞാൻ തീർച്ചയായും ഉറച്ചത്. നുമ്മൾക്കു യാതൊരു സഹായവും ഇല്ലാതെ നാം എന്തു ചെയ്യും. അതുകൊണ്ടു രാമവർമ്മൻ തിരുമുല്പാടിന്റെ സഹായത്തെ നമ്മൾ ആവശ്യപ്പെടേണ്ടതാണെന്നു ഞാൻ വിചാരിക്കുന്നു.

ശങ്കരൻ: പൂഞ്ചോലക്കര എടത്തിലേക്കു ബദ്ധമത്സരിയായ ഒരാളുടെ സഹായമാണ് നമുക്കുള്ളത് എന്നു വരുന്നതിൽ നമ്മുടെ കാര്യത്തിനു തന്നെ ദോഷമുണ്ടോ എന്നു ഞാൻ ശങ്കിക്കുന്നു. രാഘവനുണ്ണി, നുമ്മൾ വൈത്തിപ്പട്ടരുടെ ആവശ്യപ്രകാരം വേഷങ്ങൾകെട്ടി പുറപ്പെട്ടതാണെന്നും യഥാർത്ഥത്തിൽ ശാരദ കല്യാണിഅമ്മയുടെ മകൾ അല്ലെന്നും പറഞ്ഞതിൽ ഒരു വിശ്വാസം അന്നുതന്നെ എടത്തിൽ പലർക്കും ഉണ്ടായതായി കൃഷ്ണനുണ്ണിയുടെ ആൾ എന്നോടു പറഞ്ഞതായി ഞാൻ അറിയിച്ചില്ലേ. എനി അസംഗതിയായി ഉദയന്തളിക്കുപോയി അവിടെ പാർപ്പാക്കുന്നതായാൽ ഇങ്ങനെ നുമ്മൾ അവകാശം പറഞ്ഞുചെല്ലുന്നതു രാമവർമ്മൻ തിരുമുൽപ്പാടിന്റെയും ഉത്സാഹം ഉണ്ടാകയാലാണെന്നും നുമ്മൾ പറയു

ന്നത് വാസ്തവമല്ലെന്നും ജനങ്ങൾക്കു ബോദ്ധ്യമുണ്ടാവാൻ ഇടയാകുമോ എന്നു ഞാൻ സംശയിക്കുന്നു.

രാമൻമേനോൻ: അങ്ങനെ അത്ര അബദ്ധമായ ഒരഭിപ്രായം ജനങ്ങൾക്ക് ആദ്യത്തിൽ പക്ഷേ, ഒരു സമയം ഉണ്ടായാൽതന്നെ ആ അഭിപ്രായം നിലനിൽക്കുവാൻ പാടില്ല. രണ്ടോ നാലോ ദിവസം പക്ഷേ, ഇങ്ങിനെ ദുഷിച്ചു പറയുമായിരിക്കും. പിന്നെ ജനങ്ങൾക്കു സൂക്ഷ്മം മനസ്സിലാവാതിരിക്കയില്ല. എനിക്ക് ഈ ദിക്കിൽ താമസിപ്പാൻ അശേഷം മനസ്സില്ല. ഉടനെ ഇവിടം വിട്ടാലേ എനിക്കു സുഖമുള്ളു.

ഇങ്ങനെ രാമൻമേനോനും ശങ്കരനും സംസാരിച്ചുകൊണ്ടിരിക്കുമ്പോൾ ഒരു ചെറുപ്പക്കാരൻ നമ്പൂതിരി ഇവരുടെ പാർപ്പിടത്തിലേക്കായി വരുന്നതു കണ്ടു. നമ്പൂതിരി രാമൻമേനോന്റെ സമീപത്തിൽ എത്തിയ ഉടനെ പറഞ്ഞു: "പൂഞ്ചോലക്കര എടത്തിൽ നാടുവിട്ട് പൊയ്ക്കളഞ്ഞ ഒരു സ്ത്രീയുടെ മകൾ ഈ ദിക്കിൽ എത്തീട്ടുണ്ടെന്നും ഈ ഗൃഹത്തിൽ താമസിക്കുന്നു എന്നും കേട്ടു. ആ കുട്ടിയെ കാണാൻ വന്നതാണ് ഞാൻ. എന്റെ രാജ്യം ഉദയന്തളിയാണ്. ഞാൻ ഒരു നമ്പൂതിരിയാണ്. ഈ ഗൃഹത്തിൽ ആ കുട്ടി താമസിക്കുന്നുണ്ടോ?

രാമൻമേനോൻ: എന്താണ് ആ കുട്ടിയെ കാൺമാൻ അങ്ങേയ്ക്ക് ഇത്ര ആഗ്രഹം ഉണ്ടാവാൻ കാരണം?

നമ്പൂതിരി: ആഗ്രഹം, ആഗ്രഹം, ആഗ്രഹംതന്നെ. വിശേഷവിധി ആഗ്രഹം ഒന്നും ഇല്ലാതാനും. ഉദയന്തളി രാമവർമ്മൻതിരുമുൽല്പാടിനെ അറിയുമോ? രാമവർമ്മൻ തിരുമുൽപ്പാട് രാമവർമ്മൻ തിരുമുല്പാട് എന്നു കേട്ടിട്ടില്ലേ. ഈറ്റക്കാരനാണ്. അദ്ദേഹത്തിന് ഈ കുട്ടിയുമായി എന്തോ സംബന്ധം ഉണ്ടത്രേ. അദ്ദേഹം പറഞ്ഞിട്ടാണ് ഞാൻ വന്നത്. ഉദയന്തളിയിലേക്കു കൊണ്ടുചെല്ലുവാൻ ആൾ വഴിയെ വരുന്നു. ഞാൻ കുറെ മുമ്പേ പോന്നു. കുട്ടിയെ കാണാനുള്ള അത്യാഗ്രഹം കൊണ്ടു ഞാൻ മുമ്പു കടന്നു പോന്നു. ആ കുട്ടിയുടെ അച്ഛൻകൂടി ഇവിടെ ഉണ്ടെന്നു കേട്ടു. ഉണ്ടോ?

രാമൻമേനോൻ: ഞാൻതന്നെയാണ് കുട്ടിയുടെ അച്ഛൻ.

നമ്പൂതിരി: ശിക്ഷ അങ്ങനെയാണ്. കണ്ടതു വളരെ സന്തോഷമായി. കുട്ടി ഇവിടെത്തന്നെ ഉണ്ടായിരിക്കും?

രാമൻമേനോൻ: "ഉണ്ട്" എന്നുപറഞ്ഞു. നമ്പൂതിരിയും രാമൻമേനോനും ഇരുന്നശേഷം പലേ സംഗതികളെക്കുറിച്ചും ഇവർ തമ്മിൽ സംസാരിച്ചു. നമ്പൂതിരി കുറെ അധികം കാമുകനാണെങ്കിലും കേവലം ബുദ്ധി ഇല്ലാത്തോളല്ല. നേരമ്പോക്കായി സംസാരിപ്പാൻ വശത ഉണ്ട്. രാമൻമേനോന് ആകപ്പാടെ വളരെ രസിച്ചു. ഇവർ സംസാരിക്കുന്ന മദ്ധ്യേ ശാരദ വൈകുന്നേരത്തെ മേൽകഴുകൽ കഴിച്ച് അച്ഛന്റെ അടുക്കെ വന്നുനിന്നു. നമ്പൂതിരി കുട്ടിയുടെ രൂപംകണ്ട് അത്യന്തം ആനന്ദിച്ചു. വഴി നടന്ന ക്ഷീണം എല്ലാം തീർന്നു. കണ്ണുകൾകൊണ്ടു ശാരദയെ പാനം ചെയ്തുചെയ്തു തൃപ്തിവന്നില്ല.

അതിമനോഹരിയായ ഈ കുട്ടിയുടെ സൗന്ദര്യത്തെക്കുറിച്ച് ഈ കഥയിൽ ഇവളുടെ പൂർണയൗവനം തികയുന്ന ദിക്കിൽമാത്രമേ ഞാൻ പറകയുള്ളു എന്ന് ആദ്യത്തിൽ നിശ്ചയിച്ചിരുന്നു. ഇതിനുമുമ്പ് രണ്ടു മൂന്നു പ്രാവശ്യം എന്റെ മനസ്സ് ഇളകി ഈ നിശ്ചയത്തെ ലംഘിക്കാൻ പുറപ്പെട്ടു. എങ്കിലും ഒരുവിധം മനസ്സിനെ പിടിച്ചുനിർത്തി. എനി ഇങ്ങനെ നിർത്തുവാൻ നിവൃത്തി ഇല്ല. ശാരദയുടെ കാന്തിയെപ്പറ്റി അല്പം ഇവിടെ പറയാതിരിപ്പാൻ എന്നാൽ കേവലം അസാദ്ധ്യമാണ്.

പൂർണചന്ദ്രോദയത്തെ കണ്ടുകൊണ്ടു ചന്ദ്രവർണനന ചെയ്യേണമെന്നുറച്ചിരുന്ന ഒരു മനുഷ്യൻ സായന്തനകാലത്തിൽ അത്യന്തനീലമായി സ്വച്ഛമായിരിക്കുന്ന ആകാശത്തിൽ തിളങ്ങുന്ന അസംഖ്യനക്ഷത്രങ്ങളുടെ മദ്ധ്യേ ഉദിച്ചു വിളങ്ങുന്ന ബാലചന്ദ്രനെ കണ്ടു മനസ്സിളകി ബാലചന്ദ്രനെ വർണിച്ചു എന്നു വന്നേക്കാം. ഇതുപ്രകാരം സായന്തനപ്ലവം കഴിഞ്ഞു തന്റെ അച്ഛന്റെ സമീപത്തുവന്നു നിന്നിരുന്ന ആ ശാരദയെ നമ്പൂതിരി കണ്ടപ്രകാരം അല്പം ഒന്നും പറയാതെ നിവൃത്തിയില്ലാതായിരിക്കുന്നു. ശാരദയ്ക്ക് ഈ കാലം പന്ത്രാണ്ടാമത്തെ വയസ്സ് ആരംഭിച്ചിരിക്കുന്നു. ഇങ്ങനെ സൗന്ദര്യമുള്ള ഒരു കന്യകാരത്നത്തെ താൻ മുമ്പ് ഒരിക്കലും കണ്ടിട്ടില്ലെന്നു നമ്മുടെ ചെറുപ്പക്കാരൻ നമ്പൂതിരിക്ക് ശാരദയെ കണ്ട ക്ഷണത്തിൽ തോന്നി. ശാരദയുടെ അപ്പോഴത്തെ കാന്തിയെ പൂർണവികാസത്തെ പ്രാപിക്കുമ്പോൾ അത്യന്തസുരഭിയായി അതിമനോഹരിയായി കാണപ്പെടുന്ന ഒരു വിശേഷവിധി പുഷ്പം കുഡ്മളമായി വികസിപ്പാൻ ആരംഭിക്കുന്ന കാലത്ത് ഏതുവിധമായ കാന്തിയോടെ കാണപ്പെടുന്നുവോ ആ കാന്തിയോടു സദൃശ്യമായിരുന്നു എന്നു നിസ്സംശയം പറയാം. പുഷ്പത്തിനു വരുവാൻ പോകുന്ന സൗന്ദര്യവും സൗരഭ്യവും കുഗ്മളത്തെ പരിശോധിച്ചാൽ അന്തർഗ്ഗർഭിച്ചു സൂക്ഷ്മങ്ങളായി ഇരിക്കുന്നതു കാണാം. അതു ക്രമേണ വികസിച്ചു വരുമ്പോൾ അതിന്ന് അനുരൂപമായ പ്രായത്തിൽ പൂർണവികാസഭാവത്തിൽ കാണപ്പെടുന്ന ഓരോ ഗുണങ്ങൾ പോഷിച്ചു പോഷിച്ചു വരുന്നതും കാണാം. ഇങ്ങനെ ഈ കുഡ്മളോകൃതിയിൽ നിന്ന് ഈ പുഷ്പം പൂർണവികാസത്തെ പ്രാപിക്കുന്നവരെ ഇതിൽ കാണപ്പെടുന്നതായ ഓരോ കോമളങ്ങളായ ഭേദങ്ങളെ ക്ഷമയോടുകൂടി നോക്കിയിരുന്നാൽ മനസ്സിന്ന് അത്യന്തം ആഹ്ലാദം ഉണ്ടായിവരുമെന്നുള്ളതിന്നു സംശയമില്ല. ഇതുപ്രകാരം ജഗന്മോഹിനിയായി വരുവാൻ പോകുന്ന ശാരദയുടെ ശൈശവംമുതൽ യൗവനംവരെയുള്ള വളർച്ചയെ കാൺമാൻ ഭാഗ്യമുണ്ടായ കണ്ണുകൾക്കായി ഒരു നമസ്കാരം എന്നുമാത്രം ഞാൻ പറയുന്നു.

സായന്തനകാലം സാധാരണ സമ്പ്രദായപ്രകാരം ശരീരശുദ്ധി വരുത്തി പുതിയ വസ്ത്രങ്ങൾ ധരിച്ച് ശാരദ അച്ഛന്റെ അടുക്കലേക്കു വന്നു നിൽക്കുന്നതാണ് നമ്മുടെ നമ്പൂതിരി കണ്ടത് എന്നു പറഞ്ഞിട്ടുണ്ടല്ലോ. പതിവു പ്രകാരം അപ്പോൾ ശാരദ ഏറ്റവും വെളുത്ത മസ്ളീൻ എന്നു പറയപ്പെടുന്ന ഒരുമാതിരി അതിഭംഗിയുള്ള തുണികൊണ്ടു ഞെറി

ഞ്ഞിട്ടുണ്ടാക്കീട്ടുള്ള ഒരു പാവാടകൊണ്ടും ചെറിയ ഒരു നീലനീരാളിപ്പട്ടിന്റെ റവിക്കകൊണ്ടും ഉടുക്കപ്പെട്ടിരിക്കുന്നു. പാവാടയുടെ മദ്ധ്യപ്രദേശത്തിൽ ഒരു ചെറിയ സ്വർപ്പട്ടയാൽ മുറുക്കിയിരിക്കുന്നു. ചെറിയ കസവുരേഖയോടുകൂടി ഉള്ള പാവാടയുടെ അഗ്രങ്ങൾ മുഴുവനും ഞെറികളായി ശാരദയുടെ ചുറ്റും വൃത്തത്തിൽ അതിഭംഗിയായി തൂങ്ങിനിൽക്കുന്നു. റവിക്കയെ മാറിന്റെ മദ്ധ്യം ഏകദേശം കവിയുന്ന സ്ഥലത്ത് ഒരു ചെറിയ വൃത്തമായ വൈരക്കുടുക്കുകൊണ്ടു കുടുക്കിയിരിക്കുന്നു. എന്നാൽ ആ കഴുത്തുമുതൽ ഈ കുടുക്കുവരെ റവിക്കയുടെ രണ്ടു ഭാഗങ്ങളാൽ മൂടപ്പെട്ടത് കഴിച്ചിട്ടുള്ള മാർവിടത്തിന്റെ മദ്ധ്യപ്രദേശം ചെമ്പകപ്പൂവിന്റെ വർണത്തിൽ നീലനീരാളത്തിനിടയിൽ അത്യന്തകോമളമായി കാണപ്പെട്ടു. കഴുത്തിൽ മാർവിടത്തോളം ഇറങ്ങി റവിക്കയുടെ ഉപരി കിടക്കുന്ന മൂന്നു ചരടായുള്ള ഒരു മുത്തുമാലയേയും അതിന്നു നായകമണിപോലെ റവിക്കയുടെ കുടുക്കിന്റെ അല്പം മേൽപ്പോട്ടു തൂങ്ങിനില്ക്കുന്ന ഒരു ചെറിയ പതക്കത്തേയും കണ്ടു. റവിക്കയുടെ ചെറിയ വൈരക്കുടുക്ക് പതക്കത്തിന്നു ചുവടെ മുത്തുമാലയിന്മേൽത്തന്നെയുള്ള രണ്ടാമത്തെ നായകമണിയോ എന്നു സൂക്ഷിച്ചുനോക്കാതിരുന്നാൽ തോന്നപ്പെടും. വണ്ടോടുപോലെ നിറമുള്ള തലമുടി ചീപ്പിനാൽ സമമായി വാർന്ന് മിനുക്കി തലയുടെ രണ്ടുഭാഗത്തിൽക്കൂടി പുറത്തേക്കു കീഴ്പ്പോട്ടു വിട്ടിരിക്കുന്നത് ഏകദേശം മദ്ധ്യപ്രദേശത്തെ തൊടുവാൻമാത്രം വളർച്ച ആയിട്ടേ ഉള്ളു. ഉലഞ്ഞു സർവത്ര ഞെറിഞ്ഞും ചുറ്റും താണു നിൽക്കുന്ന ആ വെളുത്ത പാവാടയും അതിനെ തിറത്തോടെ മദ്ധ്യപ്രദേശത്തു കുടുക്കിയ സ്വർണപ്പട്ടയും തമ്മിൽ ഉള്ളൊരു ചേർച്ചയും മാർവിടത്തിൽ ഉള്ള മുത്തുമാലയും നീലനിരാളറവിക്കയും മാർവിടത്തിന്റെ സ്വതേയുള്ള വർണവും പതക്കവും വൈരമൊട്ടു കുടുക്കും അന്യോന്യം സമ്മേളിച്ചു കാണുന്നതിൽ ഉള്ള ഒരു ഭംഗിയും തലമുടിയെ വാർന്നിട്ടുള്ളതിന്റെ ഒരു സൗഷ്ഠവത്തേയും കണ്ടാൽ ഇതിൽപ്പരം ഭംഗിയായും വൃത്തിയായും പെൺകുട്ടികളെ ഉടുപ്പിപ്പാനും അലങ്കരിപ്പാനും ഒരിക്കലും സാധിക്കയില്ലെന്ന് ഏവനും സമ്മതിക്കുമെന്നുള്ളതിനു സംശയമില്ല. പിന്നെഈ വിധം ഉടുപ്പുകൊണ്ട് അലംകൃതമായിരിക്കുന്ന ആ ബാലികയുടെ ദേഹസൗന്ദര്യത്തെക്കുറിച്ച് എങ്ങനെ പറയേണ്ടൂ? മേലിൽ അസംഖ്യം കോമളന്മാരായ യുവാക്കളുടെ മനസ്സുകളെ വാട്ടി വറട്ടി വലിച്ചെടുപ്പാനുള്ള ശക്തി ഉള്ളിൽ കിടക്കുന്നുണ്ടെന്നു വെളിവായി കാണിക്കുന്ന ആ നീണ്ട നേത്രങ്ങളെ നോക്കിനോക്കി നമ്പൂതിരി ആശ്ചര്യപ്പെട്ടു. അധരങ്ങൾ രണ്ടും പവിഴക്കൊമ്പു വെട്ടിക്കടഞ്ഞുണ്ടാക്കി വെച്ചതൊ എന്നു തോന്നും. നമ്പൂതിരിക്കു ശാരദയെ കണ്ട് ഉത്സാഹം വർദ്ധിച്ചു. രാമൻമേനോനുമായുള്ള സല്ലാപം മുറുകിയിരിക്കുന്നു. ശാരദയ്ക്കു രസിക്കുവാൻതക്കവണ്ണം പലേവാക്കുകളേയും നമ്പൂതിരി പറയുന്നുണ്ട്. ഇതിൽ ചിലതു കേൾക്കുമ്പോൾ മന്ദഹാസം ഉണ്ടാവുന്നതിൽ ശാരദയുടെ

പ്രവാളങ്ങൾപോലെയുള്ള അധരങ്ങളുടെ എടയിൽക്കൂടി കുരുക്കുത്തി മുല്ലമൊട്ടു നിരത്തിവെച്ചതുപോലെ കാണാവുന്ന ദന്തങ്ങളെയും നമ്പൂതിരി കണ്ടുകണ്ട് ആനന്ദിച്ചു. ആ ചെറിയ മുഖത്തു നിന്നു സ്ഫുരിക്കുന്ന കാന്തിയെ കണ്ട് നമ്പൂതിരിക്കുണ്ടായ സന്തോഷവും ആശ്ചര്യവും ഇന്നപ്രകാരമെന്നു പറവാൻ പാടില്ലാത്ത വിധത്തിലായി. ചെറിയ തോടകൾക്കുപകരം ചക്രാകൃതിയിൽ രണ്ടു രത്നകൊരടുകളെയാണ് ശാരദയുടെ കാതുകളിൽ കണ്ടത്. കാതുകളുടെ തട്ടുകൾ മുഴുവനും ഈ തോടകളാൽ മൂടപ്പെട്ടിരിക്കുന്നു. മൃണാളകോമളങ്ങളായ കൈകൾ രണ്ടിലും ഓരോ ചെറിയ പൂട്ടുവളകൾ ഇട്ടിരിക്കുന്നു. പങ്കജവർണങ്ങളായും മൃദുക്കളായും ഉള്ള ചെറിയ കൈയടികളേയും രണ്ടുമൂന്നു രത്നമോതിരങ്ങളാൽ മാത്രം അലംകൃതങ്ങളായ ചെറിയ കൈവിരലുകളെയും കണ്ടിട്ട് നമ്പൂതിരിക്ക് അത്യന്തം സന്തോഷവും കൗതുകവും തോന്നി. ആകപ്പാടെ ആ ചെറിയ വിഗ്രഹത്തിൽ ഉജ്ജ്വലിച്ചു കാണുന്ന സൗന്ദര്യമോ, കാന്തിയോ, ശോഭയോ, കൗതുകമോ, കോമളത്വമോ ഇന്ന പ്രകാരമെന്നു പറവാൻ പ്രയാസം. ശാരദയുടെ നെറ്റിയും നേത്രങ്ങളും മുഖത്തിന്റെ ആകൃതിയും നോക്കിയാൽ അത്യന്തം ബുദ്ധിശക്തിയുള്ള ഒരു കുട്ടിയാണെന്നു ബുദ്ധിമാന്മാർ നിശ്ചയമായും തീർച്ചപ്പെടുത്തും.

നമ്മുടെ നേരമ്പോക്കുകാരൻ നമ്പൂതിരിക്ക് ഈ അഭിപ്രായംകൂടി ഉണ്ടായതോയെന്ന് എനിക്ക് നിശ്ചയം പറവാൻ പാടില്ല. കുട്ടിയുടെ സൗന്ദര്യത്തെ ആകപ്പാടെ മനസ്സിലാക്കിയശേഷം ഒരു കാര്യത്തെക്കുറിച്ചു നമ്പൂതിരി ക്ഷണേന തീർച്ചയാക്കി തനിക്കോ തന്റെ മാതിരി വേറെ നമ്പൂതിരിമാർക്കോ വേറെ സാധാരണ മനുഷ്യർക്കോ ഈ ബാലികയെ കിട്ടുകയില്ലെന്നു തീർച്ചയാക്കി. ഈ രത്നത്തെ വല്ല മഹാരാജക്കന്മാരും ക്ഷണേന കൈക്കലാക്കുമെന്നും തീർച്ചയാക്കി. പക്ഷേ, നമ്പൂതിരിക്ക് ഇതുനിമിത്തം മനസ്സിന്നു യാതൊരു പരിഭവവും ഉണ്ടായില്ല. തനിക്കു നല്ല പെൺകിടാങ്ങളെ കാണണം. അവരോടു സംസാരിച്ചും രസിച്ചും പാട്ടുപാടിയും ഉത്സവങ്ങൾ കണ്ടും നല്ല സാപ്പാടുകഴിച്ചും കാലക്ഷേപം ചെയ്യേണമെന്നുമാത്രമെ മോഹമുണ്ടായിരുന്നുള്ളു എന്നാൽ, ഒരു കാര്യത്തെക്കുറിച്ചുകൂടി അപ്പോൾത്തന്നെ നമ്പൂതിരി നിശ്ചയിച്ചു തന്റെ താമസം മേലിൽ അധികവും ശാരദ എവിടെയോ അവിടെത്തന്നെ എന്ന് ഉറപ്പായി നിശ്ചയിച്ചു. ശാരദയുമായി നേരിട്ടുതന്നെ ഒന്നു സംസാരിച്ച് ശാരദയെ രസിപ്പിച്ചു മന്ദഹസിപ്പിച്ച് ആ രസത്തെ അനുഭവിക്കേണമെന്നും നിശ്ചയിച്ച് നമ്മുടെ സുമുഖൻനമ്പൂതിരി ശാരദയോട് ഇങ്ങനെ പറഞ്ഞു: "എന്താണു കുട്ടിക്കു സ്വരാജ്യത്തിലേക്കു പോവണ്ടെ? ഞാൻ അച്ഛനേയും കുട്ടിയേയും കൂട്ടിക്കൊണ്ടു പോവാനാണു വന്നത്."

ശാരദ മന്ദഹസിച്ചുകൊണ്ട് തന്റെ അച്ഛന്റെ മുഖത്തേക്കു നോക്കി.

നമ്പൂതിരിക്കു പൂർണതൃപ്തിയായി. എന്നിട്ടു വീണ്ടും ഇങ്ങനെ പറഞ്ഞു: "നാട്ടിൽ പോയാൽ ഈ മാതിരി ഉറയും മറ്റും ഉടുത്താൽ പോരാ. ഇങ്ങനെ കാൽക്കുപ്പായം ഈ ദിക്കിൽ പെണ്ണുങ്ങൾ ഇടാറില്ല.

കുപ്പായം ഇട്ടാൽ ജാതി പോവും. കാതു വളർത്തി വലിയ തോടകളും ഇടണം.''

ശാരദ പൊട്ടിച്ചിറിച്ചുപോയി. അച്ഛന്റെ കൈ കടന്നു പിടിച്ചു വളരെ ചിറിച്ചു. നമ്പൂതിരിയും കൂടെത്തന്നെ ചിറിച്ചു. താൻ വിചാരിച്ചകാര്യം സാധിച്ചു എന്നുള്ള സന്തോഷത്തോടുകൂടി വളരെ ചിറിച്ചു.

നമ്പൂതിരി സംഭാഷണം മതിയാക്കുന്ന ഭാവം കാണാനില്ല. നമ്പൂതിരിക്കു ക്രമേണ സംസാരിപ്പാനുള്ള രസം വർദ്ധിച്ചുവരുന്നതാണു കണ്ടത്. സന്ധ്യാകാലം കഴിഞ്ഞു എന്നിട്ടും നമ്പൂതിരി എഴുനില്പാൻ ഭാവമില്ല. ഒടുവിൽ രാമൻമേനോൻ എഴുന്നീറ്റുനിന്ന് ഇങ്ങനെ പറഞ്ഞു: "ഇവിടുന്ന് വഴിനടന്ന് ക്ഷീണിച്ചിരിക്കുന്നുവല്ലോ. വേഗം എനി കുളി കഴിച്ചു ഭക്ഷണം കഴിഞ്ഞ് ഇങ്ങട്ടു വരുന്നതല്ലേ നല്ലത്. ഭക്ഷണത്തിന്ന് ഇവിടെ അയൽഗൃഹത്തിൽ ഏല്പിച്ചിട്ടുണ്ട്. വൈത്തിപ്പട്ടർ തൽക്കാലം ഇവിടെ ഇല്ല. ഇന്നുതന്നെയോ നാളെ രാവിലെയോ മടങ്ങിവരും. അതാണു വേറെ മഠത്തിൽ ഭക്ഷണത്തിന്ന് ഏല്പിച്ചത്.

"ഓ, ഹൊ, ക്ഷണം ഊണുകഴിച്ചു വന്നുകളയാം." എന്നുംപറഞ്ഞു നമ്പൂതിരി എഴുന്നേറ്റ് ശാരദയെ വീണ്ടും ഒന്നു നന്നായിനോക്കി രസിച്ചുകൊണ്ടു ശങ്കരനോടുകൂടി കുളിപ്പാൻ പോവുകയും ചെയ്തു.

കുളിയും ഭക്ഷണവും കഴിഞ്ഞു നമ്പൂതിരിയും ശങ്കരനും മടങ്ങി എത്തുമ്പോഴേക്കും ശാരദ ഉറങ്ങിയിരുന്നു. നമ്പൂതിരി രാമൻമേനോനുമായി കുറേനേരം സംസാരിച്ചിരുന്നു. അപ്പോഴേക്കും ശങ്കരൻ ഊൺ കഴിഞ്ഞുവന്നു. ശങ്കരനും നമ്പൂതിരിയുംകൂടി ശങ്കരൻ കിടക്കുന്ന അറയിൽവന്നു. ശങ്കരൻ കിടക്കുന്ന ചെറിയ ഇരുമ്പുകട്ടിലിന്മേൽ നമ്പൂതിരിക്കു കിടപ്പാൻ വിരിച്ചു. നമ്പൂതിരിയും ശങ്കരനും കൂടി ഓരോ വിശേഷങ്ങൾ സംസാരിച്ചുംകൊണ്ട് ആ മുറിയിൽ ഇരുന്നു. അപ്പോഴേക്ക് ദുഷ്ടൻ കൃഷ്ണൻ പതിവുപ്രകാരം ശങ്കരനു കുറുക്കുന്ന പാൽ കൊണ്ടുവന്ന് ശങ്കരന്റെ അരികത്തുവച്ച് പുറത്തേക്കു പോന്നു. ശങ്കരൻ അങ്ങനെതന്നെ എടുത്ത് നമ്പൂതിരിയുടെ മുമ്പിൽ വെച്ചു.

ശങ്കരൻ: ഇവിടുന്ന് ഇന്നു വഴിനടന്നു വളരെ ക്ഷീണിച്ചതല്ലെ. ഈ പാൽ സേവിച്ചാൽ വളരെ സുഖമുണ്ടാവും. ക്ഷീണം എല്ലാം തീരും. ഇത് സേവിക്കാമല്ലോ?

നമ്പൂതിരി: അങ്ങനെതന്നെ. എനിക്കു ക്ഷീണം വളരെ ഉണ്ട്. പക്ഷേ, നിങ്ങളെ എല്ലാവരെയും കണ്ടതുകൊണ്ട് ക്ഷീണം ഉണ്ടെന്നു തോന്നിയതേ ഇല്ല. പാൽ കുടിച്ചുകളയാം.

എന്നുപറഞ്ഞ് പാൽക്കിണ്ടി എടുത്ത് പാൽ മുഴുവനും ആർത്തിയോടെ കുടിച്ചു കിണ്ടി താഴത്തുവെച്ചു. "പാലിൽ പഞ്ചസാര കുറെ അധികം ചേർത്തിരിക്കുന്നു." എന്നു പറഞ്ഞ് കട്ടിലിന്മേൽ ഇരുന്നു. അപ്പോഴേക്കു പൊണ്ണച്ചാരു കൃഷ്ണൻ കിണ്ടി എടുപ്പാൻ അകത്തേക്കു വന്നു. കിണ്ടി എടുത്തുകൊണ്ടുപോയി കഴുകി കമഴ്ത്തി അയൽഗൃഹത്തിലേക്ക് ഉറങ്ങാൻപോവുകയും ചെയ്തു.

പാൽ സേവിച്ച് ഒരു നിമിഷം കഷ്ടിച്ച് ആവുമ്പോൾ നമ്പൂതിരി ഇരുന്നേടത്തുനിന്ന് എഴുന്നേറ്റ്, "പാൽ സേവിച്ചത് എനിക്കു പിടിച്ചില്ല. ഞാൻ അത്താഴാനന്തരം ഒന്നും കഴിക്കാറില്ല. വയറ്റിൽ വല്ലാതെ ഒരു സുഖക്കേടു തോന്നുന്നു. ഛർദ്ദിപ്പാൻ തോന്നുന്നു. ഒന്നു മുറുക്കട്ടെ." എന്നു പറഞ്ഞ് തന്റെ മുറുക്കുചെല്ലം എടുത്തു വിളക്കിന്റെ സമീപം ഇരുന്നു ചെല്ലം തുറപ്പാൻ ഭാവിക്കുന്നു.

അപ്പോൾ, "അയ്യോ ശങ്കരാ, എനിക്കു വല്ലാതെ ഒരു തളർച്ച. എന്നെ പിടിക്കൂ," എന്നുപറഞ്ഞ് ഉടനെ അതിശബ്ദത്തോടെ ഒന്നു ഛർദ്ദിച്ചു. ഛർദ്ദിയുടെ ഊക്ക് അതികലശൽതന്നെ. ഉണ്ടചോറു മുഴുവനും കഴിച്ച പാൽ മുഴുവനും നാലിടങ്ങഴി കഫത്തോടുകൂടി ഒന്നായി ഛർദ്ദിച്ചു. ശങ്കരൻ കിടക്കുന്ന അറമുഴുവനും ഛർദ്ദിയിൽ മൂടി. നമ്പൂതിരി നിലത്തു വീണു. ശങ്കരൻ ഉടനെ ചെന്നെടുത്തു കട്ടിലിന്മേൽ കിടത്തി കൃഷ്ണനെ ഉറക്കെ വിളിച്ചു. കൃഷ്ണനെ കണ്ടില്ല. അപ്പോഴേക്ക് നമ്പൂതിരി രണ്ടാമതും അത്യന്തകഠിനമായി ഛർദ്ദിച്ചു. "വയറു കത്തുന്നുവോ! വയറു കത്തിക്കാളുന്നുവോ! എന്റെ വയറ്റിൽ തീ കത്തുന്നുവോ!" എന്നുറക്കെ നമ്പൂതിരി നിലവിളിച്ചു. ഉടനെ കിടന്ന ദിക്കിൽത്തന്നെ കഠിനമായി ഒന്ന് അതിസരിച്ചു. നിലവിളിയും മറ്റുംകേട്ട് രാമൻമേനോൻ അറ ഉമ്മറത്തേക്കു വന്നു.

രാമൻമേനോൻ: "കഷ്ടം! എന്താണ് ഈ കഥ? കുറെ ക്ലൊറൊഡയിൻ ക്ഷണത്തിൽ കൊടുക്കണം. നടപ്പുദീനത്തിന്റെ ഗുളികകൾ ഉണ്ട്. അതും എടുത്തുകൊണ്ടുവാ" എന്നു ശങ്കരനോടു പറഞ്ഞു.

ശങ്കരൻ പരിഭ്രമിച്ചു വശായിരിക്കുന്നു. ഗുളികയും ക്ലൊറൊഡയിനും കൊണ്ടുവന്നു കൊടുത്തു. മാത്ര ജാസ്തിയായിട്ടാണ് കൊടുത്തത്. മരുന്നു സേവിച്ചശേഷം ദീനം അത്യന്തം കലശലായി. "അയ്യോ എന്റെ വയറു കത്തിപ്പോയല്ലോ! ഈശ്വരാ! ഞാൻ ഇതാ മരിക്കുന്നു! ദൈവമേ! എന്നെ രക്ഷിക്കണേ! എനിക്കു വെള്ളം കുടിക്കണം വെള്ളം കുടിക്കണം." എന്നുപറഞ്ഞുകൊണ്ടു ക്ലൊറൊഡയിനും നടപ്പുദീനത്തിന്റെ ഗുളികയും കഴിച്ചശേഷം ക്ഷണത്തിൽ അത്യന്തവേദനയോടുകൂടി നമ്പൂതിരി മരിക്കുകയും ചെയ്തു.

അപ്പോഴേക്കു വിളിയും ഘോഷവും കേട്ട് കൃഷ്ണൻ മാറത്തു തല്ലിക്കൊണ്ട് ഓടിയെത്തി, ""അയ്യോ! എന്റെ ശങ്കരമേനോനെ തലതട്ടി തുടങ്ങിയോ," എന്നു നിലവിളിച്ചുംകൊണ്ടാണ് ഓടി എത്തിയത് അറ ഉമ്രത്ത് എത്തിയപ്പോൾ "ഫോ, അസത്തേ കടന്നു പുറത്തു പോ" എന്നു രാമൻമേനോൻ പറഞ്ഞതുകേട്ടു കൃഷ്ണൻ നിലവിളി എല്ലാം മാറ്റി പുറത്തു കടന്നുപോയി. നമ്പൂതിരിയുടെ ഛർദ്ദിയുടെ ഒച്ചയും ഉറക്കെയുള്ള നിലവിളിയും സമീപമുള്ള എല്ലാം ഗൃഹങ്ങളിലും കേട്ട് ആളുകളെല്ലാം ഭയപ്പെട്ടു വാതിലുകൾ ബന്ധിച്ച് കിടന്നിരുന്നു. അപ്പോഴേക്കാണ് വൈത്തിപ്പട്ടരുടെ വരവ്. തന്റെ ഗൃഹത്തിൽനിന്നു യാതൊരു ശബ്ദവും

കേട്ടില്ല; നിശ്ശബ്ദമായിട്ടാണു കണ്ടത്. പട്ടര് പതുക്കെ ചെന്നു കയറി അകത്തിന്റെ വാതിൽ തുറന്നുകണ്ടു ഉള്ളിൽ വിളക്ക് ഉജ്ജ്വലിച്ച് കത്തുന്നതു കണ്ടു വാതിലിന്നു സമീപം എത്തിയപ്പോൾ, "ആരാണത്, വൈത്തിപ്പട്ടരോ? എന്നു രാമൻ മേനോൻ ചോദിച്ചതിന്, "അതെ യജമാനനെ," എന്നു പറഞ്ഞ് വൈത്തിപ്പട്ടര് അകത്തേക്കു കടന്നുകണ്ട കാഴ്ച വിശേഷംതന്നെ നമ്പൂതിരി മരിച്ച ഉടനെ ശങ്കരനെ ശാരദയുടെ അടുക്കെ അയച്ച രാമൻമേനോൻ നമ്പൂതിരി മരിച്ച അറയുടെ ഉമ്മറത്തു നില്ക്കുകയായിരുന്നു വൈത്തിപ്പട്ടരു കടന്ന ഉടനെ അറയിൽ നമ്പൂതിരിയുടെ ശവത്തെ ദൂരത്തുനിന്നു കണ്ടു. "അയ്യോ! ശങ്കരമേനോനോ! അയ്യോ! എജമാനനേ ശങ്കരമേനോനു തല തട്ടിയോ?" എന്നു പറഞ്ഞു മാറത്ത് ഉറക്കെ ഒന്ന് അടിച്ചു.

രാമൻമേനോൻ: ശങ്കരനല്ല, ശങ്കരനല്ല. ഒരു സാധു ചെറുപ്പക്കാരൻ നമ്പൂതിരി ഉദയന്തളിയിൽനിന്ന് എന്നെ കാണ്മാൻ വന്നിരുന്നു. ഇന്നു വൈകുന്നേരം ആ സാധുവിന്ന് ഒരു മണിക്കൂറുമുമ്പെ ദീനം തുടങ്ങി. ക്ഷണത്തിൽ കഥ കഴിഞ്ഞു.

വൈത്തിപ്പട്ടരുടെ മുഖവും ഭാവവും കണ്ടിട്ട് രാമൻമേനോൻ വല്ലാതെ പരിഭ്രമിച്ചുപോയി. ദീനത്തിൽ ഉള്ള ഭീതികൊണ്ടാണു പട്ടർക്ക് ഈ പരവശത എന്നു രാമൻമേനോൻ നിശ്ചയിച്ചു.

രാമൻമേനോൻ: എന്താണ്? നിങ്ങൾക്ക് ദീനത്തിനെ വളരെ ഭയമുണ്ടെങ്കിൽ ഇങ്ങോട്ടു കടക്കേണ്ട. ഇയാൾ മരിച്ച വിവരം സർക്കാരാളുകളെ ക്ഷണത്തിൽ അറിയിച്ച് ഇയാളുടെ നാട്ടിലേക്കും കമ്പിയിൽ അറിയിക്കണം. എന്നിട്ടു ശവസംസ്കാരം ചെയ്‌വാൻ നോക്കണം. നിങ്ങൾക്കു ഭയമുണ്ടെങ്കിൽ ഇങ്ങോട്ടു കടക്കേണ്ട.

വൈത്തിപ്പട്ടര് ഈ വാക്കുകളെല്ലാം കേട്ടിട്ടും ഒരക്ഷരംപോലും ഉരിയാടാതെ ഒരു പിശാചിനെപ്പോലെ സ്തബ്ധനായിത്തന്നെ നിന്നു.

രാമൻമേനോൻ: എന്താണു നിങ്ങൾ ഇങ്ങനെ നില്ക്കുന്നത്? ശാരദയെ ഈ വിവരങ്ങൾ ഒന്നും അറിയിക്കാതെ ഇവിടെനിന്നു വേറെ ഒരു സ്ഥലത്തേക്കു കൊണ്ടുപോയാൽ നന്നായിരുന്നു.

ഇവിടെ വൈത്തിപ്പട്ടര് ഒരു ദീർഘനിശ്വാസം ചെയ്തു. "എനിക്കു ദീനത്തിനെ ഒരു ഭയവുമില്ല. ഞാൻ കടന്നു നോക്കട്ടെ ഏതു നമ്പൂതിരിയാണ് ഈ മരണത്തിന് ഇവിടെ ചാടിയെത്തിയത് എന്നു നോക്കട്ടെ" എന്നു പറഞ്ഞു വൈത്തിപ്പട്ടർ നമ്പൂതിരിയുടെ ശവം കിടക്കുന്ന അറയിൽ കടന്നു സൂക്ഷിച്ചുനോക്കി "ഓ, ഹൊ, ഇയാളെ ഞാനറിയും. പാലക്കോട്ടു നമ്പൂതിരിയാണ് ഇത്. ഇയാൾക്കു തെണ്ടിനടക്കുകയാണു പണി. ഇയാൾ എനിക്കു മുമ്പേ കുറെ ചരക്ക് എടുത്തവക പണം തരാനുണ്ടായിരുന്നു. അതു പിരിപ്പാൻ ഞാൻ വളരെ ബുദ്ധിമുട്ടി. ഒരുവിധം ഒടുവിൽകിട്ടി. പലിശ മുഴുവനും വിട്ടുകൊടുക്കേണ്ടിവന്നു. മഹാ അസത്താണ്. ഈ മാരണം ഇവിടെ വന്നുചാടി ചത്തത് എന്തിനപ്പാ?" എന്നും പറഞ്ഞു വൈത്തിപ്പട്ടര് പുറത്തേക്കു കടന്നു.

വൈത്തിപ്പട്ടർ: കൃഷ്ണൻ ഇവിടെ ഇല്ലേ? ഈ ഛർദ്ദിയും മറ്റും ഉടനെ ഇവിടുന്ന് വടിച്ചെടുത്ത് ഒരു കുഴിയിൽ ഇട്ടു മൂടട്ടെ; അതു ലേശം പോലും ഇവിടെ എങ്ങും നില്ക്കരുത്. അകം മുഴുവനും മെഴുകണം. അതാണ് ഒന്നാമതു വേണ്ടത്. എന്നിട്ടു കുറെ ഗന്ധകം പുകയ്ക്കട്ടെ. എന്നിട്ടു സർക്കാരാളുകളെ വിളിക്കാം. സർക്കാരാളെ വിളിച്ചിട്ടുതന്നെ ആവശ്യമില്ല. നടപ്പുദീനത്തിൽ എത്രാൾ മരിക്കുന്നു. ഈവക മരണത്തിൽ ശവങ്ങളെ സർക്കാരാൾ പരിശോധിക്കാറില്ല.

രാമൻമേനോൻ: സർക്കാരാളെ നിശ്ചയമായി വരുത്തണം. നമ്പൂതിരി അന്യദിക്കുകാരനാണ്. ഇങ്ങനെ പെട്ടെന്നു മരിച്ചുപോയ അവസ്ഥയ്ക്കു നിശ്ചയമായി സർക്കാരാൾ പരിശോധിച്ചശേഷമേ ശവദാഹം ചെയ്വാൻ പാടുള്ളു. എന്നല്ല ഇവിടെ ദ്രസ്സരോ ഡാക്ടരോ ഉണ്ടെങ്കിൽ അവരെക്കൂടി ഒന്നു വരുത്തിക്കാണിച്ചാൽ നന്നായിരിക്കും.

വൈത്തിപ്പട്ടർ: ഇതെന്തു കഥയാണ് എജമാനൻ പറയുന്നത്. ശവത്തിനു ചികിത്സിപ്പാൻ ഡാക്ടരെ വരുത്തുകയോ? നല്ല ശിക്ഷ. പക്ഷേ, അധികാരിയെ ഞാൻ വിളിച്ചുകൊണ്ടുവരാം. ദ്രസ്സരും ഡാക്ടരും ഇവിടെ സമീപമില്ല. വേണമെങ്കിൽ രണ്ടുകാതം ദൂരെ പോവണം. വരണമെങ്കിൽ കഠിനഫീസ്സു കൊടുക്കണം. ഈ ശവത്തിനുവേണ്ടി എന്തിനു നാം ഇത്രയെല്ലാം അദ്ധ്വാനിക്കുന്നു?

എന്നാൽ അധികാരിയെ ഉടനെ വരുത്തുക," എന്നു പറഞ്ഞ് രാമൻ മേനോൻ വലിയ വ്യസനത്തോടുകൂടി ശാരദ ഉറങ്ങുന്ന മുറിയിലേക്കു പോയി.

രാമൻമേനോൻ: ശങ്കരാ, നമ്മുടെ വൈത്തിപ്പട്ടർക്കു വല്ലാതെ ഒരു പരിഭ്രമം. അയാൾക്ക് ഈ ദീനത്തിനു വളരെ ഭയമുള്ളതുപോലെ തോന്നുന്നു.

ശങ്കരൻ: അയാൾക്ക് ഒരു ദീനത്തേയും പേടി ഉണ്ടാവാൻ സംഗതിയുണ്ടെന്ന് എനിക്കു തോന്നുന്നില്ല. ഈ മരണം അത്യാശ്ചര്യമായിരിക്കുന്നു. നമ്പൂതിരിക്കു പാൽ കഴിക്കുന്നതുവരെ യാതൊരു സുഖക്കേടും ഉണ്ടായിരുന്നില്ല. കഷ്ടം! ഇങ്ങനെ ഒരാപത്ത് നിങ്ങൾക്കു വന്നുചേർന്നുവല്ലോ.

രാമൻമേനോൻ: നമ്പൂതിരി പാൽകഴിച്ചിരുന്നുവോ?

ശങ്കരൻ: കഴിച്ചു. എനിക്കു കൊണ്ടുവന്ന പാൽ ഞാൻ നമ്പൂതിരിക്കു കൊടുത്തു. കുടിച്ചുകഴിയുന്നതുവരെ ലേശംപോലും സുഖക്കേടുണ്ടായിരുന്നില്ല. കുടിച്ചു ഛർദ്ദിച്ച ഉടനെ 'വയറു കാളുന്നു' എന്നാണു പറഞ്ഞു നിലവിളിച്ചത്.

രാമൻമേനോൻ: പാലിൽ അശുദ്ധി ഉണ്ടായിരിക്കണം. നടപ്പുദീനം ഉണ്ടാവുന്നത് അധികവും വെള്ളം, പാൽ മുതലായതുകളിൽ ഉള്ള ദോഷാംശം ഉദരത്തിൽ ചെല്ലുന്ന നിമിത്തമാണ്.

ശങ്കരൻ: അങ്ങനെ ആയിരിക്കാം. പാലിൽ വല്ല വിഷവും ചേർന്നു പോയിട്ടുണ്ടോ എന്നു ഞാൻ സംശയിക്കുന്നു.

രാമൻമേനോൻ: നടപ്പുദീനത്തിനു ഹേതു വിഷംതന്നെയാണ്. ആവക വിഷം പാലിൽ ഉണ്ടായിരുന്നുമായിരിക്കാം. അല്ലാതെ വേറെ ഒരു വിഷം ചേർപ്പാൻ സംഗതിയില്ലല്ലോ?

"ഞാൻ ആ പാൽക്കിണ്ടി ഒന്നു നോക്കട്ടെ." എന്നു പറഞ്ഞ് ശങ്കരൻ കൃഷ്ണനെ വിളിച്ച്, "പാൽക്കിണ്ടി എവിടെ?" എന്നു ചോദിച്ചു.

കൃഷ്ണൻ: പാൽ കുടിച്ചശേഷം കിണ്ടി ഞാൻ എടുത്തുകൊണ്ടു വന്ന് കഴുകി കമഴ്ത്തിയിരിക്കുന്നു.

ശങ്കരൻ: എന്തിനു കഴുകി കമഴ്ത്തി?

കൃഷ്ണൻ: ഒന്നും ഉണ്ടായിട്ടല്ല.

രാമൻമേനോൻ: നീ ദിവസേന കിണ്ടി കഴുകി കമഴ്ത്താറുണ്ടോ?

കൃഷ്ണൻ: ഇല്ല.

രാമൻമേനോൻ കിണ്ടി എടുത്തുകൊണ്ടുവരാൻ പറഞ്ഞു. കൃഷ്ണൻ കിണ്ടി എടുത്തുകൊണ്ടു വരുമ്പോഴേക്ക് വൈത്തിപ്പട്ടരും രാമൻമേനോന്റെ മുറിയിലേക്കു ചെന്നു.

രാമൻമേനോൻ: വൈത്തിപ്പട്ടരെ, കഴിയുമെങ്കിൽ ഡ്രസ്സരെ ഒന്നു വരുത്തിയാൽ നന്ന്. ഇദ്ദേഹത്തിന്റെ ശവം ഒന്നു പരിശോധിക്കട്ടെ, എന്തു ചിലവായാലും വേണ്ടതില്ല.

വൈത്തിപ്പട്ടർ: ഇതെന്തു കഥയാണ് യജമാനനെ? നുമ്മടെ ഈ ഗൃഹത്തിന്നു സമീപം ഇന്നു രാത്രി ഒരു നാലു നാഴിക മുമ്പേ രണ്ടുപേർ നടപ്പുദീനത്താൽ ചത്തിരിക്കുന്നു. നടപ്പുദീനം പിടിച്ചു മരിച്ചാൽ ശവം നോക്കീട്ട് എന്തു കാര്യം?

രാമൻമേനോൻ: ശങ്കരൻ പറയുന്നു, കൃഷ്ണൻ കുറുക്കിക്കൊണ്ടു വെച്ച പാൽ സേവിച്ച ക്ഷണത്തിലാണ് നമ്പൂതിരിക്കു ദീനം തുടങ്ങിയത് എന്ന്.

വൈത്തിപ്പട്ടർ: അപ്പോൾ യജമാനനും ശാരദയും പാൽ സേവിച്ചില്ലേ? എന്നിട്ട് ഇതുവരെ ദീനം ഒന്നും ഉണ്ടായില്ലല്ലോ. ഒന്നായിട്ടല്ലേ പാൽ കുറുക്കിയത് കൃഷ്ണാ?

കൃഷ്ണൻ: അതെ, ഒരു പാത്രത്തിലാണ് കുറുക്കിയത്. എജമാനനും ശാരദയ്ക്കും പാൽ കൊണ്ടുപോയി കൊടുത്തശേഷമാണ് ശങ്കരമേനോന് പാൽ കൊണ്ടുപോയി കൊടുത്തത്.

വൈത്തിപ്പട്ടർ: കുറുക്കിയ പാത്രം എവിടെ? എടുത്തുകൊണ്ടുവാ.

കൃഷ്ണൻ പാത്രവും കയിലും എടുത്തുകൊണ്ടുവന്നു. വൈത്തിപ്പട്ടര് പാത്രം വിളക്കത്തു കൊണ്ടുപോയി സൂക്ഷിച്ചുനോക്കി. പാത്രത്തിന്മേലും കയിലിന്മേലും ചിലേടങ്ങളിൽ പാൽ ഉണങ്ങിവറ്റീട്ടുണ്ട്. അത് രാമൻമേനോനെ കാണിച്ചുകൊടുത്തു.

വൈത്തിപ്പട്ടർ: ഈ പാലിൽ യാതൊരു ദൂഷ്യവും ഉണ്ടാവാൻ സംഗതിയില്ലാ. എജമാനനും ശാരദയും കുടിച്ച പാലും നമ്പൂതിരി കുടിച്ച പാലും ഈ പാത്രത്തിൽ ഒന്നായി കാച്ചിയതാണ്. പാലിൽ വല്ല ദോഷവുമുണ്ടെങ്കിൽ നിശ്ചയമായി അതു സേവിച്ചവർക്ക് എല്ലാം കാണണ്ടെ. ഡ്രസ്സരെ

വരുത്തി നോക്കിയശേഷം ശവം മറവുചെയ്യുന്നതായാൽ നാളെ അസ്തമിക്കുന്നതിനുമുമ്പ് അതു സാധിക്കയില്ല. തലെത്തട്ടി കലശലായുള്ള ഈ സമയം ഈ ദീനം പിടിച്ചു ചത്താളുടെ ശവം ഈ കുട്ടികളുടെ എടയിൽ എന്റെ മഠത്തിൽ വെച്ചു സൂക്ഷിക്കുന്നത് എനിക്കു വലിയ സങ്കടമാണ്. ശാരദ ഉണർന്ന് ഈ വിവരം അറിഞ്ഞാൽ നിശ്ചയമായി അവൾ ഭയപ്പെടും. സംശയമില്ല. എനിക്കും രണ്ടു നാലു കുട്ടികൾ ഉണ്ടല്ലോ, എജമാനനെ. പിന്നെ എന്റെ ഭാര്യ ഇപ്പോൾ ഗർഭിണിയാണ്. ഈ സ്ഥിതിക്ക് അശേഷം താമസിക്കാതെ ശവം ദഹനം കഴിച്ചു വീടു ശുദ്ധമാക്കുന്നതാണ് നല്ലത്. ഇതൊന്നും എജമാനൻ അറിയേണ്ട. എജമാനനും ശാരദയും ഇപ്പോൾതന്നെ എന്റെ മറ്റെ മഠത്തിലേക്കു പുറപ്പെടുന്നതാണു നല്ലത്. ഇവിടെ വേണ്ടതെല്ലാം ഞാൻ നടത്തിച്ച് പത്തുമണിക്കു മുമ്പു ഞാനും എന്റെ കുട്ടികളും ഭാര്യയും അങ്ങോട്ട് എത്തിക്കൊള്ളാം. ഈ ഗ്രാമത്തിൽ തീ പിടിച്ചപോലെ ദീനം തുടങ്ങിയിരിക്കുന്നു. ഒരു വിനാഴിക കുട്ടികളെ ഇവിടെ താമസിപ്പിപ്പാൻ എനിക്കു മനസ്സില്ലാ. എജമാനനും ശാരദയും ക്ഷണം പുറപ്പെടുന്നതാണ് നല്ലത്. വണ്ടി ഇവിടെ തയ്യാറുണ്ട്. എന്താണ് ശങ്കരമേനോൻ ഒന്നും പറയാത്തത്? ഞാൻ പറഞ്ഞ പ്രകാരം ചെയ്യുന്നതല്ലെ നല്ലത്?.

ശങ്കരൻ: ഞാൻ എന്താണു സ്വാമി പറയേണ്ടത്? എനിക്ക് ഒന്നും പറയാൻ തോന്നുന്നില്ല.

രാമൻമേനോൻ പട്ടരുടെ വാക്കുകൾ കേട്ടു പരിഭ്രമിച്ചു. ആകപ്പാടെ ആലോചിച്ചതിൽ പട്ടർ പറഞ്ഞതുപോലെ ചെയ്യുന്നതാണു തല്ക്കാലം നല്ലത് എന്നു തോന്നി. സാധുനമ്പൂതിരിയെ വിചാരിച്ചു രാമൻമേനോന് അത്യന്തം വ്യസനം ഉണ്ടായെങ്കിലും തന്റെ തല്ക്കാലത്തെ സ്ഥിതി ഓർത്തു വൈത്തിപ്പട്ടർ പറഞ്ഞപ്രകാരം പ്രവർത്തിക്കുക എന്നുറച്ചു.

നമ്പൂതിരിയുടെ ശവം നോക്കിച്ചിട്ട് ഒരു ഫലവുമില്ല. നടപ്പുദീനം തന്നെയായിരിക്കണം. മരണത്തിനു കാരണം. ശാരദ ഈ നമ്പൂതിരിയുടെ മരണത്തെ അറിഞ്ഞാൽ ഭയപ്പെടും; നിശ്ചയമാണ്. തനിക്കു തല്ക്കാലം എല്ലാറ്റിനും വൈത്തിപ്പട്ടരുടെ സഹായമല്ലാതെ വേറെ യാതൊരു സഹായവുമില്ല. വൈത്തിപ്പട്ടർ അപ്പോൾ പറഞ്ഞതു ശരിയാണ്. കുട്ടിയേയും കൊണ്ട് ഈ ശവം കിടക്കുന്ന വീട്ടിൽ വളരെ സമയം ഇരിക്കുന്നത് അശേഷം വെടിപ്പില്ല. ഇങ്ങനെ ആലോചിച്ചുംകൊണ്ട്, “ശരി അങ്ങനെയാവട്ടെ. നിങ്ങൾ ക്ഷണം വണ്ടി കൊണ്ടുവരുവിൻ. ശവസംസ്കാരത്തിന്ന് പത്തുറുപ്പിക ഇതാ” എന്നു പറഞ്ഞ് രാമൻമേനോൻ വൈത്തിപ്പട്ടർവശം ഉറുപ്പിക കൊടുത്തു. വൈത്തിപ്പട്ടർ സന്തോഷത്തോടുകൂടി വണ്ടി കൊണ്ടുവരുവാൻ കൃഷ്ണനോടുകൂടി ഓടിപ്പോയി. കൃഷ്ണനെ വഴിയിൽവെച്ചു വൈത്തിപ്പട്ടർ വളരെ ശകാരിച്ച്, അവൻ ചെയ്തവിവരം എപ്പോഴെങ്കിലും ആരോടെങ്കിലും പറഞ്ഞാൽ അവനെ സർക്കാർ ആൾ തൂക്കിക്കൊല്ലുമെന്നും പറഞ്ഞു വെടിപ്പായി വിശ്വസിപ്പിച്ചു. പട്ടര് ഉടനെ വണ്ടിയും കൊണ്ട് എത്തി. രാമൻമേനോനും ശാരദയും ശങ്കരനും കൃഷ്ണനനും ആ

മഠത്തിൽ നിന്ന് അപ്പോൾത്തന്നെ പുറപ്പെട്ടു. വൈത്തിപ്പട്ടർ തയ്യാറാക്കിയ ഗൃഹത്തിലേക്കു പോകയുംചെയ്തു. വൈത്തിപ്പട്ടർ ക്ഷണേന ശവദാഹം കഴിച്ച് മഠം ശുദ്ധം വരുത്തി. തന്റെ കുടുംബങ്ങളോടുകൂടി പിറ്റെദിവസം പന്ത്രണ്ടു മണിക്കു രാമൻമേനോൻ താമസിക്കുന്ന ഗൃഹത്തിൽ എത്തി വിവരങ്ങൾ എല്ലാം അറിയിച്ച് അവിടെ താമസിച്ചു.

അഞ്ചാം അദ്ധ്യായം

പുതിയമഠത്തിൽ രാമൻമേനോനും മറ്റും എത്തിയ ക്ഷണം ഭക്ഷണത്തിന്റെ കാര്യത്തെപ്പറ്റി ഒരു പുതിയ ഏർപ്പാടുചെയ്തു. വടക്കേ ഇന്ത്യയിൽ അധികകാലം താമസിക്കുന്ന കാലത്ത് ഇവരുടെ ആഹാരം പലപ്പോഴും ഗോതമ്പുറൊട്ടിയായിരുന്നു. ശാരദയ്ക്കു സാധാരണ അഭിരുചി അന്നത്തിൽ അല്ലാ; ഈവിധം ആഹാരത്തിലായിരുന്നു. തൽക്കാലം ഈവിധം ആഹാരം ആക്കണമെന്നുള്ള ശങ്കരന്റെ അഭിപ്രായം രാമൻമേനോൻ സമ്മതിച്ചു. ഈ റൊട്ടി ശങ്കരൻതന്നെ ഉണ്ടാക്കുവാൻ നിശ്ചയിച്ചു. ശങ്കരൻ അദ്ധ്വാനിക്കേണ്ട എന്ന് രാമൻമേനോൻ പറഞ്ഞതിനു വളരെയെല്ലാം സമാധാനങ്ങൾ പറഞ്ഞു. ഒടുവിൽ രാമൻമേനോന്റെ സമ്മതം വാങ്ങി ഭക്ഷണം ശങ്കരൻ ഉണ്ടാക്കുവാൻ തുടങ്ങി. പിറ്റേ ദിവസം ഉച്ചയാവുമ്പോഴേയ്ക്ക് വൈത്തിപ്പട്ടരും കുടുംബങ്ങളും എത്തി. രാമൻമേനോനും ശാരദയ്ക്കും ഭക്ഷണം ശങ്കരൻ ഉണ്ടാക്കിയ ഗോതമ്പുറൊട്ടിയായിരുന്നു എന്നു വൈത്തിപ്പട്ടർ കേട്ട് ഒന്നു ഭ്രമിച്ചു. അപ്പോൾ ഒന്നും പറഞ്ഞില്ല. വൈകുന്നേരത്തെ ഭക്ഷണം രാവിലത്തെ പ്രകാരമാണ് ഉണ്ടാക്കുന്നത് എന്ന് അറിഞ്ഞു വൈത്തിപ്പട്ടർ ശങ്കരനോട് അതിനെപ്പറ്റി ചോദിച്ചു: "എന്താണ്, ശങ്കരമേനോനു വെപ്പും വശമുണ്ടോ? ഗോതമ്പുറൊട്ടി എന്റെ അമ്മ്യാർ നല്ലവണ്ണം ഉണ്ടാക്കും. പൊടി അങ്ങട്ടു കൊടുത്താൽ മതിയല്ലോ."

ശങ്കരൻ: ഇതു ഞാൻതന്നെ ഉണ്ടാക്കി നോക്കട്ടെ. വടക്ക് രാജ്യം വിട്ടശേഷം ഞാൻ ഈവക പ്രവൃത്തിയിൽ പരിശ്രമിക്കാറില്ല. റൊട്ടി മുമ്പുണ്ടാക്കാൻ പഠിച്ചിരുന്നതു മറന്നുപോവാറായിരിക്കുന്നു. അതുകൊണ്ട് ഞാൻ തന്നെയാണ് എനി ഞങ്ങൾക്കു കുറെ ദിവസങ്ങളിൽ ഭക്ഷണം ഉണ്ടാക്കുവാൻ നിശ്ചയിച്ചത്. പഠിച്ചവിദ്യ മറന്നുകളയരുതല്ലോ.

ആകപ്പാടെ വൈത്തിപ്പട്ടർക്കു വലിയ ഒരു കുണ്ഠിതമായിത്തീർന്നു.

പുതിയ മഠത്തിലേക്കു പോയതുമുതൽ രാമൻമേനോൻ അവിടെ നിന്ന് എപ്പോൾ പുറപ്പെടാൻ സാധിക്കുമെന്നുള്ള ആലോചനയിൽ ആയിരുന്നു. സാധു നമ്പൂതിരി പറഞ്ഞപ്രകാരം ഉദയന്തളിയിൽനിന്ന് ആൾ വരുന്നുണ്ടെങ്കിൽ അവർ വന്നിട്ടു പുറപ്പെടുന്നതു വളരെ ഭംഗിയായിരിക്കാം. അതുകൊണ്ട് രണ്ടുദിവസങ്ങൾ ഇതിനായി കാത്തിരിക്കുകതന്നെ എന്ന് ഉറച്ചു.

വൈത്തിപ്പട്ടർക്ക് ആകപ്പാടെ ദ്രവ്യത്തിലുള്ള മോഹവും അതുസാധിപ്പാനുള്ള പ്രയാസവും രാമൻമേനോന്റെ ഉദ്ദേശ്യങ്ങളെ തനിക്ക് അറിയുവാൻ കഴിയാത്ത അവസ്ഥയും നിമിത്തം ബുദ്ധിക്കു വലിയ പരിഭ്രമവും ചാപല്യതയും ഉണ്ടായി. എന്താണു രാമൻമേനോൻ ഭാവിച്ചിരിക്കുന്നത് എന്ന് ഒന്നറിയേണമെന്നുള്ള അത്യാഗ്രഹം കലശലായിത്തീർന്നു. ഒടുവിൽ ഈ ആഗ്രഹത്തെ ഉള്ളിൽ അടക്കിനിർത്താൻ വൈത്തിപ്പട്ടര് കേവലം അശക്തനായിത്തീർന്നു. പുതിയമഠത്തിൽ താമസം തുടങ്ങിയതിന്റെ രണ്ടാംദിവസം രാമൻമേനോൻ പലഹാരം കഴിച്ചു സ്വസ്ഥനായിരിക്കുന്ന നേരം വൈത്തിപ്പട്ടര് രാമൻമേനോന്റെ സമീപത്തുപോയി ഓച്ഛാനിച്ചു നിന്നു. ഇരിക്കാൻ പറഞ്ഞ ശേഷം ഇരുന്നു. എന്നിട്ട് ഇങ്ങനെ പറഞ്ഞു: "പൂഞ്ചോലക്കര എടത്തിൽനിന്നു മറുപടിയൊന്നും എനിയും അയച്ചില്ലല്ലോ. എന്താണ് അവർ ഭാവിച്ചിരിക്കുന്നത് എന്ന് അറിഞ്ഞില്ലല്ലോ. യജമാനൻ എന്താണ് എനി ചെയ്വാൻ ഭാവിക്കുന്നത് എന്നും ഞാൻ അറിഞ്ഞില്ല. ശാരദയെ വല്ല സംഗീതമോ മറ്റോ പഠിപ്പിക്കേണ്ട കാലമാണല്ലോ ഇത്. നമുക്ക് ഒരു പാർപ്പിടം വേണ്ടേ? ഏതെങ്കിലും ചില നിശ്ചയങ്ങൾ ചെയ്തു പ്രവർത്തിക്കേണ്ട കാലമായിരിക്കുന്നു എന്ന് എനിക്കു തോന്നുന്നു."

രാമൻമേനോൻ: ഉദയന്തളിരാമവർമ്മൻ തിരുമുല്പാട് എന്നൊരാളെക്കുറിച്ചു നിങ്ങൾ മുമ്പ് എന്നോടു പറഞ്ഞില്ലേ? അദ്ദേഹത്തിന്റെ ദിക്ക് ഈ മരിച്ച സാധു നമ്പൂതിരിയുടെ ദിക്കാണ് അല്ലേ? ഇവിടെനിന്ന് എത്ര ദൂരമാണ് ആ ദിക്ക്?

വൈത്തിപ്പട്ടർ: ഉദയന്തളി എന്ന പ്രദേശം പൂഞ്ചോലക്കര എടത്തിൽ നിന്ന് ഏകദേശം ഒന്നുരണ്ടു കാതം തെക്കാണെന്നു തോന്നുന്നു. എന്താണ് ഇതു ചോദിപ്പാൻ കാരണമെന്നറിഞ്ഞില്ല.

രാമൻമേനോൻ: പക്ഷെ, ആ പ്രദേശത്ത് എങ്ങാനും ഒരു സ്ഥലം വാങ്ങി ചെറിയ ഒരു വീടും വാങ്ങി അവിടെ താമസമാക്കിയാലോ എന്ന് ആലോചിക്കുന്നു.

ഈ വാക്കുകൾ കേട്ടപ്പോൾ വൈത്തിപ്പട്ടരുടെ മുഖം കാണേണ്ടതായിരുന്നു. സ്വതേയുള്ള ഗോഷ്ടികൾക്ക് എല്ലാം വളരെ വെളിവും തെളിവും കൂടി. പട്ടര് വല്ലാതെ അന്ധനായി ഒന്നും ഉത്തരം പറയാതെ അല്പനേരം ഇരുന്നു. തന്റെ സകല മോഹങ്ങളും നിഷ്ഫലമായി എന്നു തീർച്ചയായും നിശ്ചയിച്ചു. പട്ടര് അത്യന്തം വ്യസനത്തിലായി. ഉദയന്തളി രാമവർമ്മൻ തിരുമുല്പ്പാടിനെ വൈത്തിപ്പട്ടർ നല്ലവണ്ണം അറിയും. രാമൻ

മേനോൻ ഉദയന്തളിയിൽ താമസിക്കുന്നതായാൽ പിന്നെ ഇദ്ദേഹത്തിന്റെ സകല കാര്യങ്ങളും രാമവർമ്മ തുരുമുല്പാടിന്റെ ചൊല്പടിക്കു അല്ലാതെ നടക്കുകയില്ലെന്ന് നിശ്ചയമാണ്. രാമവർമ്മൻ തിരുമുല്പാടുകൂടി ഇദ്ദേഹത്തിനു സഹായമായാൽ ഒരു നൂറു ശങ്കരന്മാര് തന്നെ ദ്രോഹിപ്പാൻ രാമൻമേനോന്റെ ഒന്നിച്ചുകൂടിയതുപോലെ ആയി. കഷ്ടം! ഇങ്ങനെ വരുന്നതായാൽ എത്ര നിവൃത്തി എന്നും മറ്റുമുള്ള വിചാരങ്ങൾ പട്ടരുടെ മനസ്സിൽ കിടന്നു മിന്നൽ ജ്വലിച്ച് അടിക്കുന്നതുപോലെ പ്രവർത്തിച്ചു.

രാമൻമേനോൻ: എന്താണ് നിങ്ങളുടെ അഭിപ്രായം? അങ്ങനെ ആക്കുന്നതല്ലേ നല്ലത്? ആ തിരുമുല്പാടിനു കല്യാണിയോടു സ്നേഹമുണ്ടായിരുന്നുവെന്നും കല്യാണിയുടെ അനുജത്തിയുടെ ഭർത്താവായിരുന്നു എന്നും അല്ലെ നിങ്ങൾ പറഞ്ഞത്?

വൈത്തിപ്പട്ടർ: അതെ, അതെ. എന്നാൽ രാമവർമ്മൻ തിരുമുല്പാട് ആൾ വികൃതിയാണ്. പലരുടേയും മുതൽ തട്ടിപ്പറിച്ചിട്ടുണ്ട്. ആ ദിക്കിൽ പോകുന്നത് അത്ര വെടിപ്പുണ്ടെന്നു തോന്നുന്നില്ല. നുമ്മളെ മോശപ്പെടുത്തി പണം തട്ടിപ്പറിക്കാൻ നല്ല സാമർത്ഥ്യമുള്ളാളാണ് ഈ തിരുമുല്പാട്. യജമാനന്റെ പക്കൽ വേണ്ടുന്ന പണമുള്ള അവസ്ഥയ്ക്കു നോം എന്തിന് ഈ ദുഷ്ടന്റെ അടുക്കെ പോയി താമസിക്കുന്നു? നല്ലൊരു വീട്. ഈ ദിക്കിൽ എങ്ങാൻ പണിയിക്കാമല്ലോ. യജമാനൻ ഒരു കല്പന തന്നാൽ ഒരു മാസത്തിന്നുള്ളിൽ ഒന്നാംതരം ഒരു വീട് ഈ ദിക്കിൽത്തന്നെ ഞാൻ പണിയിക്കാമല്ലോ. അതിന് എന്തു പ്രയാസം. ഇത്ര അധികം പണം കൈയിൽ ഇരിക്കുമ്പോൾ യാതൊന്നിനും നുമ്മൾക്കു ബുദ്ധിമുട്ടു വരികയില്ല, നിശ്ചയമല്ലേ?

രാമൻമേനോൻ: എത്ര അധിക പണം-എന്റെ പക്കൽ വളരെ പണമില്ല, സ്വാമി. നിങ്ങൾ വെറുതെ അന്ധാളിക്കരുത്. ഞാൻ കുറെ അധികം സമ്പാദിച്ചു. ശരിതന്നെ. പക്ഷേ, അതെല്ലാം നശിച്ചുപോയി. ഞാൻ ഇപ്പോൾ സൂക്ഷ്മത്തിൽ വലിയ ഒരു ദരിദ്രനാണ്. വലിയ വീടും മറ്റും പണിയിക്കാൻ കേവലം അസാദ്ധ്യമാണ്. തല്ക്കാലം വല്ല സ്ഥലവും വാടകയ്ക്കോ മറ്റോ വാങ്ങേണമെന്നു വിചാരിച്ചിട്ടേ ഉള്ളു. ശാരദയെ വിദ്യ അഭ്യസിപ്പിക്കുവാനും എന്റെ പക്കൽ ദ്രവ്യമില്ല. കഷ്ടിച്ചു കുറേക്കാലത്തേക്കു സാപ്പാടു ചിലവിനുതന്നെ മുതൽ ഉണ്ടോ എന്നു സംശയമാണ്. നിങ്ങൾ കാര്യം അബദ്ധമായിട്ടാണു മനസ്സിലാക്കിയിരിക്കുന്നത്. സ്വത്ത് ധാരാളം എനിക്കുണ്ടായിരുന്നുവെങ്കിൽ ഞാൻ ശാരദയെപ്പറ്റി പൂഞ്ചോലക്കര എടത്തിലേക്ക് ഒരിക്കലും എഴുതുകയില്ലായിരുന്നു.

ഈ വാക്കുകൾ കേട്ടപ്പോൾ ആദ്യം വൈത്തിപ്പട്ടരുടെ മനസ്സിന്നു വലിയ കുണ്ഠിതവും വ്യസനവുമാണ് ഉണ്ടായത്. എങ്കിലും ക്രമേണ അതിന്നു നിവൃത്തിയും ഉണ്ടായി. ഒരുവന്റെ കൈയിൽ വളരെ പണമുണ്ടെങ്കിലും അവൻ അങ്ങനെ ഉണ്ടെന്നു ക്ഷണത്തിൽ മറ്റൊരുവനോടു സമ്മതിക്കുമോ? ഒരിക്കലും സമ്മതിക്കില്ല. രാമൻമേനോൻ തന്നോടു പറഞ്ഞത് ഒരിക്കലും വാസ്തവമായിരിക്കാൻ പാടില്ല. വളരെ പണം

നിശ്ചയമായും ഇദ്ദേഹത്തിന്റെ പക്കൽ ഉണ്ടെന്നുതന്നെ തീർച്ചയാക്കി. മ്ലേച്ഛസ്ഥിതിയിൽ നീണ്ടുനിൽക്കുന്ന പല്ലുകളെ ഒരു മന്ദഹാസത്താൽ മുഴുവൻ പുറത്തുകാണിച്ചുകൊണ്ടും തല പതുക്കെ ഒന്നു കുലുക്കിക്കൊണ്ടും വൈത്തിപ്പട്ടർ ഇങ്ങനെ പറഞ്ഞു: "ആട്ടെ, പണത്തിന്റെ കാര്യം എങ്ങനെയെങ്കിലും ഇരിക്കട്ടെ." പട്ടർ പിന്നെയും ഒരു മന്ദഹാസം ചെയ്തു. 'അസംഖ്യം പണം കൈയിൽ വെച്ചിട്ട് ഒന്നുമില്ലെന്നു പറയുകയോ? ഈ വിദ്യ ആർക്കും മനസ്സിലാവുകയില്ലെന്നോ ധരിച്ചിരിക്കുന്നത്? അതൊക്കെ തനിക്കു നല്ല നിശ്ചയമുണ്ട്.' എന്നു വാക്കുകൾകൊണ്ടു പറഞ്ഞാൽ അറിയുന്നതിലധികം വെടിപ്പായി മനസ്സിൽ തോന്നിക്കുന്നവിധം പിന്നെയും പട്ടർ ഒന്നു തലഇളക്കി മന്ദഹസിച്ചു.

രാമൻമേനോൻ: എന്താണു നിങ്ങൾ ചിരിക്കുന്നത്? സത്യമായിട്ടും ഞാൻ സമ്പാദിച്ചിരുന്ന പണം എല്ലാം നശിച്ചുപോയി. ഞാൻ ഭോഷ്ക്കു പറയുന്നതല്ല. ഭോഷ്ക്കു ഞാൻ ഒരിക്കലും പറയുകയില്ല. ഒരു അൻപതിനായിരം ഉറുപ്പികയോളം ഞാൻ വടക്ക് ആഗ്രാ എന്ന സ്ഥലത്തുള്ള നാട്ടുകാരുടെ ബേങ്കിൽ പലിശയ്ക്കു കൊടുത്തിരുന്നു. ആ ബേങ്കു കടത്തിൽപ്പെട്ടു നശിച്ചു പോയി. എന്റെ പണം സകലവും പോയി.

വൈത്തിപ്പട്ടർ: (അത്യന്തം ശ്രദ്ധയോടുകൂടി) ഒരു കാശുപോലും ബേങ്കിൽനിന്നു കിട്ടിയില്ലെന്നോ?

രാമൻമേനോൻ: അല്പം പണം കടക്കാർക്ക് ഓഹരി ഇട്ട കൂട്ടത്തിൽ എനിക്കും കിട്ടീട്ടുണ്ട്.

വൈത്തിപ്പട്ടർ: (ആർത്തിയോടെ) എത്ര പണം കിട്ടി എന്നറിഞ്ഞില്ല.

രാമൻമേനോൻ: സാരമില്ല, ഒന്നുരണ്ടായിരം ഉറുപ്പിക കിട്ടി. അത്രമാത്രമേയുള്ളു.

വൈത്തിപ്പട്ടർ: (വലിയ സർപ്പദൃഷ്ടി ഇട്ടുംകൊണ്ട്) കല്യാണിഅമ്മയുടെ പക്കൽ പത്തായിരം ഉറുപ്പികയ്ക്കു മീതെ വിലയുള്ള പണ്ടങ്ങൾ ഉണ്ടായിരുന്നുവല്ലൊ, അതും പോയോ?

രാമൻമേനോൻ: അതുകളിൽ അധികം വിലപിടിച്ചതെല്ലാം ഒരോ ആവശ്യങ്ങൾ നിമിത്തം എനിക്കു ചിത്രമെഴുത്തിൽ നല്ല സമ്പാദ്യം തുടങ്ങുന്നതിനു മുമ്പ് വിറ്റുപോയിരിക്കുന്നു.

വൈത്തിപ്പട്ടർ: (അത്യന്തം വിഷാദിച്ചുകൊണ്ട്) അപ്പോൾ ശാരദയ്ക്കു കൂടി പണ്ടങ്ങൾ ഒന്നും ഉണ്ടാക്കിച്ചുകൊടുത്തിട്ടില്ലെന്നോ?

രാമൻമേനോൻ: അല്പമായി ചില പണ്ടങ്ങൾ ഉണ്ട്. വളരെ എല്ലാം ഉണ്ടാക്കിച്ചു കൊടുക്കണമെന്നായിരുന്നു മോഹം. അപ്പോഴാണ് ഞാൻ പെട്ടെന്നു ദരിദ്രനായിത്തീർന്നത്.

വൈത്തിപ്പട്ടർ: (കഠിന കുണ്ഠിതത്തോടെ) എന്നാൽ ബേങ്കിൽനിന്നു കിട്ടിയ ഒന്നുരണ്ടായിരം ഉറുപ്പികയും ഏകദേശമെല്ലാം വഴിച്ചിലവിന്നും കല്യാണിഅമ്മയുടെ ദീനച്ചിലവിന്നും മറ്റും ചിലവായിരിക്കണം.

രാമൻമേനോൻ-ഏകദേശം അങ്ങനെതന്നെ.

വൈത്തിപ്പട്ടർക്കു കാര്യം സാമാന്യം എല്ലാം മനസ്സിലായി. എത്യ വിസ്താരം നിർത്തി. ശുദ്ധാത്മാവായ രാമൻമേനോൻ പിന്നെയും ഉദയന്തളിയിൽ പോയി താമസിക്കേണ്ടുന്ന കാര്യംകൊണ്ടു ചോദിച്ചുതുടങ്ങി:

രാമൻമേനോൻ: രാമവർമ്മൻതിരുമുല്പാട് നല്ല മര്യാദക്കാരൻ എന്നാണു ഞാൻ കേട്ടത്.

വൈത്തിപ്പട്ടർ തല്ക്കാലം വലിയ ഒരു ആലോചനയിൽ മഗ്നനായിരുന്നതിനാൽ രാമൻമേനോൻ ചോദിച്ചത് കേട്ടതേ ഇല്ല.

രാമൻമേനോൻ: എന്താണ് നിങ്ങൾ ഒന്നും പറയാത്തത്? തിരുമുല്പാട് ആൾ അപകടക്കാരനാണോ?

വൈത്തിപ്പട്ടർ: (പെട്ടെന്ന് ഉറക്കം ഉണർന്ന ഭാവത്തോടെ) അപകടക്കാരനൊ എന്തോ. എനിക്ക് അത്രെ നിശ്ചയമുള്ളു. ആൾ ഒരു പോക്കിരിയാണെന്നാണു ഞാൻ കേട്ടത്. ഞാൻ കുളികഴിഞ്ഞിട്ടില്ല. കുളി കഴിഞ്ഞു വരാം. എന്നു പറഞ്ഞ് വൈത്തിപ്പട്ടർ അവിടെനിന്നു പോവുകയും ചെയ്തു.

രാമൻമേനോൻ പണത്തിന്റെ കാര്യംകൊണ്ടു പറഞ്ഞതു വൈത്തിപ്പട്ടർ മുഴുവൻ വിശ്വസിച്ചില്ല. എങ്കിലും ആദ്യത്തിൽ കൃഷ്ണന്റെ വാക്കു നിമിത്തം താൻ ഊഹിച്ചപ്രകാരം അൻപത്അറുപതിനായിരം ഉറുപ്പിക ഇല്ലെന്നു നിശ്ചയിച്ചു. പണ്ടങ്ങൾ അടക്കം ഏകദേശം പതിനായിരത്തിൽ ചുരുങ്ങാതെ ഉണ്ടാവുമെന്നു പട്ടര് തീർച്ചയാക്കി. കഷ്ടം! ഇതിൽനിന്ന് ഒരു പൈസപോലും തനിക്കു കിട്ടാതായ്പോകയോ എന്നു വിചാരിച്ചു പട്ടര് വിഷാദിച്ചു.

മേല്പറഞ്ഞ സംഭാഷണം കഴിഞ്ഞതിന്റെ പിറ്റെദിവസം ഉച്ചയ്ക്ക് ഉദയവർമ്മൻ തിരുമുല്പാടും 'സ്പെസിഫിക് റില്ലിഫ്' എന്ന് ഇംഗ്ലീഷിൽ പറയപ്പെടുന്ന പ്രത്യേക നിവൃത്തി ആക്ടിനെ 'ഇസ്പിഷ്യാൽറില്ലി' എന്ന പേർ വിളിച്ച കുണ്ടൻമേനോനും ഭൃത്യന്മാരുംകൂടി രാമൻമേനോനെ കാണ്മാൻ എത്തി. രാമൻമേനോനും വളരെ സന്തോഷമായി. നമ്പൂതിരി മരിച്ച വിവരം കേട്ടു കുണ്ടൻമേനോൻ ഭയപ്പെട്ടു ഞെട്ടി; ഗംഭീരഭാവം എല്ലാം പോയി. ഉടനെ നാട്ടിലേക്കു പുറപ്പെടാൻ തിരക്കി. പിറ്റേദിവസം പുലർകാലേ ഉദയന്തളിയിലേക്കു പുറപ്പെടാൻ നിശ്ചയിക്കുകയും ചെയ്തു.

ഉദയവർമ്മൻ തിരുമുല്പാടും ആൾക്കാരും എത്തിയതു വൈത്തിപ്പട്ടരു കണ്ടു. ഇതുവരെ അയാൾക്ക് അത്യാഗ്രഹം നിമിത്തം ചെയ്ത പ്രവൃത്തികളിൽ പലെ പ്രതിബന്ധങ്ങളും നേരിട്ടിരുന്നുവെങ്കിലും മനസ്സിന്നു വളരെ കുണ്ഠിതം ചിലപ്പോൾ ഉണ്ടായിരുന്നുവെങ്കിലും തന്റെ ദുരാശയം കേവലം ത്യജിക്കേണ്ടതിന്നു മാത്രം ഖണ്ഡിതമായ യാതൊരു സംഗതിയും കണ്ടിരുന്നില്ല. ഉദയന്തളിയിൽ പോയി താമസിക്കേണമെന്നു രാമൻമേനോന് ആഗ്രഹമുണ്ടായി. എങ്കിലും രാമവർമ്മൻ തിരുമുല്പാടിന് ഇത് അത്ര രസമായി വരുമോ എന്നുള്ളതിനെക്കുറിച്ച് വൈത്തിപ്പട്ടര് ഒന്നും ഇതുവരെ അറിഞ്ഞിട്ടില്ല. പക്ഷെ, രാമൻമേനോൻ ഉദയന്തളിയിലേക്കു പോവുമായിരിക്കും. എന്നാൽ അത് അത്ര വേഗം ഉണ്ടാവുകയില്ല.

കുറെ ദിവസങ്ങൾ എങ്കിലും രാമൻമേനോനും പണപ്പെട്ടിയും തന്റെ പുതിയ ഗൃഹത്തിൽ ഉണ്ടാവുമെന്നായിരുന്നു വൈത്തിപ്പട്ടര് വിചാരിച്ചിരുന്നത്. പിന്നെ രാമൻമേനോന്റെ പക്കൽ താൻ വിചാരിച്ചിരുന്നിടത്തോളം പണം ഇല്ലെങ്കിലും ഏതാനും ദ്രവ്യം ഉണ്ടെന്നുള്ളതിനു സംശയമില്ല. താൻ ഒരു കാര്യം പ്രവർത്തിച്ചതു ഫലിച്ചില്ലെങ്കിലും എനിയും ആവക പ്രവൃത്തികൾ ചെയ്തു പരീക്ഷിക്കുന്നതിനുള്ള മാർഗം കേവലം കാണാതെ ആയിട്ടുണ്ടായിരുന്നില്ല. ശങ്കരൻ തന്റെ കഠിന ശത്രുവായിരുന്നുവെങ്കിലും അവൻ അപ്പോൾ തന്റെ അധീനത്തിൽത്തന്നെ ആയിരുന്നു. ദ്രവ്യംവെച്ച പെട്ടിയുടെ താക്കോൽ ശങ്കരന്റെ വശമായിരുന്നുവെങ്കിലും പെട്ടി ഇരിക്കുന്നതു തന്റെ ഗൃഹത്തിൽത്തന്നെയാണ്. വിശേഷിച്ച് ഇപ്പോൾ രാമൻമേനോൻ താമസമാക്കിയ ഗൃഹം ജനബാഹുല്യമില്ലാത്ത ഒരു ഉൾനാട്ടിലായിരുന്നു. ഈവക സംഗതികളെ ഓർത്തു വൈത്തിപ്പട്ടര് തന്റെ ദുർമോഹങ്ങളെ ഇതുവരെ കേവലം വിട്ടിരുന്നില്ലാ. ഉദയവർമ്മൻ തിരുമുല്പാടിനേയും ആൾക്കാരെയും ഒന്നായി കണ്ട നിമിഷത്തിൽ അത്യാശാപർവതത്തിന്റെ കൊടുമുടിയിൽ നിന്നിരുന്ന വൈത്തിപ്പട്ടരുടെ മനസ്സ് കൊടുമുടിയോടുകൂടി ഇടിഞ്ഞ് അത്യഗാധത്തിൽ ഒരുവിധവും കയറുവാൻ വഴികാണാത്ത അന്ധകാരത്തിൽ വീണുപോയി.

'നമശ്ശിവായ, നമശ്ശിവായ! കഴിഞ്ഞു. സകലതും കഴിഞ്ഞു. രാമൻമേനോൻ പണപ്പെട്ടിയും നോക്കിനോക്കി ഇരിക്കെ, തൊട്ടു തൊട്ട് ഇരിക്കെ, ഇതാ ഇതാ ആകാശത്തിലേക്കു മറഞ്ഞു മറഞ്ഞു പോവുന്നു. ഈശ്വരാ! ഈ വിധം വന്നുവല്ലോ! ഒന്നു വരാൻ സാധിച്ചില്ലല്ലോ! ഇത്ര നിർഭാഗ്യവാനാണല്ലോ ഞാൻ!' എന്നിങ്ങനെ തിരുമുല്പാടും ആൾക്കാരും വന്നുകയറിയ ക്ഷണത്തിൽ പട്ടരുടെ മനസ്സിൽ അത്യന്ത സങ്കടത്തോടുകൂടി തോന്നി. 'എനി എന്തു നിവൃത്തി? ഒരു നിവൃത്തിയും ഇല്ല. ആവട്ടെ. ഇപ്പോൾ വല്ലതും ആവശ്യപ്പെട്ടാൽ രാമൻമേനോൻ തരുമോ എന്നു പരീക്ഷിച്ചു നോക്കണം' എന്ന് നിശ്ചയിച്ച് വൈത്തിപ്പട്ടര് രാത്രി രാമൻമേനോന്റെ അത്താഴം കഴിഞ്ഞശേഷം അദ്ദേഹത്തിന്റെ മുമ്പിൽപോയി വളരെ വിനയപുരസ്സരം ഇങ്ങനെ പറഞ്ഞു:

വൈത്തിപ്പട്ടർ: യജമാനൻ നാളെ രാവിലെ ഉദയന്തളിക്കു പുറപ്പെടുവാൻ നിശ്ചയിച്ചുവായിരിക്കാം. ഞാൻകൂടി വരണമെന്നു കല്പനയായാൽ വരാം. ഞാൻ കുടുംബിയാണ്. അഹോവൃത്തിക്കു സ്വത്ത് ഇല്ലാത്തവനാണ്. കല്പനയായാൽ ഞാൻ വരാം. എന്നെയും കുടുംബത്തേയും യജമാനൻതന്നെ രക്ഷിക്കണം. യജമാനന്റെ പക്കലും അധികം പണമില്ലെന്നാണല്ലോ പറഞ്ഞത്. എന്നാൽ ഉള്ളതിന്റെ അവസ്ഥപോലെ എന്നേയും കുടുംബത്തേയും യജമാനൻ രക്ഷിക്കാതിരിക്കയില്ലെന്ന് എനിക്ക് നിശ്ചയമുണ്ട്. നുമ്മടെ കുട്ടി ശാരദയെ പൂഞ്ചോലക്കര എടത്തിൽനിന്നു സ്വീകരിക്കുന്നുവെങ്കിൽ പിന്നെ യാതൊരു ബുദ്ധിമുട്ടും ഇല്ല. സ്വീകരിക്കുന്നില്ലെങ്കിൽ പിന്നെ അതിന്റെ നിവൃത്തിക്കുള്ള വഴി നോക്കണമല്ലോ. ഞാൻ എന്താണ് ഇതിൽ വേണ്ടതെന്നുവച്ചാൽ എന്റെ ദേഹത്തെ ഉപേ

ക്ഷിച്ചുംകൂടി പ്രവർത്തിക്കാൻ ഒരുക്കമാണ്. യജമാനനേ, യജമാനന്റെ ദയവ് എല്ലായ്പ്പോഴും വേണം. എന്റെ അപേക്ഷ അത്ര മാത്രമേ ഉള്ളു.

ഈ വാക്കുകൾ കേട്ടു രാമൻമേനോൻ നാലെട്ടു നിമിഷം ഒന്നും ഉരിയാടാതെ വിചാരിച്ചശേഷം, "നിങ്ങൾ തല്ക്കാലം എന്റെകൂടെ വന്നു ബുദ്ധിമുട്ടേണ്ട, നിങ്ങളുടെ സാവകാശംപോലെ എന്നെ കാണാൻ വന്നാൽ മതി." എന്നു പറഞ്ഞ് എഴുത്തുപെട്ടി തുറന്ന് അൻപത് ഉറുപ്പികയുടെ ഒരു നോട്ട് എടുത്തു പട്ടരുടെ വശം കൊടുത്തു.

രാമൻമേനോൻ: നിങ്ങൾ എനിക്കുവേണ്ടി ചെയ്ത പ്രവൃത്തികൾക്ക് ഇത് മതിയായ ഒരു പ്രതിഫലമാവുമോ എന്നു ഞാൻ അറിയുന്നില്ല. എങ്കിലും തൽക്കാലം നിങ്ങൾ ഇതുകൊണ്ടു സന്തോഷിക്കുമെന്നു ഞാൻ കരുതുന്നു. നിങ്ങളുടെ ഭാര്യ എനിക്കും ശാരദയ്ക്കും ഭക്ഷണം ഉണ്ടാക്കി തരുന്നതിലും മറ്റും വളരെ ജാഗ്രതയായി നിന്നിരിക്കുന്നു. ഞാൻ ഇപ്പോൾ തന്ന സംഖ്യ നിങ്ങളുടെ ഭാര്യയ്ക്കും കുട്ടികൾക്കും പ്രത്യേകമായി ചെയ്ത ഒരു സമ്മാനമാണെന്നു വിചാരിക്കണം.

വൈത്തിപ്പട്ടർ: (നോട്ടു സൂക്ഷിച്ചുനോക്കി, സംഖ്യ മനസ്സിലാക്കിയ ശേഷം) എനിക്ക് ഇന്നതു കിട്ടണമെന്ന് ഒരാഗ്രഹവുമില്ല, യജമാനനേ, ഞാൻ ഒരു അത്യാഗ്രഹിയാണെന്ന് എജമാനൻ ഒരിക്കലും വിചാരിക്കരുത്. എന്നെപ്പോലെ ദ്രവ്യത്തിന്ന് അത്യാഗ്രഹമില്ലാതെ ഒരു പട്ടർ ഈ ലോകത്തിൽ ഉണ്ടെന്നു ഞാൻ വിചാരിക്കുന്നില്ല. എന്നാൽ ഞാൻ കുടുംബിയാണ്, ദരിദ്രനാണ്, എന്തു ചെയ്യും? ഒരുവിധം അഹോവൃത്തി എനിക്കും കുടുംബങ്ങൾക്കും കഴിയണ്ടെ? എനിക്ക് ഇപ്പോൾ ഈ ദിക്കിൽ വളരെ കടം കൊടുപ്പാനുണ്ട്. കടക്കാരുടെ ഉപദ്രവംകൊണ്ടു പുറത്ത് ഇറങ്ങി സഞ്ചരിപ്പാൻ വയ്യാതെ ആയിരിക്കുന്നു. യജമാനനെ, ഈ ഗൃഹം ഒന്നു നന്നാക്കിക്കേണമെന്നു ഞാൻ വളരെ കാലമായി വിചാരിക്കുന്നു. ഓല മാറ്റിക്കെട്ടിക്കാൻ എന്റെ കൈയ്യിൽ പണമില്ലാത്തതിനാൽ കഴിഞ്ഞ മൂന്നു കൊല്ലങ്ങളിൽ ഓല കെട്ടിയിട്ടില്ല. വാരി, കഴുക്കോൽ മുതലായതു സകലതും നനഞ്ഞു ദ്രവിച്ചുപോയ്. യജമാനനു പാർപ്പാനാണ് നന്നാക്കിക്കുന്നത്. ചിലവു യജമാനൻ വെച്ചുതരുമെന്നു പറഞ്ഞ് ഓല, മുള, കമുങ്ങ് മുതലായത് കടമായി വാങ്ങീട്ടാണ് യജമാനനെ ഞാൻ ചിലവിട്ട് നന്നാക്കിച്ചത്. കൂലിക്കാർക്കു ഒരു പയിസപോലും കൂലി ഇതുവരെ കൊടുത്തില്ല. യജമാനനോടു വാങ്ങി തരാമെന്നു പറഞ്ഞു വിശ്വസിപ്പിച്ച് പണി എടുപ്പിച്ചതാണ്. ആകെ ഇനി ഇരുപത്തിയേഴ് ഉറുപ്പികയോളം ഇതു നിമിത്തം കടമായിട്ടുണ്ട്. എനി ഈ കടക്കാരുമായി യുദ്ധം വെട്ടണം. രണ്ടു ദിവസം യജമാനൻ ഇതിൽ താമസിച്ചിരുന്നുവെങ്കിൽ യജമാനനോടു വാങ്ങീട്ടുതന്നെ ഞാൻ ഈ കടം വീട്ടുമായിരുന്നു. ഇത്രവേഗം യജമാനൻ ഉദയന്തളിയിലേക്കു പോവുന്നതറിഞ്ഞിരുന്നുവെങ്കിൽ ഇത്ര വെടുപ്പിൽ ഞാൻ ഈ ഗൃഹം നന്നാക്കിക്കുന്നതല്ലായിരുന്നു. എന്തു ചെയ്യാം? ഭാഗ്യമില്ലാഞ്ഞാൽ ചെയ്യുന്നത് ഒക്കെയും ഇങ്ങനെ അല്ലാതെ വരാൻ പാടില്ലല്ലോ.

രാമൻമേനോൻ ഉടനെ ശങ്കരനെ വിളിച്ച് ഇരുപത്തേഴ് ഉറുപ്പിക വൈത്തിപ്പട്ടർക്കു കൊടുക്കാൻ പറഞ്ഞു. വൈത്തിപ്പട്ടര് അതു വാങ്ങി.

വൈത്തിപ്പട്ടർ: ഇത് എനിക്ക് ഇപ്പോൾ കിട്ടണമെന്നുവെച്ചു ഞാൻ പറഞ്ഞതാണെന്ന് യജമാനൻ ശങ്കിക്കരുത്. ഞാൻ യജമാനന്നുവേണ്ടി അദ്ധ്വാനിച്ചതിന്നും ചിലവുചെയ്തതിന്നും കണക്കുവെച്ചു പ്രതിഫലം വാങ്ങാമെന്ന് ഈ ജന്മം വിചാരിച്ചിട്ടില്ല. എന്നിൽ യജമാനന്നു പൂർണ ദയവ് ഉണ്ടാവണമെന്നേ ഞാൻ ആഗ്രഹിച്ചിട്ടുള്ളു.

രാമൻമേനോൻ: നിങ്ങൾ എനിക്കുവേണ്ടി വല്ല പണവും ചെലവിട്ടിട്ടുണ്ടോ? എനിക്ക് ഓർമ്മയില്ല. ഉണ്ടെങ്കിൽ പറയണം.

വൈത്തിപ്പട്ടർ: ചെലവു പറയാൻമാത്രം ഒന്നും ഇല്ല. സാരമില്ല, എനിക്ക് അത് ഇപ്പോൾ വെച്ചുകിട്ടേണമെന്ന് ആഗ്രഹവുമില്ല. എന്റെ പണവും യജമാനന്റെ പണവും വേറെയാണെന്നു ഞാൻ വിചാരിച്ചിട്ടില്ല.

രാമൻമേനോൻ: അതുപോരാ, പറയണം. എനിക്ക് ഓർമയില്ല. നിശ്ചയമായി പറയണം.

വൈത്തിപ്പട്ടർ: സാരമില്ലാത്ത സംഖ്യയാണ്. എനിക്ക് ഇപ്പോൾ തന്നതുകൊണ്ടുതന്നെ ഞാൻ തൃപ്തനായി. എനി ആ കണക്ക് ഇപ്പോൾ പറയുന്നില്ല. യജമാനനെ ക്ഷണിച്ചുകൂട്ടിക്കൊണ്ടുവന്നു കണക്കു പറഞ്ഞു പണം മേടിക്കുന്നത് എനിക്ക് പോരാത്തതാണ്; ഞാൻ ഈ കണക്കു പറകയില്ല.

രാമൻമേനോൻ: നിശ്ചയമായി നിങ്ങൾ പറയണം. എനിക്ക് അത് അറിഞ്ഞേ കഴികയുള്ളൂ. എത്ര സംഖ്യ ചെലവായിട്ടുണ്ട്? എന്തു വകയാണ്, പറയിൻ.

വൈത്തിപ്പട്ടർ: ഇതിൽ യജമാനൻ എന്നെ ബുദ്ധിമുട്ടിക്കരുത്. ഞാൻ എല്ലാം പിന്നെ വാങ്ങിക്കൊള്ളാം.

രാമൻമേനോൻ: അതു പോരാ. തീർച്ചയായി എന്നോട് ഇപ്പോൾ തന്നെ പറയണം. എനിക്ക് അത് അറിയണം. നിശ്ചയമായിട്ടു പറയണം.

വൈത്തിപ്പട്ടർ: എന്തിനു യജമാനൻ എന്നെ ഇങ്ങനെ നിർബന്ധിക്കുന്നു?

രാമൻമേനോൻ: നിർബന്ധംതന്നെ. പറയിൻ. പറയിൻ.

വൈത്തിപ്പട്ടർ: കുറേനേരം മൗനമായി നിന്നു.

രാമൻമേനോൻ: പറയിൻ. ഞാൻ ഇത്രയെല്ലാം താൽപര്യപ്പെട്ടു ചോദിച്ചാൽ പറയരുതെ? പറയിൻ.

വൈത്തിപ്പട്ടർ: കല്പനയ്ക്ക് അനാദരവ് ഞാൻ കാണിക്കുന്നില്ല. പറയാം. എന്റെ ബുദ്ധിമോശംകൊണ്ട് ‘ചെലവ്’ എന്ന വാക്ക് വായിൽ നിന്നു വീണുപോയി. അബദ്ധം വന്നുപോയി. എനി പറയാതെ നിവൃത്തി ഇല്ലല്ലൊ. എനിക്ക് വളരെ ലജ്ജയുണ്ട്. എങ്കിലും പറയാതെ നിവൃത്തി ഇല്ലല്ലൊ. ശാരദയുടെ ജന്മനക്ഷത്രത്തിൻനാൾ ബ്രാഹ്മണർക്കു സമാരാധന കഴിച്ചവകയിൽ പതിനൊന്നിൽ ചില്വാനം ഉറുപ്പിക എന്റെ കൈയിൽനിന്നു ചെലവ് ഉണ്ട്. പിന്നെ രാമേശ്വരത്തിൽനിന്നു പുറപ്പെട്ടു

വരുംവഴി ഒരു ദിവസം വണ്ടിക്കാർക്കു നാലുറുപ്പിക എട്ടണ ഞാൻ കൊടുത്തിട്ടുണ്ട്. പാൽ വാങ്ങിയ വക ചില്വാനം ഉറുപ്പികയോ മറ്റോ ഞാൻ കൊടുത്തിട്ടുണ്ട്. പൂഞ്ചോലക്കര എടത്തിലേക്കു ശങ്കരന്റെ കൂടെ പോയപ്പോൾ ഒരു രാത്രി ഭക്ഷണച്ചെലവ് രണ്ടണ, മടങ്ങിവരുമ്പോൾ കടവുകൂലി ആറു പൈ, തീവണ്ടിക്കൂലി പതിനൊന്നണ, മിനിയാന്ന് ഇങ്ങോട്ടു വരുവാനുള്ള വണ്ടിക്കൂലി, മൂന്നു ദിവസമായി കൃഷ്ണന്റെ സാപ്പാടു ചെലവ്, ഇത്രമാത്രമേ ഉള്ളു. ഇതൊക്കെ എന്നെക്കൊണ്ടു നിർബന്ധിച്ചു പറയിക്കുന്നതാണ്.

രാമൻമേനോൻ: ശങ്കരാ, ഇദ്ദേഹത്തിന്റെ കണക്കുപ്രകാരം ഉള്ള ഉറുപ്പികകൂടി കൊടുക്ക.

ശങ്കരൻ ഉറുപ്പിക കൊടുത്തു. പട്ടര് വിമുഖതയോടെ വാങ്ങി.

വൈത്തിപ്പട്ടർ: ഞാൻ ഒരു അത്യാഗ്രഹിയാണെന്ന് എജമാനനു തോന്നരുതെ. ദരിദ്രനാണെങ്കിലും അത്യാഗ്രഹം ഒട്ടും ഇല്ല.

രാമൻമേനോൻ: എനിക്ക് അങ്ങനെ തോന്നീട്ടില്ലാ. നിങ്ങൾ പോയി കിടക്കിൻ. രാവിലെ കാണാം.

വൈത്തിപ്പട്ടര് പുറത്തേക്കു പോയി കൃഷ്ണനെ സ്വകാര്യമായി വിളിച്ചു.

വൈത്തിപ്പട്ടർ: കൃഷ്ണാ, രാമൻമേനോൻ പുലർച്ചെ പുറപ്പെടുന്നു. ഉദയന്തളിയിൽ ചെന്നാൽ നിണക്ക് ഒരു കാശുപോലും കിട്ടുകയില്ലാ. ക്ഷണത്തിൽ പോയി മാസ്പടി ചോദിച്ചുവാങ്ങി ഇവിടെനിന്നുതന്നെ പിരിഞ്ഞോ. ഉദയന്തളിചെന്നാൽ പിന്നെ നിണക്ക് ആരും സഹായം ഉണ്ടാകുകയില്ല.

കൃഷ്ണൻ: സ്വാമി നമസ്കാരം, സ്വാമി, സ്വാമി ഇപ്പോൾ പറഞ്ഞില്ലെങ്കിൽ ഞാൻ തോറ്റുപോകുമായിരുന്നു. ഞാൻ എങ്ങനെയാണു ചെന്നു ചോദിക്കേണ്ടത്? എനിക്കു പേടിയാവുന്നു. യജമാനൻ ദേഷ്യപ്പെട്ടാലോ?

വൈത്തിപ്പട്ടർ: വിഡ്ഢി, പടുവങ്കാ! എനി എന്തു പേടിക്കാനാണെടാ നിനക്ക്? നീ പിരിഞ്ഞുപോവുമ്പോൾ ആരെ പേടിക്കണം? മുമ്പിൽ ചെന്നു നിന്നു ധൈര്യത്തോടു പറ. എനിക്കു നാട്ടിൽ പോണം, എന്റെ മാസ്പടി തരണം. എന്നു പറ.

കൃഷ്ണൻ: എത്ര ഉർപ്പിക തരണം എന്നാണ് പറയേണ്ടത് സ്വാമീ?

വൈത്തിപ്പട്ടർ: മാസത്തിൽ രണ്ടുറുപ്പികപ്രകാരം പതിനാറുകൊല്ലത്തെ മാസ്പിടിയിൽ അമ്പത് ഉറുപ്പിക തന്നത് കഴിച്ച് മുന്നൂറ്റിനാല്പത്തിനാല് ഉറുപ്പിക വരാനുണ്ടെന്നു പറടാ. നിന്നോടു ശുണ്ഠിയെടുത്താൽ നീ ഒരു ലേശം കൂട്ടാക്കാതെ എന്റെ മാസ്പടി കിട്ടാതെ ഞാൻ പോവില്ല എന്ന് ഉറക്കെ പറഞ്ഞോ.

കൃഷ്ണൻ: എന്നെ തല്ലിയാലോ?

വൈത്തിപ്പട്ടർ: തല്ലുകയില്ല. അഥവാ തല്ലിയാൽ വല്ലാതെ നിലവിളികൂട്ടിക്കോ. 'അയ്യോ, മാസ്പടിക്കു ചോദിച്ചിട്ട് എന്നെ തല്ലിക്കൊല്ലുന്നുവോ' എന്നു വല്ലാതെ ഒച്ചയിട്ടു നിലവിളിച്ചോ. നിലവിളി ഉറക്കെ കേട്ടാൽ ഞാൻ

ഓടിവരാം. ഞാൻ വന്നാൽ നിന്നെ ആദ്യം ശകാരിക്കും. പിന്നെ തരം പോലെ രാമൻമേനോനോടു വല്ലതും വാങ്ങി തരാം. നമ്മൾ ചോദിക്കുന്ന സംഖ്യ കിട്ടിയില്ലെങ്കിലും വല്ലതും അതിൽ ചുരുങ്ങിട്ടെങ്കിലും കിട്ടും.

കൃഷ്ണൻ: എല്ലാം സ്വാമിയുടെ ദയ. എനിക്ക് അദ്ദേഹത്തിന്റെ മുമ്പിൽപോയി ചോദിപ്പാൻ പേടിയാകുന്നു.

വൈത്തിപ്പട്ടർ: പേടി! വിഡ്ഢി, എന്തു പേടിക്കാനാണ്? പേടിച്ചിട്ട് നിന്റെ പണം ഒഴിക്കുവാൻ പാടുണ്ടോ? പോയി ചോദിക്കൂ. പണം കിട്ടുന്നതുവരെ അലട്ടിക്കോ.

കൃഷ്ണൻ വൈത്തിപ്പട്ടരുടെ ഉപദേശപ്രകാരം രാമൻമേനോന്റെ മുറിയിലേക്കു ചെല്ലുവാൻ ഭാവിച്ചു. അപ്പോഴേക്കും രാമൻമേനോൻ ഉറക്കമായിരിക്കുന്നു. കൃഷ്ണൻ മടങ്ങി വൈത്തിപ്പട്ടരുടെ അടുക്കെ വന്നു. "എനി രാവിലെ ചോദിക്കാ" എന്നു വൈത്തിപ്പട്ടർ പറഞ്ഞു. പിറ്റേന്നു പുലരാൻ നാലു നാഴിക ഉള്ളപ്പോൾ രാമൻമേനോനും മറ്റും ഉദയന്തളിക്കു പുറപ്പെട്ടു. വൈത്തിപ്പട്ടർക്കു തന്റെ ചെറിയ കുട്ടികളെ എല്ലാം രാമൻ മേനോൻ പുറപ്പെടുമ്പോൾ അടുക്കെ കൊണ്ടുപോയി നിർത്തി വല്ലതും കിട്ടുമോ എന്നു പരീക്ഷിക്കേണ്ടതുണ്ടായിരുന്നതിനാൽ തൽക്കാലം രാമൻമേനോനു ശുണ്ഠി ഉണ്ടാകാതെ കഴിക്കേണമെന്നു നിശ്ചയിച്ചു. കൃഷ്ണനോട് അപ്പോൾ മാസ്പടിയെക്കുറിച്ചു ചോദിക്കേണ്ട എന്നും താൻ ഉദയന്തളിക്കു വന്നു മാസ്പടി വാങ്ങിത്തരാമെന്നും വൈത്തിപ്പട്ടര് പറഞ്ഞപ്രകാരം കൃഷ്ണൻ തന്റെ കാര്യത്തെക്കുറിച്ച് ഒന്നും പറയാതെ ഉദയന്തളിക്കു പുറപ്പെട്ടു.

രാമൻമേനോനും ശാരദയും മറ്റും പുറപ്പെടാറായപ്പോൾ വൈത്തിപ്പട്ടരുടെ കുട്ടികൾ എല്ലാം ഉണർന്ന് ഉമ്മറത്തു ഹാജരായി നിൽക്കുന്നു. അമ്മ്യാര് അകത്ത് ഒരു വാതിൽ മറഞ്ഞുനിന്നു ശാരദയെ കൈകൊണ്ടു മാടി വിളിച്ചു.

ശാരദ: അച്ഛാ, അമ്മ്യാര് എന്നെ വിളിക്കുന്നുണ്ട്.

രാമൻമേനോൻ: പോയിവരൂ.

അമ്മ്യാര്: എനിക്കു കയ്ക്കിടുവാൻ ഒരു ചെറിയ മോതിരം അമ്മു തരില്ലേ? അമ്മുവിന്നുവേണ്ടി ഞാൻ എത്ര വെച്ചുവിളമ്പി!

ശാരദ ഇതു കേട്ടപ്പോൾ തന്റെ ചെറുവിരലിൽ കൽവെച്ച ഒരു മോതിരത്തിന്നു തട ഇട്ടിരുന്ന ഒരു ഒഴുക്കൻ സ്വർണമോതിരം ഊരി, "നിങ്ങളുടെ വിരലിന് ഇതു പാകമാകുമോ എന്നറിഞ്ഞില്ല." എന്നു പറഞ്ഞുകൊണ്ട് അമ്മ്യാരുപക്കൽ കൊടുത്തു. ക്ഷണത്തിൽ അച്ഛന്റെ അടുക്കലേക്കു മടങ്ങിവന്നു.

വൈത്തിപ്പട്ടര് ഉറക്കമുണർന്നു ഹാജരായി നിൽക്കുന്ന തന്റെ കുട്ടികളെ കണ്ടിട്ട് ആശ്ചര്യഭാവത്തോടെ ചിറിച്ചുംകൊണ്ട് അവരോടു പറയുന്നു: "കുഴന്തകളെ, ഉദിച്ച് അഞ്ചു നാഴികക്കു പിറകുതാൻ നിങ്കൾ എഴുന്തിരിക്കിറ വഴക്കം. ഇന്നേക്കു ബഹുജാഗ്രതയായിരിക്കെ. യജമാനൻ പോവറതിലെ കുളന്തകൾക്കു റൊമ്പ സങ്കടം. യജമാനൻ എങ്കെ ഇരുന്താലും

ഒങ്കളെ രക്ഷിപ്പാർ. യജമാനനും സൗഭാഗ്യവതി ശാരദയും ക്ഷേമമായിരിക്ക വേണ്ടുമെണ്ട്റ് ശൊല്ലി ഉള്ളെള പോയി പടത്തുകൊണ്ടു തൂങ്കുംകൾ."

കുട്ടികളിൽ മൂത്തവൻ: "യജമാനൻ പോറത്തെപ്പറ്റി എങ്കൾക്കു അഴുകൈ വറാത്. ശാരദാവും യജമാനനും നന്നായിരിക്കിട്ടും. അപ്പാ, എങ്കളുക്ക് മുട്ടായി വാങ്കറതക്കു യജമാനിടത്തിലെ ശൊല്ലി കാശ് വാങ്കി താ, അപ്പാ."

വൈത്തിപ്പട്ടർ: നിങ്കൾ ഏഴ വയത്തിലെ പിറന്ത കുളന്തകൾ ഇന്ത മാതിരി ഉപദ്രവം പണ്ണാതങ്കൊൾ. യജമാനൻ റൊമ്പവും കൊടുത്തിരിക്കാർ. പേശാമൽ ഉള്ളെള പോയി പടുത്തുകൊണ്ട് തൂങ്കുംകൾ. ഇല്ലാ വിട്ടാൽ പൊരമ്പാലെ അടിപ്പേൻ. ഉള്ളപ്പോങ്കൊൾ.

രാമൻമേനോൻ ഈ സംഭാഷണം കേട്ടു ചിറിച്ച് രണ്ടുറുപ്പിക കുട്ടികൾക്ക് കൊടുത്ത് ഉടനെ പുറപ്പെട്ടുപോവുകയും ചെയ്തു.

ഉദയന്തളി എത്തി. രാമവർമ്മൻ തിരുമുല്പാടിന്നു രാമൻമേനോനേയും ശാരദയേയും കണ്ടിട്ട് അത്യന്തം സന്തോഷമായി. ഉടനെ അവർക്കു പാർപ്പാൻ കോവിലകത്തു സമീപം നല്ലതായ ഒരു മാളികഭവനം ഏർപ്പെടുത്തി. അവിടെ സുഖമായി ഇവർക്കു താമസിപ്പാൻ വേണ്ടുന്ന സകല ശട്ടങ്ങളും ചെയ്തു. ഇപ്പോൾ ഇവർ ഇവിടെ താമസിക്കട്ടെ. നമുക്ക് ഈ കഥയുടെ വേറെ ഭാഗങ്ങൾ പലേതും ഈ ഘട്ടത്തിലേക്ക് എത്തിക്കുവാൻ ബാക്കിയിരിക്കുന്നു. അതുകൊണ്ട് സംഗതികളെക്കുറിച്ചും എനി പറഞ്ഞു കഴിഞ്ഞശേഷം വീണ്ടും ഇങ്ങോട്ടു വരാം.

ആറാം അദ്ധ്യായം

രാമൻമേനോന്റെ എഴുത്തു വായിച്ചതിൽ പരിഭവപ്പെട്ട പൂഞ്ചോലക്കര അച്ഛനും മരുമകൻ രാഘവനുണ്ണിയും തമ്മിൽ ഉണ്ടായ സംവാദം കഴിഞ്ഞ ദിക്കിലാണ് ഒന്നാം അദ്ധ്യായം അവസാനിച്ചത്. ഈ സംവാദം കഴിഞ്ഞിട്ട് ഈ അദ്ധ്യായത്തിൽ എഴുതുന്ന കഥ നടന്ന കാലത്ത് ഏകദേശം ഒന്നുരണ്ടു മാസങ്ങൾ ആയിരിക്കുന്നു. എന്റെ പ്രിയപ്പെട്ട വായനക്കാരെ, നിങ്ങൾ ഒന്നാംഅദ്ധ്യായത്തെ വായിച്ചിട്ട് ഇപ്പോഴേക്ക് എത്ര സമയമായി? ഇതു കഴിഞ്ഞിട്ട് ഒന്നുരണ്ടു മാസമായിയെന്നു നിങ്ങൾ പറയുന്നതാണെങ്കിൽ ഞാൻ ഇനി എഴുതുന്നില്ല. നിങ്ങളുടെ ഉത്തരം ഇപ്പോൾ കിട്ടുവാൻ സാധിക്കുന്നതല്ലല്ലോ. അരമണിക്കൂറായി, അല്ലെങ്കിൽ ഒരുമണിക്കൂറായി എന്നാണു നിങ്ങളുടെ മറുപടിയെന്നു മനസ്സിന്ന് അത്യന്തം തൃപ്തിയോടെ തന്നെയാണെങ്കിലും വിശേഷസംഗതി ഒന്നും കൂടാതെ ഞാൻ തന്നെ നിശ്ചയിച്ച് ഇനിയും എഴുതുന്നു. എന്നെപ്പോലെയുള്ള ക്ഷുദ്രകവികൾക്കു ക്ഷുദ്രദേവതകളെപ്പോലെ ആശ ഏറിയിരിക്കും. അതുകൊണ്ടു ഗ്രന്ഥത്തിന്റെ ഗുണദോഷചിന്തയ്ക്കുള്ള കാലമാകുന്നതുവരെ നമ്മുടെ വൈത്തിപ്പട്ടരുടെമാതിരി മോഹത്തെ ഒട്ടും ഞാൻ ചുരുക്കുന്നില്ല.

എഴുത്തുവായന കഴിഞ്ഞതിൽപ്പിന്നെ രണ്ടുമൂന്നു ദിവസങ്ങളിൽ പൂഞ്ചോലക്കര എടത്തിലും സമീപസ്ഥലങ്ങളിലും എഴുത്തിലെ സംഗതികളെപ്പറ്റിയുള്ള പ്രസ്താവം പ്രചുരമായിരുന്നു. എവിടെ രണ്ടുപേർ കൂടുന്നുവോ അവിടെയെല്ലാം ഈ പ്രസംഗംതന്നെ. രാഘവനുണ്ണി ഈ സംഗതിയെപ്പറ്റി ആലോചിച്ചതിൽ തൽക്കാലം ഒന്നും പ്രവർത്തിക്കേണ്ട എന്നാണു നിശ്ചയിച്ചത്. ശങ്കുനമ്പിക്കും കോന്തനുണ്ണിക്കും കേശവനുണ്ണിക്കും ഈ അഭിപ്രായം തന്നെയാണ് ഉണ്ടായത്. കൃഷ്ണനുണ്ണി ഇതിൽ യാതൊരു അഭിപ്രായവും പറഞ്ഞില്ല. ബി.എൽ. പരീക്ഷയ്ക്ക് വായിക്കുന്ന ഗോവിന്ദനുണ്ണി ഈ കാലം എടത്തിൽ ഉണ്ടായിരുന്നു.

ഇയാൾക്കും രാഘവനുണ്ണിയുടെ മകൻ കൃഷ്ണമേനോനും എഴുത്തിനു തക്കതായ മറുപടി അയയ്ക്കേണമെന്നായിരുന്നു അഭിപ്രായം.

രാഘവനുണ്ണിയുടെ മകൻ കൃഷ്ണമേനോൻ ഹൈക്കോർട്ടിൽ ഒരു വക്കീലാണ്. ഇയാൾ അതിഗംഭീരബുദ്ധിമാനും ഇംഗ്ലീഷിലും സംസ്കൃതത്തിലും വ്യവഹാരശാസ്ത്രത്തിലും വളരെ വിദഗ്ദ്ധനും ആണ്. വയസ്സ് ഇക്കാലം ഇരുപത്തിനാലു മാത്രമേ ആയിട്ടുള്ളു. കണ്ടാൽ അതികോമളനാണ്. ഹൈക്കോർട്ടിൽ വക്കീലായിട്ട് ഇക്കാലം കഷ്ടിച്ച് മൂന്നു മാസമേ ആയിട്ടുള്ളു. ഹൈക്കോടതി പൂട്ടിയിരുന്നതിനാൽ ഈ സമയം നാട്ടിൽ വന്നതാണ്. ഇദ്ദേഹത്തിന്റെ ഭവനം പൂഞ്ചോലക്കര എടത്തിനു സമീപമാണ്. എന്നാൽ പകൽ മുഴുവനും ഇദ്ദേഹം അച്ഛനോടുകൂടി പൂഞ്ചോലക്കര എടത്തിലാണ് താമസം. രാമൻമേനോന്റെ എഴുത്തു കിട്ടീട്ട് ഏകദേശം ഒന്ന് ഒന്നരമാസം കഴിഞ്ഞശേഷമാണ് ഇദ്ദേഹം മദിരാശിയിൽനിന്നു വീട്ടിൽ എത്തിയത്. ഇദ്ദേഹത്തോടു രാഘവനുണ്ണി വിവരങ്ങൾ എല്ലാം പറഞ്ഞതിൽ ഉടനെ കത്തിന്നു തക്കതായ മറുപടി അയയ്ക്കേണ്ടതായിരുന്നു, എന്ന് ഇദ്ദേഹം മറുപടി പറഞ്ഞു.

രാഘവനുണ്ണി: നിന്റെ അഭിപ്രായത്തോടുകൂടി ഞാൻ യോജിക്കുന്നില്ല അപ്പു. മറുപടി അയച്ചിട്ടില്ലെങ്കിൽ എന്താണു ദോഷം?

കൃഷ്ണമേനോൻ: ദോഷം എന്താണെന്ന് അല്ലാ ഇവിടെ ഒന്നാമതു ചിന്തിക്കേണ്ടത്. ഇത്ര കഠിന ചതിചെയ്വാൻ ഉറച്ച് ഇങ്ങനെ ഒരു കത്ത് അയച്ചത് വാങ്ങി മിണ്ടാതിരിക്കുന്നത് എടത്തിലെ മര്യാദയ്ക്കും സ്ഥിതിക്കും മതിയായിട്ടുള്ളതോ എന്നാണ്. ഈ ചതി വെളിച്ചത്താക്കി ഈ എഴുതിയ ദുഷ്ടക്കള്ളനേയും അവനു സഹായിച്ചവരെയും ജേലിൽ വെപ്പിക്കണം, അതാണു ചെയ്യേണ്ടത്. ഈ എഴുത്ത് എടത്തിലേക്കു വളരെ അപമാനകരമായിട്ടുള്ളതാണെന്നുള്ളതിന്നു സംശയമില്ല. ഇതുകൂടാതെ മറുപടി ഒന്നും അയയ്ക്കാതിരുന്നത് അവർ വ്യവഹാരം കൊടുത്തുവെങ്കിൽ നമ്മൾക്കു ഗുണമായ ഒരു സംഗതിയായി ഒരിക്കലും വരാൻ പാടില്ല.

രാഘവനുണ്ണി: ഈ കത്തു കിട്ടീട്ടുണ്ടെന്നു വ്യവഹാരം കൊടുക്കുന്ന പക്ഷം എന്തിനു സമ്മതിക്കുന്നു?

കൃഷ്ണമേനോൻ: അച്ഛനെ കൂട്ടിൽ കയറ്റി സത്യത്തിന്മേൽ ഈ എഴുത്തിനെപ്പറ്റി ചോദിച്ചാലോ?

രാഘവനുണ്ണി: ഞാൻ ഒരിക്കലും എഴുത്തു കിട്ടി എന്നു സമ്മതിക്കയില്ല, എന്നാൽ എന്താണു വരാൻ? കത്തു രജിസ്ട്രാക്കി അയച്ചതല്ലല്ലൊ. കിട്ടീട്ടില്ലെന്നു പറഞ്ഞാൽ അവർ എങ്ങനെ ഉണ്ടെന്നു തെളിയിക്കും?

കൃഷ്ണമേനോൻ: സത്യത്തിന്മേൽ കളവുപറവാൻ ഉറയ്ക്കുന്ന പക്ഷം അങ്ങനെതന്നെ. ഇങ്ങനെയാണ് ഭാവമെങ്കിൽ കത്ത് റജിസ്ത്രാക്കി അയച്ചിരുന്നാലും കിട്ടീട്ടില്ലെന്നു പറയാമല്ലൊ.

രാഘവനുണ്ണി: റജിസ്ത്രാക്കിയ കത്തു വാങ്ങിയതാണെങ്കിൽ നുമ്മുടെ ഒപ്പുള്ള രശീതി തെളിവിൽ വന്നാലോ?

കൃഷ്ണമേനോൻ: ചിറിച്ചുംകൊണ്ട്) നമ്മുടെ ഒപ്പല്ല. കള്ളരശീതിയാണെന്നു പറയാം.

രാഘവനുണ്ണി: സർക്കാർ രേഖയെ കളവാണെന്നു പറവാൻ പാടുണ്ടോ?

കൃഷ്ണമേനോൻ: (പിന്നെയും ചിറിച്ചുംകൊണ്ട്) കളവു പറയാൻ ഉറയ്ക്കുന്നപക്ഷം നിശ്ചയമായും പറയാം.

രാഘവനുണ്ണി: അതു പാടില്ല. ഈ എഴുത്തുകൊണ്ട് എടത്തിലേക്ക് അപമാനമാണെന്നു നീ പറയുന്നത് എന്താണെന്ന് എനിക്കു മനസ്സിലാവുന്നില്ല. ആ പോക്കിരി വൈത്തിപ്പട്ടർ ഇങ്ങിനെ ഒരു കത്ത് എഴുതിപ്പിച്ച് അയച്ചതിൽ നുമ്മൾക്ക് എന്ത് അപമാനമാണ് ഉള്ളത്?

കൃഷ്ണമേനോൻ: വളരെ അപമാനമുണ്ട്. ഒരു പോക്കിരി നുമ്മളെ ഇത്ര അലക്ഷ്യമാക്കി അച്ഛന്റെ കുടുംബത്തിലെ സ്വത്തിന്ന് അവകാശം പറയിപ്പാൻ ചതിയായും കളവായും ഒരു ആളെക്കൊണ്ടുവന്ന് 'ഇതാ ഇയാളെ നിങ്ങൾ കുടുംബത്തിൽ ഒരാളാക്കി എടുത്തോളിൻ' എന്നു പറയുന്നതു കേട്ടുംകൊണ്ട് അതിനു യാതൊരു മറുപടിയും പറയാതെ ഇളിഭ്യന്മാരെപ്പോലെ നിൽക്കുന്നതിൽ നുമ്മൾക്ക് അപമാനം ഒന്നുമില്ലെന്ന് അച്ഛൻ പറയുന്നത് കേൾക്കുമ്പോൾ ഞാൻ ആശ്ചര്യപ്പെടുന്നു. നിശ്ചയമായി മറുപടി അയയ്ക്കണമെന്നാണ് എന്റെ അഭിപ്രായം.

രാഘവനുണ്ണി: (കുറേനേരം ആലോചിച്ചിട്ട്) ഈ എഴുത്ത് അയച്ചത് എവിടെനിന്നാണെന്നും എഴുത്ത് എഴുതിയയാൾ ഇപ്പോൾ എവിടെ ഉണ്ടെന്നും ഒരു വർത്തമാനവുമില്ല. എങ്ങട്ടാണ് എഴുതേണ്ടത്? എന്താണ് എഴുതേണ്ടത്? എനിക്ക് ഒന്നും തോന്നുന്നില്ല.

കൃഷ്ണമേനോൻ: എഴുത്ത് എഴുതിയ പെരുങ്കള്ളൻ വൈത്തിപ്പട്ടരുടെ നാട്ടിൽ എങ്ങാനും ഉള്ളവനായിരിക്കണം. അതിന് സംശയമില്ല. ആ ദിക്കിൽ അന്വേഷിക്കണം. ഈ കാര്യം വെറുതെ അച്ഛൻ വിട്ടുകളയരുത്. ആ വൈത്തിപ്പട്ടരേയും ഈ കത്ത് എഴുതിയ പെരുങ്കള്ളനേയും കഠിനമായി ശിക്ഷിപ്പിക്കേണം. ഈ മാതിരി ചതികൾ ഈ രാജ്യത്തു ദുർല്ലഭമേ ഉണ്ടാവാറുള്ളൂ. ഉണ്ടാവുമ്പോൾ നല്ല അമർച്ച കൊടുക്കേണം. എന്തു ചിലവായാലും ഈ കാര്യം അച്ഛൻ വെറുതെ വിട്ടുകളയരുത്.

രാഘവനുണ്ണി: ഞാൻ എന്താണ് അപ്പു ചെയ്യേണ്ടത്? ആ വൈത്തിപ്പട്ടർ ഏതു ദിക്കിൽ ആണെന്ന് ആരറിഞ്ഞു. ജ്യേഷ്ഠനു നിന്റെ അഭിപ്രായം വളരെ സമ്മതമാവുമെന്നു തോന്നുന്നു. ഞാൻ ഇതിനെപ്പറ്റി ഒന്നു ജ്യേഷ്ഠനെ അറിയിക്കാം.

ഈ സംഭാഷണം കഴിഞ്ഞ് ഏകദേശം ഒരു മാസത്തോളം ഇതിനെപ്പറ്റി രാഘവനുണ്ണി ഒന്നും ചെയ്തില്ല. അങ്ങിനെ ഇരിക്കുമ്പോൾ ഒരു ദിവസം രാവിലെ രാഘവനുണ്ണിയുടെ സ്വന്തകാര്യസ്ഥൻ പാച്ചുമേനോൻ എന്തോ ബദ്ധപ്പെട്ട് ഒരു കാര്യം അറിയിക്കാൻ ഉണ്ടെന്നുള്ള ഭാവത്തോടുകൂടി രാഘവനുണ്ണിയുടെ സമീപത്തിൽപോയി നിന്നു.

രാഘവനുണ്ണി: എന്താണ് പാച്ചു, വിശേഷിച്ചു വല്ലതും പറവാനുണ്ടോ?

പാച്ചുമേനോൻ: ഇന്നാൾ വലിയച്ചന് ഒരു എഴുത്തയച്ചില്ലെ ഒരു രാമൻ മേനോൻ, അയാളും ഒരു പെങ്കുട്ടിയുംകൂടി ഉദയന്തളി എത്തീട്ടുണ്ടത്രെ. അവിടെ തിരുമുല്പാട് അവർക്ക് പാർപ്പാൻ വീടും മറ്റും ശട്ടമാക്കി

കൊടുത്തിരിക്കുന്നുപോൽ. വ്യവഹാരം ഉടനെ തുടങ്ങുന്നുപോൽ. എല്ലാം തിരുമുല്പാട്ടിലെ സഹായം തന്നെയാണത്രെ.

ഈ വാക്കുകൾ കേട്ടപ്പോൾ രാഘവനുണ്ണിയുടെ മനസ്സ് ഒന്നു കാളി. എടത്തിലേക്ക് ഇത്ര വൈരിയായ തിരുമുല്പാട് എനി സ്വസ്ഥനായിരിക്കയില്ലെന്നുള്ളതിന്നു സംശയമില്ല. വേഗം രാഘവനുണ്ണി ഇരുന്ന ദിക്കിൽ നിന്ന് എഴുന്നേറ്റു നിന്നു.

രാഘവനുണ്ണി: പാച്ചുവോട് ആരാണ് ഈ വിവരം പറഞ്ഞത്?

പാച്ചുമേനോൻ: കരിപ്പാട്ടിൽ കുണ്ടൻമേനോൻ എന്റെ അനുജൻ അച്ചുതനോട് ഇന്നലെ പറഞ്ഞുപോൽ. അവനാണ് ഇപ്പോൾ എന്നോടു പറഞ്ഞത്. അവൻ ഇന്നലെ മുത്തശ്ശ്യാരു കാവിൽ ഉത്സവം കാണാൻ പോയിരുന്നു. അവിടെവച്ച് കുണ്ടമ്മേനോനെ കണ്ടുവത്രെ.

“ഞാൻ ജ്യേഷ്ഠനെ ഒന്നു കാണട്ടെ.” എന്നു പറഞ്ഞ് ഉടനെ രാഘവനുണ്ണി അവിടെനിന്നു പോയി. നേരെ പോയത് തന്റെ മകൻ ഇരിക്കുന്ന മാളികയിലേക്കാണ്. അവിടെ ചെന്നപ്പോൾ കൃഷ്ണമേനോനേയും ഗോവിന്ദനുണ്ണിയേയും കണ്ടു.

രാഘവനുണ്ണി: അപ്പു വർത്തമാനം അറിഞ്ഞുവോ? പണ്ട് എഴുത്തയച്ച കൂട്ടർ ഉദയന്തളി എത്തീട്ടുണ്ടത്രെ.

കൃഷ്ണമേനോൻ: ശരി, എനി പത്രിക തെയ്യാറാക്കാൻ ഒരുങ്ങുക തന്നെ. ഞാൻ അന്നു പറഞ്ഞത് അച്ഛന്നു ബോദ്ധ്യമായില്ലല്ലൊ. അവർ ഇതുവരെ വേണ്ടുന്ന ഒരുക്കങ്ങൾ എല്ലാം ചെയ്യുകയായിരുന്നു. എനി സമൻസ് വരുന്നതു കാണാം. തിരുമുല്പ്പാട് ഈ കൂട്ടരെക്കൊണ്ട് എന്തൊക്കെയാണ് ചെയ്യിക്കുന്നതെന്ന് ആർക്കറിയാം. കാര്യത്തിൽ പരമാർത്ഥമില്ലെന്ന് അച്ഛനു നല്ല ധൈര്യമുണ്ടോ?

രാഘവനുണ്ണി: സർവശക്തനായ ദൈവം സാക്ഷിയായി ആ കല്യാണി എന്ന സ്ത്രീ ഇവിടെനിന്ന് ഒളിച്ചുപോയി ഒരു രണ്ടുമാസത്തിന്നുള്ളിൽ കുടകിന്നു സമീപം ഒരു സ്ഥലത്തുവെച്ചു മരിച്ചുപോയിരിക്കുന്നു. ഇതെന്തു കഷ്ടമാണ്! ഇങ്ങിനത്തെ നിർമരിയാദയുണ്ടൊ? വൈത്തിപ്പട്ടരെ കുറ്റം പറയേണ്ട. ഇതെല്ലാം തിരുമുല്പാടിന്റെ വിദ്യയാണ്. സംശയമില്ല. അയാൾക്കു വലിയ ആപത്തിന്നുള്ള സമയം അടുത്തിരിക്കുന്നു. സംശയമില്ല. ഈ കാര്യത്തിൽപ്പെട്ട ആളുകൾ മുഴുവനും ജേലിൽ ആയിപ്പോവുമെന്നുള്ളതിന് എനിക്ക് സംശയമില്ല. എനി ഇപ്പോൾ നോം എന്താണ് പ്രവൃത്തിക്കേണ്ടത്, അപ്പൂ?

കൃഷ്ണമേനോൻ: തല്ക്കാലം എന്തു പ്രവൃത്തിപ്പാനാണ്? സമൻസു വരുന്നതു കാത്തിരിക്കുക. എഴുത്തിന്നു മറുപടി അയപ്പാൻ ഭാവമില്ലല്ലൊ!

രാഘവനുണ്ണി: മറുപടി അയയ്ക്കേണമെങ്കിൽ അയച്ചുകളയാം. നീ ഒരു മറുപടി ഉണ്ടാക്കൂ. അതു റജിസ്ട്രാക്കി അയച്ചുകളയാം. ഞാൻ ക്ഷണം ജ്യേഷ്ഠനെക്കണ്ടു വിവരം അറിയിക്കട്ടെ.

എന്നു പറഞ്ഞയുടനെ അച്ഛനെ കാണ്മാനായി രാഘവനുണ്ണി പോയി. അച്ഛനോടു വിവരം പറഞ്ഞപ്പോഴേക്ക് അദ്ദേഹം ചുകപ്പുവസ്ത്രം കണ്ടു ഞെട്ടിയ കാളയുടെ മാതിരി ഉള്ളിൽ അടക്കാൻ പാടില്ലാത്തവിധമുള്ള

ക്രോധവും പരിഭ്രമവും നിമിത്തം ഒരു ഭ്രാന്തനെപ്പോലെ രാഘവനുണ്ണിയെ കലശലായി ശകാരിച്ചു തുടങ്ങി.

അച്ഛൻ: ഈ അത്യാപത്ത് ഒക്കെ വരുത്തിയത് നീയാണ്. അന്ന് എഴുത്തുവന്ന ദിവസം ആ വൈത്തിപ്പട്ടരെ ഇവിടെ കൂട്ടിക്കൊണ്ടു വന്നിരുന്നുവെങ്കിൽ ഞാൻ അയാളെ സ്വാധീനമാക്കി യാതൊരു കൂട്ടവും ഇല്ലാതെ കാര്യം അവസാനിപ്പിക്കുമായിരുന്നു. അതു ചെയ്യാനയക്കാതെ ഇതുവരെ ഇതിൽ ഒന്നും പ്രവർത്തിക്കാതെ കാര്യം നമ്മുടെ കഠിനശത്രുവിന്റെ കൈയിൽപെടുത്തിയതു നീയാണ്. എനിക്കു നല്ലവണ്ണം കോടതി കയറി ഈ എടത്തിലെ സ്ത്രീകളുടെ വർത്തമാനങ്ങൾ കൈയും കെട്ടി പറയുകയേ വേണ്ടൂ. തിരുമുല്പാട് ഈ ജന്മം ഞാൻ സന്ധിക്കാൻ ആവശ്യപ്പെടുകയില്ല. നീ ഇത്ര ബുദ്ധി ഇല്ലാതെ പ്രവർത്തിച്ചുവല്ലോ! കഷ്ടം! ഉടനെ വക്കീൽ കർപ്പൂരയ്യനേയും ശാമുമേനോനേയും വരുത്തണം. എനിയെങ്കിലും ആൾ വേഗം പോവട്ടെ.

രാഘവനുണ്ണി: ആളെ ഉടനെ അയക്കാം. കൃഷ്ണൻ ഇവിടെ ഉണ്ട്. ഈ കത്തിന്ന് ഒരു മറുപടി അവൻ തെയ്യാറാക്കുന്നുണ്ട്. മറുപടി അയക്കണം എന്നാണ് അവന്റെ പക്ഷം.

അച്ഛൻ: നീ കർപ്പൂരയ്യന്റെ അടുക്കലേക്ക് ആളെ ഓടിക്കൂ. ശാമുമേനോനും വരട്ടെ. അവരു വന്നിട്ട് എല്ലാം നിശ്ചയിക്കാം.

"അങ്ങിനെതന്നെ" എന്നുപറഞ്ഞു രാഘവനുണ്ണി ശങ്കുനമ്പിയെ വിളിച്ച് ഈ വക്കീലന്മാരുടെ അടുക്കലേക്ക് ആളെ അയപ്പാൻ ഏല്പിച്ചു. കരിപ്പാട്ടിൽ കുണ്ടൻമേനോനെപ്പോലെ ഈ എടത്തിലേക്ക് ഒരു വ്യവഹാര കാര്യസ്ഥനുണ്ടായിരുന്നു. അയാളുടെ പേര് താശ്ശൻമേനോൻ എന്നായിരുന്നു. അയാളെ ഉടനെ കർപ്പൂരയ്യനേയും ശാമുമേനോനേയും കൂട്ടിക്കൊണ്ടുവരുവാൻ അയച്ചു.

താശ്ശൻമേനോൻ ഉടനെ പുറപ്പെട്ട് ഈ വക്കീലന്മാർ താമസിക്കുന്ന ദിക്കിൽ എത്തി. അന്ന് ഒരു ഞായറാഴ്ചയായിരുന്നു. കച്ചേരിക്കു വക്കീലന്മാർ പോയിരിക്കയില്ലെന്നു നിശ്ചയിച്ചു. വക്കീൽ ശാമുമേനോന്റെ വീട്ടിലേക്ക് ഒന്നാമതായി താശ്ശൻമേനോൻ കയറിവന്നു. ശാമുമേനോനെ വീട്ടിൽ കണ്ടില്ലാ.

"ശാമുമേനോൻവക്കീൽ ഇവിടെ ഇല്ലേ?" എന്നു താശ്ശന്മേനോൻ ചോദിച്ചതിന്ന്, ഉമ്മറത്തു നിന്നിരുന്ന ഒരു ഭൃത്യൻ "ഇല്ല, കൊളമ്പിൽ വായിക്കാൻ പോയിരിക്കുന്നു" എന്നു പറഞ്ഞു.

താശ്ശൻമേനോൻ: കൊളമ്പിലോ?

ഭൃത്യൻ: അതെ

താശ്ശൻമേനോൻ: എവിടെയാണ് കുളമ്പ്?

ഭൃത്യൻ: വലിയ അമ്പലത്തിന്റെ കിഴക്കുഭാഗത്ത്.

താശ്ശൻമേനോൻ വ്യവഹാരകാര്യമായി പലപ്പോഴും ഈ ദിക്കിൽ വന്നിട്ടുണ്ടെങ്കിലും ഒന്നൊന്നര കൊല്ലമായിട്ട് വ്യവഹാരകാര്യങ്ങൾ വിശേഷവിധിയായി ഇല്ലാത്തതിനാൽ ഈ ദിക്കിൽ വന്നിട്ടില്ലായിരുന്നു. ഈ കാലത്തിനുള്ളിൽ ഉണ്ടായതാണ് ഈ ഭൃത്യൻ പറഞ്ഞ 'കൊളമ്പും' 'വായനയും'. ഏതെങ്കിലും താശ്ശന്മേനോന് ഈ വാക്ക് അശേഷം മനസ്സി

ലായില്ലെങ്കിലും അന്വേഷിക്കാമെന്നുവെച്ച് അവിടെനിന്നിറങ്ങി. കുറേ നടന്നപ്പോൾ സ്കൂളിൽ പഠിക്കുന്ന ഒരു ചെറുപ്പക്കാരനെ വഴിയിൽ കണ്ടു.

താശ്ശൻമേനോൻ: കുളമ്പ് എവിടെയാണ് അറിയുമോ?

സ്കൂൾകുട്ടി: കുളമ്പു സിലോണിലാണ്.

താശ്ശൻമേനോൻ: വിഷമമായി. ഇപ്പോൾ രണ്ടു സംശയമായി. സിലോൺ എവിടെയാണ്?

സ്കൂൾകുട്ടി: അത് ഒരു ദ്വീപിലാണ്. തെക്കെ സമുദ്രത്തിലാണ്.

താശ്ശൻമേനോൻ: ദ്വീപോ? വക്കീലന്മാർ വായിക്കുന്നതു ദ്വീപിൽ നിന്നാണോ?

സ്കൂൾകുട്ടി: എന്താണ് നിങ്ങൾക്കു ഭ്രാന്തുണ്ടോ? എന്താണ് തുമ്പില്ലാതെ സംസാരിക്കുന്നത്?

താശ്ശൻമേനോന്നു കലശലായി ദേഷ്യം വന്നു.

താശ്ശൻമേനോൻ: എന്താണ് താൻ പറഞ്ഞത്? തുമ്പില്ലാതെ താനല്ലെ വിശേഷം പറയുന്നത്? സ്കൂൾകുട്ടിയായിരിക്കും. അല്ലേ? ആ ധിക്കാരം നല്ലവണ്ണം പുറത്തു കാണ്മാനുണ്ട്. വക്കീലൻമാർ വായിക്കുന്ന കുളമ്പ് ഏതാണെന്നു ചോദിച്ചാൽ ദ്വീപിലാണെന്നും മറ്റും പറയുകയാണ്. ഭ്രാന്തന്റെ മാതിരി പറഞ്ഞതു താനല്ലേ?

സ്കൂൾകുട്ടി: തന്റെ തലയുടെ കല്ല് എളകിപ്പോയിരിക്കുന്നു എന്നു തോന്നുന്നു. "ഞാൻ തന്നോടു പറവാൻ ആളല്ല" എന്നു പറഞ്ഞു നടന്നു.

സഹിപ്പാൻ പാടില്ലാത്ത ദേഷ്യത്തോടുകൂടി താശ്ശൻമേനോൻ ഒന്നു നോക്കി. തനിക്ക് ആ ചെറുപ്പക്കാരന്റെ ചെകിടത്ത് രണ്ടു കൊടുക്കേണമെന്ന് ആഗ്രഹം ഉണ്ടായിരുന്നു. പക്ഷേ, വയോധികൃത്താൽ തന്റെ അപ്പോഴത്തെ ദൗർബ്ബല്യതയും ചെറുപ്പക്കാരന്റെ ദേഹമിടുക്കും മാത്രം ഓർത്തു ദ്വേഷ്യത്തെ അടക്കിവെക്കേണ്ടിവന്നു. 'കഷ്ടം, ഇപ്പോഴത്തെ ഈ ചെറുപ്പക്കാരെല്ലാം ഇങ്ങിനെ ഗുരുത്വം ഇല്ലാത്ത വഷളന്മാരായി തീരുന്നുവല്ലോ. 'കലിയുഗവൈഭവം' എന്നു മനസ്സിൽ വിചാരിച്ചുകൊണ്ട് താശ്ശൻമേനോൻ അമ്പലത്തിനുള്ളിലേക്കുള്ള വഴിയിൽക്കൂടി നടന്നു. അമ്പലത്തിന്റെ ഉമ്മറത്ത് സ്കൂൾകുട്ടികളെ ആണ് അധികം കണ്ടത്. തന്റെ ഉടുപ്പും കുപ്പായവും മറ്റും നോക്കി ഈ കൂട്ടർ കുറേശ്ശ പരിഹാസം, താൻ അമ്പലത്തിന്റെ ഗോപുരവാതുക്കൽ എത്തിയപ്പോൾതന്നെ തുടങ്ങിയിരിക്കുന്നു എന്നു താശ്ശൻമേനോനു വെളിവായി മനസ്സിലായി. ഈ കൂട്ടരോടു തനിക്ക് എനിയും മനസ്സിലാവാത്ത കൊളമ്പ് എന്ന സ്ഥലത്തെപ്പറ്റി വല്ലതും കടന്നുചോദിച്ചാൽ ഇവർ കലശൽകൂട്ടുമെന്നുള്ള നല്ല ഭയം ഉണ്ടായിരുന്നതിനാൽ താശ്ശൻമേനോൻ അമ്പലത്തിന്റെ നടയിൽ ഒരു ഇളിഭ്യന്റെ മാതിരി വശായി. കുറെ സമയം കഴിഞ്ഞപ്പോൾ ഒരു പട്ടർ അമ്പലത്തിലേക്കു വരുന്നതു കണ്ടു. അയാൾ സ്കൂൾക്കാരനല്ലെന്ന് കണ്ടപ്പോൾത്തന്നെ താശ്ശൻമേനോൻ നിശ്ചയിച്ചു. "സ്വാമീ, വക്കീലന്മാർ വായിക്കുന്ന കുളമ്പ് എവിടെയാണ്?"

പട്ടർ, "കുളമ്പൊ? കുളമ്പല്ല, കൊളൊമ്പ് എന്നാണ് പറയുക. അത് ആ കാണുന്നതാണ്," എന്നു പറഞ്ഞു സ്ഥലം ചൂണ്ടിക്കാണിച്ചു കൊടുത്തതിന്റെ ശേഷം താശ്ശൻമേനോൻ ആ കാണിച്ചുകൊടുത്ത സ്ഥലത്തേ

ക്കായി പുറപ്പെട്ടു. എന്തൊരു സ്ഥലമായിരിക്കണം ഇത് എന്നു താശ്ശൻമേനോൻ അവിടെ ചെന്നുകയറുന്നതുവരെ യാതൊരു വിവരവും ഉണ്ടായിരുന്നില്ല. താൻ ചെന്നു കയറിയപ്പോൾ കണ്ടതു തനിക്കു മുമ്പു വളരെ പരിചയമുള്ള ഒരു പഴയ മഠത്തെയാണ്. താശ്ശൻമേനോൻ വ്യവഹാരാവശ്യങ്ങൾക്കായി മുമ്പെ വന്നിരുന്ന കാലങ്ങളിൽ ഹരിഹരൻപട്ടർ എന്നു പേരായ ഒരു ചോറ്റുകച്ചവടക്കാരൻ ചോറുവെച്ചു വിറ്റിരുന്ന ഒരു സ്ഥലമായിരുന്നു ഇത്. താശ്ശൻമേനോൻ വ്യവഹാരകാര്യങ്ങൾക്കായി വന്നാൽ ഒന്നുംരണ്ടും മാസം ഒന്നായി ഈ മഠത്തിലാണു താമസിച്ചു വരുന്നത്. മഠം മുമ്പത്തേതിലും വളരെ ജീർണ്ണിച്ചിരിക്കുന്നു. കിഴക്കുഭാഗം മുമ്പ് ഒരു ചുമരുണ്ടായിരുന്നത് ഇടിഞ്ഞുവീണസ്ഥിതിയിൽ കിടക്കുന്നു. കാറ്റിന്റെയും മഴയുടെയും അസഹ്യതയെ തടുപ്പാൻ ആ ചുമരുണ്ടായിരുന്ന സ്ഥലത്ത് ഒരു ഓലപ്പായ കെട്ടിത്തൂക്കിയിരിക്കുന്നു. ആ തൂക്കിയ പായ പൊന്തിച്ചിട്ടുവേണം അകത്തേക്കു കടപ്പാൻ. താശ്ശന്മേനോൻ പായ പൊന്തിച്ച് അകത്തേക്കു തല ഇട്ടുനോക്കിയപ്പോൾ മുമ്പു താനും വഴിപോക്കരും പലപ്പോഴും ഉണ്ണാനിരുന്ന മുറിയിൽ എട്ടുപത്തു വലിയ യോഗ്യർ വളരെ ഘനത്തോടെ വർത്തമാനക്കടലാസ്സുകളേയും പുസ്തകങ്ങളേയും വായിക്കുന്നതു കണ്ടു. മുമ്പു താശ്ശന്മേനോൻ താമസിച്ചിരുന്ന കാലത്ത് ഈ മുറിയിൽ ഇപ്പോൾ കണ്ടതുപോലെ ഉള്ള വെളിച്ചം ഉണ്ടായിരുന്നില്ല. ഇത് ഈ മുറിക്കു വലിയ ജാലകങ്ങൾ പിന്നെ ഉണ്ടാക്കിച്ചതുകൊണ്ടാണെന്ന് എന്റെ വായനക്കാർ ശങ്കിക്കരുതെ. മേൽപ്പുര കെട്ടാൻ സമയപ്രകാരം വരിപ്പണം കിട്ടാത്തതുകൊണ്ടു പുരയുടെ ഓല അവിടവിടെ ദ്രവിച്ചു നശിച്ചുണ്ടായ ദ്വാരങ്ങളിൽക്കൂടി സൂര്യരശ്മി ധാരാളമായി അകത്തേക്കു പ്രവേശിച്ചുണ്ടാകുന്ന വെളിച്ചമാണ് ഈ അധികമായ വെളിച്ചം. വൃത്താകൃതിയായുള്ള ഈ രശ്മികളിൽ ചിലത് അവിടെ ഇരിക്കുന്ന ചില യോഗ്യന്മാരുടെ തലമണ്ടയിൽ അടിക്കുന്നതിനെ വേഷ്ടിയാലും തോർത്തുമുണ്ടിനാലും തൽക്കാലം ആച്ഛാദനം ചെയ്തുകൊണ്ട് ഗാംഭീര്യഭാവത്തിന് ഒട്ടും കുറവില്ലാതെ ചിലർ വായിക്കുന്നു. ഈ അറയുടെ നടുവിൽ ഒരു മേശ ഇട്ടിട്ടുണ്ട്. അതിന് ആകെ മൂന്നു കാലുകൾ മാത്രമേ ഉള്ളൂ. കഴിച്ചുള്ള ഒരു ഭാഗം സമമാക്കി നിർത്തീട്ടുള്ളത് കല്ലുകളും മരക്കഷണങ്ങളും മേൽക്കുമേൽവെച്ച് ഉയർത്തീട്ടാണ്. തന്റെ സ്നേഹിതൻ വക്കീൽ ശാമുമേനോനവർകൾ ഇരിക്കുന്നതു കണ്ടത് ഒരു പഴയ വാതിൽപ്പലകയിന്മേലാണ്. ഹരിഹരൻപട്ടരുടെ പഴയ അടുപ്പുകല്ലുകൾ പറിച്ചെടുത്തു രണ്ടുഭാഗത്തും ചുമരുപോലെ ഉയർത്തിവെച്ച് അതിന്മേൽ വാതിൽപ്പലകവെച്ച് അതിന്മേലാണ് ശാമുമേനോനവർകൾ ഇരിക്കുന്നത്. പ്രസിദ്ധനായ വക്കീൽ കർപ്പൂരയ്യനും അവിടെ ഉണ്ടായിരുന്നു. ഇദ്ദേഹം ഇരുക്കുന്നതു ശാമുമേനോനെക്കാളും ഭേദമായിട്ടാണ്. ഇംഗ്ലീഷിൽ 'ഈസിചെയർ' എന്നുപേർ പറയപ്പെടുന്ന ഒരു വക ചാരിക്കിടക്കുന്ന കസാലയുടെ ഏതാനും ഒരംശത്തിന്മേലാണ് ഇദ്ദേഹം ഇരിക്കുന്നത്. ഏതാനും ഒരംശം എന്നുവച്ചാൽ വളരെ കുറച്ചേ ബാക്കിയുള്ളൂ. കാൽകളും കൈകളും വെക്കുന്ന രണ്ടു തണ്ടുകളും അതുകൾ നിർത്തിയിരുന്ന രണ്ടു കുറ്റികളും ചാരുന്ന ഭാഗം ഉള്ള തണ്ടുകൾ പകുതിയും പൊട്ടിപ്പോയിരി

ക്കുന്നു. ചാരിക്കിടക്കുന്ന ഭാഗത്തു ബാക്കിയുള്ള തണ്ടിന്മേൽ ചൂരൽ മുഴുവനും പൊയ്പോയിരിക്കുന്നു. കഷ്ടിച്ച് ഇരിക്കാനുള്ള സ്ഥലത്ത് മാത്രമേ ചൂരൽ ഉള്ളൂ. കാൽ നാലും ഉണ്ട്. എന്നാൽ അതിൽ ഒന്നിന്നു കലശലായുള്ള എളക്കമോ വല്ല കേടോ ഉണ്ടെന്ന് കർപ്പൂരയ്യർ വായിക്കുന്നതിനിടയിൽ കൂടെക്കൂടെ ബദ്ധപ്പെട്ട് ആ കാലിന്മേലേക്കു നോക്കുന്നതുകൊണ്ടു നിശ്ചയിക്കാം. വായിക്കുന്നതിൽ ഒന്നുരണ്ടാൾ ഈ അറയുടെ നടുവിൽ ഇട്ടിരിക്കുന്ന മേശയുടെ വക്കിന്മേൽ സന്ധിച്ച് കസാലമേൽ ഇരുന്നു വായിക്കുന്നു. ഒരാൾ മൂന്നു കാലുകൾമാത്രമുള്ള ഒരു ചെറിയ കസാലമേൽ ഇരുന്നു വീഴാതിരിപ്പാൻ എടത്തെ കൈകൊണ്ടു ചെറിയ ഒരു കിളിവാതിലിന്റെ അഴി മുറുകെപ്പിടിച്ചു വലത്തെ കൈയ്യിൽ വർത്താമാന കടലാസ്സുവെച്ചു വായിക്കുന്നു. മറ്റൊരു യോഗ്യൻ, ഹരിഹരൻപട്ടര് വേണ്ടെന്നുവെച്ച് ഇട്ടേച്ചുപോയിട്ടുള്ള ഒരു പഴയ അരിപ്പെട്ടിയിന്മേൽ കയറിയിരുന്നു വായിക്കുന്നു. മറ്റൊരാൾക്ക് ഇരിപ്പാൻ സാധനം ഒന്നും കിട്ടാത്തതിനാൽ ഹരിഹരൻപട്ടരുടെ പഴയ അടുക്കളയുടെ മുറിമണ്ണിന്മേൽ തോർത്തുമുണ്ട് മടക്കിയിട്ട് ഇരുന്നു വായിക്കുന്നു. താശ്ശമ്മേനോന്റെ തല പായുടെ ഇടയിൽക്കൂടെ കണ്ട ഉടനെ, ശാമുമേനോൻ, “ഓഹൊ, താശ്ശന്മാൻ എപ്പോൾ വന്നു? വളരെക്കാലമായല്ലൊ കണ്ടിട്ട്” എന്നു പറഞ്ഞു വാതിൽപ്പലകമേൽനിന്ന് എഴുനീറ്റു താശ്ശമ്മേനോനെ അകത്തേക്കു ക്ഷണിപ്പാൻ നിവൃത്തി ഇല്ലാത്തതിനാൽ പുറത്തേക്കു പുറപ്പെട്ടു.

താശ്ശമ്മേനോൻ: ഞാൻ നിങ്ങളുടെ വീട്ടിൽ പോയി. ഇവിടെയാണ് നിങ്ങൾ എന്നു മനസ്സിലായില്ല. ഈ മഠത്തിന്ന് ഇപ്പോൾ കുളമ്പ് എന്നു പേരിട്ടത് ഞാൻ അറിഞ്ഞിട്ടില്ല. ഞാൻ നിങ്ങളെ വളരെ തിരഞ്ഞു.

ശാമുമേനോൻ: എന്താണ് വിശേഷിച്ചോ വന്നത്?

താശ്ശമ്മേനോൻ: എടത്തിൽനിന്ന് അടിയന്തിരമായി ഒരു കാര്യം കൊണ്ടു പറവാൻ അയച്ചതാണ്. കർപ്പൂരയ്യനോടും നിങ്ങളോടും പറഞ്ഞ് നിങ്ങൾ രണ്ടുപേരെയും ഇന്നുതന്നെ എടത്തിലേഥു കൂട്ടിക്കൊണ്ടു ചെല്ലുവാൻ അച്ഛൻ പറഞ്ഞയച്ചിരിക്കുന്നു.

ശാമുമേനോൻ: എനിക്കു തൽക്കാലം വരാൻ സാധിക്കില്ലാ. കർപ്പൂരയ്യനും വരാൻ തരമാവില്ലെന്നു തോന്നു. ഞാൻ ചോദിക്കാം. എന്താണു കാര്യം?

താശ്ശമ്മേനോൻ വിവരങ്ങളെല്ലാം പറഞ്ഞു.

ശാമുമേനോൻ: ഇതു ഞങ്ങൾ കേട്ടിരിക്കുന്നു. ഇതിന് ഇപ്പോൾ ഞങ്ങൾ വന്നിട്ട് എന്താണ് വേണ്ടത്? വ്യവഹാരം അവരു കൊടുക്കുന്നുണ്ടെങ്കിൽ കൊടുക്കട്ടെ. അതിന്റെ ശേഷമല്ലെ നോം വല്ലതും പ്രവർത്തിക്കേണ്ടതുള്ളൂ?

താശ്ശമ്മേനോൻ: അപ്പോൾ ഈ കത്തിന് മറുപടി അയക്കണ്ടെ?

ശാമുമേനോൻ: വന്ന കത്ത് ഇങ്ങട്ടു കൊണ്ടുവന്നിട്ടുണ്ടോ?

താശ്ശമേനോൻ: ഇല്ല

ശാമുമേനോൻ: പിന്നെ എങ്ങനെ മറുപടി എഴുതും? ആകട്ടെ, ഞാൻ കർപ്പൂരയ്യനോടു ഒന്നു ചോദിക്കട്ടെ. നിങ്ങൾ പോയി താമസിക്കിൻ, ഞാൻ ഒരു മണിക്കൂറിലകത്ത് അങ്ങട്ട് വരാം.

എന്നു പറഞ്ഞു ശാമുമേനോൻ വീണ്ടും വായിക്കുന്ന മുറിയിലേക്കു ചെന്നു. കർപ്പൂരയ്യനോടുസംസാരിച്ചു. മലയാളത്തിൽത്തന്നെയാണ് സംസാരിച്ചത് എങ്കിലും ഇംഗ്ലീഷ് പഠിച്ച മലയാളികൾ ഈ കാലത്തു മലയാളം സംസാരിക്കുന്നമാതിരിയിൽ തന്നെയാണ് ഞാൻ ഈ സംവാദം ഇവിടെ എഴുതുന്നതും.

ശാമുമേനോൻ: എന്താണു സാർ വായിക്കുന്നത്? പൂഞ്ചോലക്കര എടത്തിൽനിന്ന് ഒരാൾ വന്നിരിക്കുന്നു. നുമ്മൾ രണ്ടാളും ഒന്ന് അവിട ത്തോളം ചെല്ലേണമെന്നു പറഞ്ഞയച്ചിരിക്കുന്നു.

കർപ്പൂരയ്യൻ: വരട്ടെ, ഒരു പത്തു മിനിട്ടു താമസിക്കിൻ, ഞാൻ ഈ ബുക്കിൽ നാലഞ്ചു പേജുകൾകൂടി വായിച്ചോട്ടെ എന്നിട്ടു നോക്കു സംസാരിക്കാം.

ശാമുമേനോൻ: എന്താണ് ബുക്ക്?

കർപ്പൂരയ്യൻ: ഒരു മലയാളനോവൽ. എഴുതിയ വിദ്വാൻ എന്റെ ഒരു സ്നേഹിതനാണ്. ബുക്കിനെപ്പറ്റി എന്റെ ഒപ്പിനിയൻ കിട്ടുവാൻ ആവശ്യപ്പെട്ടിരിക്കുന്നു. ഞാൻ ഇത്രനേരം വായിച്ചത് നോവൽ അല്ല. അതിനെപ്പറ്റി ഓരോരുത്തർ കൊടുത്തിട്ടുള്ള സ്തുതിലിഖിതങ്ങളെയാണ്. ബുക്ക് ഇത്ര വണ്ണംകാണുന്നത് ന്യൂസ്പേപ്പർ റിവ്യൂകളും സർട്ടിഫിക്കറ്റുകളും ഇതിൽ അച്ചടിച്ചു ചേർത്തതുകൊണ്ടാണ്. ഇതു മുഴുവനും വായിച്ചു. ഇതിലൊന്നുപോലെ ഒന്നു ഞാനും എഴുതി അയച്ചേക്കാമെന്നുവെച്ച് ഈ സർട്ടിഫിക്കറ്റുകൾ വായിക്കുകയാണ്. എനി ഒരു ആറേഴെണ്ണങ്ങൾകൂടി വായിപ്പാനുണ്ട്.

ശാമുമേനോൻ: ഇപ്പോൾ വായിക്കുന്നത് ആരുടെ സർട്ടിഫിക്കറ്റാണെന്നറിഞ്ഞില്ല.

കർപ്പൂരയ്യൻ: നോക്കട്ടെ പറയാം. നഗരം ചാർജ് ഹെഡ്കോൺസ്റ്റബിൾ കൊന്നുണ്ണി പെരുമ്പ്രനായരുടെ ഒപ്പാണ് സർട്ടിഫിക്കറ്റിന്നു ചോടെ കാണുന്നത്.

ശാമുമേനോൻ: എന്താണ് ബുക്കിന്റെ പേര്?

കർപ്പൂരയ്യൻ: പേരു വളരെ വലിയ പേരാണ്. (ഒന്നാമത്തെ പേജു നോക്കിക്കൊണ്ട്) പേരു വളരെ നീളമായിരിക്കുന്നു. ഇതിൽ കാണുന്നത് 'ലീലാലോലാകി', അല്ല 'ലീലാവല്ലി'.

ശാമുമേനോൻ, "ഞാൻ നോക്കാം." എന്നു പറഞ്ഞ് ബുക്ക് കർപ്പൂരയ്യനോടു വാങ്ങിനോക്കി. "ഓ, അതു ഞാൻ വായിച്ചിരിക്കുന്നു. ഇതിന്റെ പേര് 'ലീലാലോലകല്ലോലവല്ലീ കോലാഹലം' എന്നാണ്. ഈ ബുക്ക് ബഹുവിശേഷമാണെന്ന് അന്നംഭട്ടിദീക്ഷിതർ സമ്മതിച്ചിരിക്കുന്നുവത്രെ."

രാഘവമേനോൻ: അദ്ദേഹം സമ്മതിച്ചാൽ ബുക്ക് നന്നായിപ്പോകുമായിരിക്കും.

ശാമുമേനോൻ: ഇന്ന് ഈ ത്രിഭുവനങ്ങളിലും അദ്ദേഹത്തിന്റെ സമ്മതത്തിന്നു മീതെ ഒന്നും വേണ്ടതില്ല.

രാഘവമേനോൻ: എന്താണ് ഹെ, ത്രിഭുവനങ്ങൾ എന്നുവെച്ചാൽ?

ശാമുമേനോൻ: ഈ ലോകം മുഴുവനുംതന്നെ. യൂറോപ്പ്, ഏഷ്യാ, ആഫ്രിക്ക, അമേരിക്ക പിന്നെ ദ്വീപുകളും സമുദ്രങ്ങളും തന്നെ.

രാഘവമേനോൻ: ശരി, എനിക്ക് ബോദ്ധ്യമായി. എന്താണ് ഈ ബുക്കിന്റെ നീണ്ട പേരിന്റെ അർത്ഥം?

ശാമുമേനോൻ: 'ലീലാലോലകല്ലോലവല്ലി' ഈ കഥയിലെ നായികയാണ്. അവളുടെ 'കോലാഹലം' എന്നർത്ഥം.

രാഘവമേനോൻ: (ചിറിച്ചുംകൊണ്ട്) നായികയുടെ കോലാഹലം എന്നു പറഞ്ഞാൽ എന്താണ് ഹെ, ഇതിന്റെ സാരം?

ശാമുമേനോൻ: കോലാഹലം എന്ന വാക്കിന്റെ അർത്ഥം മനസ്സിലാവുന്നില്ലേ?

രാഘവമേനോൻ: വാക്കിന്റെ അർത്ഥം എനിക്കറിയാം. അതുകൊണ്ടാണ് നായികയുടെ കോലാഹലം എന്നു പറയുമ്പോൾ അർത്ഥം മനസ്സിലാവാത്തത്.

ശാമുമേനോൻ: നിങ്ങൾക്ക് ഈ ഭൂഖണ്ഡത്തിൽ കാണുന്നതും കേൾക്കുന്നതും ആയ യാതൊരു വസ്തുവേയും ഇതുവരെ ബോദ്ധ്യമായിട്ടില്ല. അതു നിങ്ങളുടെ സ്വഭാവമാണ്. ഈ നോവലിന്റെ പേര് ഒന്നാം തരമായിരിക്കുന്നു. ബഹുലളിതമായിരിക്കുന്നു. മൃദുളമായിരിക്കുന്നു.

രാഘവമേനോൻ: മദ്ദളമായിരിക്കുന്നു, ചെണ്ടയായിരിക്കുന്നു എന്നു കൂടി പറഞ്ഞോളു. 'ല, ള' എന്നക്ഷരങ്ങൾ കുറെ അധികം ചേർത്ത് ഒരു മാലയാക്കി ഒരു പേര് പറഞ്ഞാൽ അതു മൃദുളമായിപ്പോയി, അല്ലെ? കഥയില്ലാതെ പറയുന്നതിന് എന്തു നിവൃത്തി!

ചാപ്പുമേനോൻ: അതുതന്നെയാണ് ഞാനും പറയുന്നത്, രസം അറിയാതെ പറയുന്നതിന്ന് എന്തു നിവൃത്തി? ഈ നോവലിന്റെ പേർ വിശേഷമാണ് സംശയമില്ല. ബഹുസുരളമായിരിക്കുന്നു.

രാഘവമേനോൻ: അങ്ങനെതന്നെ. 'ലരളം'തന്നെ. സമ്മതിച്ചു. നായികയുടെ കോലാഹലം എന്താണെന്ന് അറിഞ്ഞാൽ കൊള്ളാമായിരുന്നു.

ശാമുമേനോൻ: ബുക്കു വായിച്ചറിഞ്ഞോളു.

രാഘവമേനോൻ: അതിനുമാത്രം മഹാപാപം ഞാൻ ചെയ്തിട്ടുണ്ടെന്നു വിചാരിക്കുന്നില്ല.

ശാമുമേനോൻ: നോക്കൂ, ദുഷ്ടത നോക്കൂ, ഇത്ര അസൂയ അരുത്. ഇതുപോലെ ഒരു ബുക്ക് നിങ്ങൾക്ക് എഴുതാൻ സാധിക്കുമോ?

രാഘവമേനോൻ: ദൈവം സാക്ഷിയായിട്ടു പറയുന്നു. ഒരിക്കലും സാധിക്കയില്ല എന്നു തീർച്ചതന്നെ.

ശാമുമേനോൻ: പിന്നെ ഈ ബുക്കിനെ ദുഷിക്കുന്നത് എന്തിന്?

രാഘവമേനോൻ: ശിക്ഷ, ഒരാൾ വിഡ്ഢിത്തം വല്ലതും കാണിച്ചാൽ അതിനെക്കുറിച്ച് പരിഹസിക്കണമെങ്കിൽ അതുപോലെ മറ്റൊരു വിഡ്ഢിത്തം കാണിച്ചിട്ടു വേണമോ?

ശാമുമേനോൻ: നിങ്ങളോടു ഞാൻ ഒന്നും പറയുന്നില്ല. ഈ നോവലിന്റെ പേർ ചീത്തയാണെന്നു പറയുന്ന നിങ്ങളോടു ഞാൻ എന്തു പറയാനാണ്? നിങ്ങളുടെ പേർ ബോദ്ധ്യമാവണമെങ്കിൽ 'ശൂർപ്പണഖാ' എന്നോ 'ഇന്ദുലേഖാ' എന്നോ മറ്റോ രൂക്ഷമായ ഒരക്ഷരത്തിൽ അവസാനിക്കണം അല്ലെ, എന്നാൽ ബോദ്ധ്യമായി.

രാഘവമേനോൻ: 'ശൂർപ്പണഖാ', 'ഇന്ദുലേഖാ'. ശരി, ശരി. രൂക്ഷാക്ഷരം വിശേഷം തന്നെ. ബഹുരസികൻതന്നെയാണു നിങ്ങൾ. നിങ്ങൾക്കു ദൈവം തുണയ്ക്കട്ടെ. മറ്റു ഞാൻ എന്തു പറയട്ടെ. നായികയുടെ കോലാഹലം എന്നു പറയുന്നത് എത്ര അപഹസിക്കത്തക്ക ഒരു വാക്കാണ്!

ശാമുമേനോൻ: അശേഷം അപഹസിക്കത്തക്ക വാക്ക് അല്ലാ. കോലാഹലം എന്നു പറഞ്ഞാൽ വിനോദം എന്നാണ് അർത്ഥം. നിങ്ങളെപ്പോലെ ഞാൻ പഠിച്ചിട്ടില്ലെങ്കിലും കുറെ സംസ്കൃതം എനിക്കും അറിയാം. നായികയുടെ കോലാഹലം എന്നു പറയുന്നതിൽ ഒരബദ്ധവുമില്ല. വാക്കിന്നു നല്ല ഭംഗിയും ഉണ്ട്.

ഈ വാക്ക് കേട്ടപ്പോൾ രാഘവമേനോനും സംസ്കൃതത്തിൽ നല്ല സമർത്ഥനും രസികനും മൂന്നു കാലുകൾമാത്രം ഉള്ള കസാലമേൽ ഇരുന്നു കിളിവാതിലിന്റെ അഴിപിടിച്ച് ഇരുന്നു വായിക്കുന്നാളും ആയ മാധവമേനോനും ചിറിച്ചു. മാധവമേനോൻ കസാലമേൽനിന്ന് എഴുനീറ്റു. കസാല ഉടനെ മറിഞ്ഞുവീണു.

മാധവമേനോൻ: കോലാഹലം എന്ന പദത്തിന്നു വിനോദം എന്ന അർത്ഥമില്ലാ ഹെ, അഥവാ വിനോദം എന്നർത്ഥം വെക്കുന്നപക്ഷംതന്നെ നായികയുടെ വിനോദം എന്ന പേരിട്ടാൽ നല്ല ഭംഗിയുണ്ടോ?

ശാമുമേനോൻ: കോലാഹലം എന്ന വാക്കിന്നു സംസ്കൃതത്തിൽ ജീവനായ അർത്ഥം എന്താണ്? മാധവമേനോൻ പറയൂ. സംസ്കൃതത്തിൽ പരീക്ഷ കൊടുത്ത ആളല്ലെ?

മാധവമേനോൻ: 'കോലാഹലം' 'കളകള' എന്നാണ് അഭിധാനം. ഒരു കളകളശബ്ദം എന്നു മാത്രമാണ് ജീവനായ അർത്ഥം.

ശാമുമേനോൻ: ശരി, ശരി. എന്നാൽ ഈ പേരു വളരെ യുക്തമാണെന്ന് എനിക്കു തോന്നുന്നു.

രാഘവമേനോൻ: ശരി, 'ള'കാരം രണ്ടുണ്ടല്ലൊ, ഇല്ലേ?

ശാമുമേനോൻ: അതെ. 'ള'കാരം ബഹുമൃദുളമാണ്.

രാഘവമേനോൻ: ശരി, പിരളമാണ്, മദ്ദളമാണ്, എലത്താളമാണ്, ശരിതന്നെ. എന്നാൽ 'ലീലാലോലകല്ലോലവല്ലീ കളകള' എന്നാക്കുക പേര്.

മാധവമേനോൻ: ഇതിലും നല്ല 'വളവള' എന്നു ചേർക്കുന്നതാണെന്ന് എനിക്ക് തോന്നുന്നു. 'ലീലാലോലകല്ലോലവല്ലി വളവള' എന്നായ്ക്കോട്ടെ. പേര് ഇങ്ങനെ ഇട്ടാൽ ബുക്കിന്നു യഥാർത്ഥനാമത്വം എന്ന ഒരു ഗുണംകൂടി ഉണ്ടെന്നു ജനങ്ങൾ സമ്മതിക്കും.

ശാമുമേനോൻ: അസൂയ്യ, അസൂയ്യ, അസൂയ്യതന്നെ. നിങ്ങൾ എത്ര അസൂയപ്പെട്ടാലും അന്നംഭട്ടിദീക്ഷിതർ സമ്മതിച്ച ഒരു ബുക്കിന്നു യാതൊരു ന്യൂനതയും വരുന്നതല്ല.

രാഘവമേനോൻ: ഞാൻ ബുക്കിനെപ്പറ്റി എന്താണ് ദുഷിച്ചത്? ബുക്കിന്റെ പേരിനെപ്പറ്റിയല്ല വ്യവഹാരമുണ്ടായത്.

ശാമുമേനോൻ: (ചിറിച്ചുംകൊണ്ട്) അപ്പോഴേക്ക് ഇതും വ്യവഹാരമായോ? എന്താണു സല ചേർക്കേണ്ടത്? ഗോഷ്ഠിമയം എന്നേ പറവാനുള്ളൂ.

ശിവരാമമേനോൻ: നിങ്ങൾ തമ്മിൽ ശണ്ഠകൂടണ്ട. നിങ്ങൾക്ക് എല്ലാവർക്കും ഒരുപോലെ രസിക്കാൻ തക്കവണ്ണം ഞാൻ ഒരു നോവൽ എഴുതുവാൻ പോവുന്നു.

ശാമുമേനോൻ: എന്താണു കഥ? എന്താണു ബുക്കിന്റെ പേര്?

ശിവരാമമേനോൻ: ബുക്കിന്റെ പേര് 'പാതാളരാജാവ്' എന്നാക്കേണമെന്നാണു തല്ക്കാലം ഞാൻ വിചാരിക്കുന്നത്. ഒറച്ചിട്ടില്ല. കഥ എന്താണെന്ന് ഞാൻ പറകയില്ലാ എന്നല്ല, ബുക്കു വായിച്ചാലും എന്താണ് അതിലെ കഥ എന്ന് അത്രവേഗം മനസ്സിലാവുമോ എന്നും സംശയം. വായിച്ചു നന്ന ബുദ്ധിമുട്ടിയശേഷം ഒരു സമയം മനസ്സിലാവാനും മതി. അങ്ങനെയാണ് ഞാൻ എഴുതുവാൻ ഭാവം.

ശാമുമേനോൻ: ഇങ്ങനെ ബുക്ക് എഴുതിയാൽ നിങ്ങളുടെ ബുക്ക് ആരു വായിക്കും?

ശിവരാമമേനോൻ: ബഹുജനങ്ങൾ വായിക്കും. തലകുലുക്കി രസിക്കും. അതിനു വിദ്യയുണ്ട്. നിങ്ങൾ നോക്കിക്കോളിൻ.

ശാമുമേനോൻ: കഥ മനസ്സിലാവാതെ ജനങ്ങൾ രസിക്കുമോ?

ശിവരാമമേനോൻ: കഥ വേഗം മനസ്സിലാവാഞ്ഞാലാണ് ബുദ്ധിമാന്മാർ രസിക്കുക. ബുദ്ധിമാന്മാർ രസിച്ചാൽ സാധാരണ ജനങ്ങൾ എല്ലാവരും രസിക്കും. ഗാംഭീര്യമുള്ള നോവലുകളുടെ ലക്ഷണങ്ങൾ നിങ്ങൾക്കു നിശ്ചയമില്ല. ഗാംഭീര്യമുള്ള നോവലുകൾ വായിച്ചാൽ ഒന്നാമതു മനസ്സിന്നു യാതൊരു സ്തോഭങ്ങളും ഉണ്ടാവരുത്. വായിക്കുന്നിടത്തോളം മനസ്സും സ്തംഭിച്ചു ഘനമായി യാതൊരു വികാരങ്ങളും കൂടാതെ നില്ക്കണം. വായിച്ചു മുഴുവനായാൽ ഒരു ആശ്ചര്യരസംമാത്രം മനസ്സിന്നു തോന്നണം.

ശാമുമേനോൻ: എന്ത് ആശ്ചര്യരസമാണ് മനസ്സിന്നു കഥ മനസ്സിലാവാഞ്ഞാൽ തോന്നുന്നത്?

ശിവരാമമേനോൻ: ഇത്ര മനസ്സിരുത്തി വായിച്ചിട്ടും കഥ വഴിപോലെ മനസ്സിലായില്ലല്ലോ എന്നും നാനൂറ് അഞ്ഞൂറ് പേജു വായിച്ചിട്ടും മനസ്സിന്ന് ഒരു വികാരവും ഒരേടത്തും വായിക്കുമ്പോൾ ഉണ്ടായില്ലല്ലോ എന്നും ഉള്ള ആശ്ചര്യ രസംതന്നെ. ഇങ്ങനെ ബുക്ക് എഴുതണമെങ്കിൽ പ്രയാസമില്ലേ? ഇതാണ് ബുക്കിന്റെ ഗാംഭീര്യം. നിങ്ങൾക്കു നോവലിന്റെ തത്ത്വം മനസ്സിലായിട്ടില്ല. നോവലിൽ 'പ്ലോട്ട്' എന്ന കഥാരചനാവൈഭവം കാണിക്കുന്നതായാൽ കഥാസംബന്ധത്തെ വായനക്കാരനു ക്ഷണത്തിൽ മനസ്സിലാവാത്തവിധം എഴുതിക്കൊണ്ടു പോണം. ചിലേടങ്ങളിൽ ലേശം മനസ്സിലാവരുത്. എത്ര വായിച്ചാലും മനസ്സിലാവരുത്. ഗ്രന്ഥകർത്താവു തന്നെ പിന്നെ വായിക്കുമ്പോൾ പരിഭ്രമിച്ചുവശാവണം. അതാണ് ഈ നോവലുകളുടെ ഗാംഭീര്യം. അദ്ധ്യായങ്ങൾ വളരെ വേണം. ഒരു അദ്ധ്യായത്തിൽ പറഞ്ഞ കഥയുടെ വാൽ പിന്നെ വളരെ അദ്ധ്യായങ്ങൾ കഴിഞ്ഞതിന്റെ ശേഷമേ അല്പം ഒന്നു കാണാവൂ. അതു കണ്ടാൽതന്നെ

ഏതിന്റെ വാലാണ് അത് എന്നു ക്ഷണേന മനസ്സിലാവരുത്. എന്നിട്ട് വായനക്കാർ തപ്പിതിരഞ്ഞുബുദ്ധിമുട്ടണം. ഇങ്ങനെ വന്നാൽ ബുക്കിനു ഗാംഭീര്യമായി. അങ്ങനെയാണ് ഞാൻ എഴുതുവാൻ ഭാവം.

രാഘവമേനോൻ: മഹാപാപം. നിങ്ങൾ എന്തിന് ഈശ്വരാ ഇംഗ്ലീഷ് നോവലുകളെ വഷളാക്കുന്നു. ഇങ്ങനെയാണ് നിങ്ങൾ ബുക്ക് എഴുതുന്നുവെങ്കിൽ എനിക്കു നിങ്ങൾ അയയ്ക്കുന്ന കോപ്പി ഞാൻ വായിക്കാതെ ചുട്ടുകളയും.

ശിവരാമമേനോൻ: ഞാൻ നിങ്ങൾക്കു കോപ്പി അയയ്ക്കാൻ ഭാവമില്ല. എന്റെ ബുക്കിനെ രസിച്ചു വായിപ്പാൻമാത്രം ബുദ്ധിശക്തിയുള്ളവർ ദൈവകൃപയാൽ മലയാളത്തിൽ വളരെയുണ്ട്. അവരെല്ലാം രസിക്കും. അവർ രസിച്ചാൽ സർവജനങ്ങളും രസിക്കും.

രാഘവമേനോൻ: ആകട്ടെ, ഇംഗ്ലീഷിൽ പ്ലോട്ടിന്റെ രസം നിങ്ങൾ പറഞ്ഞവിധമാണെന്നു മലയാളികളെ തെറ്റായി ധരിപ്പിക്കരുതേ. നിങ്ങളുടെ രസം ഇങ്ങനെയാണെന്നു പറഞ്ഞോളിൻ. പ്ലോട്ടിന്റെ ലക്ഷണം നിങ്ങൾ പറഞ്ഞവിധമാണെന്നു പറഞ്ഞാൽ അറിവുള്ളോർ നിങ്ങളെ പരിഹസിക്കും.

ഇവരുടെ സംവാദം ഇത്രത്തോളമാവുമ്പോഴേക്കു കർപ്പൂരയ്യന്റെ വായന കഴിഞ്ഞ് അദ്ദേഹം എഴുനീറ്റു.

കർപ്പൂരയ്യൻ: കൂട്ടരെ, ഒരു കഷണം കടലാസ്സുണ്ടോ ഇവിടെ എങ്ങാനും? ഈ ബുക്കയച്ച സ്നേഹിതന് എന്റെ അഭിപ്രായം എഴുതി ഇപ്പോൾ തന്നെ അയച്ചുകളയാമായിരുന്നു.

ശാമുമേനോൻ: കടലാസ്സ് ഇല്ല. ഇതാ, 'മദ്രാസ്സ് ലൊ ഝർന'ലിൽ ആദ്യത്തെ ഒരു കടലാസ്സ് ഒഴിവുണ്ട്. അതു മതിയെങ്കിൽ കീറിതരാം.

കർപ്പൂരയ്യൻ: ഓഹോ, മതി. തടിച്ച കടലാസ്സോ? കൂലി അധികമാവുമോ?

ശാമുമേനോൻ: സാമാന്യം തടിയുണ്ട്. നേർപകുതി അരയണയ്ക്കു പോവുമെന്നു തോന്നുന്നു.

കർപ്പൂരയ്യൻ: എന്നാൽ അതു കീറി എടുക്കീൻ.

ശാമുമേനോൻ കടലാസ്സു കീറി എടുത്തുകൊടുത്തു.

കർപ്പൂരയ്യൻ: എനി തൂവ്വലും മഷിയും വേണമല്ലൊ.

മഷിക്കും തൂവ്വലിന്നും അന്വേഷണം തുടങ്ങി. അവിടെങ്ങാനും ആ രണ്ടു സാധനങ്ങളേയും കാണാൻ കഴിഞ്ഞില്ല. ഒടുവിൽ അയൽമഠത്തിൽ ചോറ്റു കച്ചോടക്കാരൻ ചോറു വിറ്റതിന്റെ കണക്ക് എഴുതിക്കൊണ്ടിരിന്നേടത്തുനിന്ന് അയാളെ ഉപദ്രവിച്ച് ഒരു പഴയ കുറ്റിതൂവ്വലും ഒരു ചിരട്ടക്കഷണത്തിൽ ഉള്ള മഷിയും തട്ടിപ്പറിച്ചുകൊണ്ടുവന്നു ക്ലബ്ബിലെ മേശമേൽവെച്ച് എഴുത്തുതുടങ്ങി. എഴുത്തുതുടങ്ങിയപ്പോൾ മേശ കുലുങ്ങിത്തുടങ്ങി. അപ്പോൾ ഒരു ഭാഗത്തു കാലില്ലാത്തതിന്നു പകരം കൂട്ടിയുയർത്തിവെച്ചിരുന്ന മരക്കഷ്ണങ്ങളും കല്ലിന്റെ കഷണങ്ങളും കുറേശ്ശേ വീണുതുടങ്ങി. മേശ ഒന്നു ചെരിഞ്ഞു. അതിന്മേൽ ഇരുന്നു വായിക്കുന്നവർ എഴുനീറ്റുനിന്നു. ഒരുവിധം അപ്പോഴേക്കു കർപ്പൂരയ്യന്റെ എഴുത്ത് അവസാനിച്ചു.

കർപ്പൂരയ്യൻ: നുമ്മൾക്ക് ഒരു മേശ വാങ്ങണം.

ശാമുമേനോൻ: സംശയമില്ല, വാങ്ങണം. ഒരു വരി പട്ടിക ഉണ്ടാക്കണം. ആൾ ഒന്നുക്കു നാലണ.

കർപ്പൂരയ്യൻ: വയ്യാ, വയ്യാ. അത്ര അധികമായാൽ ആരും പണം തരികയില്ല. ഒരണ വെച്ചോളൂ. മാവുപലക വാങ്ങി ഉപായത്തിൽ ഉണ്ടാക്കിക്കാം. എന്നാൽ, മതി.

ശാമുമേനോൻ: മതി, മതി. എന്താണു സർട്ടിഫിക്കറ്റ്? ഒന്നു വായിച്ചു കേൾക്കാമോ? ഇംഗ്ലീഷിലോ മലയാളത്തിലോ?

കർപ്പൂരയ്യൻ: മലയാളത്തിൽ. മലയാളത്തിലുള്ള ബുക്കിന് ഇംഗ്ലീഷിൽ സർട്ടിഫിക്കറ്റ് കൊടുത്തതുകൊണ്ടു ന്യൂസ്പേപ്പർകാർ പരിഹസിച്ചിരിക്കുന്നു. എനിക്കു സംസ്കൃതവും മറ്റുംവെച്ചു മലയാളത്തിൽ ഭംഗിയായി എഴുതുവാൻ വയ്യ. ഒരുവിധം ഇതാ ഞാൻ എഴുതിയിരിക്കുന്നു.

എന്നുപറഞ്ഞു താഴെ പറയുംപ്രകാരം വായിച്ചു:

"ദയവുചെയ്ത് അയച്ച നോവൽബുക്കും കത്തും കിട്ടി. ഇപ്പോൾ ഈയ്യിടെ ഉണ്ടാക്കിയ നോവലുകൾ എല്ലാം ഓരോ അസഭ്യകഥകളും നേരംപോക്ക് അടങ്ങീട്ടുള്ള ദുർദ്ദേവതമാരെപ്പോലെതന്നെ മലയാളത്തിനെ ബാധിച്ചിരിക്കുന്നു. വായിപ്പാൻ അറെക്കുന്നു. അനാവശ്യമായി ബ്രാഹ്മണരേയും മറ്റും ദുഷിക്കുന്നു. നിങ്ങളെ ബുക്കിന് അതൊന്നുമില്ലെന്നു കൂടാതെ വളരെ പ്രശംസനീയമായിട്ടുണ്ടെന്നു ഞാൻ വിചാരിക്കുന്നു. നിങ്ങളുടെ കഥ വളരെ രസമുണ്ട്. നിങ്ങളെ വാചകത്തിന്നു നല്ല സുഖവും ഭടത്വവും ആകുന്നു. ആകപ്പാടെ നല്ല ഞെറിയുണ്ടെന്നു കൂടി ഇവിടെ പ്രസ്ഥാവിക്കേണ്ടിവന്നുപോയിരിക്കുന്നു. അതുകൊണ്ട് ഈ സർട്ടിഫിക്കറ്റു തരുന്നതിൽ എനിക്കു വളരെ കൃതജ്ഞതയും സത്വരവും ബഹുമാനവും സന്തോഷവും കൂടി ഉള്ളതു വീണ്ടും ആവർത്തിച്ച് ആവർത്തിച്ചു പറയുന്നു."

കർപ്പൂരയ്യൻ: എന്താണ് ശാമുമേനോൻ? പോരെ?

ശാമുമേനോൻ: ധാരാളം മതി. സർട്ടിഫിക്കറ്റ് ഒന്നാന്തരം! ഈ പുസ്തകത്തിന്റെ യോഗ്യതയ്ക്ക് ഒത്ത സർട്ടിഫിക്കേറ്റുതന്നെ!

ഇവിടെ എന്റെ വായനക്കാരോട് എനിക്ക് ഒന്നു പറവാനുണ്ട്. കർപ്പൂരയ്യന്റെ മേൽക്കാണിച്ച കത്തിൽനിന്ന് അദ്ദേഹത്തിന്റെ വക്കീൽ പ്രവൃത്തിയിൽ ഉള്ള സാമർത്ഥ്യത്തെയോ പഠിപ്പിനെയോ കുറിച്ച് നിങ്ങൾ ഒന്നും അനുമാനിക്കരുത്. പട്ടർ അതിസമർത്ഥനായ ഒരു വക്കീലാണ്. വ്യവഹാരശാസ്ത്രത്തിൽ അതിനിപുണനും കാര്യം ഗ്രഹിക്കുന്നതിലും ഗ്രഹിച്ചാൽ അതിനെപ്പറ്റി പ്രവർത്തിക്കുന്നതിലും വളരെ നൈപുണ്യമുള്ള ആളും ആകുന്നു എന്നാൽ, വ്യവഹാരകാര്യങ്ങൾ ഒഴികെയുള്ള സംഗതികളിൽ ഒന്നും അറിവു വളരെ കുറയുമെന്നല്ല. സംസ്കൃതത്തിൽ പരിജ്ഞാനവും മലയാളവാചകങ്ങൾ എഴുതുവാനുള്ള വൈഭവവും ലേശംപോലും ഇദ്ദേഹത്തിന്ന് ഉണ്ടായിരുന്നില്ല. അതുകൊണ്ടുമാത്രം മേൽക്കാണിച്ച കത്ത് അല്പം അപകടമായി വന്നുപോയതാണ്.

മേൽക്കാണിച്ച എഴുത്തു പൂട്ടിവെച്ചശേഷം കർപ്പൂരയ്യനും ശാമുമേനോനുംകൂടി ക്ലബ്ബുമുറിയിൽനിന്നു പുറത്തേക്കു വന്നു മിറ്റത്തു നിന്നു.

കർപ്പൂരയ്യൻ: എന്തിനാണ് പൂഞ്ചോലക്കരനിന്ന് ആൾ വന്നിരിക്കുന്നത്? ഇന്നാൾ നോം കേട്ട ടിച്ചബോറൻ കേസ്സു തുടങ്ങാൻ ഭാവമുണ്ടോ?

ശാമുമേനോൻ: ഇങ്ങിനെ ഒരു അന്യായമുണ്ടോ? രാമവർമ്മൻ തിരുമുല്പാടും ഒരു പട്ടരും തിരുവനന്തപുരക്കാരൻ ഒരു പിള്ളയും കൂടിയാണ് ഈ ചതിക്ക് വട്ടംകൂട്ടിയിരിക്കുന്നതത്രെ. മഹാ അന്യായം. ഈമാതിരി ചതി ഈ നാട്ടിൽ ഇതുവരെ ഉണ്ടായിട്ടില്ല.

കർപ്പൂരയ്യൻ: വരട്ടെ. കാര്യത്തിന്റെ സത്യം ഇപ്പോൾ എങ്ങിനെ നിശ്ചയിക്കാം? എന്താണ് നോം ഇപ്പോൾ പ്രവൃത്തിക്കേണമെന്ന് ആവശ്യപ്പെടുന്നത്? അന്യായം കൊടുത്തിട്ടില്ലല്ലോ? കൊടുത്തശേഷം നോക്കാം.

ശാമുമേനോൻ: വ്യവഹാരം കൊടുക്കുമെന്നു നോട്ടീസ്സു വന്നിരിക്കുന്നുവത്രെ. അതിന്ന് ഒരു മറുപടി അയപ്പാൻ നോം രണ്ടാളും അത്രത്തോളം ചെല്ലുവാൻ ആവശ്യപ്പെട്ടിരിക്കുന്നു.

കർപ്പൂരയ്യൻ: നോൺസൻസ്. നോട്ടീസ്സ് ഇങ്ങട്ടയച്ചാൽ ഇവിടെനിന്ന് ഒരു മറുപടി ഡ്രാഫ്ടുചെയ്ത് അയയ്ക്കരുതെ; അതുമതി. വന്നാൽ പോയിട്ടില്ലെങ്കിൽ അയാളോട് ഈ വിവരം പറഞ്ഞയച്ചാൽ മതി. നോട്ടീസ്സു കൊണ്ടുവന്നിട്ടുണ്ടോ?

“ഇല്ല. എന്നാൽ, ഞാൻ ഈ വിവരം പറഞ്ഞയയ്ക്കാം.” എന്നു പറഞ്ഞു ശാമുമേനോൻ അദ്ദേഹത്തിന്റെ വീട്ടിലേക്കു പോയി. ഈ വിവരങ്ങൾ പറഞ്ഞു താശ്ശൻമേനോനെ തിരിയെ അയച്ചു.

താശ്ശൻമേനോൻ പൂഞ്ചോലക്കര എത്തി. അച്ഛനോട് വിവരങ്ങൾ അറിയിച്ചപ്പോൾ അച്ഛൻ വല്ലാതെ കോപിച്ചു.

അച്ഛൻ: പണം വാങ്ങാനും നിലം ചാർത്തി വാങ്ങാനും പഠിച്ചാൽ പോരാ. നമുക്ക് ആവശ്യമുള്ള പ്രവൃത്തികൾകൂടി ചെയ്യണമെന്നു കർപ്പൂരവും ശാമുവും ഓർക്കാത്തത് ആശ്ചര്യം. കർപ്പൂരത്തിനു പക്ഷേ, തിരക്കുണ്ടായിരിക്കാം. അയാൾക്കു വളരെ നമ്പ്രകൾ ഉണ്ട്. ഈ പൊട്ട ശാമുവിനുകൂടി ഇത്ര ധാർഷ്ട്യമായിപ്പോയോ. ഇവിടത്തെവക നമ്പ്രല്ലാതെ അവന് ഒന്നും ഇല്ല, ഇന്നാൾ ആ നിലം ചാർത്തികൊടുത്തതു തെറ്റായിപ്പോയി. അതു കിട്ടുന്നതുവരെ അവൻ ഇവിടെനിന്ന് ഒരു സമയവും വിടാറില്ല. അപ്പോൾ നമ്പറും തിരക്കും ഒന്നും കണ്ടില്ലാ. രാവുപകൽ എന്റെ പിന്നാലെതന്നെ. മനുഷ്യര് ഇങ്ങനെ കൃതഘ്നന്മാരായി വന്നാൽ എന്തു ചെയ്യും. ആട്ടെ, തൽക്കാലം നുമ്മളല്ലെ കുഴക്കിൽ പെട്ടിരിക്കുന്നത്. ഉടനെ താച്ചു ഇവിടെ വന്ന കത്തുകൊണ്ടുപോയി അവരെ കാണിക്കൂ. മറുവടി വളരെ നന്നായിരിക്കണം. രണ്ടാളുംകൂടി ദീർഘാലോചനചെയ്ത് ഉണ്ടാക്കേണം എന്നു പറയൂ. മറുവടി കണ്ടാൽ പിന്നെ വ്യവഹാരം കൊടുത്തു ജയിക്കാമെന്നുള്ള മോഹം ഈ കള്ളന്മാർക്കു വിട്ടു പോണം. അത്ര വിശേഷമായിരിക്കണം എന്നു പറയൂ.

അച്ഛൻ പറഞ്ഞപ്രകാരം താശ്ശൻമേനോൻ പുറപ്പെട്ടു. അപ്പോഴേക്കു രാഘവനുണ്ണി തന്റെ മകൻ കൃഷ്ണമേനോനെക്കൊണ്ട് ഒരു മറുപടി ഉണ്ടാക്കിച്ചു വെച്ചിട്ടുണ്ടായിരുന്നു. അതു താശ്ശൻമേനോന്റെ പക്കൽ കൊടുത്തു. അതു കർപ്പൂരയ്യനെയും ശാമുമേനോനേയും കാണിച്ച് അതിൽ വേണ്ട ഭേദം ചെയ്യിച്ച് അസ്സൽ എഴുതിച്ചു കൊണ്ടുവന്നാൽ മതി

എന്ന് രാഘവനുണ്ണി പറഞ്ഞയച്ചപ്രകാരം താശ്ശൻമേനോൻ പുറപ്പെട്ടു പോവുകയും ചെയ്തു.

താശ്ശൻമേനോൻ കത്ത് ഒന്നാമത് ശാമുമേനോനെ കാണിച്ചു. കോടി വളപ്പിൽ ശാമുമേനോന്റെ ആഫീസ്സുമുറിയിൽവെച്ചാണു കത്തു കൊടുത്തത്. ശാമുമേനോന്റെ ആഫീസ്സുമുറിയെ എന്റെ വായനക്കാർക്ക് ഒന്നു വർണിച്ചു കേൾക്കണമോ? വേണ്ട, മുഷിയും. ഏകദേശം 'കൊളമ്പിന്റെ' മാതിരിതന്നെ എന്ന് അനുമാനിച്ചുകൊൾവിൻ. ശാമുമേനോൻ കത്തു വായിച്ചിട്ട് "ഇതു കൃഷ്ണമേനോൻ ഉണ്ടാക്കിയതോ?"

താശ്ശൻമേനോൻ: അതെ.

ശാമുമേനോൻ: ഈ മാതിരിക്കാരെ ഹൈക്കോർട്ടുവക്കീലന്മാരാക്കുന്നുവല്ലോ കഷ്ടം! ഈ കത്ത് അയച്ചാൽ പകുതിയും വ്യവഹാരം സമ്മതിച്ചപോലെതന്നെ. ആവട്ടെ ഞാൻ ഇതൊന്നു കർപ്പൂരയ്യനെ വായിച്ചു കേൾപ്പിക്കട്ടെ. നിങ്ങൾ ഇവിടെത്തന്നെ നില്ക്കിൻ.

എന്നും പറഞ്ഞ് ശാമുമേനോൻ കർപ്പൂരയ്യന്റെ മുറിയിൽ ചെന്നു നോക്കി. അദ്ദേഹം വിചാരണയിൽ കോടതിമുമ്പാകെയാണെന്ന് അറിഞ്ഞു കോടതിയിലേക്കു ചെന്നു. ബാറിൽ പോയി ഇരുന്നു. കർപ്പൂരയ്യൻ ഒരു വ്യവഹാരത്തിൽ പ്രസംഗം ചെയ്യുന്നു. പ്രസംഗത്തിന്ന് ഇടയിൽ എന്തോ ഒരു റിക്കാർട്ടു നോക്കി പറവാനുണ്ടായിരുന്നതിനാൽ ഇരുന്നു റിക്കാർട്ടു തിരയുന്ന മദ്ധ്യേ ശാമുമേനോൻ സ്വകാര്യം കർപ്പൂരയ്യന്റെ ചെവിയിൽ, "പൂഞ്ചോലക്കര നിന്നു കത്തിന്റെ പകർപ്പ് ഉണ്ടാക്കി അയച്ചിരിക്കുന്നു. പുതിയ വക്കീൽ കൃഷ്ണമേനോന്റെ കൃതിയാണ്. മഹാ അബദ്ധം! ഇതൊന്നു നോക്കുന്നില്ലേ?" എന്നു പറഞ്ഞു.

കർപ്പൂരയ്യൻ: ഇതു മഹാ ഉപദ്രവംതന്നെ. നിങ്ങൾ നന്നായി ഒന്ന് എഴുതിവെക്കിൻ: ഈ പ്രസംഗം കഴിഞ്ഞു ഞാൻ വന്നുനോക്കാം. ഇപ്പോൾ എന്നെ ഒന്നും അലട്ടരുത്.

വേഗം ശാമുമേനോൻ തിരിയെ തന്റെ മുറിയിലേക്ക് വന്നു സ്വയമായി ഒരു കത്ത് ഉണ്ടാക്കിവെച്ചു. വൈകുന്നേരം അഞ്ചുമണിയായപ്പോൾ കർപ്പൂരയ്യൻ തന്റെ ആഫീസുമുറിയിലേക്കു മടങ്ങിവന്നു എന്ന് അറിഞ്ഞു ശാമുമേനോൻ അങ്ങോട്ടു ചെന്നു.

കർപ്പൂരയ്യൻ: എന്താണു സാർ, ടിച്ചബോറൻകേസ്സിന്റെ നോട്ടീസിന്നു മറുപടി തെയ്യാറായോ? കൃഷ്ണമേനോൻ തെയ്യാറാക്കിയ മറുപടി ഒന്നുവായിക്കൂ. അത് ഒന്നാമതു കേൾക്കട്ടെ. ഞാൻ ആ കുട്ടിയെ കണ്ടിട്ടില്ലാ. നല്ല സമർത്ഥനാണെന്ന് എന്നോടു ഹൈക്കോർട്ടുവക്കീൽ ബങ്കാറയ്യൻ പറഞ്ഞു.

ശാമുമേനോൻ, "നല്ല സമർത്ഥൻ! ബങ്കാറയ്യന്റെ എപ്രെണ്ടീസ്സായിരുന്നു കൃഷ്ണമേനോൻ! അതുകൊണ്ടു പറഞ്ഞതായിരിക്കും. ഈ കത്തു വായിച്ചു കേട്ടാൽ സാമർത്ഥ്യത്തെക്കുറിച്ച് എല്ലാം സ്വാമിക്കു മനസ്സിലാവും" എന്നു പറഞ്ഞു കത്ത് എടുത്തു താഴെ പറയുന്ന പ്രകാരം വായിച്ചു:

അയച്ച കത്തുകിട്ടി. നമ്മുടെ എടത്തിലേക്ക് അപമാനത്തെയും ഉപദ്രവത്തെയും ഉണ്ടാക്കിത്തീർക്കേണമെന്നുള്ള അത്യാഗ്രഹത്തോടെ ഇരിക്കുന്ന ചില ദുഷ്ടന്മാരുടെ ദുരുപദേശത്താൽ മാത്രം സത്യത്തേയും

മര്യാദയേയും ലജ്ജയേയും കേവലം വിട്ടു താൻ വ്യാജമായ ചില വിവരങ്ങളെക്കുറിച്ച് എഴുതിയ ഈ കത്തിന്നു താൻ ആവശ്യപ്പെടുന്ന പ്രകാരം എന്തൊരു മറുപടിയാണ് തനിക്ക് അയയ്ക്കേണ്ടുന്നത് എന്ന് അറിയുന്നില്ല.

നമ്മുടെ എടത്തിൽനിന്ന് ഈ രാജ്യം വിട്ടു പൊയ്ക്കളഞ്ഞതായി താൻ പറയുന്ന സ്ത്രീയിൽ തനിക്ക് ഒരു പെൺകുട്ടി ഉണ്ടായിരിക്കുന്നുവെന്നു താൻ പറയുന്നത് ഏറ്റവും കഠിനമായ വ്യാജമാണെന്നും നിർല്ലജ്ജനായ താൻ ഈവിധം ഉള്ള ഒരു വ്യാജത്തെ നിലനിർത്തി വല്ലതും സമ്പാദിക്കേണമെന്നോ, ഈ എടത്തിലേക്കു വല്ല അപമാനം വരുത്താമെന്നോ ഉള്ള ദുർമോഹത്തെ ക്ഷണേന വിടുന്നില്ലെങ്കിൽ അതു തനിക്കും തന്റെ ഉപദേഷ്ടാക്കന്മാർക്കും ഒരുപോലെ നാശത്തിന്നു ഹേതുവായി വരുമെന്നും മാത്രം തന്റെ കത്തിന്നു മറുപടിയായി അറിയിക്കുന്നു.

തന്റെ രാജ്യവും വീടും ഏതു ദിക്കിലാണെന്ന് ഇതുവരെ ഇവിടെ ആർക്കും അറിവാൻ കഴിയാഞ്ഞതിനാൽ ഈ മറുപടി ഇതുവരെ അയയ്ക്കാത്തതാണ്. ഇപ്പോൾ താൻ എടത്തിലെ പരമശത്രുവും തന്റെ മുഖ്യ ഉപദേഷ്ടാവുമായ ഉദയന്തളി രാമവർമ്മൻ തിരുമുല്പാടിലെ അധീനത്തിൽ അദ്ദേഹത്തിന്റെ ഒരു മഠത്തിൽ വന്നു താമസിക്കുന്നുണ്ടെന്ന് അറിഞ്ഞതിനാൽ ഈ കത്ത് അങ്ങോട്ട് അയച്ചിരിക്കുന്നു.

പൂഞ്ചോലക്കര വലിയച്ചൻ.

കർപ്പൂരയ്യൻ: എനി നിങ്ങൾ ഉണ്ടാക്കിയ മറുപടി വായിക്കിൻ.

ശാമുമേനോൻ താഴെ പറയുന്നപ്രകാരം വായിച്ചു:

രാമൻ എന്നു പേർവെച്ച് എഴുതിയ ആൾക്ക് അയയ്ക്കുന്ന മറുപടി. രാമന്റെ കത്തിനെ നാം ഇതിനാൽ നിഷേധിച്ചിരിക്കുന്നു. രാമന്റെ കത്തിൽ പറയുന്ന സകല സംഗതികളും വെവ്വേറെ ആയും എല്ലാംകൂടിയും ഇതിനാൽ നിഷേധിച്ചിരിക്കുന്നു.

കല്യാണി എന്ന ഒരു സ്ത്രീ നമ്മുടെ എടത്തിൽനിന്നു നാടുവിട്ടു പോയിട്ടില്ലെന്ന് ഇതിനാൽ നിഷേധിക്കുന്നു. രാമൻ ആ സ്ത്രീയുടെ ഭർത്താവല്ലെന്ന് ഇതിനാൽ നിഷേധിക്കുന്നു. ശാരദ എന്നു പേരായി ആ സ്ത്രീയിൽ രാമന് ഒരു കുട്ടി ഉണ്ടായിട്ടില്ലെന്ന് ഇതിനാൽ നിഷേധിക്കുന്നു. ആ കുട്ടിക്ക് എടത്തിലെ സ്വത്തിന്മേൽ യാതൊരു അവകാശമുണ്ടാവാൻ പാടില്ലെന്ന് ഇതിനാൽ നിഷേധിക്കുന്നു.

കാര്യം ഇങ്ങനെ ഇരിക്കെ രാമൻ നമ്മുടെമേൽ വല്ല വ്യവഹാരവും കൊടുത്താൽ ആ വ്യവഹാരത്തിൽ രാമന് ഉണ്ടാകുന്ന സകല ചിലവുകളും രാമൻ സഹിക്കേണ്ടതും നമുക്കുണ്ടാകുന്ന സകല ചിലവുകളും രാമൻ തരേണ്ടതും ആണെന്ന് ഇതിനാൽ അറിയിക്കുന്നു.

കർപ്പൂരയ്യൻ: ഒന്നാമതു വായിച്ച കത്തു മതിയെന്ന് എനിക്കു തോന്നുന്നു. അവരുടെ സ്വന്തം ആളുകൾ ഉണ്ടാക്കിയ കത്തല്ലെ, അതു തന്നെ അയയ്ക്കട്ടെ. അതിൽ രണ്ടു പോയിന്റുകൾ ഉണ്ട്. കല്യാണിയമ്മ നാടുവിട്ടു പോയിട്ടുണ്ടെന്നുള്ള സംഗതിയെ വെളിവായി സമ്മതിച്ചിട്ടും നിഷേധിച്ചിട്ടും ഇല്ലാ. അത് അങ്ങിനെതന്നെയാണ് ഇപ്പോൾ വെക്കേണ്ടത്. പിന്നെ കത്തിനു മറുപടി ഇതുവരെ അയപ്പാൻ താമസിച്ചതിന്റെ

സംഗതി പറഞ്ഞതു വളരെ നല്ലതായ മാതിരിയിൽ ആയിരിക്കുന്നു. നല്ല ഗൗരവം ഉണ്ട്. എന്നാൽ, വാചകപുഷ്ടി നിങ്ങളുടെ കത്തിനായിരിക്കും. അതിനെക്കുറിച്ച് എനിക്ക് പറവാൻ സാധിക്കുകയില്ലാ.

കർപ്പൂരയ്യൻ ഇത്രത്തോളം പറയുമ്പോഴേക്കും വക്കീൽ മാധവമേനോനും രാഘവമേനോനും കർപ്പൂരയ്യന്റെ മുറിയിലേക്കു കടക്കുന്നു. അവരോട്:

കർപ്പൂരയ്യൻ: ആട്ടെ, നിങ്ങൾ രണ്ടാളും ഈ കത്തുകൾ നോക്കിൻ. 'ടിച്ചബോറൻ' കേസ്സിലെ ലോയർ നോട്ടീസിന്റെ മറുപടിയാണ് ഇത്. ഇതിൽ ഒന്നു ഹൈക്കോർട്ടു വക്കീൽ കൃഷ്ണമേനോൻ ഉണ്ടാക്കിയതാണ്. മറ്റൊന്നു നമ്മുടെ ഈ സ്നേഹിതനുണ്ടാക്കിയതാണ്. ഏതാണു നന്നായതെന്നു പറയിൻ.

മാധവമേനോൻ ഒന്നാമത് കൃഷ്ണമേനോൻ ഉണ്ടാക്കിയ മറുവടി വായിച്ചു. അത് രാഘവമേനോനു കൊടുത്തു. എന്നിട്ട് ശാമുമേനോൻ എഴുതിയ കത്തു വായിച്ചു. വായിച്ചു തുടങ്ങിയ മുതൽ ചിറിയും തുടങ്ങി. ഏകദേശം പകുതിയായപ്പോൾ ചിറി കലശലായി, ചിറിച്ചു ചിറിച്ചു വായിപ്പാൻ വയ്യാതായി. കടലാസ് മേശമേൽ ഇട്ടു. രാഘവമേനോൻ ഉടനെ ആ കടലാസ്സ് എടുത്തു വായിച്ചു. ചിറിച്ചു ശാമുമേനോന്റെ മുഖത്തേക്ക് ഒന്നു നോക്കി.

കർപ്പൂരയ്യൻ: എന്താണു കത്തിൽ വാചകത്തിനു വല്ല അബദ്ധവുമുണ്ടോ?

രാഘവമേനോൻ: കഷ്ടം, സർവാബദ്ധം. ഈ കത്തിൽ രാമൻമേനോൻ പറയുന്ന സകല സംഗതികളേയും സമ്മതിച്ചിരിക്കുന്നുവല്ലൊ.

ശാമുമേനോൻ കഠിനദേഷ്യത്തോടുകൂടി, "നിങ്ങളോടു ഞാൻ എന്റെ കത്തിനെ കുറിച്ച് അഭിപ്രായം ചോദിച്ചിട്ടില്ല" എന്നു പറഞ്ഞ് കത്തുകൾ രണ്ടും കൈയിൽ എടുത്തു കർപ്പൂരയ്യനോട്, "സ്വാമി, ഏതാണ് ഇതിൽ അയയ്ക്കേണ്ടത്? ആൾ താമസിക്കുന്നു. വേഗം തീർച്ച പറയുക."

കർപ്പൂരയ്യൻ: കൃഷ്ണമേനോൻ തയ്യാറാക്കിയത് അസ്സൽ എഴുതിച്ച് അയച്ചോളൂ. അതു മതി. ഭാരം നമുക്കു വേണ്ട.

ഈ വാക്കുകൾ കേട്ട ഉടനെ, "അങ്ങിനെത്തന്നെ" എന്നു പറഞ്ഞു ശാമുമേനോൻ വലിയ ക്രോധത്തോടെ കർപ്പൂരയ്യന്റെ മുറിയിൽനിന്നു കടന്നു പോവുകയും ചെയ്തു.

രാഘവൻമേനോൻ: സ്വാമി, ഈ കൃഷ്ണമേനോൻ അതിസമർത്ഥനായ ഒരു കുട്ടിതന്നെ ആണ്. അയാളുടെ വാചകം ബഹുവിശേഷം തന്നെ.

കർപ്പൂരയ്യൻ: സംശയമില്ല. അയാളുടെ കത്തിൽ രണ്ടുമൂന്നു പോയിണ്ടുകൾ കാണുന്നത് അസ്സലായിരിക്കുന്നു.

എന്നു പറഞ്ഞ് ഇവർ എല്ലാവരും പിരിഞ്ഞു. കർപ്പൂരയ്യന്റെ അഭിപ്രായപ്രകാരം വളരെ കുണ്ഠിതത്തോടുകൂടി ശാമുമേനോൻ, കൃഷ്ണൻമേനോൻ തെയ്യാറാക്കിയ കത്ത് അസ്സൽ എഴുതിച്ചും താശ്ശൻമേനോൻ വശം കൊടുത്തയച്ചു. താശ്ശന്മേനോൻ കത്തു കൊണ്ടുപോയി അച്ചന്റെ പക്കൽ കൊടുത്തി. അച്ചൻ വായിച്ചുകേട്ടു വളരെ സന്തോഷിച്ചു.

അച്ഛൻ: കത്ത് വിശേഷമായിരിക്കുന്നു. കർപ്പൂരം ആൾ സമർത്ഥൻ തന്നെ. ഇതു കർപ്പൂരം ഉണ്ടാക്കിയതോ ശാമുവിന്റെ വാചകമോ? താശ്ശൻ മേനോൻ: അവർ രണ്ടാളുടേതുമല്ല. നുമ്മടെ കുട്ടി കൃഷ്ണമേനോൻ ഉണ്ടാക്കിയതാണ്. ഞാൻ ഈ പകർപ്പ് ഇവിടുന്നു പോവുമ്പോൾ കൊണ്ടു പോയിരുന്നു. അതു കർപ്പൂരയ്യനും ശാമുമേനോനും നോക്കി സമ്മതിച്ച താണ്.

അച്ഛൻ: (ക്രോധത്തോടെ) അത് എന്താണ്? അവർക്കുതന്നെ ഒരു കത്ത് ഉണ്ടാക്കി അയക്കരുതൊ? ഇവർ ഇത്ര ഉപേക്ഷ കാണിക്കുന്നത് എന്താണ്? കൃഷ്ണന് ഇതിൽ ഒന്നും പരിചയമായിട്ടില്ലാ. അവർ എഴു തുവാൻ ഉള്ള മടികൊണ്ട് ഇതുമതി എന്നു പറഞ്ഞയച്ചതായിരിക്കും. അങ്ങനെ വരട്ടെ. കത്തുവായിച്ചു കേട്ടപ്പോൾത്തന്നെ ഇതു മുഴുവനും സംഗതികൾക്കു മറുപടിയായിട്ടില്ലെന്ന് എനിക്കു തോന്നി. ഇങ്ങട്ട് അയച്ച കത്തിന്റെ ഒരു പകുതിയോളംകൂടി ഇല്ലാ. മറുപടി ഇതു പോരാ. താച്ചു വീണ്ടും പോയി കർപ്പൂരത്തെക്കൊണ്ടും ശാമുവെക്കൊണ്ടും തന്നെ ഒരു മറുപടി ഉണ്ടാക്കിച്ചു കൊണ്ടുവരണം.

മടങ്ങി വീണ്ടും പോവാൻ വളരെ മടിയുള്ള താശ്ശൻമേനോൻ, "അങ്ങിനെയല്ല. ഈ കത്ത് വളരെ വിശേഷമായിരിക്കുന്നു എന്ന് എല്ലാ വക്കീലന്മാരും സമ്മതിച്ചിരിക്കുന്നു. വക്കീൽ രാഘവമേനോൻ, മാധവ മേനോൻ ഇവർക്ക് എല്ലാം സമ്മതമായിരിക്കുന്നു. എന്നല്ല, കർപ്പൂരയ്യനും വളരെ ആലോചിച്ചു നോക്കിയശേഷമാണ് സമ്മതിച്ചത്."

അച്ഛൻ: (കുറഞ്ഞൊന്ന് ആലോചിച്ചിട്ട്) കർപ്പൂരം ഈ കത്തു വേണ്ടു വോളം മതി എന്നു സമ്മതിച്ചുവൊ?

താശ്ശൻമേനോൻ: വേണ്ടുവോളം മതി. ബഹു വിശേഷമായിരിക്കുന്നു എന്നു പറഞ്ഞു.

അച്ഛൻ: എന്നാൽ അങ്ങിനെയാവട്ടെ. ഇത്ര വലിയ പ്രഭുക്കന്മാരെ വക്കീലന്മാരാക്കിയാൽ ഇങ്ങിനെ ഇരിക്കും. ആവട്ടെ, ഈ കത്ത് ഒരാൾ ഉദയന്തളിയിലേക്കു കൊണ്ടുപോയി കൊടുക്കട്ടെ.

അച്ഛൻ കല്പിച്ചപ്രകാരം പിറ്റേദിവസം ഈ കത്തുംകൊണ്ട് ഒരാൾ ഉദയന്തളിയിലേക്കായി പുറപ്പെടുകയും ചെയ്തു.

ഏഴാം അദ്ധ്യായം

ഉദയന്തളിക്ക് എഴുത്തയച്ചതിന്റെ ഏഴാം ദിവസം പൂഞ്ചോലക്കര അച്ചന് രജിസ്ട്രചെയ്തതായ ഒരു കത്തു കിട്ടി. കത്തു തുറന്നു താഴെ പറയും പ്രകാരം വായിച്ചു:

രാജമാന്യരാജശ്രീ

പൂഞ്ചോലക്കര വലിയ അച്ചൻ അവർകൾ അറിവാൻ,

താങ്കളുടെ മരുമകളായ മരിച്ച കല്യാണിഅമ്മയുടെ മകൾ ശാരദ എന്ന പെൺകുട്ടിയെ ആ കുട്ടിയുടെ സ്ഥിതിക്കും യോഗ്യതയ്ക്കും തക്ക വിധം രക്ഷിപ്പാൻ താങ്കൾ വീഴ്ചചെയ്യുന്നതിനാൽ ആ കുട്ടി തന്റെ രക്ഷി താവായ അച്ഛൻ രാമൻമേനോൻ മുഖാന്തരം തന്റെ അവകാശങ്ങളെ സ്ഥാപിച്ചു കിട്ടുവാൻ സിവിൽ കോർട്ടിൽ ഒരു വ്യവഹാരം തുടങ്ങുവാൻ വിചാരിച്ചിരിക്കുന്നു എന്നും താങ്കൾ ഇന്നുമുതൽ പതിനഞ്ചു ദിവസ ങ്ങൾക്കുള്ളിൽ ആ കുട്ടിയെ താങ്കളുടെ എടത്തിലെ സന്തതിയായി കൈ ക്കൊണ്ടു വേണ്ടുന്ന എല്ലാ സംരക്ഷണങ്ങളും ചെയ്യുമെന്നു രേഖാമൂല മായി എന്നെ അറിയിക്കുന്നില്ലെങ്കിൽ താങ്കളുടെയും താങ്കളുടെ അനന്ത രവന്മാരുടെയും മേൽ മേല്പറഞ്ഞ പ്രകാരമുള്ള ഒരു സിവിൽ വ്യവഹാരം നടത്താൻ മേല്പറഞ്ഞ കുട്ടി രക്ഷിതാവ് രാമൻമേനോൻ മുഖാന്തരം എന്നെ നിശ്ചയിച്ചിരിക്കുന്നു എന്നും ഈ കത്തിനു താങ്കൾ മറുപടി അയപ്പാൻ വിചാരിക്കുന്നുണ്ടെങ്കിൽ അത് എനിക്ക് അയയ്ക്കേണ്ടതാ ണെന്നും ഇതിനാൽ അറിയിച്ചിരിക്കുന്നു.

രാഘവമേനോൻ,
ഒന്നാംഗ്രേഡു വക്കീൽ

ഈ കത്തു വായിച്ചപ്പോൾ അച്ചന് വ്യസനവും ലജ്ജയും ക്രോധവും ഇന്നപ്രകാരമെന്നു പറവാൻ പ്രയാസം. ഉടനെ രാഘവനുണ്ണിയെ വിളിച്ചു.

അച്ചൻ: എനിയും നോം താമസിക്കുന്നതത്ര വെടിപ്പല്ലാ. ആ വൈത്തിപ്പട്ടരെ ക്ഷണത്തിൽ നോക്കി പാട്ടിൽ പിടിക്കണം. എന്നാൽ ഈ കാര്യം എല്ലാം വെളിവാവും. പക്ഷെ, എന്തു ചിലവു വന്നാലും വേണ്ട തില്ലാ. ഉടനെ ആൾ പോവട്ടെ. തക്കതായ ഒരാളെ അയയ്ക്കണം. നോം ആളെ അയയ്ക്കുമ്പോൾ പട്ടര് വീര്യം നടിച്ചു വരാൻ മടിക്കും. പോവു ന്നോൾ സമർത്ഥനായാൽ അയാളെ കൊണ്ടുവരാം.

രാഘവനുണ്ണി: കല്പിച്ചതു ശരിയാണ്. ഉടനെ ആളെ അയച്ചു കളയാം.

എന്നും പറഞ്ഞ് എടത്തിൽ ഉള്ള കാര്യസ്ഥന്മാരിൽ കുറെ അധികം സാമർത്ഥ്യമുള്ളവനെന്നു വിചാരിക്കപ്പെട്ടു വന്ന കുഞ്ചുമേനോനെയും രണ്ടു ഭൃത്യന്മാരെയും ഉടനെ വൈത്തിപ്പട്ടരുടെ നാട്ടിലേക്കായി അയച്ചു.

നമ്മുടെ പൂഞ്ചോലക്കര അച്ചനു മനസ്സിന്നുണ്ടായ വ്യസനവും, അസ്വാസ്ഥ്യതയും നിമിഷംതോറും വർദ്ധിച്ചുവർദ്ധിച്ചു വന്നു. സ്വഭാവ ത്തിൽ ഇദ്ദേഹത്തിന്നു രണ്ടു വിശേഷവിധിയായ അവസ്ഥകൾ ഉണ്ട്. എന്തെങ്കിലും തനിക്കു മനസ്സിന്ന് ഒരു വ്യസനമൊ, തന്റെ കാര്യങ്ങൾക്കു വല്ല ദോഷമോ തട്ടാൻ എടയുണ്ടെന്നു കാണുന്ന സമയങ്ങളിലെല്ലാം ജാതകപരീക്ഷയും പ്രശ്നവും കലശലായി നടത്തും. അതുപ്രകാരം തന്നെ മന്ത്രവാദത്തിലും വളരെ പ്രതിപത്തിയാണ്. പ്രശ്നം വെച്ചു പറ യുന്നത് എല്ലാം ഇദ്ദേഹത്തിന്നു ബഹുവിശ്വാസമാണ്. ഒരു കാര്യത്തിൽ ജയിക്കുമെന്നു പ്രാശ്നികൻ തീർച്ചയായി പറഞ്ഞാൽ പിന്നെ ആ കാര്യത്തിൽ യഥാർത്ഥത്തിൽ അപജയം വന്നാൽകൂടി വന്നു എന്ന് അച്ചന്റെ മനസ്സിൽ തോന്നുവാൻ പ്രയാസം. അത്ര വിശ്വാസമാണ് പ്രശ്ന ത്തിൽ. ജയിക്കുമെന്നു തീർച്ചയായി പ്രശ്നക്കാരൻ പണിക്കര് പറഞ്ഞി ട്ടുള്ള കാര്യങ്ങളിൽ ജയം വരാതിരുന്നാൽക്കൂടി, "ആട്ടെ, വരട്ടെ, ഇതു കൊണ്ട് ആയില്ല. ചാത്തുപ്പണിക്കരുടെ വാക്കു വെറുതെ ആയി ഇതുവരെ കണ്ടിട്ടില്ല. ഇതുകൊണ്ടു കാര്യം തീർച്ചയാവുകയില്ല" എന്നും മറ്റും പറ ഞ്ഞ് ഉടനെ രണ്ടാമതും ചാത്തുപ്പണിക്കരെക്കൊണ്ടു പ്രശ്നംവെപ്പിക്കും. "ഇത് ഒരു തോല്മയല്ലാ. ഈ കാര്യത്തിൽ പര്യവസാനത്തിൽ ഇവിടുന്നു ജയിച്ചില്ലെങ്കിൽ അടിയൻ കവിടിസഞ്ചി കിണറ്റിൽ ചാട്ടി കാശിക്കു പോവും" എന്നു ചാത്തുപ്പണിക്കരു പറയും. ഈ വാക്കുകൾ ഓലയിൽ കുറിച്ചുവെപ്പിക്കും. ആ ഓല എടുത്തു വായിച്ചാൽ മനസ്സിന്നു കൃതാർ ത്ഥതയായി. ദോഷമായി ഒരു കോടതി കല്പിച്ച വിധിപ്പകർപ്പു വായിക്കു മ്പോൾ അച്ചനു മനസ്സിന്ന് ഉണ്ടാവുന്ന കുണ്ഠിതം ചാത്തുപ്പണിക്കരുടെ കുറിപ്പു വായിച്ചാൽ തീർന്നു. ഇങ്ങനെയാണ് ഈ ശുദ്ധാത്മാവിന്റെ സ്വഭാവം. എന്നാൽ ചാത്തുപ്പണിക്കരൊ, ഇവൻ അതിസമർത്ഥനായ ഒരു പ്രാശ്നികനാണ്. ഇവന്റെ പാർപ്പിടം ഉദയന്തളിക്കു സമീപമാണ്. ഉദയ ന്തളി രാമവർമ്മൻ തിരുമുല്പാട്ടിലെ ഒരു കുടിയായ്മകൂടി ഉണ്ട്. എങ്കിലും അച്ചന്റെ വക വസ്തുക്കളാണ് ഇവൻവശം അധികം ഉള്ളത്. എടത്തിലെ ഒരു പ്രത്യേക ആശ്രിതന്റെ നിലയിലാണ് അച്ചൻ ഇവനെ വിചാരിച്ചു

വന്നിട്ടുള്ളത്. അങ്ങനെ വിചാരിപ്പാൻ വേണ്ടുന്നതിലധികം നാട്യം നടിപ്പാൻ ചാത്തുപ്പണിക്കർക്കു ബഹുവശ്യതയും ഉണ്ട്. ഉദയന്തളിയിൽ നിന്നു തന്റെ വസതിവിട്ടു പൂഞ്ചോലക്കര എടത്തിനു സമീപം പാർപ്പ് ആക്കേണമെന്നുള്ള അച്ഛന്റെ ഉപദേശം അത്യാദരവോടെ അനുഷ്ഠിപ്പാൻ ചാത്തുപ്പണിക്കര് ഒരുങ്ങിഒരുങ്ങി നിൽക്കുന്നു എന്ന് അച്ഛനെ പൂർണമായി വിശ്വസിപ്പിച്ചിട്ടുണ്ട്. ഇങ്ങനെ വിശ്വസിപ്പിച്ചു തുടങ്ങിയിട്ട് അഞ്ചെട്ടു കൊല്ല ങ്ങളായി. എങ്കിലും അതുപ്രകാരം യഥാർത്ഥത്തിൽ പ്രവർത്തിക്കാ ത്തതുകൊണ്ടുള്ള ഒരു പരിഭവം ലേശം പോലും അച്ഛന് ഉണ്ടാക്കാതെ കഴിച്ചുവന്നു. അത്ര സമർത്ഥനാണ് ഈ ചാത്തുപ്പണിക്കര്.

ഒടുവിൽ പറഞ്ഞ കത്തു കിട്ടിയ ഉടനെ ചാത്തുപ്പണിക്കരെ വിളിപ്പാൻ ആൾ പോയി. ചാത്തുപ്പണിക്കര് വിളിക്കാൻ വന്ന ആളോടുകൂടി എടത്തി ലേക്കായി ഉടനെ പുറപ്പെട്ടു. വഴിയിൽവെച്ചു വിളിപ്പാൻ വന്ന ആളോട് ചാത്തുണ്ണിപ്പണിക്കരു പറഞ്ഞു: “മുമ്പ് എവിടെയോവെച്ചു കണ്ടതായി തോന്നുന്നു. എടത്തിൽവെച്ചു തന്നെയോ, അറിഞ്ഞില്ല.”

ആൾ: അതെ, പണിക്കരെ ഞാൻ എടത്തിൽവെച്ചു പലപ്പോഴും കണ്ടിട്ടുണ്ട്.

ചാത്തുപ്പണിക്കർ: ശരിതന്നെ, എനിക്ക് ഓർമത്തെറ്റു വന്നുപോയി. വലിയതമ്പുരാനു ദേഹസുഖക്കേട് ഒന്നും ഇല്ലല്ലൊ? അവിടത്തെ ഒരു ആശ്രയം മാത്രമാണ് എനിക്കുള്ളത്. വേറെ യാതൊരു തമ്പുരാക്കന്മാ രുടെയും ആശ്രയത്തിൽപ്പെടാതെ കാലം കഴിക്കേണമെന്നാണ് എന്റെ ആഗ്രഹം. ഇന്നലെ ഉദയന്തളിയിൽനിന്ന് ആൾ വന്നിരുന്നു. ഞാൻ പോ യില്ലാ. ഏതായാലും ഉദയന്തളിപ്രദേശം വിടേണമെന്നും ഞാൻ തീർച്ച യാക്കിയിരിക്കുന്നു. വലിയതമ്പുരാന് അങ്ങനെയാണ് തിരുമനസ്സ്. ഞാൻ അതിനെ അനുവർത്തിച്ചു നിൽക്കുകയല്ലാതെ മറ്റ് ഒരു പ്രകാരത്തിലും ഒന്നും പ്രവർത്തിക്കയില്ലാ. ഉദയന്തളിക്കാരും എടത്തിൽനിന്നും എന്നിയും എന്തോ ഒരു വ്യവഹാരമുണ്ടാവാൻ പോന്നുപോൽ. ഉള്ളതുതന്നെ ആയി രിക്കും, അല്ലെ?

ആൾ: അതെ, ഉദയന്തളിക്കാരും എടത്തിൽനിന്നും നേരിട്ടിട്ടല്ല വ്യവഹാരം.

ചാത്തുപ്പണിക്കർ: പിന്നെയോ എങ്ങനെയാണു ഭാവം എന്നറിഞ്ഞില്ല.

ആൾ: മുമ്പ് എടത്തിൽനിന്ന് കല്യാണിഅമ്മ എന്ന ഒരു സ്ത്രീ നാടു വിട്ടുപോയിട്ടുണ്ടായിരുന്നുവത്രെ. ആ സ്ത്രീയുടെ മകളാണെന്നു പറ ഞ്ഞുകൊണ്ടു തിരുവനന്തപുരക്കാരൻ ഒരു പിള്ള ഒരു പെൺകിടാവിനെ ഉദയന്തളിയിൽ കൊണ്ടുവന്നു പാർപ്പിച്ചിരിക്കുന്നു. ആ കുട്ടിക്ക് എടത്തിൽ നിന്നു ചെലവു കൊടുക്കേണമെന്നും മറ്റും പിള്ള അച്ഛന് എഴുതി അയ ച്ചിരിക്കുന്നു. രാമവർമ്മൻ തിരുമുല്പാടിന്റെയും വൈത്തിപ്പട്ടരുടെയും ഉത്സാഹത്തിന്മേലാണത്രെ ഈ കൂട്ടം ഉണ്ടാവാൻ പോകുന്നത്.

ചാത്തുപ്പണിക്കർ: വൈത്തിപ്പട്ടർ തമ്പുരാൻ ഏതാണ്? ഞാൻ അറി യില്ല.

ആൾ: വൈത്തിപ്പട്ടർ ഒരു വലിയ കള്ളനാണ്. ഞാൻ ഒരു പ്രാവശ്യമെ കണ്ടിട്ടുള്ളൂ. കണ്ടാൽ ഭയമാവും. എപ്പോഴും സർപ്പദൃഷ്ടിയാണു പട്ടർക്ക്. ഒരു പിശാചിനെപ്പോലെയാണ്.

ചാത്തുപ്പണിക്കർ: പട്ടർ ഇപ്പോൾ എവിടെ ഉണ്ട്?

ആൾ: അയാളുടെ സ്ഥലത്തുതന്നെ. അവിടേക്ക് എടത്തിൽനിന്ന് ആളെ അയച്ചിരിക്കുന്നു. പട്ടരെ പിടിച്ച പിടിയാലെ കൂട്ടിക്കൊണ്ടു വരുവാൻ കുഞ്ചുമേനോൻ ആൾക്കാരോടുകൂടി പോയിരിക്കുന്നു.

ചാത്തുപ്പണിക്കർ: പട്ടർതമ്പുരാനെ കൂട്ടിക്കൊണ്ടുവന്നിട്ട് എന്താണു കാര്യം? അദ്ദേഹം എടത്തിലേക്കു വൈരിയാണെങ്കിൽ അദ്ദേഹം വരുമോ?

ആൾ: വരും, വരും. പണത്തിന്മേൽ അയാൾക്കു ബഹു ആർത്തിയാണത്രെ. പണം കൊടുത്താൽ അയാൾ നുമ്മടെ ഭാഗത്തു ചേരുമെന്ന് എല്ലാവരും തീർച്ചയായി പറയുന്നു.

ചാത്തുപ്പണിക്കർ: പട്ടർതമ്പുരാനെ നുമ്മടെ ഭാഗത്തു ചേർത്താൽ നുമുക്ക് എന്തൊരു ഗുണമാണു വിശേഷവിധിയായി ഉണ്ടാവാൻ ഉള്ളത് എന്നറിഞ്ഞില്ല.

ആൾ: പട്ടര് നുമ്മടെ ഭാഗമായാൽ അവർ സകലാളുകളും തോൽക്കും എന്നു സകലാളുകളും പറയുന്നു. ഈ പട്ടരാണ് എടത്തിൽനിന്നു കല്യാണിഅമ്മയെ കൊണ്ടുപൊയ്ക്കളഞ്ഞതുപോൽ. അതുനിമിത്തം എടത്തിലേക്കു പട്ടരോടു വിരോധമായി. പട്ടരെ പൂഞ്ചോലക്കരദിക്കിൽ നിന്ന് ആട്ടിക്കളഞ്ഞുവത്രെ.

ചാത്തുപ്പണിക്കർ: അപ്പോൾ നാടുവിട്ടുപോയ പട്ടർ അങ്ങനെ പൂഞ്ചോലക്കരയ്ക്കു മടങ്ങിവന്നു.

ആൾ: കല്യാണിഅമ്മ വഴിയിൽവെച്ചു ഇവിടം വിട്ടുപോയ ഉടനെ മരിച്ചുപോയത്രെ. അതാണ് പട്ടർ മടങ്ങിപ്പോന്നത്.

ചാത്തുപ്പണിക്കർ: ഈ പട്ടർ കുറെ വൃദ്ധനോ?

ആൾ: വളരെ വയസ്സായിരിക്കുന്നു.

ചാത്തുപ്പണിക്കർ: ഉദയന്തളി കൊണ്ടുവന്നു പാർപ്പിച്ചിട്ടുള്ള കുട്ടി വളരെ ചെറുപ്പമായിരിക്കും?

ആൾ: പത്തുപതിനൊന്നു വയസ്സേ ആയിട്ടുള്ളു എന്നാണു കേട്ടത്.

ചാത്തുപ്പണിക്കർ: കല്യാണി എന്നു പേരായ തമ്പുരാട്ടി ഈ ദിക്കു വിട്ടുപോയിട്ട് എത്ര കൊല്ലമായോ? അറിഞ്ഞില്ലാ.

ആൾ: അത് എനിക്ക് നിശ്ചയമില്ല. പത്ത് ഇരുപതുകൊല്ലമായി എന്നു ചിലർ പറയുന്നു.

ചാത്തുപ്പണിക്കർ: ഉദയന്തളിക്കാർ വ്യവഹാരത്തിന്നു പുറപ്പെട്ടാൽ അതിന്നുവേണ്ടുന്ന തെളിവു കൊടുത്താലല്ലെ അവർ ജയിക്കയുള്ളു? എന്തു തെളിവാണ് അവർക്കു കൊടുക്കാൻ കഴിയുന്നത്? ആ വക വല്ല പ്രസ്താവവും കേട്ടുവോ എന്നറിഞ്ഞില്ല.

ആൾ: ഞാൻ യാതൊന്നും കേട്ടില്ലാ. പട്ടരു സ്വാധീനമായാൽ അവർ കേവലം തോറ്റുപോവുമെന്നു തീർച്ചയായും ആളുകൾ പറയുന്നു.

ചാത്തുപ്പണിക്കർ: ഈ വന്നിട്ടുള്ള കുട്ടിയും പിള്ളയും സൂക്ഷ്മത്തിൽ എന്തു ജാതിക്കാരാണെന്നാണ് ആളുകൾ പറയുന്നത്, എന്നറിഞ്ഞില്ലാ.

ആൾ: ശൂദ്രർതന്നെയാണുപോൽ. താണജാതിക്കാരാണത്രെ.

ചാത്തുപ്പണിക്കർ: എന്തൊരു കഷ്ടമാണ്! ഈ മാതിരി വ്യാജം പ്രവർത്തിച്ചുതുടങ്ങിയാൽ എന്തു നിവൃത്തി? എന്നെ തൽക്കാലം വിളിപ്പാൻ കല്പിച്ചതിന്നു വിശേഷകാരണം ഒന്നും ഉണ്ടായിരിക്കയില്ലാ.

ആൾ: പതിനഞ്ചു ദിവസത്തിലകത്ത് അന്യായം ഫയലാക്കുമെന്ന് ഒരു രജിസ്ട്രകത്ത് അയച്ചിരിക്കുന്നു. അതു കിട്ടിയ ഉടനെ പണിക്കരെ വിളിക്കാൻ കല്പനയായി.

ഇങ്ങനെ ഓരോ വിശേഷങ്ങൾ പറഞ്ഞുകൊണ്ട് ഇവർ വഴിനടന്ന് എടത്തിൽ എത്തി.

ചാത്തുപ്പണിക്കർ കണ്ടാൽ സുമുഖനാണ്. വെളുത്ത നിറമാണ്. കഷണ്ടിയാണു തലയിൽ എങ്കിലും മുഖത്തിന് ആകപ്പാടെ നല്ല ശ്രീയുണ്ട്. നല്ല പാവുമുണ്ട് രണ്ട് അടി അമരം താഴ്ത്തി ഉടുത്തിട്ടുണ്ട്. നെറ്റിയും മാറത്തും വെളുത്ത ഭസ്മക്കുറി ഇട്ടിരിക്കുന്നു. കഴുത്തിൽ സ്വർണം കെട്ടി ഒരു വലിയ പഞ്ചമുഖരുദ്രാക്ഷം ഒരു ചെറിയ നൂലിന്മേൽ ധരിച്ചിട്ടുണ്ട്. വൃത്തിയായി തുന്നിച്ച കവിടിസഞ്ചിയും ഓലപ്പഞ്ചാംഗവും മുഴുവൻ വെള്ളികെട്ടിയ ഒരു എഴുത്താണിയും ഒരു വെളുത്ത തോർത്തുമുണ്ടുകൊണ്ടു മൂടി എടത്തെ കക്ഷത്തിൽ വെച്ചിട്ടുണ്ട്. അച്ചനെ കണ്ട ഉടനെ താണുവലിച്ചു കൂട്ടിതൊഴുതു. ഒന്നാമതു താണു തലവണങ്ങി തൊഴുതശേഷം പിന്നെ നീർന്നുനിന്ന് അച്ചന്റെ മുഖത്തേക്കു നേരെ നോക്കി. അല്പം ഒരു മന്ദഹാസത്തോടും അതിഭക്തരസത്തോടുംകൂടി നോക്കി മാർവിടത്തിന്നു നേരെ കൈകൾ കൊണ്ടുവന്ന് ഒരു അഞ്ചെട്ടു പ്രാവശ്യം തൊഴുതു.

അച്ചൻ: എന്താണ് ഇയ്യിടെ ഇങ്ങട്ടു വരവു ചുരുക്കിയിരിക്കുന്നു?

ചാത്തുപ്പണിക്കർ: അടിയൻ ഒരു മാസമായി ഇവിടെ ഉണ്ടായിരുന്നില്ല. തേഞ്ചേരി കോവിലകത്ത് ഒരു തറവാട്ടു പ്രശ്നത്തിനായി വിടകൊണ്ടിരുന്നു. അടിയൻ തിരുമനസ്സിലെ ഒരു കാരുണ്യത്തെയല്ലാതെ വേറെ യാതൊന്നിനെയും ഇച്ഛിക്കുന്നവനല്ല. ഇവിടെ തൽക്കാലം തിരക്കുകൾ ഇല്ലെന്ന് അറിഞ്ഞതിനാൽ തേഞ്ചേരിൽനിന്ന് ആൾ വന്നപ്പോൾ വിടകൊണ്ടതാണ്.

അച്ചൻ: ഇവിടെ ചുരുങ്ങീട്ട് ഒരു പ്രശ്നം വേണം.

ഇതു പറഞ്ഞപ്പോൾ പണിക്കർ മേലോട്ട് രണ്ടു ഭാഗത്തേക്കും ഒന്നു നോക്കി. വലത്തെ കൈ മൂക്കിന്റെ മദ്ധ്യത്തിൽവെച്ചു വായുവേ ഉറച്ചുവിട്ടു. ഇതിന് ശരം എന്നു പറയും.

അച്ചൻ: എന്താണു നോക്കിയത്? ശരം എങ്ങനെ ശുഭമോ? അശുഭമോ?

ചാത്തുപ്പണിക്കർ: ശുഭം, ശുഭം, അത്യന്തശുഭം!

അച്ഛൻ: ഈശ്വരോ രക്ഷതു.

ചാത്തുപ്പണിക്കർ: ഭഗവൽകൃപ പൂർത്തിയായി ഉണ്ട്. വിളിപ്പാൻ വന്നപ്പോൾത്തന്നെ രണ്ടുമൂന്നു ശുഭലക്ഷണങ്ങൾ കണ്ടിരിക്കുന്നു.

അകായിൽനിന്നു പുറത്തേക്കു കടന്ന ഒരു ചെറുപ്പക്കാരൻ കാര്യസ്ഥൻ പറഞ്ഞു: 'പ്രശ്നം വേണമെന്നു കല്പിച്ചപ്പോൾ ഞാൻ ഈ വാതുക്കൽ നിൽക്കുന്നുണ്ടായിരുന്നു. കല്പിച്ച ഉടനെ ഒരു ഗൗളി ഈ പടിയിന്മേൽ നിന്നു ശബ്ദിച്ചു.'

അച്ഛൻ: (വലിയ ബദ്ധപ്പാടോടുകൂടി) എത്ര ശബ്ദിച്ചു? എത്ര ശബ്ദിച്ചു?

ചാത്തുപ്പണിക്കർ: എത്ര ശബ്ദിച്ചു? എത്ര ശബ്ദിച്ചു?

കാര്യസ്ഥൻ: ഞാൻ എണ്ണീട്ടില്ല.

അച്ഛൻ: (വലിയ ക്രോധത്തോടെ) കഴുതെ കടന്നു പുറത്തുപോ. ഗൗളി ശബ്ദിക്കുമ്പോൾ എണ്ണണ്ടേ? നീ എന്തൊരു ബുദ്ധിഹീനനാണ്. ഈവക അസത്തുക്കൾ ചോറ്റുചിലവിനുതന്നെ. കടന്നു പുറത്തു പോ വിഡ്ഢി.

കാര്യസ്ഥൻ ഇളിഭ്യനായി അകത്തേക്കുതന്നെ പോയി.

പണിക്കർ പ്രശ്നത്തിനായി കിഴക്കെ കോലായിൽ ഇരുന്നു. വിശേഷമായ ഒരു വീരാളിപ്പുല്ലുപായ് മടക്കി ഇട്ട് ഇതിൽ കിഴക്കോട്ട് അഭിമുഖമായി ചാത്തുപ്പണിക്കർ ഇരുന്നു. ഇരിക്കുന്നതിനുമുമ്പ് പുല്ലുപായ് തൊട്ട് ഒന്നു വന്ദിച്ചു. കസാലമേൽ ഇരിക്കുന്ന അച്ഛനെ വീണ്ടും ഒന്നു തൊഴുതശേഷമാണ് ഇരുന്നത്. നല്ല ചുവന്ന പട്ടുകൊണ്ടു കസവുവെച്ച് ഉണ്ടാക്കിട്ടുള്ള സഞ്ചിയിൽ നിറയെ നിറച്ച കവിടിയും ഓലകളും എടുത്ത് എടത്തുഭാഗത്തുവെച്ചു. പായയിൽ ഇരിക്കുമ്പോഴേക്കു പണിക്കരുടെ മുഖത്തിൽനിന്നു സ്ഫുരിക്കുന്ന ഒരു ഭക്തിരസം ഇപ്രകാരമെന്നു പറവാൻ പ്രയാസം. കണ്ണു ഭക്തിരസപാരവശ്യത്താൽ പകുതിയേ മിഴിയുന്നുള്ളൂ. പ്രശ്നത്തിനു പണിക്കർ ഇരുന്ന ഉടനെ എടത്തിൽ ഉള്ള ഉണ്ണിമാരും മറ്റും കോലായിൽ വന്നു നിറഞ്ഞുനിന്നിരുന്നു. പണിക്കർ മന്ദമായി കവിടിസഞ്ചി എടുത്തു മുമ്പിൽവെച്ചു തൊഴുതു സഞ്ചി അഴിച്ച് അത്യന്തം ധവളമായിരിക്കുന്ന ഒരു ഇരുന്നാഴിയോളം കവിടി വീരാളിപ്പായിൽ ചൊരിഞ്ഞു. ചെറുവക കവിടികളിൽ പത്തുപതിനഞ്ചു വലിയ കവിടികളും സ്ഫടികമഷിക്കുപ്പിയോ മറ്റോ പൊളിഞ്ഞതിൽനിന്ന് എടുത്ത ആറേഴു സ്ഫടികക്കഷണങ്ങളും ഉണ്ടായിരുന്നു. കവിടി ചൊരിഞ്ഞ ഉടൻ പണിക്കർ അതിനെ അത്യന്ത ഭക്തിരസത്തോടുകൂടി തൊട്ട് അഭിവാദ്യം ചെയ്തു. കവിടിയെ അഭിവാദ്യം ചെയ്തതു കണ്ടാൽ ആ കവിടിയാണു സാക്ഷാൽ ജഗദീശ്വരൻ എന്നുതോന്നും. ഇതു കഴിഞ്ഞ ഉടനെ രാശിചക്രം ഉണ്ടാക്കി ഗണപതിക്കവിടികൾ നിരത്തി പലേപ്രകാരമുള്ള അഭിവാദ്യങ്ങളും ജപങ്ങളും കഴിഞ്ഞശേഷം പ്രശ്നത്തിന് ആരംഭിച്ചു. ഒരു

നാഴികയിൽ ചുരുങ്ങാതെ ചെറുകവിടി തന്റെ മുമ്പിലേക്കു നീക്കിവെച്ചു വലത്തെ കൈകൊണ്ട് അതിനെ തൊട്ടുകൊണ്ട് അച്ചന്റെ മുഖത്തേക്കു പണിക്കർ ഭക്തിയോടെ ഒന്നു നോക്കി. അച്ചൻ ഭക്തിവിശ്വാസരസത്താൽ കണ്ണു പകുതി അടച്ചും കൈകൾ രണ്ടും കൂപ്പുകൈയായി മാറത്ത് അടുപ്പിച്ചുവെച്ചുംകൊണ്ടു പറഞ്ഞു: "ഞാൻ എന്റെ മനസ്സിൽ ഇപ്പോൾ ഒരു കാര്യത്തെക്കുറിച്ചു വിചാരിക്കുന്നുണ്ട്. അതിൽ എനിക്കു വരുവാൻ പോകുന്ന ഗുണദോഷത്തെ ഈ പ്രശ്നം സത്യമായി അറിയിച്ചുതരട്ടെ."

ഈ വാക്കുകൾ പറഞ്ഞുകഴിഞ്ഞ ഉടനെ പണിക്കർ മന്ദമായി മുമ്പിൽ കൂട്ടിവെച്ച കവിടികളെ തലോടി തലോടി ചുഴറ്റിത്തുടങ്ങി. കണ്ണുകൾ രണ്ടും തീരെ അടച്ചു മന്ത്രജപവും തുടങ്ങി. പണിക്കരുടെ ചുണ്ടുകൾ ഈ ജപത്താൽ അതികലശലായി ഇളകിത്തുടങ്ങി. വിറപ്പനി ഉണ്ടായാൽ ഇത്ര വേഗം വിറയ്ക്കുകയില്ല. വിറ ക്രമേണ കലശലായിത്തുടങ്ങി. കവിടി തലോടലും ക്രമേണ മുറുകിമുറുകി ക്രമേണ കലശലായി. അതു പ്രകാരം തന്നെ ചുണ്ടുകളുടെ വിറയലും. അച്ചനും ഈ സമയം വെറുതെ ഇരുന്നില്ല. തന്റെ ഭഗവതിയെയും മുമ്പു മരിച്ചുപോയ അച്ചന്മാരേയും ധ്യാനിച്ചു കണ്ണ് അടച്ചു തൊഴുതുംകൊണ്ടിരുന്നു. ഒടുവിൽ കവിടിയുടെ ചലനവും നിന്നു. ധ്യാനശക്തിയാൽ ഒരു നിമിഷം പണിക്കർ കവിടി ചുഴറ്റാതെ മന്ത്രം ജപിക്കാതെ കൈയ് കവിടിമേൽവെച്ചുകൊണ്ട് നിശ്ചഞ്ചലനായി ഇരുന്നു. കവിടി ചുഴറ്റുന്ന ശബ്ദം മാറിയപ്പോൾ അച്ചൻ കണ്ണുകൾ മിഴിച്ചു. പണിക്കർ ചുഴറ്റിയിരുന്ന കവിടിയിൽനിന്ന് ഒരു പിടി വാരിയെടുത്തു വേറെ വച്ചു. കണ്ണുമിഴിച്ച് ഉടനെ വേറെ വാരിവെച്ച കവിടികളിൽനിന്നു ക്രമപ്രകാരമുള്ള കിഴിവുകൾ കിഴിച്ചു.

അച്ചനു പ്രശ്നത്തിൽ വളരെ ഭ്രമമാണെങ്കിലും പ്രശ്നശാസ്ത്രത്തെക്കുറിച്ചു യാതൊന്നും നിശ്ചയമില്ല.

അച്ചൻ: എന്താണു രാശി?

ചാത്തുപ്പണിക്കർ: കന്നിരാശിയിലാണ് ഉദയം. ലഗ്നത്തിൽ ശനിയും രണ്ടിൽ കേതുവും, മൂന്നിൽ ഗുളികനും നാലിൽ ചന്ദ്രനും അഞ്ചിൽ ചൊവ്വയും ഏഴിൽ വ്യാഴവും അഷ്ടമത്തിൽ രാഹുവും പത്തിൽ ആദിത്യബുധന്മാരും പതിനൊന്നിൽ ശുക്രനും - ഇങ്ങനെയാണ് ഗ്രഹസ്ഥിതി. ശീർഷോദയ രാശിയാണ്.

അച്ചൻ: അതുകൊണ്ട്?

ചാത്തുപ്പണിക്കർ: വളരെ നല്ലതാണ്."ശീർഷോദയെ സമഭിവാഞ്ഛിതകാര്യസിദ്ധിഃ പൃഷ്ഠോദയവിഫലതാ" എന്നാണു പ്രമാണം. ഉദയരാശി ശീർഷോദയരാശിയാകകൊണ്ട് ഇഷ്ടാർത്ഥസിദ്ധിയുണ്ടാകുമെന്നുള്ളതിനു സംശയമില്ലാ.

അച്ചൻ: ഈശ്വരോ രക്ഷതു.

ചാത്തുപ്പണിക്കർ: പിന്നെ മൂർദ്ധോദയവും നരരാശിയും മററും വന്നിട്ടുള്ളതുകൊണ്ടും ഇഷ്ടാർത്ഥം ലഭിക്കേണ്ടതാണ്.

അച്ചൻ: ഇവിടെ ഞാൻ വിചാരിച്ച കാര്യം എന്താണെന്നുകൂടി പറ

ഞ്ഞിട്ടു പിന്നെ ഫലത്തെക്കുറിച്ചു പറയാം.

ചാത്തുപ്പണിക്കർ: പറയാം(കുറെനേരം ഗ്രഹസ്ഥിതികൾ നോക്കിയ ശേഷം) അടിയന്റെ മനസ്സിൽ തോന്നുന്നത് ഇത് ഒരു വ്യവഹാരസംബന്ധമായ പ്രശ്നമാണെന്നാണ്. പ്രമാണങ്ങൾ പറയാം.

അച്ഛൻ(മന്ദഹസിച്ചുകൊണ്ട്): അതെ. പണിക്കർക്കു സമനായ ഒരു ജ്യോതിഷക്കാരനെ ഞാൻ ഇതുവരെ കണ്ടിട്ടില്ല. എനി ഗുണദോഷങ്ങൾ പറയുകയേ വേണ്ടു. ഒരു വ്യവഹാരത്തെപ്പറ്റിത്തന്നെയാണ് പ്രശ്നം. അങ്ങനെ ആയാൽ ഈ രാശികൊണ്ടുള്ള ഫലം വെടിപ്പായി കേൾക്കട്ടെ.

ചാത്തുപ്പണിക്കർ: വ്യവഹാരപ്രശ്നത്തിൽ ശനിയുടെ ഉദയം ഉണ്ടാവുന്നതു വളരെ വിശേഷവിധിയായിട്ടുള്ളതാണ്. "വിവാദെ ശത്രുഹനനെരണെ സങ്കടകേപിവാക്രൂരൗ മൂർത്തൗ ശുഭൊജ്ഞേയഃ ക്രൂരദൃഷ്ട്യാ പരാജയഃ" എന്നാണു പ്രമാണം. ഉദയരാശിയിൽ പാപോദയം വ്യവഹാരകാര്യത്തിന്നും ശത്രുനാശത്തിന്നും വളരെ ഗുണമുള്ളതാണ്. പിന്നെ "ഭാമിന്ദു ബലിനൗ ചതുഷ്ടയഗതൗ ക്ഷേത്രം തയൊർവാഭവേദാരൂഢം യദിവൊ ദ്യദസ്തി നൃപതെ രാജ്യാനുഭൂതിഃപരം ഏതൗചേദ്വിപരീതതാമുപഗതൊ രാജ്ഞാനു ഭൂയെതനോ രാജ്യം സമഗതീരയേദവനിഭൃദ്യോഗാശ്ച ചിന്ത്യാ ഇഹ." ആദിത്യചന്ദ്രന്മാർ ബലവാന്മാരായും കേന്ദ്രസ്ഥന്മാരായും വരികയും അവരുടെ ക്ഷേത്രം ആരൂഢമായൊ ഉദയമായൊ വരികയും ചെയ്താൽ രാജപ്രീതിക്കും മറ്റും യോഗമുണ്ടാവുന്നതാണ്. പിന്നെ നിവൃത്തിരാശിയിൽ വ്യാഴം സ്വക്ഷേത്രബലത്തോടുകൂടി ഇരിക്കുന്നതും ശുഭപ്രദം തന്നെ. "ജീവസ്ഥഗെബലവതിദ്രവി ണാദിലാഭൊമാനൊന്നതിന്നരപതേർന്നിരതാം പ്രസാദഃ ശത്രുക്ഷയ ശ്ചയശസാഞ്ച സമാഗമോഥ ദൈവാനുകൂല്യമപി സർവ ഹിതാർത്ഥസിദ്ധിഃ" വിചാരിച്ച സകല കാര്യവും സാധിക്കും. കീർത്തി താനെ അധികമായി ഉണ്ടാവും. രാജാവിന്റെ പ്രീതി ഉണ്ടാവും. ശത്രു ക്ഷയിക്കും എന്നാണ്.

അച്ഛൻ: (രാഘവനുണ്ണിയെ നോക്കിട്ട്) ഈ മാതിരി വ്യാജങ്ങൾ പ്രവർത്തിക്കുന്നവർക്ക് ക്ഷയമല്ലാതെ വരുമോ? പ്രശ്നശാസ്ത്രം മിഥ്യയാവുമോ?

രാഘവനുണ്ണി: ഒരിക്കലും ആവുകയില്ല. ഈ മഹാവ്യാപ്തി നടത്തുവാൻ ഉത്സാഹിക്കുന്നവർ ആസകലം ജേലിലാവാതിരിക്കുമോ?

ചാത്തുപ്പണിക്കർ: (മന്ദഹസിച്ചുംകൊണ്ട്) ഏകദേശം അത്രത്തോളം എല്ലാം വരുമെന്നുതന്നെ അടിയനു തോന്നുന്നു. ശനിയുടെ ഉദയം ഈവക പ്രശ്നത്തിൽ അത്യന്ത വിശേഷമാണ്. ശത്രുസംഹാരിയാണു ശനി. പിന്നെ ഇവിടെ ലഗ്നകർമപതിയായ ബുധൻ നിപുണയോഗപ്രദനായിട്ടു സ്വക്ഷേത്രത്തിൽ കർമഭാവത്തിങ്കൽ ഇരിക്കുന്നു. ഇത് അത്യന്ത ശുഭമാണ്. അതുകൂടാതെ സർവാഭീഷ്ടസ്ഥാനപതിയായ ചന്ദ്രൻ ലഗ്നകർമപതിയായ ബുധനെ ദൃഷ്ടിചെയ്തുകൊണ്ടു നാലിൽ ഇരിക്കുന്നത് അഭീഷ്ടകാര്യസിദ്ധിയെ കൊടുക്കുന്നതാണ്. പിന്നെ ധനഭാഗ്യപതിയായ ശുക്രൻ പതിനൊന്നാം ഭാവത്തിലിരിക്കുന്നത് ഏറ്റവും ശുഭപ്രദം തന്നെ.

"ഭാഗ്യം നൃണാം പ്രഥമമത്ര വിചാരണീയം ഭാഗ്യം ഹി സർവ ശുഭകര ഃണമാഹുരാര്യഃഭാഗ്യാധിപേഭിമതാ ശിഗതെ നരാണാം ജീവേക്ഷിതെ നനു ഭവെദഖിലാർത്ഥസിദ്ധിഃ" ഇത്യാദികളായ അനേകപ്രമാണങ്ങൾ നോക്കിയാലും ഇവിടേക്ക് ഈ കാര്യത്തിൽ ജയംവരാതെ ഇരിപ്പാൻ തരമില്ല. അത്രയുമല്ല, വ്യാഴശുക്രന്മാർക്ക് ഇഷ്ടഭാവസ്ഥിതിയും മറ്റും ഉണ്ടായാൽ രാജമന്ത്രിയുടെ അനുകൂലതകൊണ്ട് ഒരു വിശേഷവിധി ഈ കാര്യത്തിൽ സിദ്ധിക്കേണ്ടതാണ്. "ഉഭയഭംശശിനസ്സുത ഈക്ഷതെ ഹിമരുചിംയ ദിവാപരമശുഭഃ വിജയഭുതധനലബ്ധി മിഹാദിശേദശുഭദം നരപുത്രന കിഞ്ചന" എന്നാണു പ്രമാണം.

അച്ഛൻ: ആ മഹാപാപി ഉദയന്തളി ഈ കാര്യത്തിൽ ജേലിൽ കുടുങ്ങാതിരിക്കില്ല. അത്രെക്കുമാത്രം വിശേഷത കാണുന്നുണ്ട് ഈ പ്രശ്നവശാൽ ഇല്ലെ; പണിക്കരെ?

ചാത്തുപ്പണിക്കർ: നിസ്സംശയമായി ഉണ്ട്. സംശയം തിരുമനസ്സിലേക്കു ലേശം വേണ്ട. എന്നല്ല ബുധൻ ഉദയരാശിയെ നോക്കുകയോ ചന്ദ്രനെ ശുഭൻ നോക്കുകയോ ചെയ്താൽ അത്യന്തശുഭോദയമാണ്. "ശുഭവർഗലഗ്നഗതേ ലഗ്നേവാ സൗമ്യയോഗമായാതെ ബ്രൂയാദഭിമത സിദ്ധിം പൃഷ്ഠസ്ഥാനാന്തര വാപ്തിം".

പണിക്കർ ഇത്രത്തോളം പറയുമ്പോഴേയ്ക്ക് അമ്പലത്തിൽനിന്നു വാദ്യശബ്ദവും ശംഖുവിളിയും കേട്ടു. ഉടനെ പണിക്കർ, "ഇത്ര വിശേഷമായ ഒരു ലക്ഷണം എനി ഒന്നും ഉണ്ടാവാനില്ല. പ്രശ്നകാലത്തു ഭേരിനാദവും ശംഖധ്വനിയും ഒരു അത്യന്തവിശേഷലക്ഷണമാണ്. ഭേരിമൃദംഗ മൃദുമദ്ദളശംഖാവീണാ വേദധ്വനി നിർമധുരമംഗലഗീതഘോഷാഃ എന്നാണു പ്രമാണം."

അച്ഛന്റെ മനസ്സു വളരെ തെളിഞ്ഞു. വക്കീൽ രാഘവമേനോന്റെ കത്തു വായിച്ചതിനാലുണ്ടായ സകല വ്യസനവും മൗഢ്യവും തീർന്ന് വ്യവഹാരത്തിൽ ജയിച്ച് രാമവർമ്മൻതിരുമുല്പാടിനേയും രാമന്മേനോനേയും പതുപ്പത്തു കൊല്ലം തടവിൽ വെപ്പാൻ കല്പിച്ചതിൽ ഉണ്ടാവുന്ന പ്രകാരം സന്തോഷിച്ചു പണിക്കർക്കു സമ്മാനം കൊടുത്തയച്ചു വൈത്തിപ്പട്ടരുടെ വരവും കാത്തിരുന്നു.

ചാത്തുപ്പണിക്കരെ നുമ്മൾക്ക് അത്ര വേഗം വിടാൻ പാടില്ല. ഈ കള്ള ജ്യോത്സ്യൻ ഇയാളുടെ വീട്ടിൽ തിരിയെ എത്തിയത് അറിഞ്ഞ ഉടനെ രാമവർമ്മൻ തിരുമുല്പാട് ഇയാളെ വിളിപ്പാൻ ആളെ അയച്ചു. എടത്തിൽ പ്രശ്നം കഴിഞ്ഞാൽ എല്ലാം തിരുമുല്പാട് ഉടനെ പണിക്കരെ വരുത്തി സകല വിവരങ്ങളും ചോദിച്ചറിയുമാറുണ്ട്. അച്ചനെപ്പോലെ തന്നെ പ്രശ്നശാസ്ത്രത്തിൽ തിരുമുല്പാട്ടിലേക്കും ബഹുവിശ്വാസമാണ്. പണിക്കര് രണ്ടു ദിക്കിലും തരംപോലെ പറഞ്ഞു പണം പിടുങ്ങുന്നതിൽ അതിനിപുണനനും ആയിരുന്നു.

ചാത്തുപ്പണിക്കര് ജാഗ്രതയായി ഉദയന്തളി കോവിലകത്തു കല്പന പ്രകാരം ഹാജരായി. അച്ചനെ തൊഴുത് അഭിവാദ്യം ചെയ്തതിലും ഭംഗി

യായി ആവക ആചാരങ്ങളെ എല്ലാം കാണിച്ചു പഞ്ചപുച്ഛമടക്കി മുമ്പാകെ നിന്നു.

തിരുമുല്പാട്: എന്താണ്, ഇന്നലെ പൂഞ്ചോലക്കര പ്രശ്നത്തിന്നു പോയിരുന്നുവോ? എന്തു സംബന്ധമായിട്ടായിരുന്നു പ്രശ്നം?

ചാത്തുപ്പണിക്കർ: (മന്ദഹസിച്ചുകൊണ്ട്) ഒരു വ്യവഹാരപ്രശ്നമായിരുന്നു.

തിരുമുല്പാട്: എങ്ങനെ പ്രശ്നവശാൽ, എടത്തിലേക്കു ഗുണമായിട്ടൊ കണ്ടത്?

ചാത്തുപ്പണിക്കർ ഒരു മന്ദഹാസത്തോടുകൂടി തല പതുക്കെ ഒന്നു താഴ്ത്തിനിന്നു.

തിരുമുല്പാട്: എന്താണ്, പറയാൻ മടിക്കേണ്ട. പ്രശ്നവശാൽ ഗുണമായിട്ടാണ് കണ്ടത് എങ്കിൽ ഇവിടെ അതുകൊണ്ട് ഒരു മൗഢ്യവും ഇല്ല. ധാരാളമായി പറയാം. എന്തായിരുന്നു രാശി.

ചാത്തുപ്പണിക്കർ: കന്നിരാശിയായിരുന്നു. ശനി ഉദയമാണ്.

തിരുമുല്പാട്: അതുകൊണ്ടോ?

ചാത്തുപ്പണിക്കർ-റാൻ. ഗുണം ഒട്ടും പോരാ. വ്യവഹാരപ്രശ്നത്തിന്നു പാപോദയം കേവലം വിരോധംതന്നെ. 'പാപെ ലഗ്നഗതെ പരാജയശിരോരുഗ്ദുഃഖദുഷ്കീർത്തായ സ്ഥാനഭ്രംശ ധനക്ഷയാഖില ശരീരാസ്വസ്ഥ്യ ദുഃഖാധികാഃ പാപെ വിത്തഗതെ സ്വപൂർവനിചത ദ്രവ്യക്ഷയൊവക്രരുഗ് ഭർത്തവ്യമായ ദക്ഷണാംബകരുജാ ദുഷ്ഷോക്തി പാത്രക്ഷതി." ഈ പ്രമാണംകൊണ്ടു പാപൻ ലഗ്നഗതനായിരിക്കും വിഷയത്തിങ്കൽ പരാജയം, കാര്യത്തിൽ തോല്മതന്നെ, മനോദുഃഖം, അപകീർത്തി, സ്ഥാനഭ്രംശം മുതലായ കഠിന ദോഷഫലങ്ങളാണ്. അത് ഇവിടെ വന്നിട്ടുണ്ട്. ശനി വിശേഷിച്ചു ദോഷവാൻതന്നെ. ഹോരാശാസ്ത്രത്തിൽ പറയുന്നു:"അദൃശഷ്ടാർത്ഥൊരോഗിമദനവശഗൊത്യന്ത മലിനശ്ശിശുത്വെ പീഡാർത്ത സവിതൃസുതലഗ്നെത്യലസവാൻ. ഗുരുസ്വക്ഷൊച്ചസ്ഥെ നൃപതിസദൃശൊ ഗ്രാമപുരപസ്സുവിദ്വാംശ്ചാർവ്വാംഗൊ ദിനകരസമൊന്യത്ര കഥിതഃ ഇതുമാത്രമല്ല ദോഷം. ദുരിതാധിപനാണ് ലഗ്നാധിപനോടുകൂടി കർമത്തിൽ-അതുതന്നെ പരാജയത്തിന്നു മതി. 'അരാതിരോഗാദ്യമരാതിനാഥൊ മൃതീശ്വരൊ മൃത്യുഭയം കരോതി വ്യായാധിപൊ ഭ്രംശ ദരിദ്രതാദ്യം യോഗേഷണാദ്ദ്യൈരശുഭോ വിശേഷാൽ.' പിന്നെ ഇവിടെ ബുധമൗഢ്യം ഉള്ളത് ഏറ്റവും ദോഷംതന്നെ. വലുതായ ഒരു വ്യവഹാരം ഇപ്പോൾ സംഭവിക്കുകയും ആറാം ഭാവാധിപന്റെ ഉദയം ലഗ്നത്തിൽ വരികയും അഷ്ടമത്തിൽ പാപൻ ഉണ്ടായിരിക്കുകയും അഞ്ചാമെടത്ത് അഷ്ടമാധിപനായ കുജൻ നില്ക്കുകയും കർമത്തിൽ ദുരിതാധിപനായ ആദിത്യൻ ഉണ്ടായിരിക്കുകയും ചെയ്യുമ്പോൾ അത്യന്ത ദോഷമാണ് ഫലമെന്നു നിശ്ചയമായി അനുമാനിക്കേണ്ടതാണ്. ഇതിന്നു പ്രമാണമുണ്ട്: "ഷഷ്ഠം ദ്വാദശമഷ്ടമം ച മുനയൊ ഭവോനനിഷ്ടാൻ വിദുസ്തന്നാഥന്വിത വീക്ഷിതാ യദധിപായേചാ വിഭാവാസ്സ്വയം തത്ര സ്ഥാംശ്ച

യദീശ്വരാസ്ത്രയതിമെനശ്യന്തി ഭാവാന്യണാം ജാതാ വാ വിഫലാവിന ഷ്ടവികലാസ്തത്രാദിക ശഷ്ടോഷ്മാഃ" വിശേഷിച്ച് അഷ്ടാധിപൻ സുകൃ തസ്ഥാനത്തു നിന്നതും സുകൃതക്ഷയംതന്നെ. ലഗ്നത്തിൽ ശനിയും അഞ്ചിൽ ചൊവ്വയും നിന്നതുകൊണ്ട് ഈ ലഗ്നത്തിന്നു പരാജയം, തോ ല്മ ഭവിക്കുമെന്നു മാത്രമല്ല പക്ഷേ, അതുനിമിത്തം വല്ല ഉന്മാദമോ ചിത്ത ഭ്രമമോ കൂടിയുണ്ടാകാൻ ഇടയുള്ളതായിട്ടാണ് വിചാരിക്കേണ്ടത്. പ്രമാണ മുണ്ട്: "ലഗ്നസ്ഥേധിഷണെ ദിവാകരസുതൊ ഭൗമോധവാദ്യാന ഗൊമന്ദം ലഗ്നഗതെ മദാത്മജ തപസ്സംസ്ഥൊ മഹീനന്ദനഃ മൂർത്തൗ മൂഢ ശശീന്ദു ജൗകൃശശശി മന്ദശ്ചരഃഫെ സ്ഥിതൗ പാപോപേതകൃശാമൃതാശു രു ദയായുസ്സാന്ത്യധർ മോപഗൗ." അടിയൻ ഇത്ര ദോഷകരമായ ലക്ഷണ ങ്ങൾ ഈയ്യിടെ എങ്ങും ഒരു പ്രശ്നത്തിലും കണ്ടിട്ടില്ല. പ്രശ്നം വേണ മെന്ന് അവിടുന്ന് കല്പനയായ ഉടനെതന്നെ ഒന്നുരണ്ടു കഠിന ദുർല ക്ഷണങ്ങളാണ് ഉണ്ടായത്. ഒന്നാമത് അടിയൻ നിന്നിരുന്നതിന്നു നേരെ മേൽഭാഗത്തിൽ ഒരു ബലിബുക്കു മുറിയെ പറന്നുപോയി. ഉടൻ ഒരു മാർജ്ജാരൻ അടിയന്റെ മുമ്പിൽക്കൂടി ഓടിപ്പോയി. എന്തൊ ഇത് അവിടേക്ക് ഒരു ആപൽക്കാലമാണെന്നാണ് അടിയന് ആകപ്പാടെ തോന്നി യത്.

തിരുമുല്പാട്ടിലേക്ക് ബഹു സന്തോഷമായി. നമ്മുടെ പെരുങ്കള്ളൻ പണിക്കരു രണ്ടു മുണ്ടുകൾ ഓണപ്പുടവയായി വാങ്ങി വീട്ടിലേക്കു മട ങ്ങിപ്പോരികയും ചെയ്തു. പ്രശ്നത്തിന്ന് ഉടനെ കോവിലകത്തേക്കു ചെല്ലേണമെന്ന് ഏറ്റിട്ടാണ് പോന്നത്. എന്നാൽ, ഈ പെരുങ്കള്ളന്റെ വർ ത്തമാനത്തെക്കുറിച്ച് ഞാൻ എനി എഴുതുന്നില്ല. ഈ കള്ളത്തൊഴിൽ കൊണ്ടു നാട്ടുകാരെ ഭ്രമിപ്പിച്ചു പണം പിടുങ്ങി നടന്നുകൊള്ളട്ടെ.

വൈത്തിപ്പട്ടരെ കൂട്ടിക്കൊണ്ടുപോയ വർത്തമാനത്തെക്കുറിച്ചാണ് എനി ഈ അദ്ധ്യായത്തിൽ പറവാനുള്ളത്. എടത്തിലെ കാര്യസ്ഥൻ കുഞ്ചുമേനോനും ഭൃത്യന്മാരും വൈത്തിപ്പട്ടരെ കൂട്ടിക്കൊണ്ടുവരുവാൻ പുറപ്പെട്ട വിവരം ഇതിനു മുമ്പു പറഞ്ഞിട്ടുണ്ടല്ലോ.

രാമൻമേനോനും മറ്റും ഉദയന്തളിക്കു പുറപ്പെട്ടുപൊയതുമുതൽ വൈത്തിപ്പട്ടരുടെ ആലോചനകൾ എല്ലാം അതുവരെ ഉണ്ടായിരുന്ന പ്രകൃതികളിൽനിന്നു കേവലം മാറിയിരിക്കുന്നു. രാമൻമേനോൻ കൂടെ ഉണ്ടായിരുന്നപ്പോൾ ഏതു വിധമെങ്കിലും അദ്ദേഹത്തിന്റെ കൈയിൽ നിന്നും പണം തട്ടിപ്പറിക്കേണമെന്നുള്ള ദുരാശയായിരുന്നു ഇദ്ദേഹ ത്തിന്റെ മനസ്സിൽ ഉണ്ടായിരുന്നത്. അദ്ദേഹത്തെ കൂട്ടിക്കൊണ്ടുപോവാൻ ഉദയന്തളിയിൽനിന്ന് ഉദയവർമ്മൻതിരുമുല്പാടും ആൾക്കാരും എത്തി യതു കണ്ട നിമിഷംമുതൽ രാമൻമേനോനെ സേവിച്ചിട്ടു തനിക്കു യാതൊരു പ്രയോജനവും ഉണ്ടാകയില്ലെന്നു പട്ടരു തീർച്ചയാക്കിയിരി ക്കുന്നു. എനി ഈ കാര്യസംബന്ധമായി തനിക്കു വല്ലതും സമ്പാദി ക്കേണമെങ്കിൽ പൂഞ്ചോലക്കര എടക്കാരുടെ ഭാഗം ചേർന്നു രാമൻ മേനോനോടു മത്സരിച്ചാൽ മാത്രമേ സാധിക്കയുള്ളു എന്നു പട്ടര് ഉറപ്പായി

നിശ്ചയിച്ചിരിക്കുന്നു. രാമൻമേനോൻ വ്യവഹാരത്തിന്നും പുറപ്പെടും എന്നുള്ളതിനെപ്പറ്റി പട്ടർക്കു ലേശംപോലും സംശയം ഉണ്ടായിരുന്നില്ല. ഉദയന്തളി രാമവർമ്മൻ തിരുമുല്പാടും പൂഞ്ചോലക്കര എടക്കാരും തമ്മിൽ ഉള്ള സ്ഥിതിയെപ്പറ്റി വൈത്തിപ്പട്ടർക്കു നല്ല അറിവുണ്ട്. എന്തെങ്കിലും ഒരു സംഗതി കിട്ടിയാൽ പൂഞ്ചോലക്കര എടക്കാരോടു വ്യവഹാരത്തിന്നു പുറപ്പെടണമെന്ന് അത്യാഗ്രഹത്തോടുകൂടിയാണ് തിരുമുല്പാട് ഇരിക്കുന്നത് എന്ന് വൈത്തിപ്പട്ടരു നല്ലവണ്ണമറിയും. രാമൻമേനോൻ വ്യവഹാരം തുടങ്ങിയാൽ പൂഞ്ചോലക്കര ഒന്നു ഭയപ്പെടും. അപ്പോൾ തനിക്കു കടന്നുവീഴാം. രാമൻമേനോന്റെ ഭാഗം ചേരുന്നതിനാൽ വിശേഷ പ്രയോജനങ്ങൾ ഒന്നും ഉണ്ടാകയില്ല. ശങ്കരനും തിരുമുല്പാടും അത്യാവശ്യത്തിലധികം ഒന്നും രാമൻമേനോനെക്കൊണ്ടു ചെലവിടീക്കുകയില്ല. പിന്നെ രാമൻമേനോൻവശം ആദ്യം താൻ ഊഹിച്ചിരുന്നതുപോലെയുള്ള ദ്രവ്യം ഇല്ല. അത്രയുമല്ല, സ്വതേ തിരുമുല്പാടു ലുബ്ധനാണ്. അദ്ദേഹം വ്യവഹാരഭ്രാന്തുനിമിത്തം പണം കുറെ അധികം ചെലവുചെയ്തു ക്ഷീണിച്ചിരിക്കുന്ന കാലമാണ്. പൂഞ്ചോലക്കരക്കാരോ ദ്രവ്യത്തിൽ നീന്തിക്കളിക്കുന്നവരാണ്. ഇങ്ങനെ ദ്രവ്യപുഷ്ടിയും പ്രബലതയും ചെലവു ചെയ്‌വാൻ അലക്ഷ്യതയും ഉള്ള ഒരു കൂട്ടരെ വേറെ കാണുകയില്ല. വലിയച്ചൻ സന്തോഷിച്ചാൽ ഒരു ചെറിയ കളപ്പാട ചാർത്തിക്കിട്ടിയാൽ പോരെ? ഒരു ചെരിക്കല്ല കാര്യം കിട്ടിയാൽ മതിയല്ലൊ. നിശ്ചയമായും കഴിയുമെങ്കിൽ എടത്തിലെ ഭാഗംതന്നെയാണ് ചേർന്നുത്സാഹിക്കേണ്ടത്. ഇങ്ങനെ ആയിരുന്നു വൈത്തിപ്പട്ടരുടെ വിചാരം. എന്നാൽ പട്ടർക്ക് എടക്കാരെ ഉള്ള ഭയം വിട്ടിട്ടില്ല. താനെ കടന്നുചെന്നു സേവയ്ക്കു കൂടിക്കളയാം എന്നുള്ള ആലോചന ഉണ്ടായതേയില്ല. തന്നെ എടത്തിൽനിന്നു വിളിപ്പിക്കണം എന്നാൽ ഭാഗ്യമായിപ്പോയി. വിളിപ്പിക്കുമോ? അതാണു സംശയം. താൻ രാമൻമേനോന്റെ ഭാഗിയാണെന്നല്ലേ അപ്പോൾ ഉള്ള ശ്രുതി. അങ്ങിനെ ഇരിക്കുമ്പോൾ തന്നെ വിളിപ്പിക്കുമോ? സംശയം. എന്നാൽ ഉദയന്തളിക്കു രാമൻമേനോന്റെകൂടെ താൻ പോയിട്ടില്ലല്ലോ. ആ വർത്തമാനം എടത്തിൽനിന്ന് അറിയാതിരിക്കുമോ? ഒരിക്കലുമില്ല. അപ്പോൾ ഒരു സമയം വിളിപ്പിക്കാൻ ആളെ അച്ചുവെന്നുകൂടെ വരാം. വരാം. ഇങ്ങനെ പട്ടര് ഇരുഭാഗവും ആലോചിച്ച് ഒരു ഭാഗവും ഉറയ്ക്കാതെ വശായി. എന്നാൽ തന്നെ പൂഞ്ചോലക്കര എടക്കാർ വിളിപ്പിച്ചാൽ എന്തെല്ലാം കളവുകളാണ് രാമൻമേനോനെക്കൊണ്ടും ശാരദയെക്കൊണ്ടും പറയേണ്ടത് എന്നുള്ളതു പട്ടർ മുമ്പുതന്നെ ആലേചിച്ചു നിശ്ചയിച്ചിട്ടുണ്ട്. പട്ടര് ഇങ്ങനെ സംശയിച്ചുകൊണ്ടിരിക്കുന്ന കാലത്താണ് ഒരു ദിവസം രാവിലെ എടത്തിലെ കാര്യസ്ഥൻ കുഞ്ചുമേനോനും ഭൃത്യന്മാരും തന്റെ ഗൃഹത്തിലേക്കു കയറി വരുന്നതു കണ്ടത്. കണ്ടപ്പോൾതന്നെ പട്ടർക്കു കാര്യം മനസ്സിലായി. മനസ്സിന്ന് അത്യന്തം സന്തോഷമായി.

വൈത്തിപ്പട്ടർ: ഓഹൊ, ഓ ഹൊ, ശിവ! ശിവ! എത്ര കാലമായി

കുഞ്ചുമേനോനെ കണ്ടിട്ട്! ഇരിക്കിൻ, ഇരിക്കിൻ എടത്തിൽനിന്നുതന്നെയായിരിക്കും വന്നത്.

കുഞ്ചുമേനോൻ: അതെ. അച്ചൻ കല്പിച്ചിട്ടു വന്നതാണ്. സ്വാമിയെ ഉടനെ അങ്ങട്ടു കൂട്ടിക്കൊണ്ടു ചെല്ലുവാൻ കല്പനയായിരിക്കുന്നു.

വൈത്തിപ്പട്ടർ: (സന്തോഷത്താൽ ചിറിച്ചുംകൊണ്ട്) എന്തിനാണപ്പാ തല്ലിക്കാനോ? പണ്ടത്തെ കറ എനിയും വലിയ എജമാനന്നു തീർന്നിട്ടില്ലെന്നു തോന്നുന്നു.

കുഞ്ചുമേനോൻ: ശിക്ഷ, തല്ലിക്കാനും മറ്റുമല്ല. സ്വാമിയെ കാണാൻ അവിടുന്നു വഴുകിനില്ക്കുന്നു. ഉടനെ പുറപ്പെടുന്നില്ലേ? നിങ്ങളോട് അവിടുത്തേക്കുള്ള സകല മുഷിച്ചിലും തീർന്നു മനസ്സു തെളിഞ്ഞിരിക്കുന്നു. ആ തിരുവനന്തപുരക്കാരൻ കള്ളൻ പിള്ളയും കുട്ടിയും നിങ്ങളുടെ അടുക്കെവന്നു താമസിച്ചിരുന്നുവെന്നും നിങ്ങൾ ഈ കള്ളക്കാര്യത്തിന്നു സഹായിക്കുകയില്ലെന്നു തീർച്ചയായി പറഞ്ഞശേഷം അവർ നിങ്ങളെ വിട്ട് ഉദയന്തളിക്കു കടന്നുപോയി എന്നു കേട്ടിട്ട് അവിടുന്നും ഉണ്ണിമാരും എല്ലാവരും ഒരുപോലെ സന്തോഷിച്ചിരിക്കുന്നു. ഒട്ടും താമസിക്കാതെ എനി പുറപ്പെടണം. നിങ്ങൾ ചെറുപ്പം മുതല്ക്കേ അവിടെ ആശ്രയിച്ചു വന്നാളല്ലേ? അവസാനംവരെ ആശ്രയംതന്നെയാവട്ടെ.

വൈത്തിപ്പട്ടർ: ഈശ്വരൻ സത്യസ്വരൂപനാണല്ലൊ. അച്ചന്റെ മനസ്സിൽ ദൈവംതന്നെ സത്യത്തെ ഉദിപ്പിക്കട്ടെ. ഞാൻ അവിടേക്ക് ഒരിക്കലും ഒരു ദോഷവും ചെയ്കയില്ല. ഞാൻ അവിടുന്നു കല്പിക്കുന്നതു പോലെ പ്രവർത്തിപ്പാൻ എല്ലായ്പോഴും ഒരുക്കമാണ്. ഞാൻ ആ പിള്ളയ്ക്ക് ഒരു സഹായവും ചെയ്കയില്ലെന്നു പറഞ്ഞത് അച്ചൻ അറിഞ്ഞു. ഇല്ലേ? ഈശ്വരാധീനം സത്യം അറിഞ്ഞുവല്ലൊ.

കുഞ്ചുമേനോൻ: വെടിപ്പായി അറിഞ്ഞു. പലരും ആ ദിക്കിൽ ഈ വിവരങ്ങൾ പറയുന്നുണ്ടല്ലോ.

വൈത്തിപ്പട്ടർ: ഈശ്വരോ രക്ഷതു. ഞാൻ ചെയ്തത് ഉറക്കത്തിൽ കാലു തലോടിക്കൊടുത്തതുപോലെ ആയില്ലല്ലോ. അത് എന്റെ ഒരു ഭാഗ്യം.

കുഞ്ചുമേനോൻ: വലിയ ഭാഗ്യം തന്നെ. അവിടുന്ന് ഒന്നു കടാക്ഷിച്ചാൽ സ്വാമി കുബേരനായിപ്പോയല്ലോ.

വൈത്തിപ്പട്ടർ: കടാക്ഷിക്കേണ്ടേ?

കുഞ്ചുമേനോൻ: കടാക്ഷിക്കും.

വൈത്തിപ്പട്ടർ: എപ്പോൾ കടാക്ഷിക്കുമോ?

കുഞ്ചുമേനോൻ: നിങ്ങൾ അവിടെച്ചെന്നനിമിഷം കടാക്ഷിക്കും.

വൈത്തിപ്പട്ടർ: എന്തോ അപ്പാ. ഈ നിർഭാഗ്യമണ്ടയുംകൊണ്ടു ചെല്ലുന്നേടത്ത് എല്ലാം അനർത്ഥം.

കുഞ്ചുമേനോൻ: നിർഭാഗ്യമണ്ട എല്ലാം തീർന്നു. ഭാഗ്യമണ്ടയായിപ്പോയി. അതിഭാഗ്യമണ്ട. ആട്ടെ, എപ്പോഴാണു പുറപ്പെടുന്നത്?

വൈത്തിപ്പട്ടർ: രാവിലത്തെ വണ്ടിക്കല്ലേ എനി തരമുള്ളു?

അന്നു കുഞ്ചുമേനോനും കൂടെയുള്ളവരും പട്ടരുടെകൂടെ താമസിച്ചു. പിറ്റേദിവസത്തെ വണ്ടിക്കു വൈത്തിപ്പട്ടരും കുഞ്ചുമേനോനും ഭൃത്യന്മാരും പൂഞ്ചോലക്കരയ്ക്കായി പുറപ്പെടുകയും ചെയ്തു. കുഞ്ചുമേനോൻ പലേവിധം ശ്രമിച്ചിട്ടും വൈത്തിപ്പട്ടർ രാമൻമേനോന്റെയും ശാരദയുടെയും യഥാർത്ഥസ്ഥിതികളെക്കുറിച്ചു യാതൊന്നും കുഞ്ചുമേനോനോടു പറഞ്ഞില്ല. അതു ഗോപ്യമായിട്ടുള്ളതാണെന്നു വലിയച്ചനോടു മാത്രം സ്വകാര്യമായിട്ടേ പറവാൻ പാടുള്ളുവെന്നും പറഞ്ഞു ശഠിച്ചു യാതൊരു വിവരത്തേയും അറിയിച്ചില്ല.

വൈത്തിപ്പട്ടർ എടത്തിൽ എത്തിയത് ഒരു വൈകുന്നേരം അഞ്ചു മണി സമയമാണ്. പട്ടരെ കണ്ടപ്പോഴേക്ക് എടത്തിലുള്ളവർക്ക് ഒക്കെയും ഒരു പരിഭ്രമം. എന്താണ് ഈ പരിഭ്രമത്തിന്നു സംഗതി എന്ന് അവർക്കു തന്നെ നിശ്ചയമില്ല. എടത്തിൽ ഉള്ളവരിൽ കൃഷ്ണനുണ്ണി ഒഴികെ മറ്റു സകല ആളുകൾക്കും ശാരദയേയും രാമൻമേനോനേയും വൈത്തിപ്പട്ടർ വേഷംകെട്ടി പുറപ്പെടീച്ചതാണെന്നായിരുന്നു വിചാരം. കൃഷ്ണനുണ്ണി ഒന്നും തീർച്ചയാക്കിയിട്ടില്ല. ഒരുസമയം കാര്യം നേരായിരിക്കാം എന്ന് ഒരു സംശയമുണ്ടായിരുന്നു വൈത്തിപ്പട്ടരെ കണ്ടപ്പോൾ അദ്ദേഹത്തിന്ന് ഈ സംശയം മിക്കവാറും തീർന്നു എന്നുതന്നെ പറയാം. പട്ടരുടെ ക്രൂരവക്ത്രവും സർപ്പദൃഷ്ടിയും കണ്ടപ്പോൾ ഇയാൾ ഒരു മഹാപാപിതന്നെയാണ്. ഇയാൾ ചെയ്യുന്നത് പാപകർമങ്ങളായിട്ടാണ് വരുവാൻ അധികം സംഗതിയുള്ളത്. പട്ടരുടെ കള്ളപ്രവൃത്തിതന്നെ ആയിരിക്കണം ഇത് എന്നും മറ്റും കൃഷ്ണനുണ്ണിക്കുകൂടി തോന്നിപ്പോയി. പട്ടർ എടത്തിൽ പൂമുഖത്തു കയറിയപ്പോഴേക്കു മാളികമുകളിൽനിന്നു പട്ടരെ വിളിക്കാൻ ഒന്നുരണ്ടുപേർ ബദ്ധപ്പെട്ട് ഓടി എത്തി. മുകളിൽ വൈത്തിപ്പട്ടർ കയറിച്ചെന്നു. അച്ചൻ തെക്കിനിമാളികമുകളിൽ തളത്തിൽ നില്ക്കുന്നു. പട്ടരെ കണ്ട ഉടനെ അച്ചൻ: നിങ്ങൾ ആവശ്യപ്പെട്ടപ്രകാരം ക്ഷണത്തിൽ വന്നുവല്ലോ. സന്തോഷമായി.

വൈത്തിപ്പട്ടർ: ഞാൻ ഇവിടുത്തെ ഒരു ആശ്രിതനാണെന്നുള്ള വിചാരം എനിക്ക് ഇതുവരെ വിട്ടിട്ടില്ല. കാലദോഷത്താൽ ഇവിടേക്ക് എന്റെമേൽ അപ്രീതി ഉണ്ടാവാൻ കാരണമായി. ഏതായാലും എനിക്ക് ഇവിടുത്തെ അന്നം ഭക്ഷിച്ചു വളർന്നവാണെന്നുള്ള സ്മരണ ഇതുവരെ വിട്ടിട്ടില്ല. ഈ ജന്മം വിടുകയുമില്ല.

അച്ചൻ: നിങ്ങൾക്ക് ആ ഭക്തിയുണ്ടെന്നു ഞാൻ ഈയ്യിടെ ചില വിവരങ്ങൾ കേട്ടതിൽ നിശ്ചയിച്ചു.

വൈത്തിപ്പട്ടർ: (കണ്ണുനീർ തുടച്ചും എടത്തൊണ്ട വിറച്ചുംകൊണ്ട്) ദൈവം സത്യസ്വരൂപനാണ്. സത്യം തന്നെയാണ് പ്രമാണം എന്നുള്ളത് എനിക്കു നല്ല ബോദ്ധ്യമുണ്ട്. യജമാനെ സത്യം വിട്ട് ഒന്നും ഞാൻ പ്രവർത്തിക്കയില്ല.

അച്ചൻ: എന്താണു വൈത്തിപ്പട്ടരെ ഈ ഘോഷങ്ങൾ എല്ലാം

കേൾക്കുന്നത്? ഇവിടെ നേരിട്ടു രണ്ട് എഴുത്തുകളായി വരുന്നു. ആരാണ് ഇതെല്ലാം ചെയ്യിപ്പിക്കുന്നത്? എന്താണ് വിവരങ്ങൾ? എല്ലാം കേൾക്കട്ടെ.

"എല്ലാ വിവരങ്ങളും ബോധിപ്പിക്കാം. കുറെ സ്വകാര്യമായിട്ടേ ഇപ്പോൾ ബോധിപ്പാൻ പാടുള്ളു. ഇവിടെ ആരും ഇല്ലായിരിക്കും" എന്നു പറഞ്ഞു വൈത്തിപ്പട്ടർ തളത്തിന്റെ ഉമ്മറത്തെ മുറിയിലേക്കു നോക്കിയപ്പോൾ ഒരു പത്തിരുപത് ആളുകൾ ശ്വാസംകഴിക്കുന്ന ഒച്ചകൂടി അടക്കി ചെവികൾ കൂർപ്പിച്ച് വൈത്തിപ്പട്ടരുമായുള്ള അച്ചന്റെ സംഭാഷണം ഒട്ടൊഴിയാതെ കേൾപ്പാൻ ഒളിച്ചുനിൽക്കുന്നതു കണ്ടു. ഉടനെ അച്ചനും മുറിയിലേക്കു നോക്കി. "എന്താണ് ഇവിടെ ആൾക്കൂട്ടം? എല്ലാവരും താഴത്തിറങ്ങി പോവിൻ. അസത്തുക്കൾ! സ്വകാര്യമായി എനിക്ക് ഒന്നും സംസാരിക്കാൻകൂടി വയ്യ ഇവിടെ," എന്ന് അച്ചൻ പറഞ്ഞതുകേട്ട് എല്ലാവരും ബദ്ധപ്പെട്ടു താഴത്തിറങ്ങിപ്പോയി. ആ കൂട്ടത്തിൽ രണ്ടുനാലു രസികന്മാർ അച്ചനും വൈത്തിപ്പട്ടരും വീണ്ടും സംസാരം തുടങ്ങിയപ്പോൾ മടങ്ങി മുമ്പത്തെ സ്ഥാനത്തുതന്നെ പോയിനിന്നു സംഭാഷണം മുഴുവനും കേട്ടതായി വിചാരിപ്പാൻ എടയുണ്ട്.

അച്ചൻ: (വൈത്തിപ്പട്ടരോട്) വിവരങ്ങൾ എല്ലാം പറയിൻ, കേൾക്കട്ടെ.

വൈത്തിപ്പട്ടർ: എല്ലാം കേൾപ്പിക്കാം. എനിക്കു നാളെ അസ്തമനം വരെ എടതരണം. അപ്പോൾ ഞാൻ എല്ലാ വിവരവും വഴിപോലെ അറിയിക്കാം.

അച്ചൻ: അതെന്തിനാണ്? എല്ലാം ഇപ്പോൾതന്നെ പറയാമല്ലോ.

വൈത്തിപ്പട്ടർ: അങ്ങനെയല്ല. എനിക്ക് ഒരാളെ ഇവിടുത്തെ മുമ്പാകെ കൊണ്ടുവരാനുണ്ട്. അയാൾക്കാണു വിവരങ്ങൾ എല്ലാം നിശ്ചയമുള്ളത്. അയാൾ എന്റെ സ്വാധീനത്തിൽ ഉണ്ട്. അയാളെ ഒന്നു കൂട്ടിക്കൊണ്ടുവരണം.

അച്ചൻ: ആരാണ് ഈ ആൾ? എവിടെയുണ്ട് ഈ ആൾ?

വൈത്തിപ്പട്ടർ: ആ തിരുവനന്തപുരക്കാരൻ പിള്ളയുടെകൂടെ ഉണ്ട്. നമ്മുടെ രാജ്യക്കാരൻ കൃഷ്ണൻ എന്നു പേരായ ഒരു ചെക്കനാണ് ഇവൻ. ഇവനാണ് എന്നോട് എല്ലാ വിവരങ്ങളും പറഞ്ഞത്. ഇവൻ വിവരങ്ങൾ പറഞ്ഞശേഷമാണ് എന്റെ മനസ്സിന്നു കേവലം വിരോധം തോന്നി ഞാൻ പിള്ളയുമായി തെറ്റിയത്.

അച്ചൻ: എന്താണു വിവരങ്ങൾ? അതു പറയൂ.

വൈത്തിപ്പട്ടർ: അത് ഇവിടെ അവൻതന്നെ ബോധിപ്പിക്കും. എനിക്ക് ഇവിടെ അറിയിപ്പാൻകൂടി ഭയവും ലജ്ജയും തോന്നുന്നു. അതുകൊണ്ട്, യജമാനൻ ഇന്നു രാത്രിയത്തെ എട എനിക്കു കല്പിച്ച് അനുവദിച്ചാൽ സകല വിവരങ്ങളെയും ഞാൻ നാളെ ഇവിടുത്തെ മനസ്സിലാക്കിക്കൊള്ളാം.

എന്റെകൂടെ ഉദയന്തിയോളം വരുവാൻ ആ ദിക്കു പരിചയമുള്ള ഒരാളെയും അയച്ചുതരുവാൻ കല്പനയാവണം.

അച്ചൻ: അങ്ങനെതന്നെ. എന്നാൽ നാളെ വെളിച്ചാവുമ്പോഴെക്ക്

എത്തുമല്ലൊ. ആ ചെക്കൻ ഇപ്പോഴും പിള്ളയുടെകൂടെത്തന്നെയോ? അവൻ നിങ്ങൾ വിളിച്ചാൽ വരുമോ?

വൈത്തിപ്പട്ടർ: അവൻ എന്റെ സ്വന്തം ആളാണ്. മുമ്പ് ഞാൻ ഒരു അബദ്ധം പ്രവർത്തിച്ചപ്പോൾ ഒന്നിച്ചുകൂട്ടിക്കൊണ്ടുപോയതാണ്. അവൻ ഞാൻ പറഞ്ഞപ്രകാരം എല്ലാം കേൾക്കും. അവനെ എനി ഇവിടുന്നു രക്ഷിക്കണം. ഈ നേര് അവൻ പറയുന്നത് ഇവിടുത്തെ ഒരു കാരുണ്യം മാത്രം ഇച്ഛിച്ചിട്ടാണ്.

"അതിനെന്തു സംശയം? നിശ്ചയമായി അവനേയും അവന്റെ കുടുംബത്തേയും ഞാൻ രക്ഷിക്കും. ഉടനേ പോയി കൂട്ടിക്കൊണ്ടുവരിൻ" എന്നു പറഞ്ഞു വൈത്തിപ്പട്ടരുടെകൂടെ ഗൂഢമായി ഒരാളേയും അയപ്പാൻ അച്ചൻ കല്പിച്ചു. പട്ടര് ഊൺകഴിഞ്ഞ് രാത്രിതന്നെ പുറപ്പെട്ടു. ഉദയന്തളിപ്രദേശം നല്ല പരിചയമുള്ള ഒരാളോടുകൂടി ആ ദിക്കിലേക്കു പോയി. രാമൻമേനോൻ താമസിക്കുന്ന മഠത്തിന്നു സമീപം ഒരു ദിക്കിൽ താമസിച്ചു കൂടെയുള്ളവനെ പ്രഭാതസമയത്തു രാമൻമേനോൻ പാർക്കുന്ന മഠത്തിലേയ്ക്ക് അയച്ചു. കൃഷ്ണനൻ എന്നു പേരായി അവിടെ ഒരുവനുണ്ട്. അവനെ സ്വകാര്യമായി വിളിച്ച്, "വൈത്തിപ്പട്ടര് ഒന്നു സംസാരിപ്പാൻ വിളിക്കുന്നു; പട്ടര് അടുക്കെ വന്നു നിക്കുന്നുണ്ട്,"എന്നു പറഞ്ഞ് കൂട്ടിക്കൊണ്ടുവരുവാൻ പറഞ്ഞയച്ചു. വൈത്തിപ്പട്ടരുടെ ആൾ ചെല്ലുമ്പോൾ കൃഷ്ണനൻ കുളത്തിലേക്കു പോവാൻ പുറപ്പെട്ടു മഠത്തിന്റെ മിറ്റത്തു നില്ക്കുന്നു. അന്വേഷിച്ചതിൽ കൃഷ്ണനനാണെന്ന് അറിഞ്ഞശേഷം "വൈത്തിപ്പട്ടര് വിളിക്കുന്നു" എന്നു പട്ടരുടെ ആൾ പറഞ്ഞു കൃഷ്ണനൻ സന്തോഷിച്ചു മദിച്ചു കുതിച്ച് ഓടി പട്ടരുടെ അടുക്കെ എത്തി.

കൃഷ്ണനൻ: സ്വാമീ, സ്വാമി വന്നുവൊ! എന്നെ ഇന്നുതന്നെ വല്ലതും വാങ്ങിത്തന്നു പറഞ്ഞയക്കണെ.

വൈത്തിപ്പട്ടർ-ആട്ടെ, നീ അവിടെപ്പോയി നിന്റെ മുണ്ടുകളൊ മറ്റൊ ഉണ്ടെങ്കിൽ അതുകൾ ആരും കാണാതെ എടുത്ത് ഇങ്ങട്ടു വാ എനി നീ രാമൻമേനോന്റെകൂടെ താമസിക്കേണ്ട. നിണക്കു നല്ല സമ്പാദ്യത്തിന്ന് എല്ലാം വഴിയായിപ്പോയി.

കൃഷ്ണനൻ: അപ്പോൾ മാസ്പടി ചോദിക്കേണ്ടെ?

വൈത്തിപ്പട്ടർ: ഒരക്ഷരവും ഉരിയാടൊല്ല. ഉടനെ ഒളിച്ചുപോന്നൊ. കാര്യം എല്ലാം നീ ഇവിടെ വന്നിട്ട് ഞാൻ പറഞ്ഞുതരാം. കാൽനാഴികയ്ക്കുള്ളിൽ നീ ഇവിടെ എത്തണം.

കൃഷ്ണനൻ: അങ്ങനെതന്നെ, സ്വാമീ, എനിക്കെല്ലാം സ്വാമിയുടെ കല്പനതന്നെ.

എന്നുപറഞ്ഞ് കൃഷ്ണനൻ മടങ്ങിപ്പോയി. തനിക്കുണ്ടായിരുന്ന രണ്ടുമൂന്നു മുണ്ടുകളും കുടയും എടുത്തു രാമൻമേനോന്റെ മഠത്തിൽ ആർക്കും സംശയം തോന്നിക്കാതെ ചാടി. വൈത്തിപ്പട്ടരുടെ അടുക്കെച്ചെന്നു. ഉടനെ മൂന്നുപേരും പൂഞ്ചോലക്കരയ്ക്കു പുറപ്പെട്ടു. വൈത്തിപ്പട്ടരുടെ കൂടെ വന്നവനെ കുറെ മുമ്പിട്ട് അയച്ചു. വൈത്തിപ്പട്ടരും കൃഷ്ണനനും

വഴിയിൽ ഒരു മഠത്തിൽ ഭക്ഷണത്തിനാണെന്നു പറഞ്ഞുകയറി. അവിടെ വെച്ചും പിന്നെ, പൂഞ്ചോലക്കര സാവധാനത്തിൽ നടന്ന് എത്തുന്നവരെയ്ക്കും ശാരദയെയും രാമൻമേനോനെയും കുറിച്ച് അച്ചൻ ചോദിച്ചാൽ പറയേണ്ടുന്ന വിവരങ്ങളെ എല്ലാം കൃഷ്ണനെ ഉരുക്കഴിപ്പിച്ചു പഠിപ്പിച്ചു. പറഞ്ഞുകൊടുത്തതുപോലെ പറയാറായൊ എന്നറിവാൻ രണ്ടുമൂന്നു പ്രാവശ്യം വൈത്തിപ്പട്ടരുതന്നെ കൃഷ്ണനെക്കൊണ്ടു കഥ പറയിച്ചു. വെടിപ്പായി പറയാറായി എന്നു പട്ടർക്കു പൂർണബോദ്ധ്യമായശേഷം മാത്രം കൃഷ്ണനേയുംകൊണ്ടു വൈത്തിപ്പട്ടര് എടത്തിലേക്കു കയറിച്ചെന്നു. അപ്പോഴെയ്ക്കു രണ്ടുമൂന്നു നാഴിക രാവായിരിക്കുന്നു. അച്ചൻ അപ്പോൾ നാമത്തിന് ഇരിക്കുകയായിരുന്നു. വൈത്തിപ്പട്ടർ എത്തിയാൽ ഏതു സമയമായാലും ക്ഷണത്തിൽ തന്നെ അറിയിക്കണമെന്നു കല്പിച്ചിരുന്നതിനാൽ നാമത്തിനിടയിൽ തന്നെ അച്ചനെ ഭൃത്യന്മാർ വൈത്തിപ്പട്ടര് എത്തി എന്നുള്ള വിവരം അറിയിച്ചു. അച്ചൻ ബദ്ധപ്പെട്ടു നാമം ഒരുവിധം എല്ലാം ജപിച്ച് എഴുനീറ്റു വൈത്തിപ്പട്ടരേയും കൂടെയുള്ളവനേയും മുകളിലേക്കു വിളിപ്പാൻ കല്പിച്ചു.

അച്ചൻ വേഗത്തിൽ വൈത്തിപ്പട്ടരോടും കൃഷ്ണനോടും അകത്തേക്കു കടക്കാൻ പറഞ്ഞു. അകത്തു കടന്ന ഉടനെ അച്ചൻ, “ഇവനൊ, നേരുകളെ എല്ലാം നിങ്ങളോടു പറഞ്ഞത്?”

വൈത്തിപ്പട്ടർ: അതെ, ഇവൻ എല്ലാ വിവരങ്ങളെയും ഇവിടെ ബോധിപ്പിക്കും.

കൃഷ്ണൻ: ഞാൻ എല്ലാ വിവരവും അങ്ങേക്ക് പോതിപ്പിക്കട്ടെ.

അച്ചൻ: പറ, കേൾക്കട്ടെ.

കൃഷ്ണൻ: ഞാൻ കളവ് ഒന്നും പറന്നില്ല. നേരെ പറയുള്ളു. എന്നെ തമ്പുരാൻതിരുമനസ്സുതന്നെ രക്ഷിക്കണം.

അച്ചൻ: അങ്ങനെതന്നെ. വിവരങ്ങൾ എല്ലാം നീ എന്നോടു പറ.

കൃഷ്ണൻ: കല്യാണിഅമ്മ ഇവിടംവിട്ടു പോകുമ്പോൾ വൈത്തിപ്പട്ടർ സ്വാമിയും ഞാനും കൂടെപ്പോയി കാശിവരയ്ക്കു കൂടെപോയി. കാശിയിൽ ഞങ്ങളും താമസിച്ചു. അപ്പോഴെയ്ക്കു രാമപിള്ളയെ കണ്ടെത്തി. രാമപിള്ള ഞങ്ങളുടെകൂടെ താമസമായി. അപ്പോഴെയ്ക്കു വൈത്തിപ്പട്ടർ സ്വാമിക്കു ദേഷ്യമായി. ഞങ്ങളെ അവിടെത്തന്നെ വിട്ടുംവെച്ചു സ്വാമി ഇങ്ങട്ടു പോന്നു. കല്യാണിഅമ്മ ഉടനെ മരിച്ചുപോയി. രാമപിള്ള കല്യാണിഅമ്മയുടെ കയ്യിൽ ഉണ്ടായിരുന്ന പണ്ടങ്ങളും പണവും എല്ലാം കയ്ക്കലാക്കി. എനിക്ക് ഒന്നും തന്നില്ലാ. പിന്നെ രാമപിള്ള ഉശാനിദിക്കിലേക്കു പോയി. ഞാനും കൂടെപ്പോയി. ഉശാനിനിന്ന് ഒരു പട്ടാണിച്ചി ജാതിക്കാരത്തി തേവടിസ്ത്രീയുമായിട്ടു സംസർഗമായി. ഒരു കൊല്ലത്തോളം അവളെ ഒന്നിച്ചു തന്നെ താമസിപ്പിച്ചു. അവൾക്ക് ഒരു പെൺകിടാവ് ഉണ്ടായിരുന്നു. രാമപിള്ളയുടെ സംസർഗത്തിനു മുമ്പുതന്നെ പട്ടാണിച്ചിക്ക് ഉണ്ടായ പെൺകിടാവാണ്. ആ പെൺകിടാവ് കണ്ടാൽ നന്നാണ്. വളരെ നന്നാണ്. ഈ പട്ടാണിച്ചിസ്ത്രീ മരിച്ചുപോയി. പിന്നെ ഈ പെൺകിടാ

വിനെയുംകൊണ്ടു ഞങ്ങൾ വടക്കു രാജ്യമെല്ലാം തെണ്ടി. ഞങ്ങളുടെ കൂടെ ശങ്കരനുണ്ട്. അയാൾ അപ്പാ, വലിയ വികൃതിയാണ്. അയാൾക്കു ചൂതാട്ടവും റാക്ക് കുടിയും ആണു വേല. ഒരു പത്തുകൊല്ലം ഞങ്ങൾ തെണ്ടിത്തിരിഞ്ഞു നടന്നു. രാമപിള്ളയുടെ കൈയിലുള്ള മുതൽ മുക്കാലും തീരാറായി. കടം കൊടുത്തിട്ടു കിട്ടാതെയും കള്ളു കുടിച്ചിട്ടും ചൂതാട്ടത്തിലുംകൂടി ശങ്കരമേനോൻതന്നെയാണ് മുക്കാലും പണം കളഞ്ഞത്. പിന്നെ ഞങ്ങൾ ശെലവിനു ഞെരുക്കമായി. ശങ്കരമേനോൻ ഒരു ചതിക്കു വട്ടംകൂട്ടി. തമ്പുരാന്റെ ഈ എടത്തിൽ വളരെ കോപ്പുണ്ടെന്നു കല്യാണി അമ്മ പറഞ്ഞിട്ടുണ്ട്. ഈ പട്ടാണിച്ചി പെൺകിടാവ് വളരെ നന്നാണല്ലോ. ഇതു കല്യാണിഅമ്മയുടെ മകളാണെന്നു പറഞ്ഞു തമ്പുരാന്റെ എടത്തിൽ വന്നു കൂട്ടംകൂടിയാൽ വല്ലതും കിട്ടുമെന്നു ശങ്കരമേനോൻ പറഞ്ഞു പിള്ളയെ ബോധിപ്പിച്ചു. ഞാനും അങ്ങനെതന്നെ പറയേണമെന്നു പൊന്നും വിളക്കുവെച്ചു സത്യം ചെയ്യിച്ചു. ഞാൻ സത്യം ചെയ്തു. ഞങ്ങൾ പിന്നെ രാമേശ്വരത്തു വന്നു. അവിടെ വൈത്തിപ്പട്ടർസ്വാമിയെ കണ്ടു. ശങ്കരമേനോൻ ഈ പട്ടാണിച്ചിപ്പെണ്ണെ കല്യാണിഅമ്മയുടെ മകളാണെന്നു പറഞ്ഞു വിശ്വസിപ്പിച്ചു. സ്വാമി കല്യാണിഅമ്മ മരിച്ചതു കേട്ടു വ്യസനംകൊണ്ടു പെൺകുട്ടിയേയും ഞങ്ങളെയും സ്വാമീന്റെ ഗൃഹത്തിൽ കൊണ്ടന്ന് അവിടുന്ന് തമ്പുരാന് എഴുത്തയച്ചു. അതിന്റേശേഷം സ്വാമിക്ക് ഈ പട്ടാണിച്ചി കുട്ടിയുടെ നിറവും ഉടുപുടവയും കണ്ടു സംശയമായി എന്നോടു തെരക്കി ചോദിച്ചു. സത്യം ചെയ്തു ചോദിച്ചപ്പോൾ ഞാൻ നേരെല്ലാം പറഞ്ഞു. സ്വാമിക്കു ബഹുദ്വേഷ്യമായി. ശങ്കരമേനോൻ അപ്പോഴേക്ക് ഉദയന്തളിനിന്ന് ആളെ വരുത്തി ഞങ്ങൾ ഉദയന്തളിക്കു പോന്നു. ഇതാണു തമ്പുരാനെ സത്യം.

അച്ഛൻ: ശിവ, ശിവ! നാരായണ, നാരായണ! കേട്ടതു മതി മതി. പട്ടാണിച്ചിജാതിയാണ് പെണ്ണ്!

കൃഷ്ണൻ: അതെ, തമ്പുരാനെ.

അച്ഛൻ: ഈ മുസൽമാൻജാതി മാപ്പിളജാതിയോ?

കൃഷ്ണൻ വൈത്തിപ്പട്ടരുടെ മുഖത്തു നോക്കി.

വൈത്തിപ്പട്ടർ: അതെ, ശുദ്ധബൗദ്ധൻ, ബൗദ്ധജാതിതന്നെ.

അച്ഛൻ: കഷ്ടം! ശിവ, ശിവ! കഷ്ടം! വൈത്തിപ്പട്ടരെ, നിങ്ങൾ എന്തുകൊണ്ട് ഈ വിവരം ഉടനെ ഉദയന്തളിക്ക് അറിയിച്ചില്ല? ഉദയന്തളിക്കാരും ഇവിടേയും ബദ്ധമത്സരമായാലും അവരുടെ ക്ഷേത്രം മുതലായത് അശുദ്ധം വരുത്തുന്നതു ബ്രാഹ്മണർക്കു പരക്കെ ദോഷംവരുന്ന കാര്യമാണല്ലോ. നിങ്ങൾ എന്തുകൊണ്ട് ഇതുവരെ അറിയിച്ചില്ലാ?

വൈത്തിപ്പട്ടർ: ഞാൻ എന്താണു യജമാനനെ അറിയിക്കേണ്ടത്? ഉദയന്തളിയിൽനിന്ന് ഉദയവർമ്മൻ തിരുമുല്പാടുതന്നെ വന്ന് ഈ കുട്ടിയെയും രാമൻപിള്ളയെയും കെട്ടിവലിച്ചുകൊണ്ടു പോവുമ്പോൾ ഞാൻ എന്തു പറയാനാണ്? ഉദയന്തളിക്കാർ ഒരു സമയം അവരുടെ ജാതി

പോയാലും ഇവിടെ അപമാനം വരുത്തേണമെന്നായിരിക്കും വിചാരിക്കുന്നത്. ഞാൻ ഇതെല്ലാം പറഞ്ഞാൽ വഷളായി തീർന്നുവെങ്കിലോ?

അച്ചൻ: ഛെ, ഛെ, അതു പോരാ. നാം ഇപ്പോൾ ഉദയന്തളി തിരുമുല്പാട്ടിലേക്കും മറ്റ് ആ ദിക്കിൽ ഉള്ള പ്രമാണപ്പെട്ട നമ്പൂതിരിപ്പാടുമാർക്കും മറ്റും വെടിപ്പായി വേണ്ടുന്ന അറിവു രേഖാമൂലം കൊടുക്കണം. സംശയമില്ല. എനി അതിനു വാദമുണ്ടോ? ആരെടൊ അവിടെ? ശങ്കുനമ്പിയെ വിളിക്കട്ടെ, രാഘവനുണ്ണി എവിടെ?

എന്നു പറഞ്ഞുകൊണ്ട് അച്ചൻ ക്രോധത്താലും ശൗര്യത്താലും ലജ്ജയാലും തെളിവുകിട്ടിപ്പോയി എന്നുള്ള സന്തോഷത്താലും ആകപ്പാടെ ഒരു ഭ്രാന്തചിത്തന്റെ നിലയിൽ ആയി ബദ്ധപ്പെട്ടു മാളികമുകളിൽ നിന്നു താഴത്തേക്ക് ഇറങ്ങി.

ഈ ധൃതഗതി ആകപ്പാടെ കണ്ടപ്പോൾ വൈത്തിപ്പട്ടർക്ക് അല്പം ഭയം ഉണ്ടായി. തന്റെ ഈ പെരുകളവു ക്രമേണ ഉറപ്പിച്ചു ഉറപ്പിച്ച് കൊണ്ടുവന്നിട്ടു ലേശം ലേശമായി പുറത്തുവിട്ടു ക്രമേണ ക്രമേണ ക്രമേണ ജനങ്ങളെ മനസ്സിലാക്കി വന്നാലെ ഒരുസമയം നിലനില്ക്കുകയുള്ളൂ എന്നും ഒന്നായിട്ടു കൊട്ടിഘോഷിച്ചു ക്ഷണേന പരത്തിയാൽ ഒരു സമയം ക്ഷണത്തിൽ വെളിവായിപ്പോയാലോ എന്നും കുരുട്ട് ആലോചനയിൽ വമ്പനായ വൈത്തിപ്പട്ടർക്കു തോന്നിയതിനാൽ അച്ചന്റെ ഗോഷ്ഠികൾ കണ്ടപ്പോൾ കുറെ ഭയവും വ്യസനവുമാണ് വൈത്തിപ്പട്ടർക്ക് ഉണ്ടായത്. പട്ടാണിജാതിയാണ് കുട്ടി എന്ന് കൃഷ്ണന്റെ മുഖത്തിൽനിന്നു കേട്ടപ്പോൾ വെടികേട്ടു ശീലമില്ലാത്ത ഒരു ആന അടുത്തു വെടിപൊട്ടുന്ന ശബ്ദം കേട്ടു ഞെട്ടി മെരളുന്ന മാതിരി അച്ചൻ മെരളുന്നതു കണ്ടു വൈത്തിപ്പട്ടർ ഭയപ്പെട്ടു. ആട്ടെ, വരുന്നതെല്ലാം വരട്ടെ. വല്ലതും ഇതിൽ തകരാറു വന്നാൽ അത് ഒഴിക്കാനും മാർഗ്ഗമുണ്ടെന്നു കണ്ടു പട്ടരുടെ ഭീതിക്കു വളരെ ആധിക്യത ഉണ്ടായില്ല.

എട്ടാം അദ്ധ്യായം

അച്ചൻ മാളികയിൽനിന്നു താഴത്തിറങ്ങി രാഘവനുണ്ണിയേയും ശങ്കുനമ്പിയേയും വിളിച്ച് ഉടനെ വൈത്തിപ്പട്ടരു മുഖേന അറിഞ്ഞ വിവരങ്ങളെക്കുറിച്ച് ഉദയന്തളിയിലുള്ള നമ്പൂതിരിമാർക്കും മറ്റും തിരുമുല്പാടിനു തന്നെയും കത്തുകൾ തയ്യാറാക്കി അയയ്ക്കണം എന്നു കല്പിച്ചു. രാഘവനുണ്ണിക്ക് എല്ലായ്പ്പോഴും തന്റെ മകൻ കൃഷ്ണമേനോന് കത്തുകൾ എഴുതുവാനും മറ്റുമുള്ള സാമർത്ഥ്യത്തെ വലിയച്ചനേയും മറ്റും അറിയിക്കണമെന്നായിരുന്നു താല്പര്യം. അതു കൊണ്ടു കത്തയയ്ക്കേണമെന്നു പറഞ്ഞ ഉടനെ കൃഷ്ണമേനോനെ വിളിച്ച് അച്ഛന്റെ മുമ്പാകെ കൊണ്ടുപോയി. ഈ കൃഷ്ണമേനോൻ എനി ഈ കഥയിൽ പറവാൻ പോവുന്ന സിവിൽ വ്യവഹാരസംഗതിയിൽ മുഖ്യനായി വരുന്ന ഒരു ദേഹമാകയാൽ ഇദ്ദേഹത്തിന്റെ പ്രകൃതത്തേയും മറ്റും പറ്റി അല്പം വിവരമായി ഇവിടെ ഞാൻ പ്രസ്താവിക്കുന്നു.

കൃഷ്ണമേനോന് ഇരുപത്തിനാലാം വയസ്സാണ് ഈ കഥയിൽ പ്രവേശിക്കുന്ന കാലമെന്നും നല്ല പഠിപ്പുള്ള അതിയോഗ്യനായ ഒരു കുട്ടിയാണെന്നും ഞാൻ പറഞ്ഞിട്ടുണ്ടല്ലോ. സൃഷ്ടിയിൽ ഇദ്ദേഹത്തിന്റെ ദേഹലാവണ്യം എത്ര ധാരാളമായി കാണപ്പെട്ടുവോ അത്ര ധാരാളമായിത്തന്നെ ഇദ്ദേഹത്തിന്റെ ശരീരകാന്തികൊണ്ടും ബുദ്ധിവിദഗ്ദ്ധതകൊണ്ടും ബുദ്ധിമാന്മാരായ എല്ലാ മനുഷ്യരും ഇദ്ദേഹത്തെ വളരെ സ്നേഹിച്ചുവന്നു. ഇംഗ്ലീഷ് പഠിച്ച് ബി.എ., ബി.എൽ പരീക്ഷകൾ ജയിച്ചവര് എല്ലാവരും വളരെ പഠിപ്പുള്ളവരും ബുദ്ധിമാന്മാരും ആണെന്നു സാധാരണ ഇപ്പോൾ വിചാരിച്ചു വരുന്നുണ്ടല്ലോ. അത് എത്രയോ കാര്യങ്ങളിൽ അബദ്ധമായ ഒരു വിചാരമാണെന്നു സൂക്ഷ്മമായി ആലോചിച്ചാൽ നുമ്മൾക്ക് അറിയാം. പരീക്ഷകളിൽ ജയിക്കുന്നതുകൊണ്ട് അങ്ങനെ ജയിക്കുന്നവരെ ആ പരീക്ഷകൾക്കായി നിയമിക്കപ്പെട്ട ചില പുസ്തകങ്ങൾ വായിച്ച്

അറിവുവരുത്തീട്ടുണ്ടെന്നു പക്ഷെ, ഊഹിക്കാം എന്നു മാത്രമല്ലാതെ, പഠിപ്പുള്ളവനെന്നു ഞാൻ ഒരുവനെ സമ്മതിക്കേണമെങ്കിൽ, അവന്റെ അറിവിന്റെ വലിപ്പത്തെ സാധാരണ അവന്റെ വിചാരങ്ങളിലും ആലോചനകളിലും പ്രവൃത്തികളിലും പ്രത്യക്ഷമായി കാണണം. നമ്മുടെ കൃഷ്ണമേനോൻ സ്കൂൾവകയായ ഉയർന്നതരം പരീക്ഷകൾ എല്ലാം കൊടുത്തു ജയിച്ചശേഷമാണ് യഥാർത്ഥമായ പഠിപ്പ് ആരംഭിച്ചത് എന്നു പറയേണ്ടതാണ്. ദ്രവ്യസ്ഥനായ തന്റെ അച്ഛൻ രാഘവനുണ്ണിയുടെ അത്യന്തം പ്രിയപ്പെട്ട മകനായ കൃഷ്ണമേനോന് ദ്രവ്യം ചെലവുചെയ്യുന്നതിനു ബുദ്ധിമുട്ട് ഉണ്ടാവാൻ എടയില്ലല്ലൊ. എന്നാൽ ചില ദ്രവ്യസ്ഥന്മാരായ ചെറുപ്പക്കാരു ചെയ്യുന്നതുപോലെ ജോഡ് ഒത്ത് വലിയ വൈരക്കടുക്കൻ അഞ്ഞൂറും ആയിരവും ഉറുപ്പിക കൊടുത്തു വാങ്ങുന്നതിലും സ്വർണനൂലുകളും രത്നമോതിരങ്ങളും ഉണ്ടാക്കുന്നതിലും കുതിരവണ്ടികൾ വാങ്ങുന്നതിലും വിലപിടിച്ച പട്ടുകൾകൊണ്ടും മറ്റും ഉടുപ്പുകൾ ഉണ്ടാക്കുന്നതിലും മറ്റും അല്ല കൃഷ്ണമേനോൻ തന്റെ പണം ചിലവിട്ടത്. ഈ കുട്ടി ചിലവുചെയ്തത് ഇന്ന വിഷയത്തിലാണെന്ന് അദ്ദേഹത്തിന്റെ പഠിപ്പുമുറി നോക്കിയാൽ കാണാം. മദിരാശിയിൽ താൻ പഠിക്കുന്നേടത്തു മലയാളത്തിലെ തന്റെ സ്വഗൃഹത്തിലുംകൂടി ഏകദേശം രണ്ടായിരത്തിൽ ചുരുങ്ങാതെ പലെ വിധങ്ങളായ പുസ്തകങ്ങൾ ഇദ്ദേഹത്തിനുണ്ടായിരുന്നു. തർക്കം, സൃഷ്ടി, തത്ത്വജ്ഞാനശാസ്ത്രം, മനോവികാരതത്ത്വജ്ഞാനശാസ്ത്രം, ഐഹികവൃത്തി, തത്ത്വശാസ്ത്രം, ശരീരശാസ്ത്രം, പദാർത്ഥഗുണജ്ഞാന ശാസ്ത്രം, ലോകചരിത്രങ്ങൾ, വ്യവഹാരശാസ്ത്രം മുതലായ സംഗതികളെപ്പറ്റി മഹാവിദ്വാന്മാര് ഇംഗ്ലീഷ്ഭാഷയിൽ എഴുതീട്ടുള്ള അസംഖ്യം പുസ്തകങ്ങളും സംസ്കൃതത്തിൽ എഴുതീട്ടുള്ള അനേക പുസ്തകങ്ങളും ഇദ്ദേഹം വളരെ പണം ചിലവുചെയ്തു വാങ്ങി തന്റെ പഠിപ്പുമുറികളിൽ നിറച്ചിട്ടുണ്ടായിരുന്നു. ഈവക ഗ്രന്ഥങ്ങളിൽ ഉള്ള കാലക്ഷേപമേ ഇതേവരെ ഇദ്ദേഹത്തിന്ന് ഉണ്ടായിട്ടുള്ളു. ബിലാത്തിയിൽ ഏതെങ്കിലും ഒരു പുതിയ പുസ്തകം എഴുതീട്ടുണ്ടെന്ന് അറിയുന്ന ഉടനെ അതിനെ കൃഷ്ണമേനോൻ വരുത്താതിരിക്കുകയില്ല. പുതിയ പുസ്തകങ്ങൾ വല്ലതും ഒരു ദിവസമെങ്കിലും തപാലിൽ ഇദ്ദേഹത്തിന്നു കിട്ടാതിരിക്കുകയില്ല. ഒരു സമയമെങ്കിലും ഒരു പുസ്തകം വായിച്ചുകൊണ്ടല്ലാതെ കൃഷ്ണമേനോൻ ആരാലും കാണപ്പെട്ടിട്ടില്ലാ. സ്വതെ അതിബുദ്ധിയും ഗ്രഹണശക്തിയും ഉള്ള ഒരാൾക്ക് ബുദ്ധിക്ക് അറിവുണ്ടാക്കുവാൻ ഇത്ര ഭ്രമം താനെ ഉണ്ടായാൽ അയാളുടെ പഠിപ്പിന്റെ അവസ്ഥയെക്കുറിച്ചു പറവാനുണ്ടൊ. ഇദ്ദേഹത്തെ പഠിപ്പിച്ചിരുന്ന മഹാവിദ്വാന്മാരെല്ലാം ഇദ്ദേഹത്തിന്റെ അറിവിനെയും അതിനെ പ്രയോഗിപ്പാനുള്ള ഒരു ചതുരതയും കണ്ട് ആനന്ദിക്കുകയും ചിലപ്പോൾ ലജ്ജിച്ച് അസൂയപ്പെടുകയും ചെയ്തു. എനി ഇദ്ദേഹത്തിന്റെ സ്വഭാവത്തെക്കുറിച്ചു പറയുന്നതായാൽ ഒന്നു രണ്ടു സംഗതികളെക്കുറിച്ചു മാത്രമെ വിശേഷവിധിയായി പറവാനുള്ളൂ. ബുദ്ധിക്ക് ഇത്ര സ്വതന്ത്രത ഉണ്ടായിട്ടുള്ള ആൾ

വേറെ ഹിന്ദുക്കളിൽ ദുർല്ലഭമാണെന്നുതന്നെ പറയാം. ഇദ്ദേഹത്തിന്റെ ഗുണഗണങ്ങളെ അറിഞ്ഞു ഗവണ്മെണ്ട് ഇദ്ദേഹത്തിന്നു തക്കതായ ഒരു ഉദ്യോഗം കൊടുപ്പാൻ ഭാവിച്ചു. തന്റെ സ്വാതന്ത്ര്യഹാനിയെ വിചാരിച്ച് ഇദ്ദേഹം സർക്കാരുദ്യോഗത്തിൽ പ്രവേശിച്ചില്ലാ. എന്നാൽ അപാരമായ അറിവുണ്ടായിരുന്നതിനാൽ ആ സ്വതന്ത്രതനിമിത്തം ഇദ്ദേഹത്തിന്നു ബുദ്ധിക്ക് അഹങ്കാരം ലേശം ഉണ്ടായിരുന്നില്ലാ. തന്റെ സമസൃഷ്ടിയിൽ അത്യന്തം ദയാലുവും സത്യനിരതനും ആയിരുന്നു. എല്ലായ്പോഴും പഠിപ്പിൽ മഗ്നനായി കാലം കഴിച്ചതിനാൽ തനിക്കു സ്നേഹിതന്മാരായി വളരെ ആളുകൾ ഉണ്ടായിരുന്നില്ലാ. ഒന്നുരണ്ടുപേരേ ഉണ്ടായിരുന്നുള്ളു. അവരുമായി തന്നെ സംസാരിപ്പാനും മറ്റും ഇദ്ദേഹത്തിന്നു സമയം ഉണ്ടാവുന്നത് ദുർല്ലഭമാണ്. ഇദ്ദേഹം കാഴ്ചയിൽ അതികോമളനാണെന്നു പറഞ്ഞിട്ടുണ്ടല്ലോ. സ്ത്രീകളുടെ സൗന്ദര്യത്തെക്കുറിച്ചു വർണിക്കുന്ന മാതിരിയിൽ പുരുഷന്മാരുടെ സ്വരൂപവിശേഷതയെക്കുറിച്ച് അംഗപ്രത്യംഗ വർണന ചെയ്യുന്നത് അനാവശ്യമാകുന്നു. എങ്കിലും അല്പമൊന്നു പറഞ്ഞേക്കാം.

കൃഷ്ണമേനോൻ ദീർഘം ധാരാളമുള്ള ആളാണ്. വർണം തങ്കവർണം എന്നുതന്നെ പറയണം. മുഖത്തിന്റെ ആകപ്പാടെയുള്ള കാന്തി എനിക്കു തോന്നുന്നതു വളരെ ദളമുള്ള അശേഷം വാട്ടംതട്ടാത്ത ഒരു ചെന്താമരപുഷ്പത്തിന്റെ കാന്തിപോലെ ഇരിക്കും എന്നാണ്. കണ്ണുകൾ വിശാലമായി ദീർഘിച്ച് നിബിഡമായ രോമങ്ങളാലുള്ള പക്ഷ്മങ്ങളോടുകൂടിയാണ്. നേത്രങ്ങളിൽനിന്ന് സ്ഫുരിക്കുന്ന രസംതന്നെ ബുദ്ധിക്ക് അനുസരിച്ച ശാന്തതയോടുകൂടിയ ഗാംഭീര്യമാണ്. ശൃംഗാരരസം ലേശം പോലും ഉണ്ടെന്നു സാധാരണ ആളുകൾക്കു തോന്നുകയില്ല. രണ്ടു മൂന്നിഞ്ചു നീളത്തിൽ വെട്ടിനിരത്തി നിർത്തിയ അഗ്രം ചുരുണ്ട അതി നീലവർണമായ തലമുടിയും ചുരുണ്ടു ഘനമായി നില്ക്കുന്ന കുടുമയും അതിമോഹനമായുള്ള ഫാലത്തിന്റെ സ്വതേയുള്ള വർണത്തെ അത്യന്തമനോഹരമാക്കിത്തീർത്തു എന്നേ പറവാനുള്ളു. അത്യന്തരക്ത വർണങ്ങളായി അതികോമളമായിരിക്കുന്ന ഇദ്ദേഹത്തിന്റെ അധരങ്ങളെ കാണുന്ന യുവതികൾക്ക് എന്താണു ഗതി എന്ന് എനിക്കു പറവാൻ പ്രയാസം. ദേഹം സൃഷ്ടിസ്വഭാവേന ഉള്ളതിനുപുറമെ കൃത്യമായ വ്യായാമത്താലും അതിഭംഗിയായി ഇരിക്കുന്നു എന്നേ പറവാനുള്ളൂ. ആകപ്പാടെ കൃഷ്ണമേനോൻ ഒരു വിശേഷവിധിയായ സുന്ദരനാണെന്നു ദൃഷ്ടമാത്രത്തിൽ ഏവനും തോന്നും. ബുദ്ധിചാതുര്യവും പഠിപ്പുംകൊണ്ടും ബുദ്ധിമാന്മാരായ പുരുഷന്മാർ എങ്ങനെ കൃഷ്ണമേനോനെ ആശ്ചര്യപ്പെട്ടുവോ അതുപ്രകാരംതന്നെ സുന്ദരികളായുള്ള യുവതികൾ എല്ലാം ദൃഷ്ടിമാത്രത്തിൽ കൃഷ്ണമേനോനിൽ ലയിക്കാതിരുന്നില്ല. കണ്ടാൽ മന്മഥമന്മഥനായിരുന്നു എന്നുവരികിലും തന്നെ കാണുന്ന ഏതു സുന്ദരിക്കും തന്നിൽ ഭ്രമം ഉണ്ടായി എന്ന് അറിവാൻ കൃഷ്ണമേനോന് ധാരാളമായി ബുദ്ധിശക്തി ഉണ്ടായിരുന്നുവെങ്കിലും അതിൽനിന്നു യാതൊരു ചാപല്യങ്ങളും

ഇതുവരെ കൃഷ്ണമേനോന്റെ മനസ്സിനെ ബാധിച്ചിട്ടില്ല. നല്ല സുന്ദരികളായ യുവതികൾ യദൃച്ഛയാ കൃഷ്മമേനോനോടു സംസാരിപ്പാൻ എടവന്നാൽ അത്ര ഉപദ്രവം തനിക്കു വേറെ ഒന്നുംകൊണ്ടും ഉണ്ടാവുകയില്ലെന്നുള്ള നാട്യമാണ് കൃഷ്ണമേനോന് ഉണ്ടായിക്കാണുമാറ്. പൂഞ്ചോലക്കര പ്രദേശത്തു പലേ പ്രമാണപ്പെട്ട വീടുകളിലും അതിസുന്ദരികളായും അതിസാമർത്ഥ്യത്തോടും അറിവോടും കൂടിയുള്ള യുവതികൾ എല്ലാം കൃഷ്ണമേനോൻ എനിക്ക് എനിക്ക് ഭർത്താവായി വരേണമെന്ന് അത്യാഗ്രഹപ്പെടാത്തവർ ആരും ഉണ്ടായിരുന്നില്ല. ഇദ്ദേഹത്തോട് ഒന്നു സംസാരിച്ചാൽ മതി, ഇദ്ദേഹത്തിന്റെ ഒരു മന്ദഹാസം കണ്ടാൽ മതി, ഒരു വാക്കു പറയുന്നതു കേട്ടാൽ മതി, രണ്ടുനിമിഷം അടുത്തു കണ്ടാൽ മതി, എന്ന് ആഗ്രഹിക്കാത്ത തരുണികൾ ആ ദിക്കിൽ ആരും ഉണ്ടായിരുന്നില്ലെന്നുതന്നെ പറയാം. എന്നാൽ ഈ ഒരു ആഗ്രഹനിവൃത്തി കൃഷ്ണമേനോൻ ഒരിക്കലും ചെയ്തുകൊടുത്തിരുന്നില്ല. അതുകൊണ്ട് ഇദ്ദേഹത്തിന്റെ സ്വഭാവം വളരെ ചീത്തയാണെന്നും ഇദ്ദേഹം ദുഷ്ടനാണെന്നും ഇദ്ദേഹത്തിന്റെ ബുദ്ധിക്കു ശൃംഗാരമില്ലെന്നും ഇദ്ദേഹം വെട്ടിക്കടഞ്ഞു തെളിയിക്കാത്ത ഒരു വൈരക്കല്ലുപോലെയാണെന്നും ചളിയിൽ കുടുങ്ങിക്കിടക്കുന്ന ചെന്താമരപ്പൂവിനെപ്പോലെയാണെന്നും ആർക്കും ഉപകാരമില്ലാത്ത വനപ്രദേശത്ത് ഉണ്ടായി വികസിച്ചു നിൽക്കുന്ന അതിസുരഭിയായ ഒരു പുഷ്പത്തെപ്പോലെയാണെന്നും അസത്താണെന്നും കോമളാംഗികളായ പലേ പെണ്ണുങ്ങളും സങ്കടത്തോടുകൂടി പറഞ്ഞുവന്നു. വഴിയിലോ ക്ഷേത്രത്തിലോ മറ്റോ വെച്ചു ചിലപ്പോൾ ഒരു സുന്ദരിയായ സ്ത്രീ കൃഷ്ണമേനോനെ എതിരെ കണ്ടു എന്നു വരാം. കാണുമ്പോഴേക്ക് അവളുടെ മനസ്സ് എളകി കലശലായ അനുരാഗത്താൽ പരവശപ്പെട്ടു ലജ്ജിച്ചു കൃഷ്ണമേനോനെ ഒന്നു കടാക്ഷിച്ചു എന്നു വന്നേക്കാം. എന്നാൽ കൃഷ്ണമേനോൻ ഇതിന്റെ അർത്ഥം ഒന്നും മനസ്സിലായില്ലെന്നു നടിച്ചു ശുദ്ധകുട്ടികളുടെ മാതിരി നേരെ നടന്നുപോവും. പരിചയമുള്ളസ്ത്രീയാണെങ്കിൽ മുഖത്തേക്കു നേരെ നോക്കി തന്റെ പ്രവാളാധരങ്ങളെ ഒന്നു ചുളിച്ചു മന്ദഹാസത്തിന്റെ ഒരു ലക്ഷണം അല്പമായി ഒന്നു കാണിച്ചു എന്നു വരുത്തി പൊയ്ക്കളയും. ഇതിൽ അധികം ഒന്നും കാണുകയില്ല. തന്റെ പുസ്തകങ്ങളും താനും മറ്റു യാതൊരു ചിന്തയും ഇല്ല. ഇങ്ങനെയാണ് കൃഷ്ണമേനോൻ ഇക്കാലം കഴിച്ചുവന്നത്.

കൃഷ്ണമേനോൻ അച്ഛന്റെ മുമ്പാകെ പോയിനിന്നു എന്നു പറഞ്ഞിട്ടുണ്ടല്ലോ. കണ്ട ഉടനെ അച്ഛൻ "കുട്ടാ, നീ ഇന്നാൾ ഉണ്ടാക്കിയ മറുപടി ബഹുവിശേഷമെന്നു സകല വക്കീലന്മാരും സമ്മതിച്ചുപോയത്രെ. എനിക്കു വളരെ സന്തോഷമായി. എഴുത്തയച്ച കള്ളന്മാരുടെ യഥാർത്ഥരീതി എല്ലാം രാഘവൻ കുട്ടനോടു പറഞ്ഞില്ലേ? എന്തൊരു കഷ്ടമാണ് ഇത്!"

കൃഷ്ണമേനോൻ: വലിയ കഷ്ടംതന്നെ.

അച്ഛൻ: ഇവരുടെ ജാതി ഇന്നതാണെന്നു നോം ഇപ്പോൾ അറിഞ്ഞതിനാൽ എനി ആ വിവരം എല്ലാവരെയും അറിയിച്ചു ക്ഷേത്രം, കുളം മുതലായത് ഇവരെക്കൊണ്ടു തൊട്ട് അശുദ്ധമാക്കിക്കാതെ കഴിക്കേണ്ടിയിരിക്കുന്നു. അതിന് ഈ വിവരങ്ങൾ കാണിച്ച് കുട്ടൻ എഴുത്തുകൾ ഉണ്ടാക്കണം.

കൃഷ്ണമേനോൻ: നോം കേട്ടവിവരം സൂക്ഷ്മമല്ലെങ്കിൽ ഇങ്ങനെ എഴുതുന്നതിൽ വൈഷമ്യമുണ്ടെന്ന് എനിക്കു തോന്നുന്നു, പിന്നെ നോം ഇപ്പോൾ അവരുടെ വൈരികളാണെന്ന് എല്ലാവരും അറിയുന്നതുകൊണ്ടു കേട്ടവിവരം സൂക്ഷ്മമായിരുന്നാൽത്തന്നെ ഇതിനെപ്പറ്റി നോം നേരിട്ട് ഓരോരുത്തർക്കെഴുതുന്നതു ഭംഗിയായിരിക്കുമോയെന്ന് ഞാൻ സംശയിക്കുന്നു.

അച്ഛൻ: (അല്പം ക്രോധത്തോടെ) കാര്യം സൂക്ഷ്മമാണ്. യാതൊരു സംശയവുമില്ല. നോം ഈ ദിക്കിൽ പ്രഭുക്കളല്ലേ? ഈവിധം നമ്മുടെ ആചാരങ്ങളിൽ അക്രമങ്ങൾ കാണിച്ചാൽ ഒരിക്കലും അതുകളെ അമർച്ച ചെയ്യാതിരിപ്പാൻ പാടുണ്ടോ? കുട്ടൻ ആലോചിച്ചുനോക്കൂ. ക്ഷണത്തിൽ എഴുത്തു തയ്യാറാക്കണം. പക്ഷേ, ശങ്കുനമ്പി ഒപ്പിട്ടയയ്ക്കട്ടെ. ഞാൻ കല്പിച്ചപ്രകാരം എഴുതിയതാണെന്ന് എഴുത്തിൽ കാണിക്കട്ടെ. അല്ലെ രാഘവാ?

രാഘവനുണ്ണി: കല്പനപോലെ

എന്നുപറഞ്ഞ് എല്ലാവരും പിരിഞ്ഞു. കൃഷ്ണമേനോൻ എഴുത്തെഴുതുവാൻ തന്നാൽ സാധിക്കയില്ലെന്നു പറഞ്ഞു. ശങ്കുനമ്പിയും കുഞ്ചുമേനോനും കൂടി ആലോചിച്ച് ഉടനെ എഴുത്തുകളുണ്ടാക്കി. ഒന്ന് ഉദയന്തളി രാമവർമ്മൻ തിരുമുല്പാട്ടിലേക്കും മറ്റൊന്ന് ഉദയന്തളിപ്രദേശത്ത് കലിങ്ങമണ്ണ് ഇല്ലത്ത് വലിയനമ്പൂതിരിപ്പാടവർകൾക്കും മൂന്നാമത്തേത് ഉദയന്തളി ക്ഷേത്രത്തിന്നു സമീപമുള്ള നമ്പൂതിരിമാരുടെ അദ്ധ്യയനമഠത്തിലേക്കുമാണ് കത്തുകൾ അയപ്പാൻ നിശ്ചയിച്ചത്. ഉടനെ എഴുത്തുകൾ അയച്ചു.

ഉദയന്തളിക്കുള്ള എഴുത്തുംകൊണ്ട് ആൾ ചെന്നപ്പോൾ രാമവർമ്മൻ തിരുമുല്പാടും കുണ്ടൻമേനോനും തമ്മിൽ വ്യവഹാരത്തെക്കുറിച്ചു ചെയ്യേണ്ടുന്ന ഏർപ്പാടുകളെപ്പറ്റി സംസാരിച്ചുകൊണ്ടിരിക്കുകയായിരുന്നു. എഴുത്തുകൊണ്ടുവന്നവൻ സമീപത്തെത്തിയപ്പോൾ തിരുമുല്പാടു ചോദിച്ചു:

“ആരുടെ എഴുത്താണിത്?”

“പൂഞ്ചോലക്കര കാര്യസ്ഥൻ ശങ്കുനമ്പിയുടെ.”

തിരുമുല്പാട്: ശങ്കുവിന് നമുക്കെഴുതുവാനെന്താവശ്യം?

“അത് എനിക്കു നിശ്ചയമില്ല.” എന്നു പറഞ്ഞ് എഴുത്തു കൊണ്ടുവന്നവൻ എഴുത്തിനെ കോലാമമൽവെച്ച് അവൻ തിരികെ പോരുകയും ചെയ്തു.

തിരുമുല്പാട് വല്ലാതെ ആശ്ചര്യപ്പെട്ടു.

തിരുമുല്പാട്: കുണ്ടാ, ആ എഴുത്തെടുത്ത് തുറന്നു വായിക്കൂ, ഇത് എന്തു കഥയാണ്? പുതുതായി നമ്മുടെ നേരെ വല്ല വ്യവഹാരവും ഭാവിച്ചിട്ടുണ്ടായിരിക്കും.

കുണ്ടൻമേനോൻ എഴുത്തെടുത്തു തുറന്നു താഴെ പറയുംപ്രകാരം വായിച്ചു:

ശ്രീ

തിരുവനന്തപുരത്തുകാരൻ രാമൻപിള്ള എന്ന ഒരാൾ ഒരു പെൺകുട്ടിയോടുകൂടി അവിടത്തെ വക ഒരു മഠത്തിൽ അവിടുത്തെ ചിലവിന്മേൽ താമസിച്ചുവരുന്നുണ്ടല്ലോ. ആ പെൺകുട്ടി മുസൽമാൻ ജാതിയായ ഒരു ബൗദ്ധസ്ത്രീയിൽ ജനിച്ച കുട്ടിയാണെന്നും നായർ ജാതി അല്ലെന്നും നായർജാതിയാണെന്നു രാമപിള്ള പറയുന്നതു വ്യാജമാണെന്നും ഇവിടെ വലിയച്ചനു സൂക്ഷ്മമായ അറിവു കിട്ടിയിരിക്കുന്നു. ഇവിടുന്നും അവിടുന്നുമായി വ്യവഹാരം നിമിത്തം തമ്മിൽ നല്ല രസമില്ലെങ്കിലും ക്ഷത്രിയ ജാതിയിലുള്ള അവിടേയ്ക്കു അവിടുത്തെ ക്ഷേത്രം, കുളം മുതലായതുകൾക്കും അശുദ്ധി വന്നുപോകുന്നത് ഇവിടെ വ്യസനമാകകൊണ്ട് ഈ വിവരം അറിയിപ്പാൻ വലിയച്ചൻ എന്നോടു കല്പിച്ചിരിക്കുന്നു.

എന്ന്,

പൂഞ്ചോലക്കര ഒന്നാം കാര്യസ്ഥൻ
പൂമറത്തിൽ ഗോവിന്ദനെന്ന ശങ്കുനമ്പി

തിരുമുല്പാട്: ഓ, ഇതു ശുദ്ധകളവ്. ഇങ്ങനെ കളവ് എഴുതിയാൽ ആരു ബഹുമാനിക്കും. ഇവിടത്തെ ജാതി പോവുന്നതിന്ന് അച്ചന്നു വലിയ സങ്കടം ഇല്ലേ? ആ മഹാപാപി ചണ്ഡാളൻ കരിമ്പോത്ത് എന്റെ ജാതി കളയാൻ ഒരു നീചജാതി സ്ത്രീയെക്കൊണ്ടു ഗർഭത്തിന്റെ ചിലവു വാങ്ങിക്കൊടുപ്പാൻ കള്ള അന്യായം കൊടുപ്പിച്ചില്ലേ? അപ്പോൾ ഇവിടത്തെ ജാതിപോവുന്നതിന്നു സങ്കടം ഇല്ലേ? കുണ്ടാ, ആ എഴുത്തു കീറി ചൂട്.

കുണ്ടൻമേനോൻ: വരട്ടെ, വരട്ടെ. ബദ്ധപ്പെടേണ്ട. ബദ്ധപ്പെടേണ്ട. ഇത് അസാരം ആലോചിക്കേണ്ട കാര്യമാണ്. അവർക്കു നല്ല സൂക്ഷ്മം കിട്ടാതെ ഈവക എഴുതാൻ ഒരിക്കലും പാടുണ്ടോ? സ്ഫീനൽ കോർട്ടു പ്രകാരം ഇല്ലാത്ത കാര്യത്തെപ്പറ്റി ഇങ്ങനെ എഴുതുന്നയാൾ ചങ്ങലയിലായിപ്പോവുമല്ലോ?

'സ്ഫീനൽകോർട്ട്' എന്ന് ഇയാൾ പറഞ്ഞത് 'പീനൽകോഡ്' എന്ന ശിക്ഷാനിയമത്തെക്കുറിച്ചാണ്. സാധാരണ ഇംഗ്ലീഷ് അറിഞ്ഞുകൂടാത്ത ആളുകൾ ഇംഗ്ലീഷ്ബുക്കുകളുടെ പേരുകൾ മലയാളത്തിൽ ഉച്ചരിക്കുന്നതുപോലെ തന്നെ ഉച്ചരിച്ചാൽ തന്റെ അവസ്ഥയ്ക്കു പോരെന്നുള്ള വിചാരത്തിന്മേലും, ഇംഗ്ലീഷിൽ 'പ' എന്ന അക്ഷരമില്ലെന്നും ആ അക്ഷരത്തിനു പകരം 'എഫ്' എന്ന അക്ഷരം മാത്രമേ ഉള്ളൂ എന്നും ചിലർ ധരിച്ചതുപോലെ ഉള്ള ധാരണയിന്മേലും ആണു കുണ്ടൻമേനോൻ പീനൽകോഡിനെ 'സ്ഫീനൽകോർട്ട്' എന്നു പറഞ്ഞത്.

കുണ്ടൻമേനോൻ: പിന്നെ അതുകൂടാതെ നമ്മൾക്ക് ഇതിൽ നല്ല ഒരു വ്യവഹാരകാരണം കിട്ടീട്ടുണ്ടല്ലോ. വ്യവഹാരം കൊടുക്കണം. മാനനഷ്ടത്തിനു നല്ല സല കൂട്ടിക്കൊടുക്കണം. രണ്ടു വ്യവഹാരങ്ങൾ ഒന്നായി ഫയലാവട്ടെ. ഈ എഴുത്ത് ഒരിക്കലും നശിപ്പിക്കരുത്. ഈ എഴുത്ത് നമുക്ക് നല്ലതായി. ഒരു വ്യവഹാരകാരണത്തെ തന്നിരിക്കുന്നു. ഇത് ഇപ്പോൾ കിട്ടിയതു നുമ്മളുടെ ഒരു ഭാഗ്യമാണ്. 'റില്ലി' ആക്ട്പ്രകാരം നോം ഇപ്പോൾ തെയ്യാറാക്കിയ വ്യവഹാരത്തിനെ ഈ മാനനഷ്ടവ്യവഹാരം വളരെ പിൻതാങ്ങും. രണ്ടു വ്യവഹാരവുംകൂടി ഒന്നായി ചെല്ലുമ്പോൾ അച്ചൻ നിശ്ചയമായി ഒന്ന് അമ്പരക്കും, സംശയമില്ല. പിന്നെ നമുക്ക് ഈ രണ്ടു വ്യവഹാരച്ചെലവിനുള്ള പണങ്ങളൊക്കെയും ഈ മാനനഷ്ടവ്യവഹാരത്തിൽ ഒന്നുരണ്ടുമൂവ്വായിരം ഉറുപ്പിക വിധിച്ചുകിട്ടിയാൽ അതിൽ നിന്നു കഴിക്കാമല്ലോ. ഇതു നല്ല ഒരു തരമാണ്.

തിരുമുല്പാട്: (കുറഞ്ഞൊന്ന് ആലോചിച്ചശേഷം) അവർ എഴുത്തിലെഴുതിയ വിവരം ശരിയല്ലെന്നു കാണിച്ചാലല്ലേ മാനനഷ്ടം വിധിച്ചുകിട്ടുകയുള്ളു.

കുണ്ടൻമേനോൻ: തെളിവു കൊടുക്കണം. തെളിവുകൊടുക്കണം. നല്ല തെളിവുകൊടുക്കണം. തെളിവു കൊടുക്കാഞ്ഞാൽ കാര്യം ജയിക്കുമോ?

തിരുമുല്പാട്: ആട്ടെ. വരട്ടെ. നമുക്ക് രാമൻമേനോന്റെ മഠത്തിൽപ്പോയി ഈ എഴുത്ത് ഒന്ന് അദ്ദേഹത്തിന്നു കാണിക്കുക. കുണ്ടനും വരൂ.

എന്നുംപറഞ്ഞു തിരുമുല്പാടും കുണ്ടൻമേനോനും രാമൻമേനോന്റെ മഠത്തിലേക്കായി പുറപ്പെട്ടു.

നമ്പൂതിരിമാരുടെ മഠത്തിൽ എഴുത്തു കിട്ടിയശേഷം ഉദയന്തളിയിൽ ജനങ്ങൾ മുഴുവനും ഒരു ഭൂകമ്പം ഉണ്ടായാൽ ഉള്ളതുപോലെ ഈ വർത്തമാനം കേട്ട് ഒന്നു പരിഭ്രമിച്ചുംവശായി. ക്ഷേത്രത്തിലും കുളവക്കിലും മറ്റും ഈ ഒരു സംസാരം പ്രചുരമായി. മഠത്തിൽ അദ്ധ്യയനത്തിന്നും മറ്റും വന്ന നമ്പൂതിരിമാരുടെ സംഘം വലുതായിരുന്നു. ഈ എഴുത്ത് ഓതിക്കോൻ നമ്പൂതിരി വായിക്കുമ്പോഴേക്ക് അവിടെ ഉള്ളവർ ആസകലം അദ്ദേഹത്തിനെ ചുറ്റിവളഞ്ഞിരിക്കുന്നു. ചിലര് കൗപീനമാത്രവസ്ത്രന്മാരായിട്ട്, മൂക്കുപിടിച്ചു ജപിക്കുന്നേടത്തുനിന്ന് എഴുന്നീറ്റ് ഓടിക്കൊണ്ടു ചിലര്, കുളിപ്പാൻ പോവാൻ ഭാവിച്ചു മുണ്ട് അഴിച്ചു തലയിൽ കെട്ടിക്കൊണ്ടു ചിലര്, എണ്ണതേച്ചു കൗപീനംകൂടി അഴിച്ചു കൈയിൽ പിടിച്ചു നാഭിപ്രദേശം എടയ്ക്കിടെ മാത്രം കഥകളിക്കു തിര പിടിക്കുമ്പോലെ മറച്ചുംകൊണ്ടു ചിലര്, വെറ്റില മുറുക്കിക്കൊണ്ടിരിക്കുന്നേടത്തുനിന്ന് അതു മുഴുവനാവുന്നതിന്നുമുമ്പ് എണീട്ട് ഓടിക്കൊണ്ടു ചിലര്, മൂത്രശങ്കയ്ക്ക് ഇരുന്നേടത്തുനിന്നു ശൗചം കഴിക്കുന്നതിനുമുമ്പ് ഇവരിൽ കാണപ്പെടുന്ന ഗോഷ്ഠിവേഷത്തിൽത്തന്നെ ഓടിക്കൊണ്ടു ചിലര്, തേവാരം കഴിക്കുന്ന ദിക്കിൽനിന്ന് എണീട്ട് ഓടിക്കൊണ്ടു ചിലര്. ആകെപ്പാടെ ഓതിക്കോൻ നമ്പൂതിരി എഴുത്തു വായിക്കുമ്പോൾ അയാ

ളുടെ ചുറ്റുമുള്ള തിരക്കും ഘോഷവും ഒച്ചയും പറവാനില്ല. "എന്താണ്, എന്താണ്, ബൗദ്ധനൊ ബൗദ്ധസ്ത്രീയൊ, ഛെ അബദ്ധം, എന്തൊരു കഥയാണിത്! കുളം അശുദ്ധമായോ, ക്ഷേത്രം അശുദ്ധമായോ, എന്താണ് ഹേ എഴുത്ത്? ആര്, എന്ത്, എവിടെ, എങ്ങനെ എന്നിങ്ങനെ നമ്പൂതിരിമാർ കലശൽ കൂട്ടിത്തുടങ്ങി.

നീലമനനമ്പൂതിരി: എവിടെയാണ് ഈ കുട്ടി? ദുർഘടം ഇന്നത്തെ കുളി മുട്ടിയോ?

ചാങ്കാട് നമ്പൂതിരി: ഇന്നു കുളിക്കാൻ പുഴയിലേക്കു പൊയ്ക്കോളൂ.

ചെർപ്പാടുനമ്പൂതിരി: വിഢ്ഢിത്തം ഒന്നു പറയേണ്ട. ഇതൊക്കെ ഈ പൂഞ്ചോലക്കര അച്ചന്റെ വിദ്യകളാണ്. കുട്ടിയെ ഞാൻ ഇന്നലെ കണ്ടു.

അത്തിപറ്റനമ്പൂതിരി: താൻ കുട്ടിയെ കണ്ടാൽ കുട്ടിയുടെ ജാതി നന്നാവുമോ?

ചെർപ്പാടുനമ്പൂതിരി:കഥയില്ലാതെ വല്ലതും പറഞ്ഞാൽ കച്ചേരി കയറേണ്ടിവരും.

പൊന്നടക്കം നമ്പൂതിരി: കുട്ടിയെ ഞാൻ കണ്ടു. അതിസുന്ദരിതന്നെ. നിറം അതിവിശേഷം. വെള്ളക്കാരുടെ പെണ്ണുങ്ങളുടെ നിറംതന്നെ.

ചെർപ്പാടുനമ്പൂതിരി: നിറംമാത്രമോ, സ്വരൂപത്തിന്റെ ഒരു ഭംഗി പറഞ്ഞറിയിപ്പാൻ പാടില്ല.

നീലമനനമ്പൂതിരി: സ്വരൂപം എങ്ങനെ എങ്കിലും ആയ്ക്കോട്ടെ. കുളിപ്പാൻ പുഴയിലേക്കുതന്നെ പോകേണ്ടിവരുമോ? ആ കാര്യം പറയൂ.

ഇവർ ഇങ്ങനെ സംസാരിക്കുമ്പോൾ കുളിപ്പാൻ കുളത്തിൽ പോയേടത്തുനിന്നു രണ്ടു നമ്പൂതിരിമാർ ഓടിയെത്തി. "കുളം അശുദ്ധമായി.ഒരു മാപ്പളയും ഉമ്മയും കുളത്തിൽ കുളിച്ചുപോൽ. പുണ്യാഹം കഴിക്കാൻ ഭാവിക്കുന്നു."

ചെർപ്പാടുനമ്പൂതിരി: ഇതെന്തു ഗോഷ്ടിയാണ്! മാപ്പിളജാതിയാണ് എന്നു തീർച്ചയായോ? പൂഞ്ചോലക്കര അച്ചൻ കളവായി എഴുത്ത് അയച്ചതാണെങ്കിലോ?

നീലമനനമ്പൂതിരി: താൻ കുട്ടിയെ കണ്ടു വളരെ ഭ്രമിച്ചിരിക്കുന്നു. നിശ്ചയം. ജാതി സൂക്ഷിച്ചോളൂ.

എന്നും മറ്റും നമ്പൂതിരിമാർ ഘോഷിച്ചു തുടങ്ങി.

തിരുമുല്പാടും കുണ്ടൻമേനോനും എഴുത്തിലെ വിവരത്തെക്കുറിച്ചു പറവാൻ രാമൻമേനോന്റെ മഠത്തിലേക്കു പോയി എന്നു പറഞ്ഞിട്ടുണ്ടല്ലോ. ഈ വർത്തമാനം രാമൻമേനോനെ അറിയിച്ചമുതൽ നടന്ന സംഗതികളുടെ സ്വഭാവം നോക്കുമ്പോൾ അതുകളെക്കുറിച്ചു പറയുന്നതു പ്രത്യേകം ഒരു അദ്ധ്യായത്തിൽത്തന്നെ വേണ്ടതാകയാൽ അതുകളെപ്പറ്റി പറവാൻ ഒമ്പതാം അദ്ധ്യായത്തിൽ ആരംഭിക്കാം.

ഒമ്പതാം അദ്ധ്യായം

എട്ടാം അദ്ധ്യായം എഴുതിക്കഴിഞ്ഞിട്ട് ഇപ്പോഴേക്കു കാലം വളരെ കഴിഞ്ഞു. എട്ടാം അദ്ധ്യായത്തിൽ വിവരിക്കപ്പെട്ട കഥ നടന്നിട്ടും ആ വിവരത്തെക്കുറിച്ചു കവി അറിഞ്ഞിട്ടും ഉള്ള കാലമോ? ഇതും വളരെയായി. എന്നിട്ടും ഈ പുസ്തകത്തെ ഇതുവരെ പര്യവസാനത്തോളം എഴുതി തീർക്കാതിരുന്നിട്ടുള്ളത് എന്റെ പക്കൽ ഒരു വലിയ തെറ്റല്ലയോ? തെറ്റാണെന്നു ഞാൻ സമ്മതിക്കേണ്ടിവന്നിരിക്കുന്നു. ഒരു വലിയ തെറ്റു തന്നെയാണ്. അതിനെ എന്റെ വായനക്കാർ സദയം ക്ഷമിപ്പാനും ഈ കാലത്തിന്നു മദ്ധ്യേ അല്പം ചില ദൈവികമായ പ്രതികൂലസംഗതികൾ ഉണ്ടായിട്ടുണ്ടെന്നുകൂടി സവിനയം ഇവിടെ പ്രസ്താവിച്ചുകൊള്ളുന്നു. ഈ തെറ്റിനെ മുഴുവനുമായിട്ടോ അല്ലെങ്കിൽ ഏതാനുമായിട്ടോ പരിഹരിക്കാൻ ആ സംഗതികൾ മതിയാവുന്നതല്ലെന്ന് എനിക്കുതന്നെ തൃപ്തി വന്നിരിക്കുന്നു. അതുകൊണ്ട് ഏതെങ്കിലും ഈ കാര്യത്തിൽ വന്നിട്ടുള്ള ഉപേക്ഷയൊ അമാന്തമൊ ഹേതുകമായ അപരാധത്തെ എന്റെ പ്രിയപ്പെട്ട വായനക്കാർ സസന്തോഷം ക്ഷമിച്ച് ഈ കഥയെ സ്വീകരിച്ച് അതിന്റെ അവസ്ഥാനുസരം രസിക്കുമെന്നാകുന്നു എന്റെ വിശ്വാസം. ഒന്നാം പുസ്തകത്തിൽ ഒടുവിൽ കാണിച്ചിരുന്നതു തിരുമുല്പാടും കുണ്ടന്മേനോനും പൂഞ്ചോലക്കര എടത്തിൽ അച്ചൻ പറഞ്ഞ എടംവക ഒന്നാം കാര്യസ്ഥൻ പൂമഠത്തിൽ ഗോവിന്ദൻ എന്ന ശങ്കുനമ്പി എഴുതിയ എഴുത്തിനെ രാമൻമേനോന്നു വായിച്ചുകേൾപ്പിക്കണമെന്ന വിചാരത്തോടുകൂടി രാമൻമേനോൻ പാർക്കുന്ന മഠത്തിലേക്കു പോയ സംഗതിയാകുന്നു. എഴുത്തു രാമൻമേനോനെ സ്വകാര്യമായി വായിച്ചു കേൾപ്പിച്ചു.

രാമൻമേനോൻ: (ചിറിച്ചുകൊണ്ട്) മുസൽമാൻ ജാതിയായ ഒരു ബൗദ്ധസ്ത്രീയിൽ ശാരദ ജനിച്ച കുട്ടിയാണെന്നു പറഞ്ഞതു ശരിയായിരിക്കാം. കല്യാണി ബൗദ്ധസ്ത്രീയായിരിക്കാം. ഞാൻ ഇത് അറിഞ്ഞിട്ടില്ല. അവളുടെ ശൈശവകഥകളിൽ ഉള്ള രഹസ്യങ്ങളിൽ ഉള്ള രഹസ്യ

ങ്ങളിൽ ഒന്നായിരിക്കാം ഇത്. ആർക്കറിയാം! എനിക്കു യാതൊരു സംശയവുംകൂടി ഉണ്ടായിട്ടില്ല. അഥവാ, പൂഞ്ചോലക്കര എടക്കാർക്കു തന്നെ വല്ല ഭ്രഷ്ടും ഉണ്ടായിരിക്കാം. അത് അവർക്കല്ലെ നിശ്ചയമുള്ളു.

എന്നു പറയുമ്പോഴേക്കു തിരുമുല്പാടും കുണ്ടൻമേനോനും വളരെ ചിറിച്ചു. കുണ്ടൻമേനോൻ 'റില്ലി ആക്ട്' പ്രകാരമുള്ള വ്യവഹാരത്തിന്ന് ഈ കത്തിലെ സംഗതി പ്രത്യേകം പിൻതാങ്ങുന്ന ഒരു വ്യവഹാരസംഗതിയായി തീരുമെന്നു പറഞ്ഞു ഘോഷിച്ചു.

തുരുമുല്പാട്: എനിക്ക് ഈ കത്തിൽ പറയുന്ന സംഗതി ഭോഷ്ക്കാണെന്നുള്ളതിലേക്കു യാതൊരു സംശയവും ഇല്ല. കല്യാണി ഇവിടെ നിന്നു പൊയ്ക്കളഞ്ഞത് അറിയാത്ത പേർ മുപ്പത്തഞ്ചു വയസ്സിന്നു മീതെ ആരെങ്കിലും ഈ രാജ്യത്ത് ഉണ്ടാവുമൊ എന്ന് ഞാൻ സംശയിക്കുന്നു. പിന്നെ കല്യാണി ബൗദ്ധസ്ത്രീയല്ലെന്നു പരമബോദ്ധ്യമല്ലെ. ഇതിന്നു വൈത്തിപ്പട്ടർ സാക്ഷിയായി ഇപ്പോഴും ഇരിക്കുന്നുവല്ലൊ.

കുണ്ടൻമേനോൻ: വൈത്തിപ്പട്ടരുടെ കാര്യം അത്ര ഉറയ്ക്കേണ്ട. അയാൾ പണം കിട്ടിയാൽ ഏതു പുറവും എങ്ങനെ എങ്കിലും ലവിഡൻസ് കൊടുക്കും.

തിരുമുല്പാട്: അങ്ങനെ നീ പറയുന്ന ലവിഡൻസ് കൊടുത്താൽ, അങ്ങനെ എന്തെങ്കിലും പറഞ്ഞാൽ, അയാൾ കുടുങ്ങിപ്പോകും. നോം എല്ലാവരുംകൂടി ഒന്നിച്ചല്ലെ അയാളുടെ ഗ്രാമത്തിൽനിന്നും രാമൻമേനോനെയും കുട്ടിയെയും ഇങ്ങോട്ടു കൂട്ടിക്കൊണ്ടുവന്നത്. ഇതെന്തൊരു കഥയാണ്! ഇല്ലാതാക്കുവാൻ ആ പട്ടരാലോ മറ്റാരാലുമോ കഴിയുമോ?

കുണ്ടൻമേനോൻ: അങ്ങനെ പറയണ്ടാ, ഇത് ഒരു ജഡ്ജിക്കു ബോദ്ധ്യം വന്ന് 'ഓപ്യം' ആവണ്ടുന്ന കാര്യമാണ്. ജഡ്ജിമാർക്കു ലവിഡൻസ് അല്ലാതെ മറ്റെന്താണുള്ളത്? എന്നാൽ നമ്മുടെ ഇപ്പോഴത്തെ മൂപ്പർക്കു (ബകരാക്ഷസൻ എന്ന് രാമവർമ്മൻ തിരുമുല്പാട് മൂന്നാം അദ്ധ്യായത്തിൽ പറഞ്ഞ ആൾ) ഇതൊന്നും വേണ്ട. എന്തു ലവിഡൻസ്സ് കൊടുത്താലും തരക്കേടില്ല. അവിടെ പണംമാത്രം ശരിയായി കിട്ടണം. എന്നാൽ മറ്റു ജഡ്ജിമാർ ഈ കാര്യത്തെക്കുറിച്ചു വിചാരണ ചെയ്യുമ്പോൾ ലവിഡൻസ്സ് നോക്കി 'കോഡ്ഢീസ്' പ്രകാരം 'ഓപ്യം' ഉണ്ടാവുന്നതല്ലാതെ മറ്റ് അവർക്ക് എന്തു നിവൃത്തി? ആവക സ്ഥലങ്ങളിൽ വൈത്തിപ്പട്ടരുടെ ലവിഡൻസ്സ് നമുക്കു വളരെ ആവശ്യമുള്ളതാണ്.

തിരുമുല്പാട്: നിന്റെ ലവിഡൻസ്സുകൊണ്ടു ബുദ്ധിമുട്ടായി. എന്നാൽ വൈത്തിപ്പട്ടരെ പിടിക്കുക. അത്രതന്നെ, എനിക്ക് ഈ കാര്യത്തിൽ വൈത്തിപ്പട്ടരുടെ പ്രകൃതത്തിലും പ്രവൃത്തിയിന്മേലും കുറെ സംശയം ഉണ്ട്. ഇവിടെ താമസിച്ചിരുന്ന കൃഷ്ണൻ എവിടെ പോയി? ആരുടെകൂടെ പോയി? ഇവിടെ ചോദിച്ചിട്ടുതന്നെയോ പോയത്?

രാമൻമേനോൻ: അവൻ ഇവിടെനിന്നും ആരോടും ചോദിക്കാതെ ഒളിച്ചുപൊയ്ക്കളഞ്ഞു. ഒരു ദിവസം രാത്രി ഊണുകഴിഞ്ഞ് ഇവിടെ പതിവുപ്രകാരമുള്ള സ്ഥലത്ത് ഉറങ്ങിയിരുന്നു എന്നും പിറ്റെ ദിവസം നോക്കിയപ്പോൾ അവനേയും അവന്റെ കുട, മുണ്ടുകൾ ഇതുകളേയും കാണ്മാനില്ലെന്നും ശങ്കരൻ പറഞ്ഞു. ഇവനെ വൈത്തിപ്പട്ടർക്കല്ലാതെ

ഇത്രവേഗം ഇവിടെനിന്നു കൊണ്ടുപോകുവാൻ സാധിക്കുമോ എന്നു ഞാൻ സംശയിക്കുന്നു. ഇവനു വൈത്തിപ്പട്ടരോടുള്ള സ്നേഹം അതി കലശലാണെന്നു ശങ്കരൻ പറഞ്ഞു ഞാൻ അറിയും. ഇവനെ കല്യാണി യുടെകൂടെ ആക്കിയതുതന്നെ വൈത്തിപ്പട്ടരാണെന്ന് ഇവൻതന്നെ പലപ്പോഴും പറയാറുണ്ടത്രെ. കല്യാണിയെ ഒന്നാമതു കണ്ടപ്പോൾ ഇവനും വൈത്തിപ്പട്ടരും കല്യാണിയുടെകൂടെ ഉണ്ടായിരുന്നു.

കുണ്ടൻമേനോൻ: ഈ വൈത്തിപ്പട്ടർ ഈ കാര്യത്തിൽ എന്തൊ അപകടം പ്രവർത്തിച്ചനിമിത്തം ഈ കൂട്ടം ഇത്ര വെഷമിച്ചു കാണുന്ന താണെന്നു ഞാൻ തീർച്ചയായും ഓപ്യം കൊടുക്കുന്നു. കഴിയുന്ന വേഗത്തിൽ ആ പട്ടരെ ഇങ്ങോട്ടു കൂട്ടിക്കൊണ്ടുവന്ന് അയാളെ പാട്ടിൽ പിടിച്ച് 'റില്ലി ആക്ട്' പ്രകാരം വ്യവഹാരങ്ങൾ ഉടനെ കൊടുക്കണം എന്നാണ് എന്റെ അഭിപ്രായം.

ഈ സംസാരമെല്ലാം ഉണ്ടായപ്പോൾ ശങ്കരൻ ആ സ്ഥലത്തിന്നു സമീപം നിന്നിരുന്നു. രാമവർമ്മൻ തിരുമുല്പാടു ശങ്കരനെ കണ്ടു. തന്റെ പക്കൽ ഉള്ള എഴുത്തു ശങ്കരനെ കാട്ടാമോ എന്ന ഭാവസൂചകമായ തിരുമുല്പാട്ടിലെ സ്ഥിതി കണ്ടിട്ടു ക്ഷണേന രാമൻമേനോൻ അതിന് അനുവദിച്ചതായി ഭാവംകാട്ടി. ഉടനെ എഴുത്തിനെ ശങ്കരൻപക്കൽ കൊടുത്തു. ശങ്കരൻ എഴുത്തു വാങ്ങി വായിച്ചു. അതിനെ തിരുമുല്പാടു പക്കൽതന്നെ കൊടുത്തു.

തിരുമുല്പാട്: ഞാൻ ഇപ്പോൾ രാമൻമേനോനോടു കൃഷ്ണന്റെ വർത്തമാനത്തെക്കുറിച്ചു പറയുകയായിരുന്നു. അവൻ എവിടേക്കു കടന്നു പോയിരിക്കുന്നുവോ എന്ന് അറിയുന്നില്ല. അവന്ന് ഇവിടെ നിന്നു താനെ പൊയ്ക്കളയുവാൻ എങ്ങനെ ധൈര്യം ഉണ്ടായത്? അവൻ എത്രയോകാലം എന്നുവെച്ചാൽ കല്യാണിയും രാമമേനോനും തമ്മിൽ കണ്ട മുതൽക്ക് കൂടെ താമസിച്ചുവല്ലൊ. ഇവൻ മുമ്പെ വൈത്തിപ്പട്ടരുടെ ഒരു ഭൃത്യനായിരുന്നു എന്നും ഇപ്പോൾ അറിഞ്ഞു. ഒരു സമയം വൈത്തിപ്പട്ടരുടെ വിദ്യയൊ ഇത് എന്നറിഞ്ഞില്ല.

ശങ്കരൻ: (കുറെ മന്ദഹാസത്തോടുകൂടെ) ഒരു സമയം അങ്ങനെ ആയിരിക്കാം. വൈത്തിപ്പട്ടരുടെ അവസ്ഥ ഏതെല്ലാം പ്രകാരത്തിലും വിധത്തിലും ആണെന്ന് എനിക്ക് അറിഞ്ഞുകൂടാ. ഈ എഴുത്തിലെ താല്പര്യപ്രകാരം എന്താണ് ഇവിടെനിന്നു പ്രവർത്തിക്കുന്നതെന്നറി ഞ്ഞില്ല.

തിരുമുല്പാട്: ആ അസത്ത്, ദുഷ്ടൻ, ചണ്ഡാളൻ, ആ പാപി, ദുർ ബുദ്ധി അച്ചൻ പറഞ്ഞിട്ട് കാര്യസ്ഥൻ ഗോവിന്ദൻ എഴുതീട്ടുള്ള ഈ വിലയില്ലാത്ത കത്തിനെ ആരു കൈക്കൊള്ളും? ഞാൻ ഈ എഴുത്തിന് ഒരു മറുപടി അയപ്പാൻ പോകുന്നു. അതു നീ എഴുതി തരണം. ഇങ്ങനെ കളവായ വിവരത്തെക്കുറിച്ച് എഴുതി അയച്ചുകളയാമെന്ന് ഒരു ധൈര്യം ഉണ്ടായല്ലൊ!

കുണ്ടൻമേനോൻ: വരട്ടെ, ബദ്ധപ്പെടേണ്ട. നോക്ക് ആ പട്ടരെ പിടി ക്കുവാൻ നോക്കുക. അയാൾ വന്നാൽ വളരെ വിവരങ്ങൾ നോക്ക് അറി വാൻ കഴിയും.

തിരുമുല്പാട്: എന്താണ് ശങ്കരാ, അങ്ങനെയോ അഭിപ്രായം? പട്ടരെ ഈ കത്തിനു മറുപടി അയയ്ക്കുന്നതിന്നു മുമ്പെ ഒന്നാമതു വരുത്തേണമെന്നുണ്ടോ?

ശങ്കരൻ: ഈ കത്തിന്നു മറുപടിയായി എന്തെങ്കിലും അയപ്പാൻ ഭാവമുണ്ടെങ്കിൽ അതു കഴിഞ്ഞിട്ടുമതി എന്നാണു ഞാൻ വിചാരിക്കുന്നത്. ഒന്നാമത് പട്ടരെ കിട്ടുമോ എന്നു സംശയമാണ്. കിട്ടിയാലും നൊമ്മൾക്കു വേണ്ടി എന്തെങ്കിലും ചെയ്യുമോ എന്നു സംശയമാണ്. പട്ടരുടെ സ്വഭാവം കുണ്ടൻമേനോൻ ഇപ്പോൾ ഇവിടെ പ്രസ്താവിച്ചത് വാസ്തവമാണ്. എടത്തിലെ പണത്തിന്നുമീതെ ഒരു വിധത്തിലും പട്ടരുടെ മനസ്സു പൊന്തുന്നതല്ല. അയാൾ ഇപ്പോൾ എടത്തിൽ ആയിരിക്കും എന്നുള്ളതിന്ന് അധികം സംശയം തോന്നുന്നില്ല. കൃഷ്ണനും അവിടെ ത്തന്നെ ആയിരിക്കും. ഇവിടെനിന്നു കൃഷ്ണന്റെ ഗോപ്യമായ യാത്രയും അവൻ ഇവിടെ വൈത്തിപ്പട്ടരെ കണ്ടശേഷം പ്രവർത്തിച്ചിട്ടുള്ള അവസ്ഥകളും ഓർത്താൽ അവനെപ്പറ്റി ഇങ്ങനെ സംശയം ഉണ്ടാവാതിരിപ്പാൻ പാടുള്ളതല്ല.

ശങ്കരൻ പറഞ്ഞതു തിരുമുല്പാട്ടിലേക്കു ബോദ്ധ്യമായി. കുണ്ടൻമേനോനും തല്ക്കാലം കേവലം വിരസമല്ലാതെ ബോദ്ധ്യമായിത്തീർന്നു. താൻ പറഞ്ഞിട്ടുള്ള അഭിപ്രായത്തോടുകൂടി യോജിച്ചല്ല എങ്കിലും വൈത്തിപ്പട്ടരുടെ സ്വഭാവത്തെക്കുറിച്ചു താൻ പറഞ്ഞിട്ടുള്ളതു മുഴുവനും അനുകരിച്ചിട്ടാണ് ശങ്കരന്റെ അഭിപ്രായം എന്നുള്ള ഏക സംഗതിമാത്രം ഓർത്തിട്ടാണ് രാമൻമേനോനും അങ്ങനെത്തന്നെയെന്ന് അഭിപ്രായപ്പെട്ടു.

ശങ്കരൻ: എന്നാൽ, ഈ കത്തിന്ന് എന്താണു മറുപടി അയയ്ക്കേണ്ടത് എന്നുവെച്ചാൽ അത് ഉടനെ തയ്യാറാക്കുന്നത് ഏറ്റവും നല്ലതാണെന്ന് എന്റെ താഴ്മയുള്ള ബുദ്ധിയിൽ തോന്നുന്നത് ഞാൻ ഇവിടെ കേൾപ്പിക്കുന്നു.

തിരുമുല്പാട്: ശങ്കരൻതന്നെ കത്തുണ്ടാക്കി തരണം. വേഗം കടലാസ്സ്, തൂവൽ, മഷി ഇതുകളെ കൊണ്ടുവരിക.

ശങ്കരൻ: കടലാസ്സും മറ്റും കൊണ്ടുവരാം കത്ത് എഴുതുന്നത് കുണ്ടമ്മാമൻ അല്ലെ വളരെ നല്ലത്?

തിരുമുല്പാട്: കത്തു നീതന്നെ എഴുതണം. കടലാസ്സും മറ്റും വേഗം കൊണ്ടുവരണം. കുണ്ടൻമേനോന്ന് ഈ കാര്യത്തിൽ വളരെ എഴുതുവാൻ ഇനി എടയുണ്ടാകുമല്ലോ.

കുണ്ടൻമേനോന്ന് ഇത് അത്ര രസിച്ചില്ല. എന്നാൽ ഒന്നും പറയാതെ നിൽക്കുന്നത് നല്ലതെന്നും വിചാരിച്ച്, “ഓ, ഹോ, കത്ത് എഴുതുന്നതു ശങ്കരൻതന്നെ ആകട്ടെ, ഞാൻ സമ്മതിച്ചു. നമുക്ക് ഇവന്റെ വാചകത്തിന്റെ രീതിയും ഒന്നറിയാമല്ലോ.” ഇതുകേട്ടപ്പോൾ ശങ്കരൻ, “എഴുത്ത് എഴുതുന്നത് ഇപ്പോൾ പറഞ്ഞപ്രകാരംതന്നെ മതിയായിരിക്കും. അങ്ങനെയാണെങ്കിൽ ഞാൻ അതുപ്രകാരം എഴുത്തുണ്ടാക്കിക്കൊണ്ടു വന്നു വായിച്ചുകേൾപ്പിക്കാം.”

തിരുമുല്പാട്: ഓ ഹോ ധാരാളം മതി. ഒന്ന് എഴുതിക്കൊണ്ടുവരിക. ശങ്കരൻ എഴുതിയാൽ വളരെ നന്നാവുമെന്ന് എനിക്കു ബോദ്ധ്യമാണ്.

ശങ്കരൻ ഉടനെ അകായിൽ പോയി എഴുത്ത് എഴുതിക്കൊണ്ടുവന്നു താഴെ പറയും പ്രകാരമായിരുന്നു എഴുത്ത്:

ശ്രീ

തന്റെ എഴുത്തുകിട്ടി. തിരുവനന്തപുരത്തുകാരൻ രാമപിള്ള എന്നു തന്റെ എഴുത്തിൽ കാണുന്ന രാമൻമേനോൻ എന്ന ആൾ ഒരു പെൺകുട്ടിയോടുകൂടി നമ്മുടെവക ഒരു മഠത്തിൽ താമസിച്ചുവരുന്നുണ്ട്. അതു താൻ എഴുത്തിൽ കാണിച്ചപ്രകാരം നമ്മുടെ ചിലവിന്മേലല്ല. അവരുടെ സ്വന്തം ചിലവിന്മേലാണ്. ആ പെൺകുട്ടി മുസൽമാൻജാതിയായ സ്ത്രീയിൽ ജനിച്ച കുട്ടിയല്ല. മേല്പറഞ്ഞ രാമൻമേനോനു പൂഞ്ചോലക്കര എടത്തിൽ കല്യാണി എന്നുപേരായ സ്ത്രീയിൽ ജനിച്ച ഒരു കുട്ടിയാകുന്നു. നായരുജാതി എന്നു പ്രസിദ്ധമായി അറിയപ്പെടുന്ന പൂഞ്ചോലക്കര എടത്തിൽ മേലാൽ സന്തതിക്കും വേറെ വളരെ അഭ്യുദയങ്ങൾക്കും ആയി പൂഞ്ചോലക്കര എടത്തിൽ ഒരു സ്ത്രീയെ സംബന്ധത്തിന്ന് എല്ലാവിധത്തിലും അർഹനായ രാമൻമേനോന്നു പൂഞ്ചോലക്കര എടത്തിൽ കല്യാണി എന്ന സ്ത്രീയിൽ പുത്രിയായി ജനിച്ചതുകൊണ്ട് എങ്ങിനെയാണ് ആ കുട്ടിക്ക് ഇപ്പോൾ ജാതിവൈരൂപ്യം കല്പിക്കുന്നത് എന്നു മനസ്സിലാകുന്നവിധം ഒന്നും തന്റെ എഴുത്തിൽ പ്രസ്താവിച്ചു കാണുന്നില്ല. 'സൂക്ഷ്മമായി അറിവു കിട്ടിയിരിക്കുന്നു' എന്നു താൻ എഴുതിയതു വളരെ നിസ്സാരമായി വിചാരിപ്പാനേ പാടുള്ളു. അവിടുന്നും ഇവിടുന്നും തമ്മിൽ വ്യവഹാരം നിമിത്തം രസമില്ലെങ്കിലും ഈ 'സൂക്ഷ്മമായി' കിട്ടിയ വിവരത്തെ അറിയിപ്പാനുണ്ടായ അനുകമ്പ വളരെ യഥോചിതംതന്നെ. ക്ഷത്രിയനായ നമുക്കും നമ്മുടെ കുടുംബങ്ങൾക്കും ക്ഷേത്രം, കുളം മുതലായതുകൾക്കും സദാചാരവിശുദ്ധി ഉണ്ടായിവരുന്നതു തന്റെ പൂഞ്ചോലക്കര അച്ചനു സന്തുഷ്ടിയാണെന്ന് ഇപ്പോൾ ലോകപ്രസിദ്ധമാണല്ലോ. എനിക്ക് ഈ വിധം ഒരു കത്തു തനിക്ക് എഴുതുവാൻ ആവശ്യമില്ലാത്തതാണ്. അതു തന്റെ പൂഞ്ചോലക്കര അച്ചൻ പറഞ്ഞാലും പറഞ്ഞിട്ടില്ലെങ്കിലും ഒരുപോലെതന്നെ. ഹുംകൃതിയോടുകൂടി ഇങ്ങിനെ ഒരു ഭീഷണി ഉണ്ടാക്കിത്തീർത്തുകളയാമെന്നുള്ള വിചാരം മാത്രം സർവത്ര സ്ഫുരിക്കുന്നതായും നിസ്സാരമായും ഉള്ള തന്റെ കത്തിനു മേൽ കാണിച്ച പ്രകാരമാണ് ഇവിടെനിന്നു മറുപടി പറയുന്നത് എന്ന് അറിയിക്കുന്നു.

ഉദയന്തളി രാമവർമ്മൻ തിരുമുല്പാട്

ഈ കത്തു വായിച്ചുകേട്ടപ്പോൾ രാമവർമ്മൻ തിരുമുല്പാട്ടിലേക്ക് അതിയായി ഉണ്ടായ സന്തോഷത്തിനാൽ ഒന്നും പറയാതെ മന്ദഹസിച്ചുംകൊണ്ട് കുണ്ടൻമേനോന്റെ മുഖത്തു നോക്കി.

കുണ്ടൻമേനോൻ: കത്തു വളരെ നന്നായി. ഇതിൽ ലോപോയിന്റു കൂടി ഉണ്ട്.

തിരുമുല്പാട്: എനിക്ക് അത് അറിഞ്ഞുകൂടാ. എന്നാൽ ഇവിടെ നിന്ന് പൂഞ്ചോലക്കരയ്ക്ക് ഇതുവരെ എഴുതീട്ടുള്ള എഴുത്തുകൾ മുഴുവൻ ശങ്കരൻ ആണെന്നു തോന്നും ഈ എഴുത്തു വായിച്ചുകേട്ടാൽ. ഇവന്റെ

ബുദ്ധി വളരെ വിശേഷമായിട്ടുള്ളതാണെന്ന് ഓർത്തു ഞാൻ ആശ്ചര്യപ്പെടുന്നു.

ഉടനെ എഴുത്തുവാങ്ങി പൂട്ടി മേൽവിലാസം എഴുതി തന്റെ ഒരാൾക്കാരൻ പക്കൽ തിരുമുല്പാട് കൊടുത്തു.

തിരുമുല്പാടും കുണ്ടൻമേനോനും ഊൺ കഴിഞ്ഞുവരാം എന്നു പറഞ്ഞ് ഉടനെ അവിടെനിന്നു പുറപ്പെട്ടുപോകയും ചെയ്തു. വഴിയിൽ വെച്ചു ചോദിച്ച നമ്പൂതിരിമാരോട് ഇതെല്ലാം പൂഞ്ചോലക്കര അച്ചൻ കളവായി ഉണ്ടാക്കിയ നിർമര്യാദമായ ഒരു കഥയാണെന്നു പറയുകയും അതു ചിലർ വിശ്വസിക്കുകയും ചെയ്തു.

പത്താം അദ്ധ്യായം

പൂഞ്ചോലക്കര എടവും ഉദയന്തളി രാമവർമ്മൻ തിരുമുല്പാട്ടിലെ കോവിലകവും മറ്റ് ഇതിൽ പറയപ്പെടുന്ന വൈത്തിപ്പട്ടര്, കുണ്ടൻമേനോൻ മുതലായവരുടെ വസതിയും ഒരേ ജില്ലയിൽ എന്നു മുമ്പു പേർ അറിയപ്പെട്ടിരുന്ന പ്രകാരമുള്ള ഒരേ ഡിസ്ത്രിക്ടിൽ ആയിരുന്നു. ആ ഡിസ്ത്രിക്ട് മുഴുവനും ഒരേ ഡിസ്ത്രിക്ട് ജഡ്ജിയുടെ സിവിലും ക്രിമിനാലും അധികാരങ്ങൾക്കു കീഴടങ്ങപ്പെട്ടതായിരുന്നു. എന്നാൽ ഈ ഡിസ്ത്രിക്ടിന്റെ വലുപ്പംനിമിത്തം രണ്ടായിരത്തിഅഞ്ഞൂറു റുപ്പികയ്ക്കു മീതെ സലയായുള്ള എല്ലാവക സിവിൽ ആദ്യ വ്യവഹാരങ്ങൾ, ഡിസ്ത്രിക്ട് ജഡ്ജി അയയ്ക്കുന്ന അപ്പീലുകൾ, അമ്പത് ഉറുപ്പികയ്ക്കു മീതെയുള്ള എല്ലാ സ്മാൾകാസ്സ് വ്യവഹാരങ്ങൾ ഇതുകളെയും മറ്റും തീർച്ചപ്പെടുത്തുവാനായി ഒരു സബോർഡിനേറ്റു ജഡ്ജികൂടെ ഉണ്ടായിരുന്നു. ഈ ഡിസ്ത്രിക്ട് ആറു മുൻസിപ്പുമാരുടെ അധികാരത്തിൻ കീഴിൽ വിഭജിക്കപ്പെട്ടിരുന്നു. ഇതിൽ ഒരു മുനിസിപ്പിന്റെ അധികാര അതിർത്തിയിൽ ഉൾപ്പെട്ടിട്ടു തന്നെയാണു നമ്മുടെ പൂഞ്ചോലക്കര എടവും രാമവർമ്മൻ തിരുമുല്പാടിലെ കോവിലകവും കിടന്നിരുന്നത്. അതിന്ന് ആ ജില്ലയുടെ കസബസ്റ്റേഷൻ എന്ന് ജനങ്ങൾ പറഞ്ഞുവന്നു. ഈ ജില്ല എന്ന ഡിസ്ത്രിക്ട്കോർട്ടും സബോർഡിനേറ്റു ജഡ്ജിയുടെ കോർട്ടും കസബാ മുൻസിപ്പുകോർട്ടും സ്ഥിതിചെയ്യുന്നത് ഒരേ വലിയ മതിൽകൊണ്ടു ചുറ്റപ്പെട്ടിട്ടുള്ള വിശാലമായ ഒരു സ്ഥലത്തായിരുന്നു.

കോടതിയിലെ ജഡ്ജിമാർ, കോടതിയിലുള്ള ഉദ്യോഗസ്ഥന്മാർ, വക്കീലന്മാർ, വക്കീലന്മാരുടെ കീഴുദ്യോഗമായിരിക്കുന്നവർ, അവരുടെ കീഴ്ശ്രമക്കാർ, വ്യവഹാരകാര്യസ്ഥന്മാർ, നാട്ടുകാര്യസ്ഥന്മാർ, കച്ചവടക്കാർ, കൃഷിപ്രവൃത്തിക്കാർ, വിദ്യാപരിശ്രമക്കാർ, കൈവേലപ്രവൃത്തിക്കാർ, കൂലിവേലക്കാർ, ചൂതാട്ടക്കാർ, വ്യഭിചാരവൃന്ദങ്ങൾ മുതലായ അനേകവിധമായ ജനങ്ങളുടെ സാമഗ്ര്യത്താൽ തിങ്ങിവിങ്ങി ഇരിക്കുന്ന

ഒരു പട്ടണമാണ് ഇത്. പലവിധങ്ങളായ ജനങ്ങളുടെ വസതിക്കായിക്കൊണ്ടു പലവിധമായ എടുപ്പുകളോ, ഭവനങ്ങളോ, മറ്റു കൗതുകമായുള്ള ചില വെണ്മണിമാടകൂടമേടങ്ങളോ ഈ പരന്ന വിശാലമായി കിടക്കുന്ന സ്ഥലത്ത് എങ്ങും ഏവനും കാണ്മാൻ കഴിയുന്നതാകുന്നു. പ്രഭാതംമുതൽ പ്രഭാതംവരെ ഈ സ്ഥലത്തുള്ള ഒരു ഘോഷം ഇന്നപ്രകാരമായിരുന്നു എന്നു വാചാമഗോചരമാണ്. ഈ സ്ഥലത്തിന്റെ അതിപ്രൗഢമതയേയും ഔന്നത്യത്തേയും മാഹാത്മ്യത്തേയും അറിഞ്ഞിട്ടോ എന്നുതോന്നും ഇവിടെയുള്ള ശ്രീരാമസ്വാമിയുടെ ക്ഷേത്രത്തിന്റെ പരിണാമഹീനമായ വിശേഷത. നാലുപുറവും അഞ്ചാറാൾ ഉയരം അതിഭംഗിയായി കെട്ടി ഉയർത്തിയിരിക്കുന്ന ക്ഷേത്രത്തിന്റെ കന്മതിലുകളും ആ കന്മതിലുകൾതന്നെ കെട്ടി ഉയർത്തപ്പെട്ടിട്ടുള്ള ഉയർന്നുനില്ക്കുന്നതായ സ്ഥലത്തേയും പറ്റി എന്താണ് ഞാൻ പറയേണ്ടത്? ഒരു രണ്ടുമൈൽ ദൂരം എങ്ങും കാണ്മാൻ തക്കതും കുറെ ഉയർന്നതുമായ ഒരു സ്ഥലത്തിൽ ഒരു മനുഷ്യൻ നിന്ന് ഈ പട്ടണത്തിലേക്കു നോക്കിയാൽ ജനസമുദായത്തിനാൽ തിങ്ങിവിങ്ങി നില്ക്കുന്ന ഭവനങ്ങളുടെ മദ്ധ്യത്തിൽ ഈ ക്ഷേത്രം അനേകവിധമായ ചെറുവക നവരത്നങ്ങളെക്കൊണ്ടു പതിക്കപ്പെട്ടിട്ടുള്ള ഒരു മോതിരത്തിന്റെ മദ്ധ്യത്തിൽ നില്ക്കുന്ന മഹത്തായി ഉജ്ജ്വലത്തായ ഒരു നായകമണി എന്നു സങ്കല്പിക്കപ്പെടാവുന്ന വൈഡൂര്യമോ വൈരക്കല്ലോ ആണെന്നു നിശ്ചയമായി ഉപമിക്കപ്പെടും. ഈ ക്ഷേത്രത്തിന്റെ കിഴക്കുപടിഞ്ഞാറുഭാഗങ്ങളിൽ വളരെ ഉയർന്നു പരന്നു നില്ക്കുന്ന രണ്ടു ഗോപുരങ്ങൾ ഉണ്ടായിരുന്നു. ആ ഗോപുരങ്ങളിൽനിന്നു കീഴ്ഭാഗത്തേക്കുള്ള കരിങ്കൽ പടവുകൾ കിഴക്കും പടിഞ്ഞാറും കെട്ടി വരിയായി താഴ്ത്തീട്ടുള്ളതിന്റെ ഒരു ഭംഗി അവിടെയുള്ള രണ്ടു ചിറകളുടെ മനോരമ്യമായ കിടപ്പിനാലല്ലാതെ മറ്റൊന്നുകൊണ്ടും ജയിക്കപ്പെടുമോ എന്നു സംശയിക്കുന്നു. ഈ ക്ഷേത്രത്തിന്റെ കിഴക്കും പടിഞ്ഞാറും ഉള്ളതായ ഈ ചിറകളുടെ വിസ്തീർണ്ണവും വിശാലതയും അതുകളെ കെട്ടിപ്പടുത്തതിന്റെ ഒരു വിശേഷതയും മനോഹരതയും അതിലുള്ള ജലത്തിന്റെ സ്വച്ഛതയും നിർമലത്വവും കണ്ടാൽ അത്ര അധികം ജനങ്ങൾ അതിൽ കുളിച്ചിട്ടുകൂടി വെള്ളത്തിനു യാതൊരു മലിനതയോ അശുദ്ധിയോ കാഴ്ചയ്ക്കു വല്ല ദുസ്സഹത്വമോ ഗന്ധവൈപരീത്യമോ കേവലം ഇല്ലാതിരിക്കുന്നത് ഈശ്വരസഹായത്താൽ മാത്രമാണെന്നു പൊതുവിലുള്ള ആളുകൾക്കു തോന്നാം.

ഈ ക്ഷേത്രത്തിന്റെ ഉന്നതമായ ഭാഗത്തിലെല്ലാം ശാതകുംഭസ്തൂപികൾ അവിടവിടെ ഉണ്ടായിരുന്നതുകളിൽനിന്ന് ഉപരിതലത്തിലാകവെ മൂടിയിരുന്ന ചെമ്പുപലകകളിൽ സൂര്യപ്രഭ രാവിലേയും വൈകുന്നേരവും തട്ടുമ്പോൾ ഉണ്ടാവുന്ന കനകമയങ്ങളായും പിംഗലങ്ങളായും രക്തോച്ഛൂനങ്ങളായും സംഗതിവശാൽ എടയ്ക്കിടയ്ക്ക് രൂപ്യമയങ്ങളായും ഉള്ള വർണങ്ങൾ ഏതെല്ലാംപ്രകാരത്തിൽ ഉള്ള ശോഭയെ ഈ ചെമ്പടിച്ച മേല്പുരകൾക്കും ഈ പൊൻതാഴികക്കുടങ്ങൾക്കു തന്നെയും കൊടുക്കുന്നു എന്നു മനസ്സുകൊണ്ട് ആലോചിച്ചാൽ ഏവനും തോന്നും. പിന്നെ ജനങ്ങളുടെ വസതികൾ ഇന്നപ്രകാരത്തിൽ തിക്കിത്തിരക്കീട്ടാണെന്നു

പറഞ്ഞാൽ അവസാനമില്ലാത്ത ഈ സ്ഥലത്ത് ഈ ക്ഷേത്രത്തിന്റെ ഒരു കാഴ്ച എന്തായിരിക്കുമെന്നു സാധാരണയായി ഏവനും മനസ്സിലാവുന്നതാണ്. രാവിലെ നേരം അഞ്ചുമണിമുതൽ രാത്രി പന്ത്രണ്ടുമണിവരെ ഈ ക്ഷേത്രത്തിൽ മഹോത്സവമായിട്ടുതന്നെ ദിനംപ്രതി കഴിഞ്ഞുവരുന്നതാണ്. ഇതിന്റെ വിശേഷതകൾ എല്ലാം ഈ പുസ്തകത്തിൽ പ്രത്യേകിച്ചു പറവാൻ ഞാൻ ഭാവിക്കുന്നില്ല. നുമ്മൾക്ക് ഇവിടെ പറയേണ്ടുന്ന കഥ ഒരു സിവിൽവ്യവഹാരത്തെക്കുറിച്ചു മാത്രമാകയാൽ അതിനെ സംബന്ധിച്ചുള്ള മനുഷ്യരുടെ കഥമാത്രം ഇവിടെ അല്പം പറയേണ്ടതു യോഗ്യമാണ്.

ഉയർന്നതരം പരീക്ഷകൾ കൊടുത്തു ജയംപ്രാപിച്ച് ആ അവസ്ഥയെ കാണിക്കുന്നതായ വാചകത്തോടുകൂടി ഉണ്ടാക്കപ്പെട്ടിട്ടുള്ള ഓട്, ചെമ്പ്, മരം, കാൻവാസ് മുതലായ സാധനങ്ങളിൽ എഴുതി പതിച്ചിട്ടുള്ള വക്കീൽമാരുടെ വീടുകൾ അസംഖ്യം. ബാരിസ്റ്റർ ആറ്റ്-ലൊ, എം.എ. എം.എൽ, എം.എ.ബി.എൽ, ബി.എ.ബി.എൽ, എൽ.എൽ.ബി, എഫ്.എ. ബി.എൽ, എന്നിങ്ങനെയുള്ള പരീക്ഷകൾ കൊടുത്തു വിശ്രുതന്മാരെന്ന ഭാവത്തോടെ ഇരിക്കുന്ന കൂട്ടരാണ് ഇവർ. എന്നാൽ, കർപ്പൂരയ്യൻ മുതലായ രണ്ടുമൂന്നുപേർ ഈവിധം പരീക്ഷകൾ ഒന്നും ജയിച്ചിട്ടില്ല. എന്നാൽ, കർപ്പൂരയ്യന്റെ ബുദ്ധിസാമർത്ഥ്യവും വിശേഷപ്രാപ്തിയും നിമിത്തം അയാൾ എല്ലാവരാലും പൂജ്യനായിട്ടുതന്നെ ഇരുന്നു. പ്രഭാതമായാൽ വ്യവഹാരകാര്യം സംബന്ധമായി ഈ പട്ടണത്തിലുള്ള തിരക്ക് അതികലശൽതന്നെ. വക്കീൽമാരും വക്കീൽമാരുംകൂടി ഒരു തെരക്ക്. മറ്റൊരേടത്ത് കക്ഷികളും കക്ഷികളുംകൂടി ഒരു തെരക്ക്. ഒരേടത്ത് നാട്ടുകാര്യസ്ഥന്മാരും കക്ഷികളുംകൂടി ഒരു തെരക്ക്. മററോരേടത്തു വ്യവഹാരകാര്യസ്ഥന്മാരും കക്ഷികളുംകൂടി ഒരു തെരക്ക്. ചോറുവെച്ചുവിൽക്കുന്ന പട്ടന്മാരും കക്ഷികളുംകൂടി ഒരു തെരക്ക്. ഒരേടത്ത് ചോറുവെച്ചുവിൽക്കുന്ന നായന്മാരും കക്ഷികളുംകൂടി ഒരു തെരക്ക്. മറ്റൊരേടത്തു ചായവെച്ചുവിൽക്കുന്ന പട്ടന്മാരും ചായവെച്ചുവിൽക്കുന്ന നായന്മാരുംകൂടി ഒരു തെരക്ക്. ഇതെല്ലാം സാമാന്യം ശമനമാവണമെങ്കിൽ നേരം പത്തുമണി കഴിയണം. പത്തുമണിക്കു കോടതി സംബന്ധപ്പെട്ടിട്ടുള്ളവർ എല്ലാം കോടതിയിലേക്കായി പോകും.

നമ്മൾ പറഞ്ഞിരുന്ന സബ്ജഡ്ജി അവർകളും മുൻസിഫ് അവർകളും ഈ തിരക്കുള്ള പട്ടണത്തിൽത്തന്നെ ആയിരുന്നു അധിവാസം ചെയ്തിരുന്നത്. ഡിസ്ത്രിക്ട് ജഡ്ജി അവർകൾ ഈ സ്ഥലത്തുനിന്നു രണ്ടു നാഴിക ദൂരം ഉള്ള ഒരു സ്ഥലത്തായിരുന്നു പാർപ്പ്. നമുക്ക് ഇതിന്നുമുമ്പെ കുറെ പരിചയമായ കരിപ്പാട്ടിൽ കുണ്ടൻമേനോൻ ഉദയന്തളിമഠത്തിൽനിന്നു പിരിഞ്ഞ് ഊൺകഴിഞ്ഞതിന്റേശേഷം തനിക്കു സഹജമായുള്ള നാരദസ്വഭാവം തന്നെ വളരെ അലട്ടി. സ്വതെ തന്റെ സ്വഭാവത്തിലുള്ള ദുർഗുണങ്ങൾ വെളിവായി പുറത്തേക്കു കണ്ടുതുടങ്ങി. തനിക്ക് ഇപ്പോൾ സ്വതേ ഉള്ളതായിത്തീർന്നിട്ടുള്ള ഗംഭീരഭാവവും ധാർഷ്ട്യാതിരേകമായ വാക്കുകളും ഒന്നു കവിഞ്ഞു. "ഇതു ബഹുരസംതന്നെ. വ്യവഹാരത്തിൽ ഉണ്ടാകുന്ന കുണ്ടാമണ്ടികൾ കലശലായി

തീരും. ഈ വ്യവഹാരം പറഞ്ഞതുപോലെയോ വിചാരിക്കുംപോലെയോ ഒന്നും നിൽക്കുകയില്ല. 'റില്ലി ആക്ട്' പ്രകാരം വ്യവഹാരം കൊടുപ്പാനായി ഞാൻ പറഞ്ഞു. ആ ആക്ട്തന്നെ എന്താണെന്ന് ഇനിയും ഞാൻ വായിച്ചിട്ടില്ല. എങ്ങനെയാണ് ആ ആക്ട് പ്രകാരം വ്യവഹാരം തെയ്യാറാക്കേണ്ടത് എന്നുകൂടി എനിക്കു നല്ല ശീലമില്ല. ഈ വ്യവഹാരസംഗതിയെപ്പറ്റി ഇനി തിരുമുല്പാടുമായിട്ടോ മറ്റോ സംസാരിക്കണമെങ്കിൽ 'റില്ലി ആക്ട്' ന്റെ ഗുണദോഷം വെടിപ്പായി വിചാരിച്ചിട്ടുവേണം. ഇതിന്നു നോട്ടീസ്സ് അയച്ച വക്കീൽ രാഘവമേനോനുമായി കണ്ടു സംസാരിക്കണം."

എന്നു വിചാരിച്ചു നിശ്ചയിച്ച് ചെരിപ്പും കുടയും ചൂരൽവടിയും എടുത്തു മേല്പറഞ്ഞ പട്ടണത്തിലേക്കായി ക്ഷണേന പോവുകയും ചെയ്തു പട്ടണത്തിൽ എത്തുമ്പോൾ അസ്തമിച്ചിരിക്കുന്നു. രാഘവൻമേനോൻ കച്ചേരിയിൽനിന്നു മടങ്ങി വന്നിരിക്കുന്നു.

കുണ്ടന്‍മേനോനെ കണ്ടപ്പോൾ ആചാരപൂർവ്വം ഇരിപ്പാൻ പറഞ്ഞു.

കുണ്ടന്‍മേനോൻ ഇരുന്ന ഉടനെ നോട്ടീസ്സിന്റെ കാര്യത്തെക്കുറിച്ച് പ്രസ്താവിച്ചു.

ഈ രാഘവമേനോൻ ബി.എ.ബി.എൽ ജയിച്ചിട്ടുള്ള ഒരു വക്കീലാകുന്നു. അഞ്ചുകൊല്ലം കഴിഞ്ഞിട്ട് ഹൈക്കോടതി സന്നത് വാങ്ങാമെന്നു വച്ച് തൽക്കാലം ഒന്നാംഗ്രേഡ് വക്കീൽപ്പണിയിൽ പ്രവേശിച്ചിട്ടുള്ള ഒരു ദേഹമാകുന്നു. ഇംഗ്ലീഷിൽ നല്ല പഠിപ്പും വ്യവഹാരശാസ്ത്രത്തിൽ നല്ല അറിവും ഉള്ള ഒരു ആളായിരുന്നു.

രാഘവമേനോൻ: അതെ. ആ നോട്ടീസ്സയച്ചിട്ട് ഇപ്പോൾ ദിവസം കുറെ അധികമായല്ലോ. എന്താണ് അവർ വ്യവഹാരം കൊടുക്കുന്നില്ലെ?

കുണ്ടന്മാമന് നല്ല തരമായല്ലൊ!

കുണ്ടന്‍മേനോൻ: നിശ്ചയമായി കൊടുക്കുന്നു. അന്യായഹർജി എഴുതിത്തരണം. അതിനായിട്ടാണു ഞാൻ വന്നത്. ഈ അന്യായം കൊടുക്കുന്നത് 'റില്ലി ആക്ട്' പ്രകാരമല്ലെ വേണ്ടത്?

രാഘവമേനോൻ, 'എന്താക്ട്' എന്നു പറഞ്ഞ് കുറെ ചിറിച്ചു.

കുണ്ടന്‍മേനോൻ: നിങ്ങൾ ഇംഗ്ലീഷിൽ പറയുന്ന പേര് ഒരു വിധത്തിൽ ഞാൻ പറഞ്ഞതാണ്. 'റില്ലി', 'റില്ലി ആക്ട്' റില്ലി ആക്ട് എന്ന് ഒരാക്ട് ഇല്ലെ?

രാഘവമേനോൻ ചിറിച്ചു. ഇയാൾ എന്താക്ടിനെക്കുറിച്ചാണ് പറയുന്നത് എന്ന് തനിക്ക് ഒട്ടുംതന്നെ മനസ്സിലായില്ല.

രാഘവമേനോൻ: ഇത് മഹാദുർഘടംതന്നെ. എന്തു 'റില്ലി ആക്ട്?' ഞാൻ ഇങ്ങിനെ ഒരാക്ട് ഇംഗ്ലീഷിൽ കേട്ടിട്ടേ ഇല്ല. ഈ ആക്ടിനു മലയാളത്തിൽ പേരില്ലേ?

കുണ്ടന്‍മേനോൻ: മലയാളത്തിൽ 'പ്രത്യേക നിവൃത്തി ആക്ട്' എന്നു പേർ കേട്ടിട്ടുണ്ട്.

രാഘവമേനോൻ: ശിക്ഷ, ശിക്ഷ. നിങ്ങൾ ഇങ്ങിനെ സംസാരിച്ചു തുടങ്ങിയാൽ ഇംഗ്ലീഷ് അറിയുന്ന ആളുകളെല്ലാം അമ്പരന്നുപോകും. എന്തു കഥയാണ് ഹെ, ഇത്. 'സ്പെസിഫിക് റിലീഫ് ആക്ട്' എന്ന

ആക്ടിനെ 'റില്ലി' ആക്ട്, 'റില്ലി' ആക്ട് എന്നു പറയുന്നത് വളരെ സങ്കടംതന്നെ. പിന്നെ മലയാളത്തിൽ പേരു തർജ്ജമയാക്കീട്ടുണ്ടല്ലോ? തർജ്ജമയാക്കിയതും നല്ലമാതിരിയിലാണ്. 'പ്രത്യേക നിവൃത്തി ആക്ട്' എന്നു മലയാളത്തിൽ പേർ വിളിച്ചിരിക്കുന്നു. ഇതിനു 'റില്ലി' ആക്ട് എന്നു പേർ പറയുന്നത് എന്തൊരു കഷ്ടമാണ്! ഈ ആക്ട് പ്രകാരമോ വ്യവഹാരം കൊടുക്കുന്നത്? എന്റെ നോട്ടീസ്സിൽ കാണിച്ച സംഗതി ഈ വിധമല്ല. കുട്ടിയെ സംരക്ഷിപ്പാനുള്ള ചിലവ് വാങ്ങി കിട്ടുവാനുള്ള ഒരു വ്യവഹാരം കൊടുക്കുമെന്നാകുന്നു. ഇപ്പോൾ ഈ പ്രത്യേക നിവൃത്തി ആക്ട് എങ്ങനെ ഇതിൽ ചാടിവന്നു?

കുണ്ടൻമേനോൻ: അതെ. അങ്ങിനെതന്നെയാണ് നോട്ടീസ്സിന്റെ അർത്ഥം. എന്നാൽ നോട്ടീസ്സ് 'അവകാശങ്ങളെ സ്ഥാപിച്ചിട്ടുകിട്ടുവാൻ' എന്ന് ഒരു വാചകം ഉള്ളതിനാൽ.

രാഘവമേനോൻ: അസംബന്ധമായി എന്തെങ്കിലും സംസാരിക്കേണ്ട. സ്ഥാപന എന്നൊരു വാക്ക് ഒരു അന്യായഹരജിയിൽ എഴുതിയാൽ ആ അന്യായഹരജിയിൽ കാണിക്കുന്ന നിവൃത്തി സ്ഥാപനമായി പോവുമോ? എന്താണ് കുണ്ടന്മാമൻ ഇങ്ങനെയെല്ലാം പറയുന്നത്?

കുണ്ടൻമേനോൻ എന്തെങ്കിലും ഒരു സംഗതി പിടിച്ചു വ്യവഹാരങ്ങളെപ്പറ്റി ദുസ്തർക്കം ചെയ്വാൻ വളരെ മനസ്സുള്ള ആളാണല്ലോ?

കുണ്ടൻമേനോൻ: ഞങ്ങൾക്ക് ഇങ്കരീസ്സ് അറിഞ്ഞുകൂടാ. അതിരിക്കട്ടെ. എന്നാലും ഞങ്ങൾ ചോദിക്കുന്ന ചോദ്യങ്ങൾക്കു നിങ്ങൾ മുഴുവൻ ഉത്തരം പറഞ്ഞു മടക്കീട്ടുവേണം നിങ്ങളുടെ അഭിപ്രായപ്രകാരം ഞങ്ങളെക്കൊണ്ടു നടത്തിക്കുവാൻ. സ്ഥാപനങ്ങൾക്കുള്ള വ്യവഹാരമല്ലെ ഇത്, എന്ന് ഒരു സംശയം. ആക്ട് ഇവിടെ ഉണ്ടോ?

രാഘവമേനോൻ: ഈ വ്യവഹാരം ഒരു സാധാരണ വ്യവഹാരമാണ്. ചിലവിനു വാങ്ങിക്കിട്ടുവാൻ ഉള്ള ഒരു വ്യവഹാരം. അതിനു 'റില്ലി ആക്ടു' മായി യാതൊരു സംബന്ധവും ഇല്ല.

കുണ്ടൻമേനോൻ: അപ്പോൾ 'ഈ സ്ഥാപിച്ചു കിട്ടുവാൻ' എന്ന് എഴുതിയതോ?

രാഘവമേനോൻ: എന്താണ് അങ്ങനെ എഴുതിയതുകൊണ്ട്?

കുണ്ടൻമേനോൻ: അവിടെയാണു കുറച്ചു വൈഷമ്യം. ഈ കുട്ടി കല്യാണിഅമ്മയുടെ മകളാണെന്നും പിന്നെ ആ അമ്മ പൂഞ്ചോലക്കര എടത്തിൽ ജനിച്ചുവളർന്നതാണെന്നും അല്ലെ സ്ഥാപിക്കേണ്ടത്? സ്ഥാപനവ്യവഹാരമായില്ലെ ഇത്? അതാണ് ഒരു സംശയം. 'സ്ഥാപന ആക്ട്' ഈവക വ്യവഹാരങ്ങളെക്കുറിച്ച് എന്തു പറയുന്നു? ഈ 'പ്രത്യേക നിവൃത്തി ആക്ട്' ഇവിടെ ഉണ്ടോ? അതുണ്ടെങ്കിൽ ഒന്നു കണ്ടാൽ കൊള്ളാം.

രാഘവമേനോൻ: (കുറെ ദേഷ്യത്തോടുകൂടി) ആക്ട് ഇവിടെ ഉണ്ട്. അത് ഇംഗ്ലീഷിൽ ആണ്.

കുണ്ടൻമേനോൻ: അതു തർജമയായി ഒന്നു പറഞ്ഞു കേൾപ്പിക്കാമോ?

രാഘവമേനോൻ: എനിക്ക് ഇപ്പോൾ ആ പുസ്തകം തർജമയാക്കി

പറവാൻ വയ്യ. പുസ്തകം വേണമെങ്കിൽ തരാം. ആരെക്കൊണ്ടെങ്കിലും തർജമയാക്കിച്ചു നോക്കിക്കോളൂ.

കുണ്ടൻമേനോൻ: മലയാളത്തിൽ ഈ പുസ്തകം ഇല്ലേ?

രാഘവമേനോൻ: ഉണ്ട്, എന്റെ കൈവശം ഇല്ല.

കുണ്ടൻമേനോന് ഈ സംവാദം അത്ര രസിച്ചില്ല. താൻ പഴയ ഒരു മനുഷ്യൻതന്നെ. എന്നാലും ഒരു വസ്തുവെക്കുറിച്ചെങ്കിലും സിവിൽവ്യവഹാരസംബന്ധമായി അറികയില്ലെന്ന് ഈ ചെറുപ്പക്കാരായ വക്കീൽമാർക്ക് ഇത്ര ക്ഷണത്തിൽ മനസ്സിലാവുന്നതും അതിനെ പുറത്താക്കുന്നതും തനിക്കു പരമസങ്കടമായിട്ടുള്ള ഒരവസ്ഥയായിരുന്നു. തന്റെ അപ്പോഴത്തെ പണമില്ലാത്ത സ്ഥിതിയെയും മറ്റും ക്ഷണത്തിൽ ഓർമവന്നു. താൻ കാര്യങ്ങളിൽ പണ്ടത്തെപ്പോലെ വാദിക്കുമാറില്ല. എന്നാലും ഇത്ര ലഘുവായ ഒരു സംഗതിയിന്മേൽ തന്നെ നിന്ദിച്ചു പറഞ്ഞുവല്ലോ. ഹാ, കഷ്ടം! ദൈവം ഓരോരോ കാലത്തിന്റെ അവസ്ഥയ്ക്കനുസരിച്ച് ഓരോരുത്തനെ ശിക്ഷിക്കുകയും ചെയ്യുന്നതാണ് എന്ന് ഉറച്ച് ഉടനെ അവിടെനിന്നു പോവാൻ സമ്മതം ചോദിച്ചു.

രാഘവമേനോൻ: അപ്പോഴേക്കു പോവാൻ ബദ്ധപ്പാടായോ? ഇന്ന് ഇവിടെ ഊൺകഴിച്ചു രാത്രി ഇവിടെ കെടക്കാമല്ലോ.

കുണ്ടൻമേനോൻ: അല്ല, എനിക്ക് അസാരം ബദ്ധപ്പാടുണ്ട്. എനിക്ക് ഒന്നു വക്കീൽ ശാമുമേനോന്റെ അടുക്കെ പോവേണ്ട ആവശ്യമുണ്ട്.

രാഘവമേനോൻ: എന്നാൽ അത്രെ വേണ്ടു. അങ്ങിനെയാവട്ടെ.

കുണ്ടൻമേനോൻ: അന്യായഹർജി എഴുതുന്നതു നാളെ ആക്കാം. അതിന്നായി ഞാൻ ഇങ്ങോട്ടു വരാം.

രാഘവമേനോൻ: അങ്ങനെയാവട്ടെ.

വക്കീൽ ശാമുമേനോനെക്കുറിച്ച് എന്റെ വായനക്കാർ ഈ പുസ്തകത്തിന്റെ ആറാം അദ്ധ്യായത്തിൽ വായിച്ചിട്ടുണ്ടായിരിക്കാം. ഈ ശാമുമേനോൻ പൂഞ്ചോലക്കര എടത്തിൽ ഏകദേശം ഒരു ആശ്രിതനെപ്പോലെ ആയിരുന്നു എന്നും അറിഞ്ഞിരിക്കാം. ഇയാളും കുണ്ടൻമേനോനുമായി പഴെ ചങ്ങാതിമാരായിരുന്നു. തൽക്കാലം ശാമുമേനോനെ കാണേണമെന്ന് ഒരു താല്പര്യം ഉണ്ടായത് എന്തുകൊണ്ടായിരുന്നു എന്ന് ഇനി പറയാൻ പോകുന്ന കഥയിൽനിന്ന് അറിയാവുന്നതാണ്. പിന്നെ കുണ്ടൻമേനോൻ വടിയും, കുടയും ചെരിപ്പുമായി ശാമുമേനോന്റെ വീട്ടിൽ ചെന്നു. ശാമുമേനോൻ കുശലപ്രശ്നങ്ങൾ കഴിഞ്ഞ ഒടനെ "വന്നതു വല്ല വിശേഷസംഗതി ഉണ്ടായിട്ടോ?" എന്നു ചോദിച്ചു.

കുണ്ടൻമേനോൻ: വിശേഷസംഗതി ഒന്നുമില്ല. എന്നാൽ ഒരു കാര്യത്തിൽ കുറച്ചു സംശയം. 'പ്രത്യേകനിവൃത്തി ആക്ട്' ഇവിടെ ഉണ്ടോ? ഉണ്ടെങ്കിൽ അത് ഒന്നു നോക്കേണ്ടിയിരുന്നു.

"ഇവിടെ ഉള്ളത് ഇംഗ്ലീഷിൽ ആണ്. അതുകൊണ്ടു വിരോധമില്ല. മലയാളത്തിൽ തർജമയാക്കി ഞാൻ പറഞ്ഞുതരാം." എന്നു പറഞ്ഞു ശാമുമേനോൻ പുസ്തകം എടുത്തുകൊണ്ടുവരാൻ പോയി.

'ഈശ്വരോ രക്ഷതു! ഇങ്ങനെയും ആളുകൾ ഉണ്ടാവുന്നതു നമ്മുടെ ഭാഗ്യംതന്നെ,' എന്നോർത്തുംകൊണ്ടു കുണ്ടൻമേനോൻ പുറത്തു കാത്തി

രുന്നു. അപ്പോൾ ശാമുമേനോൻ പുസ്തകം എടുത്തുകൊണ്ടുവന്ന് "ഇതാണ് സ്പെസിഫിക് റിലീഫ് ആക്ട്" എന്നു പറഞ്ഞു "ശരി, ഇതൊന്നു വായിച്ചു കേട്ടാൽ നന്നായിരുന്നു." ശാമുമേനോൻ വായിച്ചു തുടങ്ങി. കുണ്ടൻമേനോൻ അതു കേൾക്കാനായി അതിശ്രദ്ധയോടെ ചെവികൊടുത്തു സന്നദ്ധനായിരുന്നു. ഈയാൾ ഒരുമാതിരി ഒന്നുമുതൽ അൻപത്തേഴുവരെ വകുപ്പുകൾ തർജമ ചെയ്തുകൊണ്ടുപോയി. കുണ്ടൻമേനോൻ സശ്രദ്ധനായി കേൾക്കുകയും ചെയ്തു. ഒരു ശ്രദ്ധ കൊണ്ടും ഉത്സാഹംകൊണ്ടും കാര്യം വിചാരിച്ച വഴിക്ക് ഒന്നും വന്നില്ല. ആക്ട് യാതൊന്നും മനസ്സിലായില്ല.

കുണ്ടൻമേനോൻ: ഈ ആക്ട് വലിയ കഠിനംതന്നെ. എല്ലാ ആക്ട് പോലെയല്ല. അപ്പാ, വലിയ ഉഗ്രവേഷംതന്നെ. എനിക്ക് ഇതിൽ സ്ഥാപ നവിധിയുടെ തത്ത്വമാണ് അറിയേണ്ടത്. അതിനുള്ള സെക്കിൻ വായി ച്ചില്ലല്ലൊ.

ശാമുമേനോൻ: ഓഹൊ, ഇതാണ് ആവശ്യം. ഇത് നാല്പത്തിരണ്ടാം സെക്ഷ്യനിൽ ഉണ്ടല്ലോ. അതിന്റെ തർജമ ഒന്നുംകൂടി വായിച്ചു കേൾപ്പിച്ചു തരാമല്ലൊ.

കുണ്ടൻമേനോൻ: ഈശ്വരാ! എന്നാൽ നന്നായിരുന്നു.

ശാമുമേനോൻ പുസ്തകത്തിൽ നാല്പത്തിരണ്ടാം സെക്ഷ്യൻ താഴെ പറയുംപ്രകാരം വായിച്ചു: "നാല്പത്തിരണ്ട്. യാതൊരുത്തനും വല്ല വസ്തുവെ സംബന്ധിച്ചോ വല്ല ശാസ്ത്രീയമായ സ്ഥിതിയെ സംബ ന്ധിച്ചോ അതിനെ സ്ഥാപിച്ചു കിട്ടുവാനായി വല്ല ഒരുത്തന്റെമേലും വ്യവ ഹാരം കൊടുക്കാവുന്നതും കോടതി യുക്തപ്രകാരം ആ കാര്യത്തിൽ ആ മനുഷ്യനെ അങ്ങനെ അവകാശമുണ്ടെന്ന് ഒരു വിധി കൊടുക്കാവു ന്നതും എന്നാൽ അങ്ങനെയുള്ള വ്യവഹാരത്തിൽ അന്യായക്കാരൻ വേറെ സംഗതികൾക്ക് ഒരു വിധി കൊടുപ്പാൻ ആവശ്യപ്പെടേണമെന്നി ല്ലാത്തതും ആകുന്നു. എന്നാൽ അന്യായക്കാരന് അധിക അവകാശ ങ്ങൾകൂടി ചോദിപ്പാൻ പാടുണ്ടെന്നു കാണുന്നപക്ഷം മേൽപറഞ്ഞമാ തിരി വ്യവഹാരം കോടതി സമ്മതിക്കേണ്ടതുമല്ല."

കുണ്ടൻമേനോൻ: ശരി, ശരി, ശരി, അങ്ങനെ വരട്ടെ. ഇപ്പോൾ എനിക്കു കാര്യമെല്ലാം മനസ്സിലായി. അങ്ങനെ വരട്ടെ. ഇത് അവകാശ സ്ഥാപനയ്ക്കു പറ്റുന്ന ഒരു വ്യവഹാരമല്ലെ? എന്താ വിചാരിക്കുന്നത്?

ശാമുമേനോൻ: അതെ, സംശയമില്ല.

കുണ്ടൻമേനോൻ: ഒരു തറവാട്ടിലെ ഒരു കുടുംബക്കാരനെ തറവാ ട്ടുകാർ രക്ഷിക്കാതിരുന്നാൽ അവനുള്ള നിവൃത്തി ഈ നാല്പത്തിരണ്ടാം സെക്കിൻ പ്രകാരം അന്യായം കൊടുത്തിട്ടല്ലെ?

ശാമുമേനോൻ: അതെ, സംശയംകൂടാതെ.

കുണ്ടൻമേനോൻ: ഈ മഹാകേമന്മാരായ വക്കീൽമാർ, അല്ല എന്നു പറയുന്നു.

ശാമുമേനോൻ: ആരാണ് പറഞ്ഞത് ഇങ്ങനത്തെ വക്കീൽമാർ ഇവിടെ ഉണ്ടെന്നു ഞാൻ ഓർത്തിരുന്നില്ല. ഒരു സമയം പുതിയ വക്കീൽ കൃഷ്ണമേനോനൊ? ഇവിടെ രാമപിള്ള എന്നൊരാൾക്ക് അസംബന്ധ

മായി ഒരെഴുത്ത് ഈ മേൽപറഞ്ഞ കൃഷ്ണമേനോൻ ഉണ്ടാക്കിയത് ഞാൻ കണ്ടു. എന്തുഗോഷ്ടിയാണ്. ഈ സെക്ഷ്യന്റെ ആവശ്യം പൂഞ്ചോലക്കര എടക്കാരുമായി രാമപിള്ള വ്യവഹാരത്തിന്ന് ഒരുമ്പെട്ടിരിക്കുന്ന കാര്യത്തിലല്ലെ. കുണ്ടൻമേനോനോടു ചോദിക്കുന്നതിന്ന് ഒന്നും വിരോധമില്ലല്ലോ?

കുണ്ടൻമേനോൻ: അതിനെന്താണു വിരോധം? നൊമ്മൾക്ക് അന്യന്മാരുടെ കാര്യം കൊണ്ട് എപ്പോഴും സംസാരിക്കാമല്ലോ. ഞാൻ ഈ സമയം ചോദിച്ചറിയേണമെന്നുള്ള ആഗ്രഹത്തോടുകൂടി നമ്മുടെ നോട്ടീസ്സ് അയച്ച വക്കീലായ രാഘവമേനോനെ ഇന്നു കണ്ടു കുറെ സംസാരിച്ചതിന്റെ ശേഷം എനിക്കു മതിയായി. ഇംഗ്ലീഷ് അറിവു തന്നെപ്പോലെ ആർക്കുമില്ലെന്നു തനിക്കുള്ള ദുരഭിമാനത്താൽ പണ്ടു ദൈവം കൊടുത്തിരുന്ന ബുദ്ധിയും കൂടിപ്പോയി. അഹങ്കാരത്താലും ദുർമദത്താലും ഇംഗ്ലീഷിലോ മറ്റോ തന്നോടാരെങ്കിലും സംസാരിച്ചുപോയിട്ടുണ്ടെങ്കിൽ അതിനെ ഒക്കെയും അബദ്ധമാക്കുന്ന പ്രവൃത്തിയാണ് ഇപ്പോൾ രാഘവമേനോന് എന്ന് എനിക്കു തോന്നുന്നു.

ശാമുമേനോൻ: അസൂയ ഇങ്ങിനെ ഉണ്ടായിട്ടു ചെറുപ്പക്കാരുടെ കൂട്ടത്തിൽ രാഘവമേനോനെപ്പോലെ മറ്റൊരാളെയും ഞാൻ കണ്ടിട്ടില്ല. പിന്നെ വേണമെങ്കിൽ ചെറിയ കൃഷ്ണമേനോനും ഉണ്ടായിരിക്കാം. അല്ലാ, വർത്തമാനങ്ങൾ കേൾക്കട്ടെ! കർപ്പൂരയ്യൻസ്വാമിയും ഞാനും പൂഞ്ചോലക്കര അച്ചന്റെ വക്കീൽമാർ ആയി. ഇനി അതുകൊണ്ടു പറഞ്ഞിട്ടു ഫലമില്ല. എന്താണ്, ഉദയന്തളി രാമവർമ്മൻ തിരുമുല്പാട്ടിലേക്കു വളരെ രസമായിരിക്കുന്നു എന്നു തോന്നുന്നു. കുണ്ടന്മാമനും ഒരു നേരംപോക്കായി.

കുണ്ടൻമേനോൻ: കാര്യങ്ങൾ വിചാരിച്ചതുപോലെ ഒന്നുമായില്ല. കർപ്പൂരയ്യനും നിങ്ങളും പൂഞ്ചോലക്കര എടത്തിലെ വക്കീൽമാരായി വരാനേ സംഗതിയുള്ളു എന്ന് ഞാൻ കാര്യം കേട്ടപ്പോൾത്തന്നെ നിശ്ചയിച്ചു. അതു നിമിത്തമാണു പിന്നെ രാഘവമേനോനെക്കൊണ്ടു നോട്ടീസ്സ് കൊടുപ്പിച്ചത്. അയാളുടെ ഇപ്പോഴത്തെ ഭാവം കാണുമ്പോൾ 'വേണ്ട' എന്നു തോന്നിപ്പോകുന്നു. എന്തു ഭാവമാണ്! എന്തു ധിക്കാരമായ വാക്കുകളാണ് എന്നോടുതന്നെ സംസാരിച്ചത്. ആ ചാപ്പുമേനോൻ മതിയായിരുന്നു. അല്ലെങ്കിൽ വലിയ ഇംഗ്ലീഷുകാർ വേണമെങ്കിൽ മാധവമേനോനെക്കൂടി ആക്കാമായിരുന്നു. ഇത് മഹാ ദുർഘടമായിത്തീർന്നു. വല്ലതും നിന്ദിച്ചുപറയുന്നതു സഹിക്കാം. എന്നാൽ കാര്യം പറയാതെ നിന്ദിക്കുകമാത്രം ചെയ്താൽ! ഇയ്യാൾ കുറെ കാര്യശീലമുള്ള വക്കീലാണെന്നു മനബോദ്ധ്യമായത് എങ്ങനെ?

ശാമുമേനോൻ: ഇയാളുടെ ഭാഗ്യംതന്നെ. മറ്റ് ഞാനൊന്നും പറവാൻ കാണുന്നില്ല. പണം വളരെ കിട്ടുന്നുണ്ട്. മാസത്തിൽ ആയിരം ഉറുപ്പികയോളം കിട്ടുന്നുണ്ട്. കഥ ഈശ്വരൻ കണ്ടു. 42-ാം സെക്ഷ്യൻ പറഞ്ഞു മനസ്സിലാക്കി കൊടുത്താൽ ഇയാൾ പിന്നെ ഒന്നും പറകയില്ല എന്നു തോന്നുന്നു.

കുണ്ടൻമേനോൻ: പറഞ്ഞു മനസ്സിലാക്കണ്ടേ? അതല്ലേ വെഷമം.

മറ്റുള്ളവന് ഇംഗ്ലീഷ് അറിഞ്ഞുകൂടാ. വല്ലതും പറഞ്ഞാൽ അത് എന്താണെന്ന് ആലോചിക്കാതെ നിസ്സാരമാക്കി തള്ളും. പിന്നെ എന്തുചെയ്യും? ഒരു സമയം പ്രഹരംകൂടി ഉണ്ടാകയില്ലേ എന്നും സംശയിക്കുന്നു.

ഇങ്ങനെ ഇവർ രണ്ടാളുംകൂടി വിശേഷം പറഞ്ഞ് ഊൺ കഴിച്ച് ഉറങ്ങി. പിറ്റേന്നു രാവിലെ കുണ്ടൻമേനോൻ രാഘവമേനോന്റെ മഠത്തിൽ പോയി. കുണ്ടൻമേനോൻ ഇങ്ങനെ കക്ഷികളുടെ ഒരു തെരക്കു വേറെ ഒരു വക്കീൽമാരുടെ അടുക്കെയും കണ്ടിട്ടില്ല. രാഘവമേനോൻ കടലാസ്സുനോക്കുന്ന തിരക്കിൽ ആയിരുന്നു. കുണ്ടൻമേനോൻ വന്നതുതന്നെ കണ്ടില്ല. അയാൾ അവിടെ ഒരു ബഞ്ച് ഇട്ടിട്ടുള്ളതിന്മേൽ വേറെ ആളുകളോടുകൂടി കുത്തിയിരുന്നു. അവിടെ വലിയ തിരക്കുതന്നെ. ഒരു കേസ്സു നോക്കി അതിന്റെ മറുപടി പറഞ്ഞ്, മറ്റൊരു കേസ്സു നോക്കും. ഇങ്ങനെ ഓരോന്നായി നോക്കി ഏകദേശം തീരാറാകുമ്പോഴക്കു കച്ചേരിക്കു പോവേണ്ട സമയമായി. അപ്പോൾ കുണ്ടൻമേനോനെ അവിടെ കണ്ടു.

രാഘവമേനോൻ: ഇന്ന് അന്യായപ്പകർപ്പ് എഴുതുവാൻ തിരക്കു കൊണ്ടു കഴിഞ്ഞില്ല. കുണ്ടന്മാമൻ ഇന്നു പോവണ്ട. ഇന്നു വൈകുന്നേരം കച്ചേരിയിൽനിന്നു വന്ന ഉടനെ അന്യായഹർജിയുടെ പ്രവൃത്തി തന്നെ ആക്കാം അതല്ല, ഇപ്പോൾ പോകുന്നുവെങ്കിൽ നാളെയോ മറ്റന്നാളോ വന്നാൽ നിശ്ചയമായും അന്യായപ്പകർപ്പു കൊണ്ടുപോവാം.

കുണ്ടൻമേനോൻ: എനിക്ക് അന്യായത്തിന്റെ സാരം ചില സംഗതിയോടുകൂടി മനസ്സിലാക്കണം. അതിന് ഇന്നു വൈകുന്നേരംതന്നെയാണു നല്ലത്. ഞാൻ ഊൺകഴിച്ചു വൈകുന്നേരം കച്ചേരിയിൽനിന്നു വരുമ്പോഴേക്ക് ഇങ്ങോട്ട് എത്തിക്കളയാം.

രാഘവമേനോൻ: എന്താണു ഹേ, അബദ്ധമായി പറയുന്നത്? ഊണ് ഇവിടെത്തന്നെ.

ഉടനെ തന്നെ ഒന്നിച്ച് ഉണ്ണാൻ ഇരുന്നു. ഓരോരോ വെടികൾ പറഞ്ഞുകൊണ്ടു സാപ്പിട്ടു. രാഘവമേനോൻ കച്ചേരിക്കു പുറപ്പെട്ടു. അന്നേക്ക് ഒരു ഇരുപതു ദിവസംമുമ്പേ മദ്രാശിയിൽനിന്നു വരുത്തീട്ടുള്ള ഒന്നാംതരം ബ്രഹാംവണ്ടിയും ഒന്നാന്തരം വെള്ളക്കുതിരയുമായിരുന്നു കച്ചേരിക്കുള്ള വാഹനം. ആ കുതിരയും വണ്ടിയും കെട്ടി ലിവറികോപ്പ് ഇട്ടിട്ടുള്ള രണ്ടു കുതിരക്കാർ വണ്ടിയുടെ എടവും വലവും കറുത്ത ചാമരങ്ങളോടുകൂടി ഓടിക്കൊണ്ടും കോച്ചുമേൽ വണ്ടിയുടെ ഉപരി സ്വച്ഛന്ദം ഇരുന്നുകൊണ്ടും വണ്ടിയെ ഓടിച്ചുകൊണ്ടു പോകയും ചെയ്തു.

കുണ്ടൻമേനോൻ ഈ യാത്രയുടെ ഒരു ഘോഷം കണ്ട് വിസ്മയിച്ചു. 'നാരായണ! ശിവ! ശിവ!' ഈ കുട്ടി ഇത്ര വേഗത്തിൽ ഈ പദവിയിൽ എത്തിയത് ഈയാളുടെ ഭാഗ്യവിശേഷംതന്നെ. എന്നാൽ സ്വഭാവം ഇങ്ങനെ വഷളായിപ്പോയതിന് എന്താണു കാരണം? ഒരുസമയം ഞാൻ പറഞ്ഞത് അബദ്ധമായിരിക്കാം, അതുകൊണ്ടായിരിക്കാം എന്നോടു ദേഷ്യപ്പെട്ടത്. ഇംകിരീസ് ലോ പഠിച്ചിട്ടുള്ളവർക്കു ശുദ്ധ മലയാളികളായ ഞങ്ങളാൽ ചിലതു പറയുന്നതു പക്ഷേ, ബുദ്ധി ഇല്ലാതെ പറയുന്നതെന്നു തോന്നിപ്പോവുന്നുണ്ടായിരിക്കാം. ലോവിൽ ഇയാൾക്കു നല്ല പ്രാപ്തിയുണ്ടെന്നാണ് ഞാൻ കേട്ടതെല്ലാം. ശാമുമേനോൻ മാത്രം മറിച്ചും പറഞ്ഞു.

അതത്ര സാരമില്ല. ശാമുമേനോൻ ഇങ്കിരീസ്സ് ഒരല്പം മാത്രമേ പഠിച്ചിട്ടുള്ളു. എന്തൊ ഒരു 'മറ്റിക്കലേശൻ' പരീക്ഷയും കൊടുത്തിട്ടുണ്ട്. ഇങ്കിരീസ് ശാസ്ത്രം സാമാന്യം അറിയുമായിരിക്കാം. എന്നാൽ ആളുകൾ ഒന്നും അയാളുടെ അടുക്കെ പോകുന്നില്ലല്ലൊ. കർപ്പൂരയ്യൻസ്വാമിയുടെ അടുക്കെയും, രാഘവമേനോന്റെ അടുക്കെയും മാധവമേനോന്റെ അടുക്കെയും ആണല്ലൊ. ഈ കുട്ടിക്ക് ആയിരത്തിലധികം ഉറുപ്പിക മാസം കിട്ടുന്നുണ്ടുപോൽ. ഇന്നു കേസ്സുകളിൽ ഓരോ മറുപടി കക്ഷികൾക്കു പറഞ്ഞുകൊടുക്കുന്നതു കേട്ട് ഞാൻ അത്യാശ്ചര്യപ്പെട്ടുപോയി. 13 കേസ്സ് ഇന്നുണ്ടായിരുന്നു. ആ പതിമൂന്നു കേസ്സുകളിൽ ഉള്ള 'ലവിഡൻസ്' നോക്കിയ ഒരു മാതിരിയും ഓരോ സംഗതികളെ തീർച്ചപ്പെടുത്തിയ മാതിരിയും, കണ്ടതിൽ എനിക്കു വളരെ സന്തോഷം തോന്നി. ഈ വ്യവഹാരത്തെപ്പറ്റി ഇയ്യാളുടെ അഭിപ്രായം എന്താണെന്നു സൂക്ഷ്മമായി അറിയണം. ആൾ ഇയ്യാൾ അതിസമർത്ഥനുമാണ്, സംശയമില്ല. പക്ഷേ, ചോദിക്കുന്നതു വളരെ താഴ്മയോടെ ചോദിക്കാമെന്നും മറ്റും ഓരോ സംഗതികളെ വിചാരിച്ച് ഈ വൃദ്ധൻ പൂമുഖത്തുള്ള ഒരു തിണ്ണയിൽ കിടന്ന് ഉറക്കമാകയും ചെയ്തു. വൈകുന്നേരം അഞ്ചുമണിക്കു കുതിര സാർട്ടിന്റെ ഒച്ച കേട്ടു തുടങ്ങി. രാഘവമേനോൻ കച്ചേരിയിൽനിന്നു വരുന്നതായി കുണ്ടൻമേനോൻ അറിഞ്ഞു, അപ്പോഴേക്കു വന്നുകയറി. കുണ്ടൻമേനോനോടു മുഖത്തുനോക്കി മന്ദഹാസം ചെയ്ത് ഇരിക്കാൻ പറഞ്ഞു. അകത്തുപോയി ഉടുപ്പുമാറ്റി പുറത്തുവന്നു രണ്ടാൾക്കും ചായ കൊണ്ടുവരാൻ പറഞ്ഞു പൂമുഖത്തിരുന്നു.

രാഘവമേനോൻ: (ചിറിച്ചുംകൊണ്ട്) എന്താണ് ഇത്ര വലിയ വൈഷമ്യമായി ഈ അന്യായഹർജിയുടെ കാര്യംകൊണ്ടു കുണ്ടന്മാമനു തോന്നിയിരിക്കുന്നത്. ഈ റില്ലി ആക്ടിന്റെ പ്രയോഗം അസംബന്ധമായി ആരോ പറഞ്ഞിട്ട് അനാവശ്യമായി ഇങ്ങനെ സംശയിക്കുന്നതാണ്. ഈ ആക്ടിനാൽ ഇപ്പോൾ നാം കൊടുക്കാൻ പോകുന്ന വ്യവഹാരത്തിൽ പ്രത്യേകമായി ഒരു പ്രയോജനവും ഇല്ല.

കുണ്ടൻമേനോൻ: (കുറെ ദേഷ്യത്തോടുകൂടി) അസംബന്ധമായി ആരെങ്കിലും പറഞ്ഞാൽ അനാവശ്യമായി എന്നെപ്പോലെയുള്ള ഒരുത്തൻ കേട്ട്, കാര്യമാണെന്നു വിചാരിക്കുമോ? ഞാൻ സിവിൽ കാര്യം പഠിച്ചു തുടങ്ങിയിട്ട് ഇപ്പോൾ ഏകദേശം നാല്പതു കൊല്ലത്തോളമായി. ഇനിയും ഈവക കാര്യങ്ങൾ അസംബന്ധമായി ആരെങ്കിലും പറഞ്ഞാൽ അതു കൂടി അനാവശ്യമായിട്ടുള്ളതാണെന്ന് അറിവാൻ കഴിയുകയില്ലെന്നു നിങ്ങൾ പറഞ്ഞാലോ?

രാഘവമേനോൻ: അതെല്ലാം ശരിതന്നെ. കുണ്ടന്മാമൻ സിവിൽക്കാര്യം ശീലിച്ചകാലത്ത് ഞാൻ ജനിക്കുകകൂടി ഉണ്ടായിട്ടില്ല. ഞാൻ കുണ്ടന്മാമന്നു കാര്യം അറിഞ്ഞുകൂടാ എന്നല്ല പറഞ്ഞത്. കുണ്ടന്മാമനെപ്പോലെ കാര്യത്തിന്ന് അത്ര പ്രാപ്തിയായിട്ടു പുറമേ ഒരാളെ ഈ സ്ഥിതിയിൽ അന്വേഷിച്ചാൽ കിട്ടുമോ എന്നു സംശയമാണ്. എന്നാൽ ഈ റില്ലി ആക്ട് ചിലവിനു വാങ്ങി കിട്ടേണ്ടുന്ന വ്യവഹാരമായി യാതൊരു സംബന്ധവുമില്ല. അത് അസംബന്ധമായി ആരോ ഇംഗ്ലീഷ് പഠിച്ചിട്ടുള്ളവർ നിങ്ങളെ

പറഞ്ഞു മനസ്സിലാക്കീട്ടുള്ളതാണ്. ഞാൻ ഇപ്പോൾ അതിന്റെ ഭേദങ്ങളെ വെളിവായി പറയുമ്പോൾ കുണ്ടമ്മാമൻ സമ്മതിക്കും.

കുണ്ടൻമേനോൻ: (സന്തോഷത്തോടുകൂടി) അതാണു വേണ്ടത്. ഇംഗ്ലീഷു പഠിച്ചു കാര്യത്തിന്നു പ്രാപ്തന്മാരായി വന്നാൽ, അവർ ചെയ്യേണ്ടുന്നതു താന്താങ്ങൾക്കു ബുക്കിൽനിന്നു കിട്ടുന്ന അറിവുകളെ ബുക്കില്ലാത്ത നാട്ടുകാർക്കു പറഞ്ഞുകൊടുക്കുകയാണ്. പലെ സംഗതികളിലും എനിക്ക് ഈവിധമായ അറിവുകൾ കിട്ടീട്ടുണ്ട്. പഠിപ്പുള്ള നിങ്ങളിൽ ചിലരേപ്പോലെയുള്ള ആളുകൾ ഓരോരോ സംഗതിവശാൽ പറയുമ്പോൾ കേട്ടു മനസ്സിലാവുന്നില്ലെങ്കിൽ ചോദിച്ച് ഈവക സംഗതികളെ മനസ്സിലാക്കി വരാറും അതു പറഞ്ഞു തരുന്നവർ വളരെ സന്തോഷിച്ചു പറഞ്ഞുതരാറുമുണ്ട്. ഇതുപ്രകാരം 'ബോണാപിട്ട്' എന്നുള്ള വാക്കിന്റെ അർത്ഥവും 'മേലാപിട്ട്' എന്നുള്ള വാക്കിന്റെ അർത്ഥവും ഹൈക്കോടതി വക്കീൽ ബങ്കാറയ്യൻ അവർകൾ എനിക്കു പറഞ്ഞു മനസ്സിലാക്കി തന്നിട്ടുള്ളതാണ്.

രാഘവമേനോൻ: (ചിറിച്ചു കുഴങ്ങിക്കൊണ്ട്) ഇതിന്റെ അർത്ഥം മനസ്സിലായിട്ടുണ്ടോ, കേൾക്കട്ടെ.

കുണ്ടൻമേനോൻ: നിശ്ചയമായിട്ടും അറിയാം, മുമ്പെ പറഞ്ഞ 'ബോണാപിട്ട്' നല്ല കാര്യത്തെ സൂചിപ്പിക്കുന്നു. പിന്നെ പറഞ്ഞ 'മേലാപിട്ട്' ചീത്ത കാര്യങ്ങളെ സൂചിപ്പിക്കുന്നു. പിന്നെ കുറെ ദിവസം മുമ്പെ ഈ കർപ്പൂരയ്യൻ സ്വാമിയുടെ മഠത്തിൽവെച്ച് ഒരു കാര്യത്തിൽ 'രസചൂടിക്കെട്ടി'ന്റെ തടസ്സമുണ്ടെന്ന് ഒരു ഭാഗത്തു വാദമായിരുന്നു. അന്ന് അവിടെവെച്ചു കർപ്പൂരയ്യൻ 'രസചൂടിക്കെട്ടി'നെക്കുറിച്ചു വെടിപ്പായി എനിക്കു പറഞ്ഞുതന്നു.

രാഘവമേനോൻ ചിറിച്ചുചിറിച്ചു വലഞ്ഞു. എന്നിട്ട് ഇങ്ങനെ പറഞ്ഞു: "ഇതിന്റെയും മറ്റ് ഇനി പറവാനുള്ള വാക്കിന്റെയും അർത്ഥം മലയാളത്തിൽ കുണ്ടമ്മാമൻ അറിയുമെങ്കിൽ അത് എനിക്കു കേൾക്കുന്നതു വളരെ സന്തോഷമായിരുന്നു.

കുണ്ടൻമേനോൻ: അതു പറയാം. 'രസചൂടിക്കെട്ട്' എന്നുവെച്ചാൽ ഒരു വിധികൊണ്ടു തീർച്ചയായിപ്പോയ കാര്യം. പിന്നെ അതിനെക്കുറിച്ച് ഒരു വ്യവഹാരം പാടില്ല. ഇങ്ങനെ പലേ വാക്കുകളും ഉണ്ട്, ഒന്നും തോന്നുന്നില്ല.

രാഘവമേനോൻ: (ചിറിച്ചുംകൊണ്ട്) അയ്യൊ! അതു പറയരുത്. എനിക്ക് അതു കേൾക്കാതെ കഴികയില്ല. കുണ്ടമ്മാമൻ ബഹുരസമായിട്ട് പറയണം. നിശ്ചയംതന്നെ.

കുണ്ടൻമേനോൻ: നോക്കട്ടെ. എന്റെ ഓർമയിൽ എന്തെല്ലാമുണ്ട് എന്നറിഞ്ഞില്ല. നോക്കട്ടെ, പറയാം. 'ചെമ്പരത്തി' എന്ന വ്യവഹാരത്തെക്കുറിച്ചു ഞാൻ മദ്രാശിയിൽനിന്നു കേട്ടിട്ടുണ്ട്. അതിന്റെ അർത്ഥം വ്യവഹാരങ്ങളിൽപെട്ട ഭൂമി വ്യവഹാരത്തിൽ പെടാതുള്ള ഒരുവനുമായി ഭാഗിച്ചെടുപ്പാൻ മുൻകൂട്ടി ഒരു കരാർ ചെയ്യുന്നതാണത്രെ. ഇതു ചീത്ത വ്യവഹാരമാണ്. പിന്നെ ഇതുകൂടാതെയും തോന്നും. 'കൊന്ത്രാഭുവം മാരി' മനസ്സാക്ഷിക്കു വിരോധമായി ചെയ്യുന്ന ഒരു പ്രവൃത്തിയെപ്പറ്റി പറ

യുന്നതാണ്. 'കാർപ്പാസംധലിഷ്ടം' ഇതു വല്ല കുറ്റങ്ങളുടെ ശരീരമോ അവസ്ഥയേയോ കാണിക്കുന്നത്. ഈ ആണ്ട്, മറു ആണ്ട്, വേറെ ഒരാണ്ട് ഇതു സിവിൽ കടക്കാർക്കു കോടതിയിലേക്കു വേറെ ആവശ്യങ്ങൾക്കായി പോകുമ്പോഴും അവിടെ നില്ക്കുമ്പോഴും അവിടെനിന്നു മടങ്ങിവരുമ്പോഴും പിടിക്കാൻ പാടില്ല എന്നുള്ള കല്പനയുടെ സാരമാണ്. 'സൂയാദ്ധ്യാസ്' ഒരുവന്റെ സ്വന്തമായിട്ടുള്ള അവകാശങ്ങൾ പ്രകാരമുള്ളത്. 'റീസ് ഇന്ത്രവലിയൻ ചൂടിക്കെട്ട് നളം ഇന്ത്രവലിയൻ പ്രദോഷംഭൊ' അന്യന്മാർ തമ്മിൽ തീർന്നിട്ടുള്ള കാര്യം അവർക്കല്ലാതെ മറ്റാർക്കും ബാധകമല്ല. 'റിധാത്രയോദശി' അവർ ഒഴിഞ്ഞുകളഞ്ഞു. 'സംദൃശം അല്ലിക അയ്യോ പ്രധാനി.' ഇതിന്റെ അർത്ഥം ഒരുത്തന്റെ തർക്കപ്രകാരവും ലിവിഡൻസ് പ്രകാരവും എന്നാകുന്നു. 'ആലുപ്പി' അന്യപ്രദേശത്ത്.

ഇങ്ങനെയും മറ്റും ഉള്ളതുപോലെ വാക്കുകളും അവിടുന്നും ഇവിടുന്നുമായി ഓരോ മഹാന്മാർ പറഞ്ഞത് അതുപ്രകാരം ഗ്രഹിച്ചതാണ്. അതുപ്രകാരംതന്നെയാണ് ഈ 'പ്രത്യേക നിവൃത്തി ആക്ടിന്ന്' 'റില്ലി ആക്ട്' എന്നു പേർ ഗ്രഹിച്ചതും. ഇങ്കിരീസ്സ് ഒട്ടും പഠിച്ചിട്ടില്ല. അതുകൊണ്ട് ആ വാക്കുകൾ ഉപയോഗിക്കുന്നതിൽ അബദ്ധങ്ങൾ ഉണ്ടെങ്കിൽ അതു മാപ്പുതരണം. എനിക്ക് ഈ ആക്ടിന്റെ 42-ാം വകുപ്പിന്റെ അർത്ഥം എന്താണെന്നു പറഞ്ഞു മനസ്സിലാക്കിത്തരണം.

രാഘവമേനോൻ: (കുണ്ടൻമേനോൻ പറഞ്ഞ ഓരോരോ 'ലാറ്റിൻ വാക്കിനു വന്ന ചിറി എല്ലാം ചിറിച്ചുകഴിഞ്ഞതിന്റെ ശേഷം) ശരി, കുണ്ടമ്മാമനോട് 42-ാം വകുപ്പിന്റെ അർത്ഥം എന്താണെന്നു പറഞ്ഞുതരാം. ഈ ആക്ട് എല്ലാ ആക്ടുകൾപോലെയല്ല. ഇതിൽ അന്തർഗ്രഹിച്ചിട്ടുള്ള വ്യവഹാരങ്ങളും എല്ലാ വ്യവഹാരങ്ങൾപോലെയല്ല. സിവിൽ ശാസ്ത്രസംബന്ധമായ എല്ലാ വ്യവഹാരങ്ങളും സൂക്ഷ്മത്തിൽ ഗതി ഒന്നുപോലെതന്നെയാണെങ്കിലും അതിന്റെ ഫലങ്ങൾക്കു ഭേദങ്ങൾ കാണാം. അതിനു സംശയമില്ല. എന്നാൽ, നമ്മൾ ഇപ്പോൾ കിട്ടാൻ അപേക്ഷിച്ചിട്ടുള്ള വിധി ചിലവുപിരിച്ചുകിട്ടുവാനാകുന്നു. ആ വ്യവഹാരം അതുമാതിരിതന്നെയിരിക്കുന്നതും അതിന് അപ്പോൾ പ്രത്യേകനിവൃത്തി ആക്ടിന്റെ സംബന്ധം ഇല്ലാത്തതും ആകുന്നു. 42-ാം വകുപ്പ്, ഒരുത്തനു സിദ്ധിക്കേണ്ടതായ അവകാശങ്ങളെയൊ സ്ഥാനമാനങ്ങളെയൊ സിദ്ധിക്കാതിരിക്കുമ്പൊഴൊ, സിദ്ധിച്ചിരിക്കുന്നതിന്മേൽ വല്ല ന്യൂനതയൊ അപകടമൊ വരുമ്പൊഴൊ ഉപയോഗിക്കേണ്ടതായ ഒരു വകുപ്പാണ്. ഇപ്രകാരം കൊടുക്കുന്ന വ്യവഹാരത്തിന്നു പത്തുറുപ്പികമാത്രമാണ് റവന്യൂ സല. എന്നാൽ ഈ വ്യവഹാരത്തിൽ മറ്റൊരു സംഗതിയും നിവൃത്തിയായി ചോദിപ്പാൻ പാടില്ല. ഇതു തീർച്ചയായ ഒരു സംഗതിയാണ്. എല്ലാ വ്യവഹാരങ്ങൾക്കും എഡ്ജക്ടീവു കോസ് എന്ന സാധനങ്ങൾ ഉണ്ടാവാം. അതുനിമിത്തം ആ വ്യവഹാരംതന്നെ, നിവൃത്തിക്കു ചോദിക്കാത്ത മാതിരിയിലുള്ള വ്യവഹാരമാണെന്നു സങ്കല്പിക്കരുത്. ഇതാണ് ഈ കാര്യത്തിൽ നിങ്ങൾ പറയുന്നതു തെറ്റാണെന്നു ഞാൻ പറയുന്നത്. 'ശാരദ' എന്ന കുട്ടിയുടെ അമ്മ പൂഞ്ചോലക്കര കുടുംബത്തിലെ അവിഭക്തയായ ഒരു സ്ത്രീയാ

ണെന്നു വരുത്തേണ്ടതു നുമ്മൾക്ക് അവശ്യം സിദ്ധാന്തമായിട്ടുള്ള കാര്യമാണ്. അതുപ്രകാരംതന്നെ പൂഞ്ചോലക്കര എടത്തിലെ സ്വത്തിന്റെയും മറ്റും സ്ഥിതികളെപ്പറ്റി തെളിയിക്കുന്നതായിട്ടുള്ള തെളിവും കൊടുക്കണം. അവർ ഈ രണ്ടു സംഗതികളെയും നിഷേധിക്കുന്നുണ്ടെങ്കിൽ മാത്രമാണ് അതു വേണ്ടത്. ഇതിൽ ഒരു സംഗതി അന്യോന്യമുള്ള സംബന്ധത്തെക്കുറിച്ച് ഇപ്പോൾത്തന്നെ അവർ കഠിനമായി നിഷേധിച്ചിരിക്കുന്നു. അതുകൊണ്ട് ആ സംഗതി വെടിപ്പായി തെളിയിക്കണം. മറ്റെ സംഗതി ആവശ്യമുണ്ടെങ്കിൽ അതും തെളിയിക്കണം. ഈ രണ്ടു സംഗതിയും പൂർണമായി തെളിയിച്ചാൽ നുമ്മൾക്കു പക്ഷേ, ചോദിക്കുന്ന ചിലവു സംഖ്യ വിധിച്ചു കിട്ടുമായിരിക്കാം. അല്ലെങ്കിൽ എന്തെങ്കിലും അതിൽ ചുരുങ്ങിയ ഒരു സംഖ്യ വിധിച്ചു കിട്ടുമായിരിക്കാം. അതുകൊണ്ടു ഞാൻ നോട്ടീസ്സിൽ കാണിച്ചിട്ടുള്ള വ്യവഹാരം ചിലവിന്നു വാങ്ങിക്കിട്ടുവാനുള്ള ഒരു വ്യവഹാരമാണ്. ഇതും 42-ാം സെക്ഷനിൽ പറയുന്ന വ്യവഹാരവുമായി വളരെ ഭേദമുണ്ട്. എനി 42-ാം സെക്ഷനിൽ ഉദ്ദേശിക്കുന്ന വ്യവഹാരങ്ങൾക്കു ദൃഷ്ടാന്തമായി രണ്ടുമൂന്നു കേസ്സുകൾ പറയാം: ഞാൻ എന്റെ തറവാട്ടിലെ കാരണവനാണെന്നു സ്ഥാപിച്ചു കിട്ടേണമെന്ന് ഒരു നിവൃത്തിക്കുമാത്രം അപേക്ഷിക്കുന്നു. അല്ലെങ്കിൽ അങ്ങനെ ഒരു കാരണവനല്ലെന്നു സ്ഥാപിച്ചുകിട്ടുവാൻമാത്രം അപേക്ഷിക്കുന്നു. അല്ലെങ്കിൽ ഞാനും നിങ്ങളുമായിട്ട് ഇന്ന സംബന്ധമാണെന്നു വിവരിച്ച് അറിയിക്കുന്ന ഒരു കല്പനയ്ക്കുമാത്രം അപേക്ഷിക്കുന്നു. അല്ലെങ്കിൽ നിങ്ങൾ ഇന്ന ഒരു പ്രവൃത്തിക്കാരനാണെന്നു സ്ഥാപിച്ചു കിട്ടുവാനുള്ള നിവൃത്തിക്ക് അപേക്ഷിക്കുന്നു. ഇങ്ങനെ ഏതെങ്കിലും നിവൃത്തികൾക്കുമാത്രം അപേക്ഷയുള്ളതായ അന്യായങ്ങൾ 42-ാം വകുപ്പുപ്രകാരമുള്ളതാകുന്നു. ഇതുകൊണ്ടാണ് അന്യായങ്ങൾക്കു ഭേദമുണ്ട് എന്നു ഞാൻ പറഞ്ഞത്. 42-ാം വകുപ്പിൽ പറയുന്ന വിധികളെക്കൊണ്ടു യാതൊരു പണത്തെയോ യാതൊരു എളകുന്നേയോ എളകാത്തേയോ മുതലിനെയോ അന്യായക്കാരനും കിട്ടുവാൻ സാധിക്കുന്നതല്ല. നുമ്മൾ ചോദിക്കുന്ന വ്യവഹാരം ഇത്ര ഉറുപ്പിക വാങ്ങി കിട്ടണമെന്നാകുന്നു. ഈ വകുപ്പ് ഈ കാര്യത്തിന്നു സംബന്ധിക്കയില്ല. ഇപ്പോൾ കുണ്ടമ്മാമനു മനസ്സിലായോ?

കുണ്ടൻമേനോൻ: എനിക്കു വെടിപ്പായി മനസ്സിലായി. എന്നാൽ, രസ ചൂടിക്കെട്ടിന്റെ വിരോധം നുമ്മൾ കൊടുക്കുന്ന വ്യവഹാരത്തിലെ വിധി കൊണ്ടു വേറെ ഈ സംഗതിയിന്മേൽ യാതൊരു വ്യവഹാരങ്ങൾക്കും ഉണ്ടാകുമല്ലോ.

രാഘവമേനോൻ: അതാണ് കോടതി ഏതാണെന്നു സൂക്ഷിച്ചു കൊടുക്കണം വ്യവഹാരമെന്ന് എനിക്ക് അഭിപ്രായമുള്ളത്. കുണ്ടമ്മാമന്റെ ചോദ്യം വളരെ നന്നായിരിക്കുന്നു. ഈ വ്യവഹാരം സബ്കോടതിയിൽ കൊടുത്താൽ പിന്നെ യാതൊരു കോടതിയിലും ഈ കാര്യത്തെപ്പറ്റി വേറെ വ്യവഹാരം പാടില്ല. 'ചൂടിക്കെട്ടി'ന്റെ വിരോധം നല്ല ചൂടിക്കെട്ടുതന്നെയായിരിക്കും. എന്നാൽ, ഈ വ്യവഹാരങ്ങളിൽ ചിലവു സംഖ്യ തറവാട്ടിന്റെ അതാതുകാലത്തെ സ്ഥിതിപോലെയാക്കാൻ വ്യവഹാരംകൊടുക്കാം. നിങ്ങൾ പറയുന്ന പ്രകാരം റില്ലി ആക്ട് സംബന്ധിച്ച്

അന്യായം കൊടുക്കുന്നതായാൽ അവകാശം സ്ഥാപിച്ചു കിട്ടുമായിരിക്കാം. അതിനുതന്നെ വളരെ വൈഷമ്യമുണ്ട്. ഇംഗ്ലീഷ് ജൂറിസ്റ്റുമാരുടെ അഭിപ്രായം നേരെ രണ്ടുവിധത്തിലായിരിക്കുന്നു. താന്താങ്ങൾക്കു കിട്ടിവരേണ്ടുന്ന അനുഭവമോ ന്യായപ്രകാരം കിട്ടേണ്ടുന്ന ചിലവൊ കിട്ടാതിരുന്നാൽ സ്പെസിഫിക്ക് റിലീഫ് ആക്ട് പ്രകാരം ഒരു വ്യവഹാരം കൊണ്ടുചെല്ലാൻ പാടില്ലെന്നാണ് അധികപക്ഷം ജൂറിസ്റ്റുമാർക്ക് അഭിപ്രായമുള്ളത്. അതുകൊണ്ട് 42-ാം സെക്ഷനെ കുറിച്ച് നമുക്കൊന്നും ചെയ്യാൻ ആവശ്യമില്ലെന്നാണ് ഞാൻ വിചാരിക്കുന്നത്.

കുണ്ടൻമേനോൻ: ഒന്നു പറഞ്ഞതിൽ ആണ് ഇപ്പോൾ കാര്യത്തിന് അല്പം വൈഷമ്യമുള്ളത്. ഈ വ്യവഹാരം സബ്ബ് കോടതിയിൽ വേണമോ?

രാഘവമേനോൻ: അതെന്താണ്?

കുണ്ടൻമേനോൻ: ഒന്നുമില്ല. ഞാൻ വെറുതെ പറഞ്ഞു. അങ്ങനെ തന്നെ സബ്ബ്കോടതിയിൽതന്നെ കൊടുക്കുക.

രാഘവമേനോൻ: (ചിറിച്ചുകൊണ്ട്) എന്താണ് സബ്ബ്കോടിതിയിൽ കൊടുക്കുന്നതിനു വിരോധം?

കുണ്ടൻമേനോൻ: (ചിറിച്ചുംകൊണ്ട്) അത് എന്റെ മുഖത്തുനിന്ന് അബദ്ധമായി വന്നുപോയി. അതു ക്ഷമിക്കണം.

രാഘവമേനോൻ: (മന്ദഹാസത്തോടുകൂടി) എങ്ങനെ എങ്കിലും വരട്ടെ. സബ്ബ്കോടതിയിൽത്തന്നെ കൊടുക്കുക. വ്യവഹാരത്തിന്റെ സല എന്താണ് ചേർക്കേണ്ടത്? ഝുട്ടിക്കു നിത്യത്തെ ചെലവിന്നുതന്നെ എന്തു വേണ്ടിവരും? ഒന്നാമത് എഴുത്തയച്ചമുതൽ ഇതുവരെ എന്തു ചെലവായിട്ടുണ്ട്?

കുണ്ടൻമേനോൻ: ഈ സംഗതി അറിയുന്നത് ആവശ്യംതന്നെ. പക്ഷേ, ഞാൻ അതു ഓർമവെച്ചില്ല. നാളെ വൈകുന്നേരം ഞാൻ ഈ വിവരങ്ങൾക്കു സകലവും തക്കതായ സമാധാനത്തോടുകൂടി ഇവിടെ എത്തിക്കളയാം.

ഈ സംഭാഷണം കഴിഞ്ഞ പിറ്റേന്നു രാവിലെ കുണ്ടന്മേനോൻ ഉദയന്തളിക്കു പുറപ്പെട്ടുപോകയും ചെയ്തു.

പതിനൊന്നാം അദ്ധ്യായം

കുണ്ടൻമേനോൻ മേൽ കാണിച്ചവിധം രാഘവമേനോനുമായി സംഭാഷണം കഴിഞ്ഞു മടങ്ങി ഉദയന്തളി ചെന്നശേഷം അവിടുന്നു വേണ്ടുന്ന ആലോചനകളും മറ്റും ചെയ്തു മടങ്ങി പിന്നേയും രാഘവ മേനോന്റെ വീട്ടിൽ എത്തി അദ്ദേഹവുമായി സംസാരിച്ചു. സല മൂവായിരം ഉറുപ്പിക ആക്കാമെന്നു നിശ്ചയിച്ചു. രാഘവമേനോനു കാര്യത്തിൽ കുറെ സംശയമുണ്ടായതുകൊണ്ടു മാധവമേനോനുംകൂടി അന്യായഭാഗം വക്കീലായിരിക്കട്ടെ എന്നുറച്ചു. വക്കാലത്തുനാമവരുത്തി മാധവമേനോനെയും ഏല്പിച്ചു. അന്യായം കൊടുക്കുന്നതു ധർമ്മ അന്യായമായി ആയാലെന്താണു വിരോധം, എന്നു സംശയമുണ്ടായി. അതിനെക്കുറിച്ച് മാധവമേനോൻ ഇപ്രകാരം രാഘവമേനോനോടു പറഞ്ഞു.

മാധവമേനോൻ: ഇപ്പോൾ ഈ കുട്ടിയുടെ സ്ഥിതി എന്താണ്? അമ്മയെ രാമന്മേനോൻ കല്യാണം ചെയ്തിട്ടുള്ളത് ആക്ട് പ്രകാരമല്ല. ശാസ്ത്രീയമായി ഒരു വിധത്തിലും അച്ഛന്റെ മുതലിന് അവകാശപ്പെടുവാൻ ഈ കുട്ടിക്ക് ഒരധികാരവുമില്ല. അമ്മ സമ്പാദിച്ചിട്ടുള്ള സ്വത്തുക്കൾ ആകവെ ഉള്ളത് ഏതാനും ആഭരണങ്ങൾ മാത്രമാണത്രെ. ഇത് ഇപ്പോൾ ഒരു രക്ഷിതാവിന്റെ കൈവശമാണ് ഇരിക്കുന്നത് എന്നു വിചാരിക്കാം. പക്ഷേ, അത് അച്ഛനായിരിക്കും. എന്നാലും അത്ര ഭേദമില്ല. ഒന്നാമത് ഈ ആഭരണങ്ങൾ വിറ്റ്, ആ മുതൽ ഈ അന്യായച്ചെലവിലേക്ക് ഉപയോഗിക്കേണ്ടതാണെന്നു വരാമോ? എനിക്കു വളരെ സംശയമുണ്ട്. ഇംഗ്ലീഷ് കേസ്സ് രണ്ടുമൂന്ന് ഞാൻ കാണിക്കാം. ഇൻഡ്യൻ കേസ്സ് ഇതിനെ സംബന്ധിച്ച വെളിവായി യാതൊന്നും കാണിക്കുന്നില്ല. എന്നാൽ ഇംഗ്ലീഷുകേസ്സുകളുടെ പ്രമാണംതന്നെയാണ് ഇവിടെ നടപ്പാക്കുക എന്നുള്ളതു ബലമായി ഊഹിക്കേണ്ടതാണ്. രണ്ടാമത്, ഈ ആഭരണങ്ങൾ എന്തു സമ്പ്രദായത്തിലും വിധത്തിലും ഉണ്ടാക്കിച്ചതാണ് എന്ന് ആലോചിക്കുക. കല്യാണിയമ്മ രാമൻമേനോന്റെ കൂടെ ഭാര്യയായിരിക്കുമ്പോൾ ആ

സ്ത്രീയ്ക്കു നെയമം പെരുമാറുവാനായി ഉണ്ടാക്കിച്ചതാണ്. ആ സ്ത്രീ അതുകളെ അതുപ്രകാരം പെരുമാറിവന്നു. ഇപ്പോൾ പെരുമാറുവാനായിട്ടുള്ള അവകാശം ഈ കുട്ടിക്കാണ്. ഇത് ഇംഗ്ലീഷുകാരുടെ മാതിരിയിൽ ഉള്ള ഒരു സ്ത്രീയുടെ സ്വത്തായിരുന്നു എങ്കിൽ ഒരു സമയം നിത്യത പെരുമാറുന്ന ചില്ലറ ആഭരണങ്ങളൊ അല്ലെങ്കിൽ വെയറിങ് അപ്പേറൽ എന്ന സാധനങ്ങളിൽ ഉൾപ്പെട്ടതോ ആയി പറവാനോ ഉള്ളു. ഇതുകളെ വിറ്റു പണമാക്കി അന്യായം ഹർജിയുടെ സലയ്ക്കു ചേർത്തു കൊടുക്കേണമെന്നു പറയുമോ? സീറ്റൻ എന്ന ഇംഗ്ലീഷ് ശാസ്ത്രജ്ഞന്റെ പുസ്തകത്തിൽ ഇതിനെക്കുറിച്ച് പറയുന്നുണ്ട്. എന്റെ അഭിപ്രായം ഇത് ഒന്നു പരീക്ഷിക്കേണമെന്നാണ്.

രാഘവമേനോൻ: ആഭരണങ്ങൾ ഉള്ളതിന്നു നാലായിരം മുതൽ അയ്യാരിരംവരെ ഉറുപ്പിക വിലയുണ്ടത്രെ. ഇതു മുഴുവനും നിത്യം പെരുമാറുന്ന ആഭരണങ്ങൾ ആയിട്ടോ അല്ലെങ്കിൽ വെയറിങ് അപ്പേറൽ എന്നവകളുടെ കൂട്ടത്തിൽ തള്ളിവെക്കുകയോ ചെയ്യുന്നത് അത്ര വിഹിതമോ എന്നു സംശയിക്കുന്നു.

മാധവമേനോൻ: ആഭരണങ്ങൾ എത്ര വിലയ്ക്കുണ്ടാകുമെന്നു സൂക്ഷ്മമായി അറിയാമോ?

രാഘവമേനോൻ: കുണ്ടൻമേനോന്റെ ഉപദേശത്തിൽനിന്നു കിട്ടീട്ടുള്ള അറിവു മാത്രമാണ് എനിക്കുള്ളത്. ഈയ്യിടെ ഒരുദിവസം ഞാൻ ചോദിച്ചപ്പോൾ ഈ വിധം പറഞ്ഞു.

മാധവമേനോൻ: എന്തെങ്കിലും ആവട്ടെ. ഈ പോയിന്റ് തർക്കത്തിൽ എങ്ങനെ തീർച്ചപ്പെടുമെന്ന് അറിയാമല്ലോ.

രാഘവമേനോൻ: അതിനു വളരെ സംശയം തോന്നുന്നില്ലാ.

മാധവമേനോൻ: (ചിറിച്ചുംകൊണ്ട്) അതു പ്രൈവറ്റ് കാര്യമല്ലെ? നുമ്മൾക്കെന്താവശ്യം അതു ചിന്തിച്ചിട്ട്? എന്നാൽ ആൾ വളരെ പ്രാപ്തിയുള്ള ഒരു മനുഷ്യനാണ്. അതുകൊണ്ട് എന്തെങ്കിലും പറഞ്ഞാൽ നിവൃത്തിയാകയില്ലെന്നു നല്ല നിശ്ചയമുണ്ടാകും. സംഗതികൾ വെളിവായി കാണിക്കേണ്ടിവരും. അതിനു സമാധാനവും പറയേണ്ടിവരും. സമാധാനം സാമാന്യം ജഡ്ജിമാർ പറയുന്നതുപോലെ ഉരുട്ടുപെരട്ടായി പറകയോ കേവലം ബുദ്ധിയില്ലാത്തതായി വരുന്നതോ ആവുകയില്ല. എന്താണ് അദ്ദേഹത്തിന്റെ അഭിപ്രായമെന്ന് അറിയണം.

രാഘവമേനോൻ: സന്നിദ്ധ്യം കലശൽതന്നെ. പക്ഷേ, സങ്കല്പം പോലെ സാദ്ധ്യം വരുമോ എന്നു സംശയം. 407-ാം 409-ാം വകുപ്പുകൾപ്രകാരം നല്ല സ്വാതന്ത്ര്യമില്ലെ? തീർച്ചയ്ക്ക് ആവശ്യമായ സംഗതി എന്താണെന്നു പറഞ്ഞിട്ടില്ലെങ്കിൽത്തന്നെ, എന്താണ് ഭാവം? അപ്പീൽ ഇല്ലല്ലോ. ഞാൻ ഇതു വേണമോ എന്നു സംശയിക്കുന്നു.

മാധവമേനോനെക്കൊണ്ട് ഈ പുസ്തകത്തിൽ എങ്ങും വെളിവായി പറഞ്ഞിട്ടില്ല. ആറാം അദ്ധ്യായത്തിൽ ഇയ്യാളെക്കുറിച്ച് അല്പം പറഞ്ഞതേയുള്ളു. ഇയ്യാൾ എം.എ.എം.എൽ. പരീക്ഷകൾ രണ്ടും വെടിപ്പായി ജയിച്ചു. ഇംഗ്ലീഷിലും സംസ്കൃതഭാഷയിലും അതിസമർത്ഥനായ വിദ്വാനാണ്. വയസ്സ് ഇരുപത്തിയെട്ടു മാത്രമേ ആയിട്ടുള്ളു. വക്കീൽപ്പണിയാ

യിട്ട് അപ്പോഴേക്ക് ഏകദേശം രണ്ടു കൊല്ലത്തോളമായി. യാതൊരു വ്യവഹാരങ്ങളിലും താൻ ഏർപ്പെടുന്നതിൽ തർക്കങ്ങൾ വേണ്ടതിന്നും ചില സംഗതികളിൽ വേണ്ടാത്തതിന്നും പക്ഷേ, പുറപ്പെടുവിക്കുന്നത് ഇയാളുടെ സാധാരണഗതിക്കു സാമാന്യമുള്ളതായിരുന്നു. ഇതു സാധാരണ ബുദ്ധികൗശലം ജാസ്തിയായിരിക്കുന്ന യുവാക്കൾക്ക് ഉണ്ടാവുന്നതാണല്ലോ. പഠിപ്പിന്റെയും മിടുക്കിന്റെയും നവയൗവനത്തിൽ ഇത് എല്ലാവർക്കും ഉണ്ടാവുന്നതും കാലക്രമത്തിൽ ഇതു ക്ഷയിച്ചുപോവുന്നതും ആണെന്നുള്ളതിലേക്കു വാദലേശം ഇല്ലാത്തതാകുന്നു.

മാധവമേനോൻ: എനിക്കു തോന്നുന്നത് ഇതു വേണമെന്നാകുന്നു. തോറ്റുപോയെങ്കിൽ സല കൊടുക്കണം.

രാഘവമേനോൻ, "ഓഹോ അങ്ങിനെയാവട്ടെ. അന്യായഹർജി ഈ ആപ്ലിക്കേഷനോടുകൂടി തയ്യാറാക്കാം." എന്നു പറഞ്ഞ് രണ്ടാളും പിരിഞ്ഞു.

ഈ സംഭാഷണം കഴിഞ്ഞതിന്റെ പിറ്റേദിവസം കച്ചേരി പിരിഞ്ഞ് രാഘവമേനോൻ വീട്ടിൽ മടങ്ങിയെത്തി. അപ്പോൾ നമ്മുടെ കുണ്ടൻമേനോനും ശങ്കരമേനോനും അവിടെ ഉണ്ടായിരുന്നു. അവരോടു ചോദിച്ചു പൂഞ്ചോലക്കര എടത്തിൽ ഉള്ള ആളുകൾ ആരെല്ലാമാണെന്ന് ഒരു ലിസ്റ്റ് കുറിച്ചെടുത്തു. അതിൽ 1. കോപ്പുണ്ണി എന്ന വലിയ അച്ചൻ, 2. രാഘവനുണ്ണി, 3. കോന്നനുണ്ണി, 4. കൃഷ്ണനുണ്ണി, 5. കേശവനുണ്ണി, 6. ഗോവിന്ദനുണ്ണി ഇങ്ങനെ ആറാളെയാണ് എഴുതി എടുത്തത്. എടത്തിൽ ഉണ്ടായിരുന്ന കുഞ്ചുകുട്ടിഅമ്മ എന്ന സ്ത്രീ ഒരു ഗുന്മദീനത്താൽ അന്നേക്ക് രണ്ടു മാസം മുമ്പെ മരിച്ചുപോയിരിക്കുന്നു. ഇപ്പോൾ പൂഞ്ചോലക്കര എടത്തിലേക്കു സന്തതിക്കായി ശാരദ ഒഴികെ വേറെ യാതൊരു സ്ത്രീകളും ഇല്ലാത്ത കാലമായി എന്നു ഞാൻ പറയേണ്ടതില്ലല്ലോ! ഇവരുടെ പേർ എല്ലാം കുറിച്ചെടുത്തശേഷം രാഘവമേനോൻ കുണ്ടൻമേനോനോടു പറയുന്നു:

"ഞങ്ങൾ ഈ വ്യവഹാരം പാപ്പർവ്യവഹാരമായിട്ടാണ് ഒന്നാമതു കൊണ്ടുചെല്ലുന്നത്. എന്താണ് അതിനെക്കുറിച്ചു വല്ല ആക്ഷേപവും ഉണ്ടോ?"

കുണ്ടൻമേനോൻ: എനിക്കു നിങ്ങൾ ചെയ്യുന്നത് എല്ലാം സമ്മതമാണെങ്കിലും ശാരദ എന്ന കുട്ടിക്ക് ഇപ്പോൾ സലകൊടുപ്പാൻ കഴിയുകയില്ലെന്നു വരുത്തുവാൻ നമ്മളാൽ കഴിയുമോ എന്നു സംശയിക്കുന്നു. പക്ഷേ, വേണമെങ്കിൽ കൈവശമുള്ള മുതൽകൂടി ഇല്ലെന്നു പറയേണ്ടിവരും എന്നു തോന്നുന്നു. അങ്ങനെ പറയുന്നതായാൽ അതിന്നു നല്ല 'ലവിഡൻസ്' കൊടുക്കേണ്ടിവരും. സാക്ഷി ഒന്ന് ഈ ശങ്കരമേനോൻതന്നെ. പിന്നെ ഈ കുട്ടിയുടെ അച്ഛനും പറയാമല്ലോ?

ശങ്കരമേനോൻ: ഇത് എനിക്കു വളരെ ആശ്ചര്യമായിരിക്കുന്നു. ഞങ്ങൾ ഈ വ്യവഹാരത്തിൽ ഒരെടത്തും കളവുപറയുവാൻ ഉദ്ദേശിച്ചു വന്നവരല്ല. ന്യായമായ സങ്കടങ്ങളെ കോർട്ടിൽ ബോധിപ്പിച്ച് അതിൽനിന്ന് ഉത്തമമായ മാർഗത്തിൽ നിവൃത്തി ലഭിക്കുമെങ്കിൽ അതിനെ കിട്ടുവാൻ ഉള്ള ഏക ഉദ്ദേശത്തിന്മേൽ വ്യവഹാരം കൊടുക്കുന്നതാണ്. അതിൽ

ഒരു കളവായ വിവരം ഉണ്ടാക്കി അതിന്മേൽ ഒരു വിധിയോ, ജയമോ കിട്ടേണമെന്ന് അശേഷം താല്പര്യമില്ലാത്തവരാണ്. കുണ്ടമ്മാമനു വ്യവഹാരത്തിന്റെ നോട്ടം പലേപ്രകാരത്തിലും സ്ഥിതിയിലും ഉള്ളതാണെന്നു സർവസമ്മതമാണല്ലോ. എന്നാൽ, കളവു പറഞ്ഞിട്ട് ഒരേടത്തും ജയിക്കേണമെന്നു ലേശം താല്പര്യം ഇല്ലാത്തവരാണ് ഞാനും എന്റെ യജമാനനും എന്നു നിശ്ശങ്കം പറയുന്നു.

രാഘവമേനോൻ കുറഞ്ഞൊരു മന്ദഹാസത്തോടുകൂടി ഒന്നും ഉരിയാടാതെ ഇരുന്നു.

"നിങ്ങൾ വലിയ സാമർത്ഥ്യക്കാരനാണെന്നു തിരുമുല്പാടു പറഞ്ഞതു ശരിയായിരിക്കും. എന്നാൽ, വ്യവഹാരത്തിലെ ഓരോ പോയിന്റുകൾ സമാധാനിക്കുന്നത് ഇങ്ങനെയായാൽ പോരാ. കാര്യം സൂക്ഷ്മത്തിൽ ശരിയായിട്ടുള്ളതാണെന്നുതന്നെ അഭിപ്രായപ്പെട്ടാലും ചില ചില സ്ഥലങ്ങളിൽ നേരിൽനിന്ന് അല്പാല്പം ഭേദമായി കുറേശ്ശ പറയേണ്ടിവരികയോ ചെയ്യേണ്ടിവരികയോ ആവശ്യമായിരിക്കും. 'നേരേ വാ നേരേ പോ' എന്നുതന്നെ ധ്യാനിക്കരുത്. ഇതിലാണ് കുറെ വൈഷമ്യമുള്ളത്. സിവിൽ വ്യവഹാരത്തിന്റെ 'ഗിഷ്ട' അറിഞ്ഞു പ്രവർത്തിക്കേണ്ടത് അതിൽ ഏർപ്പെടുന്ന ആളുടെ പ്രവൃത്തിയായിരിക്കും. രാഘവമേനോൻ നുമ്മളോട് ഇപ്പോൾ തുറന്ന് ഒരു കാര്യത്തെക്കുറിച്ചു സംസാരിച്ചു. അതിനു സദുത്തരമായി ഞാനും ഏതാണ്ടു പറഞ്ഞു, അല്ലെ? എന്താണ് ഇവിടുന്ന് ഒന്നും പറയാത്തത്?" എന്നു രാഘവമേനോനോടു കുണ്ടൻമേനോൻ ചോദിച്ചു.

രാഘവമേനോൻ, "നിങ്ങൾ വേണ്ടാത്ത ഒരു സംഗതിയിന്മേൽ വൃഥാ കണ്ഠക്ഷോഭം ചെയ്യുകയാണ്. ഞാൻ എന്തിന്ന് അതിൽ കടന്നു സംസാരിക്കുന്നു" എന്നു പറഞ്ഞ് ശങ്കരമേനോന്റെ മുഖത്തു നോക്കി ഒന്നു ചിറിച്ചു.

കുണ്ടൻമേനോൻ: അല്ലാ! ഇതും അസംബന്ധമായിത്തീർന്നുവോ? ഈ കുട്ടിയുടെ വകയായി നാലഞ്ചായിരം ഉറുപ്പികയ്ക്കു പണ്ടങ്ങൾ ഉണ്ടെന്നു പൂഞ്ചോലക്കര എടക്കാർ വൈത്തിപ്പട്ടർ മുതലായവരെക്കൊണ്ടു ലവിഡൻസു കൊടുത്താലോ?

രാഘവമേനോൻ: ലവിഡൻസു കൊടുക്കട്ടെ.

കുണ്ടൻമേനോൻ: എന്താണ്, അപ്പോൾ അതു വിശ്വസിക്കയില്ലെന്നോ?

രാഘവമേനോൻ: വിശ്വസിച്ചുകൊള്ളട്ടെ.

കുണ്ടൻമേനോൻ: എന്നാൽ നുമ്മൾക്ക് അപജയമല്ലേ?

രാഘവൻമേനോൻ: ഈ ആഭരണങ്ങൾ ഉള്ളതുകൊണ്ട് അതുകളെ വിറ്റുപണമാക്കി സല അടയ്ക്കേണമെന്നു തീർച്ചയാക്കുന്നതായാൽ അത് അപജയംതന്നെ. എന്നാൽ, ഞങ്ങൾ അറിഞ്ഞിടത്തോളം ഈ കേസ്സിൽ യാതൊരു കളവായ വഴിക്കും പ്രവർത്തിക്കുക ഇല്ല. നിശ്ചയംതന്നെ. ഈ കുട്ടിക്കുള്ള ആഭരണങ്ങൾ നെയമം പെരുമാറിവരുതാണെന്നും അതുകൊണ്ട് ആ ആഭരണങ്ങളെ വിറ്റു സല കൊടുപ്പാൻ സാധിക്കുന്നതല്ലെന്നും തർക്കിക്കുവാനാണ് ഭാവം. കുട്ടിയുടെ പക്കൽ ആഭരണങ്ങൾ

ഇല്ലെന്നുള്ള കളവായ വാദം ആര് പുറപ്പെടിയിക്കും. കേസ്സു ജയിച്ചാലും കേസ്സിന്റെ 'ഗിഷ്ടൊ' 'പോയിന്റൊ' എന്തുതന്നെ ആയാലും വേണ്ട തില്ല.

എന്നുപറഞ്ഞു രാഘവമേനോനും ശങ്കരമേനോനും കുറെ ചിറിച്ചു.

കുണ്ടമ്മേനോൻ കുറെ വിഷണ്ണനായി. താൻ പറഞ്ഞതിൽ കാര്യമുണ്ടെന്നു തനിക്ക് ഒരു ബോദ്ധ്യമുണ്ടായി. എങ്കിലും അതു നടിക്കാതെയും ശങ്കരമേനോനോടു തനിക്കു വന്ന ക്രോധത്തെക്കുറിച്ച് ഒന്നും പറയാതെയും കഴിച്ചു. അന്നു രാത്രി അന്യായഹർജി തെയ്യാറാക്കി പിറ്റേന്നു രാവിലെ രാഘവമേനോന്റെ ഗുമസ്തന്മാർ അതിന്റെ അസ്സൽ എഴുതുകയുംചെയ്തു. കക്ഷികൾ വന്നവർ ഇതിന്റെ വിവരത്തെക്കുറിച്ചു സ്വകാര്യം ഗ്രഹിച്ച് രാഘവമേനോന്റെ പടിക്കു പുറത്തു കടന്നപ്പോൾ കൊട്ടിഗ്ഘോഷിച്ചു തുടങ്ങി. ക്രമേണ ഈ വർത്തമാനം പ്രചുരമായി പരന്നു. രാവിലെ ഏകദേശം എട്ടുമണിയായപ്പോൾ ആ സ്ഥലത്ത് എങ്ങും ഈ വർത്തമാനം സംസാരമായി. ജനങ്ങൾ കേൾക്കുന്നതിൽ അധികപക്ഷവും അന്യായം ശുദ്ധമേ കളവാണെന്നും ഇങ്ങനെയുള്ള മഹാവ്യാപ്തി നടത്തി കാര്യം ജയിച്ചു എങ്കിലും ഇതിൽപരം ഒരു കഷ്ടം ഉണ്ടാവാനില്ലെന്നും പറഞ്ഞു തുടങ്ങി.

എന്റെ വായനക്കാരോട് ഇനിയും ചില വിവരങ്ങൾ പറവാനുണ്ട്. അതുകൂടി പറഞ്ഞുകഴിഞ്ഞതിന്റെശേഷം വീണ്ടും ഈ വ്യവഹാരത്തിന്റെ കഥ പറവാൻ നമുക്കു വരാമെന്നുവെച്ച് ഇത് ഇവിടെ നിർത്തുന്നു. രണ്ടാം അദ്ധ്യായത്തിൽ ശങ്കരമേനോൻ പൂഞ്ചോലക്കര എടത്തിൽനിന്നു മടങ്ങി വരുന്ന വഴിയിൽ ഒരു ക്ഷേത്രത്തിൽ കയറി അവിടെ ഉണ്ടായിരുന്ന ഒരു തൊളു എമ്പ്രാനെ പ്രസാദിപ്പിച്ച് അയാളുടെ ഒണങ്ങൽ അരി ചോറു വാങ്ങി ഭക്ഷണം ചെയ്തതും അതിന്നിടയിൽ ശങ്കുവാരിയർ എന്ന ഒരു വാരിയരെ കണ്ടെത്തിയതും എന്റെ വായനക്കാർക്ക് ഓർമയിൽ ഉണ്ടായിരിക്കാം. ഈ വാരിയർ പ്രായംചെന്ന സുശീലനായ ഒരു മനുഷ്യനാണെന്നും മുമ്പ് ഈ ബുക്കിൽ പറഞ്ഞിട്ടുണ്ട്. എന്നാൽ ഈ ആളുടെ മുഴുവനുമായുള്ള അവസ്ഥയെ ഒന്നും എന്റെ വായനക്കാർക്ക് അറികയില്ല. അത് അല്പം പ്രസ്താവിക്കേണ്ടിവന്നിരിക്കുന്നു. ഈ ശങ്കുവാരിയർ ഈ കഥ പരക്കുന്നതിൽ ഒരു മുഖ്യമനുഷ്യനായി സംഭവിക്കുന്നതുകൊണ്ട് ഇത് അത്യാവശ്യമായിത്തീർന്നിരിക്കുന്നു. പൂമഠത്തിൽ വാരിയത്തു പ്രസിദ്ധനായി ഉണ്ടായിരുന്ന കൃഷ്ണവാരിയരുടെ മകനാണ് ഇദ്ദേഹം. കൃഷ്ണവാരിയര് ജീവിച്ചിരിക്കുന്ന കാലത്ത് താൻ നല്ല വ്യുല്പന്നനാകകൊണ്ടു പലരുടെ അടുക്കെയും നിത്യസൗഹാർദമായി കാലം കഴിച്ചിരുന്ന ഒരാളായിരുന്നു. പണത്തിനു ബുദ്ധിമുട്ടില്ലാതെ കഴിഞ്ഞുവന്ന ഒരാളും താൻ മരിക്കുമ്പോൾ കുറെ സ്വത്തു സമ്പാദിച്ചുവെച്ചിരുന്ന ഒരു മനുഷ്യനും ആയിരുന്നു. കുറെ സ്വത്ത് എന്നുവെച്ചാൽ ഒരു എണ്ണൂറുപറയോളം നെല്ല് ജന്മമായി എടുത്ത് അതും ഒരു എഴുപത് ഉറുപ്പികയോളം പാട്ടം കിട്ടിവരുന്ന പറമ്പുകളും തന്റെ ജന്മസ്ഥലമായ പറമ്പിൽ സാമാന്യം നല്ലതായ ഒരു വീടും ഉണ്ടായിരുന്നു. കൃഷ്ണവാരിയരുടെ ഭാര്യ ലക്ഷ്മി വാരിയസ്യാര് ഈ കഥ നടന്ന കാലത്തേക്ക് ഒരു പത്തു സംവത്സരം

മുമ്പു മരിച്ചുപോയി. അപ്പോൾ കൃഷ്ണവാരിയര് ഉണ്ടായിരുന്നു. കൃഷ്ണവാരിയർക്ക് ഈ സ്ത്രീയിൽ രണ്ടു മക്കൾ ഉള്ളതിൽ ഒന്നു നമ്മുടെ ശങ്കുവാരിയരും മറ്റേത് ഒരു സ്ത്രീയും ആയിരുന്നു. ഇവര് രണ്ടു പേർക്കായി താൻ സമ്പാദിച്ച മുതലുകൾ എല്ലാം കൊടുത്ത് അച്ഛൻ കൃഷ്ണവാരിയര് ചരമഗതിയെ പ്രാപിക്കുകയും ചെയ്തു. ആ സ്വത്തിനെ ശങ്കുവാരിയർ രക്ഷിച്ചുവന്നു. പെങ്ങളായ പാറുവാരിയസ്യാരെ ഒരു നമ്പൂതിരിക്കായി ബാന്ധവം ചെയ്തുകൊടുത്തു. തനിക്കു യാതൊരു ബാന്ധവവുംകൂടാതെ ഈശ്വരവിചാരംകൊണ്ടുതന്നെ കാലംകഴിക്കയാണ് ശങ്കുവാരിയരു ചെയ്തത്. വഴിയിൽവെച്ചു കണ്ടു എന്നു പറഞ്ഞ ആ ക്ഷീണിച്ചിരിക്കുന്ന ക്ഷേത്രത്തിൽ ഒരു കഴകമുണ്ടെന്നു പേർ പറഞ്ഞു വരുമാറുണ്ട്. ആ ക്ഷേത്രം പാൽനുരഇല്ലത്ത് നമ്പൂതിരിയുടെ വകയാണ്. നമ്പൂതിരിയുടെ ദുഷ്പ്രഭാവത്തിന്ന് ഈ ക്ഷേത്രംവക മുതൽ ആകവെ പിടിച്ചുപറിച്ചു സ്വന്തം മുതലാക്കി ക്ഷേത്രത്തിന്നു നൊമ്മൾ പറഞ്ഞ ഒരു തുളു എമ്പ്രാനെന്ന ഒരാളെ ശാന്തിക്കുംവെച്ചു കഴിക്കയായിരുന്നു. എന്നാൽ ഇവിടെ കഴകത്തിന്ന് ആൾ ആരുമില്ലാതെ വന്നുപോയതിനാൽ ആ പ്രവൃത്തി താൻതന്നെ ചെയ്തുതരാമെന്ന് ഇഷ്ടംകൊണ്ടുമാത്രം ശങ്കുവാരിയര് നിശ്ചയം ചെയ്തിരുന്നു. ശങ്കുവാരിയരു മൂന്നു നാലു പ്രാവശ്യം കാശിക്കും പതിനൊന്നു പ്രാവശ്യത്തോളം രാമേശ്വരത്തേയ്ക്കും മറ്റു വിശേഷമായ ക്ഷേത്രങ്ങളിലേക്കും മറ്റും അനേകം പ്രാവശ്യങ്ങളായിട്ടും പോയി ഒരു രാജ്യസഞ്ചാരിയായിരിക്കുന്നു. ഈശ്വരഭക്തി അതികലശലാണ്. ഇങ്ങനെയാണ് ഇയാളുടെ സ്ഥിതി. ഈ വാരിയരും പാൽനുരയില്ലത്തെ നമ്പൂതിരിയും കൂടി ഒടുവിലത്തെ പ്രാവശ്യം കാശിക്ക് ഒന്നായിട്ടാണ് പോയത്. ആ നമ്പൂതിരിയുടെ പേർ പാൽനുരയില്ലത്ത് വിക്രമൻനമ്പൂതിരി എന്നായിരുന്നു. അയാളുടെ വസതി ഈ വാരിയരുടെ ദിക്കിൽനിന്ന് അഞ്ചു കാതം വടക്കുകിഴക്കായിട്ടാണ്. ശങ്കരമേനോൻ ഈ തരത്തിൽ ഇവരെ കാണണമെന്നു നിശ്ചയിച്ചു വാരിയരുടെ ഭവനത്തിൽ ചെന്നു. ശങ്കുവാരിയര് ശങ്കരമേനോനെ വളരെ സന്തോഷത്തോടുകൂടി ആദരിച്ച് ഇരുത്തി സാദരമായി സംസാരിച്ചു തുടങ്ങി. ശങ്കരമേനോന്റെ ബുദ്ധിയിൽ നൂറ്റിൽ ഒരംശം ഉള്ള ആൾക്ക് ഈ ശങ്കുവാരിയരുടെ പ്രകൃതം ക്ഷണേന ഗ്രഹിക്കത്തക്കതാണ്. ഇത്ര പരമസാധുവായുള്ള പച്ച പശുവേ മനുഷ്യരുടെ കൂട്ടത്തിൽ വേറെ കാണുവാൻ പ്രയാസപ്പെടും. മനസ്സിന്ന് ഇത്ര ശുദ്ധതയും ഇത്ര മാർദ്ദവവും ഉണ്ടായിട്ടു വേറെ ഒരു മനുഷ്യനും കാണാൻ പാടില്ലെന്നുതന്നെ പറയാം. ഈ ഗുണങ്ങളെ എല്ലാം അറിഞ്ഞിരിക്കുന്ന ശങ്കരമേനോൻ എങ്ങനെയാണ് ഈയാളോടു സംസാരിക്കേണ്ടത് എന്ന് വിശേഷമായി മനസ്സിലാക്കീട്ടുണ്ടെന്നുള്ളത് ഞാൻ പറയേണ്ടതില്ലല്ലൊ. ശങ്കുവാരിയരുമായി കണ്ടു പിരിഞ്ഞതിനു ശേഷം ഉണ്ടായ വിവരങ്ങൾ എല്ലാം പറഞ്ഞു.

ശങ്കുവാരിയര്: (കുറെ വിചാരിച്ചിട്ട്) ഇതു കാര്യം മഹാവിഷമമായിരിക്കുന്നുവല്ലോ. പൂഞ്ചോലക്കര എടം എന്നു പറഞ്ഞാൽ ഈ ദിക്കിലെല്ലാം വളരെ വലുപ്പമായൊരു സ്ഥലമാണ്. അവിടേയ്ക്കു പ്രതികൂലമായി യാതൊരു കാര്യത്തിലും നിന്നാൽ ആവക ആളുകൾക്കു വരുന്ന ഫലം

കുറെ നിരൂപിക്കേണ്ടതാണ്. കാര്യം പരമാർത്ഥമായിരിക്കുമ്പോൾ എന്താണ് അവിടുന്ന് ഈ ശാഠ്യത്തിന്നു വട്ടംകൂട്ടുന്നത്.

ശങ്കരമേനോൻ: നിങ്ങൾ പൂഞ്ചോലക്കര എടത്തിലെ ഒരാശ്രിതനൊ കുടിയാനൊ ആയിരിക്കുമോ എന്നറിഞ്ഞില്ല.

ശങ്കുവാരിയര്: കുടിയായ്മ യാതൊന്നുമില്ല. യാതൊരു കഴക പ്രവൃത്തിയും ഇല്ല. ആശ്രിതന്മാരുടെ കൂട്ടത്തിൽതന്നെയോ എന്നും സംശയമാണ്. എന്നാൽ ഭയപ്പെടേണ്ട മനുഷ്യരെക്കുറിച്ച് എനിക്ക് എല്ലായ്പോഴും ഭയമാണ്. പൂഞ്ചോലക്കര എടത്തിലെ അവസ്ഥ എങ്ങനെയെന്നുള്ളത് ശങ്കരമേനോനു മനസ്സിലായിട്ടുണ്ട്. കുടിയായ്മ ഉള്ളവരും ഇല്ലാത്തവരും ആശ്രിതയുള്ളവരും ഇല്ലാത്തവരും ഒരുപോലെ അവിടുത്തെ കീഴിൽ സകല നടവടികളും അവിടുന്നുമായി വിരോധം ഉണ്ടാകാതെ കഴിയുന്ന മാതിരിയിൽ മാത്രമേ ഈ ദിക്കുകളിൽ പ്രവർത്തിച്ചുവരുമാറുള്ളു. സാധുക്കളുമായിട്ടുള്ള ഞങ്ങളിൽ ചിലർ അവിടെ ഭയപ്പെടേണ്ടി ഇരിക്കുന്നതു പോട്ടെ, ഈ ദിക്കിൽ നല്ല കോപ്പോടുകൂടി നല്ല ഒരു ജന്മിയായിരിക്കുന്ന ഉദയന്തളി കോവിലകത്തേക്കുതന്നെ എടത്തിലെ വിരോധങ്ങൾ വന്നു സംഭവിച്ചതിനാൽ ഉണ്ടായ നഷ്ടകഷ്ടങ്ങൾ ഏതു പ്രകാരമാണെന്നു ഞാൻ പറയാതെതന്നെ അറിയാമല്ലൊ. ഇങ്ങിനെ ഇരിക്കുമ്പോൾ ഈ ദരിദ്രനായ ഞാൻ ഈ കുലയാനത്തലവന്മാരോടു പൊരുതുവാൻ നിശ്ചയിച്ചു സാക്ഷി പറഞ്ഞാലൊ മറ്റൊ ഉണ്ടാവുന്ന ഫലം എന്താണെന്ന് പറഞ്ഞ് അറിയിക്കണമോ? പാൽനുര ഇല്ലത്തെ നമ്പൂതിരിപ്പാട്ടിന്നും പൂഞ്ചോലക്കര എടത്തിന്നും വളരെ സ്നേഹമായിട്ടാണ്. അതുകൊണ്ട് പാൽനുര ഇല്ലത്ത് പോയിട്ടുതന്നെ ഫലമില്ല. അവിടെനിന്നു പൂഞ്ചോലക്കര എടത്തിലേക്കു വിരോധമായി ഒരു കാര്യത്തിലും സാക്ഷിപറകയില്ലെന്ന് എനിക്കു നല്ല നിശ്ചയമുണ്ട്. പിന്നെ പൂഞ്ചോലക്കര എടത്തിലേക്കു വിരോധമായി ഈ കാര്യത്തിൽ ഒരു വിധികിട്ടുവാൻ പ്രയാസപ്പെടും. ഇതെല്ലാം ആലോചിച്ചാണ് ഞാൻ പറഞ്ഞത്.

ശങ്കരമേനോൻ:കുടിയായ്മയും ക്ഷേത്രത്തിൽ കഴകവും ഒന്നും ഇല്ലല്ലൊ? ഇതു തീർച്ചതന്നെയല്ലെ? പിന്നെ അത്ര ഭയപ്പെടാൻ എന്താണ് ആവശ്യം? മനുഷ്യർ ലോകത്തിലുള്ള കാര്യങ്ങളെ പരമാർത്ഥതയോടുകൂടി കഴിയുന്നേടത്തോളം നടത്തുകയും നടത്തിപ്പാൻ ഉത്സാഹിക്കുകയും ചെയ്യണം. അങ്ങനെ അല്ലേ വേണ്ടത്? നിങ്ങളോടു ഞാൻ ആവശ്യപ്പെടുന്നത് ഇല്ലാത്ത ഒരു കാര്യം നിർമര്യാദയായി ഉണ്ടാക്കിത്തീർത്ത് അതിനെക്കുറിച്ച് സാക്ഷിപറയണമെന്നല്ലല്ലൊ. വാസ്തവമായി നടന്നിട്ടുള്ള ഒരു കാര്യം ഓർമയുള്ളത് ഒരു നീതിന്യായക്കോടതിയിൽ ബോധിപ്പിക്കേണമെന്നല്ലേ? ഇതിന്നു വേറെ സംഗതിവശാൽ (കുടിയായ്മയോ ആശ്രയമോ ഇല്ലാത്തപക്ഷം) വിരോധമില്ലെങ്കിൽ വേറെ ഐഹികമായി എന്തൊരു പ്രതിബന്ധം ആണ് ഉള്ളത്? അതുണ്ടെങ്കിൽ പറഞ്ഞുകേൾക്കേണ്ടിയിരുന്നു. പാരത്രികമായി ഇതു ചെയ്യുന്നത് സർവ്വശുഭമായിട്ടേ വരുവാൻ പാടുള്ളു എന്നുള്ളതു നിർവ്വിവാദമാണ്. ഇങ്ങനെയുള്ള കാര്യത്തിൽ സത്തുക്കളായി നിങ്ങളെപ്പോലെ ഉള്ള ആളുകൾ നേരുപറയാതെ ഇരുന്നാൽ അതുകൊണ്ടു സംഭവിക്കുന്ന ദോഷങ്ങൾക്ക് നിങ്ങൾ ഉത്തരവാ

ദികൾ അല്ലയോ? എല്ലാ കാര്യങ്ങളും ദൈവത്തിങ്കൽ സമർപ്പിച്ചു ചെയ്യേണ്ടതാണ്. ഇതിൽ നിങ്ങൾ ദൈവത്തിനു വിപരീതമായി പ്രവർത്തിച്ചാൽ അതിന്നുള്ള പ്രതിഫലം ദൈവംമുഖേന എന്തായിരിക്കും? നിങ്ങളെ ഞങ്ങൾ സാക്ഷികൊടുക്കാതെ ഇരിക്കയില്ല. സാക്ഷികൊടുത്തു കൂട്ടിൽ കയറ്റി വിസ്തരിക്കുമ്പോൾ പറയുന്ന ഉത്തരങ്ങൾ നിങ്ങളുടെ മനസ്സാക്ഷിക്ക് ഒത്തവണ്ണം ഇരിക്കട്ടെ.

ഈ വാക്കുകൾ കേട്ടശേഷം ശങ്കുവാരിയർക്കു കുറെ വ്യസനമായി. എന്താണ് ഈശ്വരാ വേണ്ടത് എന്ന് ആലോചന തുടങ്ങി. സത്യത്തിൽ വളരെ വിശ്വാസമുള്ള ഒരാളാണ് ഈ ശങ്കുവാരിയർ. എന്നാൽ പൂഞ്ചോലക്കര എടത്തിന്നുമായി വല്ല വിരോധവും സംഭവിച്ചു എങ്കിലൊ എന്നു നല്ല ഒരു ഭീതിയും ഉള്ളിൽ കിടപ്പുണ്ട്. ഈ ശങ്കരമേനോൻ പറഞ്ഞതിന്നു മറുപടി എന്താണു പറയേണ്ടത്, എന്നുള്ള ആലോചനയായി.

ശങ്കരമേനോൻ: എന്താണ് ഇങ്ങനെ ആലോചിക്കുന്നത്? പരമാർത്ഥത്തെ പറയേണ്ടിവരുന്നതായ സ്ഥലങ്ങളിൽ ആളുകൾ മനുഷ്യരിൽനിന്നുള്ള ഭീതികൊണ്ടോ, കാര്യത്തിൽ വരുന്ന നഷ്ടങ്ങളേയോ കഷ്ടങ്ങളേയോ ഓർത്തിട്ടോ വ്യതിചലിച്ചുപറഞ്ഞാൽ അതിന്നുള്ള ദോഷം ഇന്നതാണെന്നു വല്ല അറിവുള്ള ഒരാളാകയാൽ അങ്ങനെ മനസ്സിന്ന് ഒരു വ്യഥ ഉണ്ടാവുന്നതാണെന്ന് എനിക്കു നല്ല ഓർമ എല്ലായ്പോഴുമുണ്ട്. ഈ ഓർമ ഉണ്ടായതുകൊണ്ടു തന്നെയാണ് ഞാൻ ഇങ്ങോട്ടു പോന്നതും. അനേകം മനുഷ്യരെ പലവിധമായിട്ടുള്ള കാര്യങ്ങളിൽ അനുഷ്ഠാനം ചെയ്തിരിക്കുന്നവരെ ഞാൻ കണ്ടിട്ടുണ്ട്. അതിൽ ഈ വിധം, എന്നുവച്ചാൽ അങ്ങേമാതിരിപ്രകാരം ഉള്ള ആളുകളെ കുറിച്ചുമാത്രമാണ് എനിക്ക് ബഹുമാനമുള്ളത്. വളരെ ചുരുക്കമേ ഇങ്ങനെയുള്ള ആളുകളെ കാണ്മാൻ സാധിക്കയുള്ളു. ഞങ്ങൾക്ക് ഈ അവസരത്തിൽ ഇങ്ങനെ ഒരാളെ ഉപകരിക്കാനായി കിട്ടി എന്നുള്ള ഒരവസ്ഥ ദൈവസഹായമുണ്ടെന്നുള്ളതിന്ന് ഒരു ദൃഷ്ടാന്തമാണ്. വ്യവഹാരത്തിൽ ഒരേ സമയം ജയമോ തോൽമയോ നേരിടാം. എന്നാൽ, ചെയ്യുന്ന വ്യവഹാരം ന്യായത്തിന്നും സത്യത്തിന്നും ഒത്തതോ അതല്ല വ്യവഹാരത്തിൽ ഉള്ള രസംകൊണ്ടോ വല്ല പ്രതിഫലവും അന്യായമായി കിട്ടണമെന്ന് ആഗ്രഹിച്ചിട്ടോ കളവായൊരു വിവരം സ്ഥാപിക്കാനായിട്ടോ മറ്റൊ ചെയ്യുന്നതോ എന്നു മാത്രമാണ് ഓർക്കേണ്ടത്. ഈ വ്യവഹാരം കൊടുക്കാതെ ഇരിപ്പാൻ യാതൊരു നിവൃത്തിയും ഞങ്ങൾക്കില്ല. ഒരു സമയം ഈ കുട്ടിക്കു വേണ്ടുന്ന ചിലവിന്നു കൊടുത്തു സംരക്ഷിപ്പാനായി ആ കുട്ടിയുടെ അച്ഛന്നു സ്വത്തുണ്ടായിരുന്നുവെങ്കിൽ ഈ വ്യവഹാരം കൊടുക്കാതെ തന്നെ കഴിക്കാമായിരുന്നു. ആ സ്ഥിതി ഇപ്പോൾ വിട്ടുപോയി. ഇപ്പോൾ വ്യവഹാരം കൊടുക്കാതെ കഴികയില്ലെന്നുവന്നു ഈ സങ്കടങ്ങളെ ഒരു കോടതിയിൽ ബോധിപ്പിച്ചിട്ട് അവിടെവെച്ചു കാര്യം സമർപ്പിക്കേണമെന്നു കുട്ടിയുടെ അച്ഛന്നുണ്ടായ താല്പര്യത്തെ കഴിയുന്നേടത്തോളം സഹായിപ്പാനായി സത്യവാനായ താങ്കളും ഞാനും ഉത്സാഹിക്കേണ്ടതല്ലയോ? ഉദയന്തളി രാമവർമ്മൻ തിരുമുല്പാട് പൂഞ്ചോലക്കര എടത്തിന്നു വ്യവഹാരങ്ങൾ ചെയ്തിട്ടു തോറ്റുപോയി എന്നു പ്രസിദ്ധമാണ്. ഞാൻ കേട്ടി

ട്ടുണ്ട്. ഇതു നമ്മുടെ വ്യവഹാരം തോറ്റുപോവാനായി ഒരു സംഗതിയായിരിക്കുന്നതല്ലെന്നാണ് എന്റെ വിചാരം. രണ്ടു വലിയ ദ്രവ്യസ്ഥന്മാർ തമ്മിൽ ചെയ്തിട്ടുള്ള വ്യവഹാരങ്ങളുടെ പര്യവസാനത്തിലുള്ള ഫലം രണ്ടാൾക്കും പ്രതികൂലമായിട്ടുതന്നെ ഇരിക്കയുള്ളു. രണ്ടു ഭാഗത്തു നിന്നും കൊടുക്കുന്ന തെളിവുകൾ തുല്യമായി കളവായിവരാനേ പാടുള്ളു. അങ്ങനെ ഇരിക്കുമ്പോൾ സിവിൽവ്യവഹാരങ്ങളുടെ ഗതി സൂക്ഷ്മത്തിൽ വളരെ സ്വാഗതമായി വരുവാൻ പാടുള്ളതല്ല. അവനവന്നു വന്ന സങ്കടമോ വ്യസനമോ ഹേതുകമായിട്ടുള്ള അപേക്ഷയെ ഒരു നീതിന്യായകോടതിമുമ്പാകെ വയ്ക്കുക. അതിലേക്ക് ആവശ്യമുള്ള തെളിവിനെ സത്യമായി കൊടുക്കുക. അതിന്ന് അനുകൂലമായി സത്യമായി ഒരു വിധി കിട്ടേണമെന്നു ദൈവത്തെ പ്രാർത്ഥിക്കുക. ഇത്ര മാത്രമാണു സങ്കടമുള്ള ഒരു കക്ഷിക്കു ചെയ്‌വാൻ പാടുള്ളത്. ഇതുംകൂടി ഞങ്ങളിൽ ചിലർക്കു ചെയ്തുകൂടാ എന്നുണ്ടോ? ദൈവമേ, ഈ പൂഞ്ചോലക്കര എടത്തിൽ ഉള്ള ആളുകളുടെമേൽ ഒരു വ്യവഹാരംകൂടി കൊടുപ്പാൻ വയ്യേ? ഒരു കാലത്ത് അങ്ങുന്നുതന്നെ വന്നുകണ്ടതായ ഒരവസ്ഥയെക്കുറിച്ചു തുറന്നുപറയുന്നത് എടത്തിലേക്കു വിരോധമായിട്ടാകകൊണ്ട് അതു മറച്ചുവെച്ചുകളയാമെന്നു വിചാരിക്കുന്നതു കഷ്ടമല്ലയോ? മനുഷ്യരവലംബിച്ചിരിക്കുന്ന ഈ ദേഹം എത്രതന്നെ നശ്വരമായിട്ടുള്ളതാണ്! അത് ഓർക്കുന്നില്ലേ? ഒരു മനുഷ്യനുള്ള ജീവിതകാലം ഒരു ചാൺനീളമേ ഉള്ളു. ആ കാലത്തിനുള്ളിൽ ചെയ്യുന്ന ഗുണപ്രവൃത്തികളെയോ ദോഷപ്രവൃത്തികളെയോ തന്നെ പിന്തുടരുന്ന ആളുകൾക്കു പിന്നേയും പിന്നേയും ഓർമ്മയായിക്കൊണ്ടേ വരും. ഇതിൽ അവരു ചെയ്ത ഗുണകർമ്മങ്ങൾ ഏതാണെന്നു പൊതുവിൽ ജനങ്ങൾക്ക് അഭിപ്രായം എന്തെങ്കിലും ഉണ്ടായിക്കോട്ടെ എന്നോ ഇവിടുത്തെ വിചാരം? മനസ്സിന്ന് അങ്ങയ്ക്കു നല്ല ഒരു വിഷാദം ഇതിൽ കടന്നിട്ടുണ്ടെന്നു മുഖത്തിൽനിന്നു സ്ഫുരിക്കുന്നു. കളവായ വിവരത്തെക്കുറിച്ച് ഒരു സാക്ഷി പറയുന്നത് ഒരിക്കലും ഭംഗിയായി വരുന്നതല്ലെന്ന് അങ്ങേയ്ക്കു തന്നെ മനസ്സിൽ പൂർണബോദ്ധ്യമുണ്ട്. എന്നാലും പൂഞ്ചോലക്കര എടത്തിലേക്കു വിപരീതമായി എങ്ങനെ സാക്ഷിപറയും, എന്നുള്ള ഒരു മഹാഭീതിയും ഉള്ളതായി കാണപ്പെടുന്നു. "സർവ്വശക്തനായി ജഗന്നാഥനായുള്ള ഭഗവാന്റെ പരാശക്തിയിൽ മൂടപ്പെട്ടിരിക്കുന്ന ഈ ലോകത്തിൽ ദൈവാനുകൂലമായിട്ടല്ലാതെ നാം യാതൊന്നും പ്രവർത്തിച്ചുപോവുന്നതിൽനിന്ന് എല്ലായ്പോഴും പിന്തിരിയണമെന്നു വിചാരിക്കേണ്ടതാകുന്നു." എന്തു പൂഞ്ചോലക്കര എടം! എന്ത് അച്ചൻ, ഇവരെക്കൊണ്ടെല്ലാം എന്തു കഴിയും? ഹാ! കഷ്ടം, ഇത്ര ബുദ്ധിക്കു വിശാലത്വമില്ലാതെപോകുന്നുവല്ലോ? ഈ അസത്യത്തെ വെളിച്ചത്താക്കുവാനോ ഈ സത്യസ്ഥിതിയെ സത്യമായും എല്ലാവരേയും അറിയിപ്പാനോ ഉള്ള ദൈവികമായ ഇച്ഛയിന്മേൽ താങ്കൾ ഈ പറയുന്ന വാക്കുകൾ എങ്ങനെയെങ്കിലും കലാശിക്കട്ടെ. അതിൽനിന്ന് എന്തു പ്രതിഫലമെങ്കിലും കിട്ടട്ടെ എന്നുറച്ചു തനിക്കുതാൻ പോരുക എന്ന പേരു ദൈവം മുമ്പാകെ സമ്പാദിക്കുന്നതോ നല്ലത്? കാര്യത്തിൽ സാക്ഷിയായി നുണ പറഞ്ഞ് നില്ക്കുന്നതോ നല്ലത്? ഈ കാര്യത്തിൽ വളരെ ആളുകൾ പണ

ത്തിനെ ഓർത്തിട്ട് നുണപറവാൻ ഒരുങ്ങീട്ടുണ്ട്. ആ കൂട്ടത്തിൽ നുണപറയുന്നതോ നല്ലത്? അല്ല കാര്യം ഉണ്ടായപ്രകാരം സത്യമായി പറയുന്നതോ നല്ലത്? സത്യംപറയുന്നവർ ഈ കാര്യത്തിൽ ദുർല്ലഭം ആളുകളേ ഉണ്ടാവുകയുള്ളു. എന്നാൽ അവരുടെ കൂട്ടത്തിൽ നില്ക്കുന്നതോ നല്ലത്? അവരുടെ പ്രതികൂലക്കാരുടെകൂടെ നില്ക്കുന്നോ നല്ലത്? താങ്കളുടെ സ്വഭാവവും പ്രകൃതവും കേവലം ലോകത്തിൽ നിന്നു ഭിന്നമായിട്ടാണ് കണ്ടുപോരുന്നത്. ലോകത്തിൽ എല്ലാ മനുഷ്യരും താന്താങ്ങൾ എത്ര ദ്രവ്യം സമ്പാദിച്ചോ എന്നു കണക്കാക്കുകയാണ്! മനുഷ്യന്റെ ഒരു ജീവകാലത്ത് എന്തൊക്കെ മുതലുകൾ സമ്പാദിച്ചുകൂട്ടുവാൻ കഴിയുമോ അതൊക്കെ സമ്പാദിച്ചുവെച്ചിട്ടാണ് മനസ്സ് കേവലം അഗണനീയമായ നരകകൂപത്തിലേക്കു ചെന്നു ചാടുന്നത്. ഒരു രാജാവ് മുതല്ക്ക് പിപീലികാപര്യന്തമുള്ള ജംഗമവസ്തുക്കളെ പരിശോധിച്ചുനോക്കിയാൽ ഓരോ ശരീരത്തിന്നൊ ജന്തുവിന്നൊ ആവശ്യപ്രകാരമുള്ളവയും അനാവശ്യമായുള്ളവയും സ്വാർത്ഥനിവൃത്തിയിൽതന്നെ കാംക്ഷയായിക്കൊണ്ട് ഈ സകല ചരവസ്തുക്കളേയും പ്രത്യേകം താന്തന്നെ വേറെ പ്രകാരത്തിൽ ബന്ധിതനായിട്ടില്ലെങ്കിൽ കാണപ്പെടും. ഇങ്ങനെയുള്ള ഒരു നിബന്ധനയെ അല്പം ചില മഹത്തുക്കൾ മാത്രമേ അനുഷ്ഠിച്ചുവരുന്നുള്ളു. ഇതിൽ പ്രഥമ ഗണനീയനാണ് താങ്കളെന്നു ഞാൻ അത്യാഹ്ലാദത്തോടുകൂടി ഇവിടെ പറയുന്നു. ഇങ്ങനെ ഒരു ബന്ധു ഞങ്ങൾക്ക് ഈ സമയം ഉണ്ടായിവന്നതു ഞങ്ങളുടെ പരമഭാഗ്യമാണെന്നു ഞങ്ങൾ കരുതുന്നു. ഇവിടുന്ന് അതിഭാഗ്യവാനായും അതിമാനിയായും ഇരുന്ന കൃഷ്ണവാരിയരുടെ മകനാകുന്നു. കൃഷ്ണവാരിയർ യാതൊരു കാര്യത്തിലും കളവുപറഞ്ഞതായി ഒരേടത്തും ഒരുത്തനും പറകയില്ല. അദ്ദേഹത്തിന്റെ ബുദ്ധിശക്തി വളരെ കേമമായിരുന്നു. ഇതുപോലെ ഒരു വിദ്വന്മണിയായ വ്യുല്പന്നനെ കാണാൻ വളരെ പ്രയാസമാണ്. എത്രയോ മഹാന്മാരായ ജനങ്ങൾക്ക് അവിരതം തന്റെ കൃതികളിലുള്ള രസത്തെ ജനിപ്പിച്ചും വിശേഷമായ ഉപദേശങ്ങൾ കൊടുത്തിട്ടും മറ്റും തന്റെ ജീവകാലം മുഴുവനും കഴിച്ച് ഏതു സ്ഥിതിയിലും പദവിയിലും തന്നെ അദ്ദേഹത്തിനെ അറിവുള്ളവയും നേരിട്ടു കണ്ടറിവില്ലാതെയും ആയുള്ള പലവിധ മനുഷ്യരും അദ്ദേഹത്തിന്റെ പേരിനെ എല്ലായ്പോഴും രക്ഷിച്ചുവരുന്നതു നോക്കുക. അദ്ദേഹം സമ്പാദിച്ചിട്ടുള്ള വസ്തുക്കളിൽ ഒരു ശതാംശംമാത്രമേ നിങ്ങൾക്കു കഴിവാനായി അദ്ദേഹം സൂക്ഷിച്ചിട്ടുള്ളു. സാധുക്കളുമായി അതിരഞ്ജനയായിരുന്നതിനാൽ സമ്പാദിച്ച മിക്കവാറും പണം അവരുടെ ഉപയോഗത്തിനായി താനെ യഥേഷ്ടം ചിലവുചെയ്തു പോന്നു. ഇത് ഓർമയില്ലെ? പിന്നെ താൻ മരിച്ചശേഷം ശേഷിച്ച വസ്തുക്കളെ പരിപാലിക്കേണ്ടതിന്നും തന്റെ കുടുംബങ്ങളെ രക്ഷിക്കേണ്ടതിന്നും അദ്ദേഹത്തിന്നു തന്റെ മനസ്സിന്ന് ഏറ്റവും ബോദ്ധ്യമുള്ള ഒരാളായ താങ്കളെ സൃഷ്ടിച്ചു താങ്കളിൽ ഇതുകളെല്ലാം സമർപ്പിച്ച് അദ്ദേഹം സ്വർഗപ്രാപ്തനാകയും ചെയ്തു. അദ്ദേഹം സമ്പാദിച്ചിട്ടുള്ള വസ്തുക്കളിലൊ ദ്രവ്യത്തിലൊ യാതൊരു നഷ്ടവുംകൂടാതെ താങ്കൾ അതിനെ പരിപാലിച്ചു വരുന്നു. വല്ല ദിക്കിലും അന്വേഷിച്ചു ശ്രമിച്ചാൽ താങ്കൾക്കും അച്ഛ

നിൽനിന്നു കിട്ടിയ സ്വത്തിനെ അല്പം അധികരിപ്പിക്കാമായിരുന്നു; എന്നാൽ ഇതു താങ്കളുടെ മനസ്സിന്നഭിരുചിയുള്ള ഒരു കാര്യമായിരുന്നില്ല. ഇതിൽ താങ്കൾ തെറ്റിപ്പോയി എന്നു സൂക്ഷ്മമാലോചനചെയ്യുന്ന യാതൊരാളും പറകയില്ലെന്നു നിർവ്വിവാദമാണ്. തന്റെ പക്കൽ കിട്ടിയ മുതൽ താൻ ആർക്കാവശ്യമായി തന്റെ അച്ഛനാൽ സമ്പാദിക്കപ്പെട്ടുവോ അവർക്കായി നൽകി തന്റെ വൃത്തിക്കു സഹജമായ അനർഗളവിരക്തി നടിക്കുകയും ഭാവിക്കുകയും ചെയ്ത്, അങ്ങനെ താങ്കൾ കാലം കഴിച്ചു പോരുന്നു. 'ഈ അനർഗളവിരക്തി' എത്ര കണ്ടു മധുരരസമായി മാധുര്യമുള്ള മനസ്സുകൾക്കു തോന്നുന്നു എന്ന് ഇവിടുന്നു വിചാരിക്കേണ്ടതാണ്. കാശിക്ക് ഇവിടെനിന്ന് എത്രപ്രാവശ്യം പോയി എന്നാലോചിക്കട്ടെ, രാമേശ്വരത്തേക്ക് എത്ര പ്രാവശ്യം പോയി എന്നാലോചിക്കട്ടെ, ഗോകർണത്തേക്ക് എത്ര പ്രാവശ്യം പോയി എന്നാലോചിക്കട്ടെ., വൃന്ദാവനത്തിലേക്ക് എത്ര പ്രാവശ്യം പോയി എന്നാലോചിക്കട്ടെ, മൂകാംബിക്കും എത്ര പ്രാവശ്യം പോയി എന്നാലോചിക്കട്ടെ, ജഗന്നാഥത്തിലേക്കും എത്ര പ്രാവശ്യം പോയി എന്നാലോചിക്കട്ടെ, കന്യാകുമാരിക്ക് എത്ര പ്രാവശ്യം പോയി എന്നാലോചിക്കട്ടെ, അയോദ്ധ്യയ്ക്ക് എത്ര പ്രാവശ്യം പോയി എന്നാലോചിക്കട്ടെ. ഈവക ആലോചനകൾ ഒക്കെയും ചെയ്താൽ അപ്പോൾ താങ്കൾ എത്രയൊരു ഭക്തനാണെന്ന് അറിയും. ഇപ്പോൾ വയസ്സ് അൻപതിന്നു താഴെ ആയിരിക്കേണമെന്ന് എനിക്കു തോന്നുന്നു. ഈ അമ്പതിലധികം വർഷങ്ങൾകൊണ്ടു കേവലം ഒരു മനുഷ്യനു സാധിക്കാത്ത പുണ്യോല്ക്കർഷമായ ഈ പ്രവൃത്തികൾ നിഷ്പ്രയാസം ചെയ്തിട്ടുള്ള ഒരു പുമാൻ എന്നു താങ്കളെ അറിയുന്ന ഈ കാണുന്ന നിവാസികൾ എല്ലാം നിർദ്ദാക്ഷിണ്യം പറയുന്ന ഒരാളല്ലെ താങ്കൾ? ഇങ്ങനെയെല്ലാം ഗുണകർമങ്ങൾ അനുഷ്ഠിച്ചു സാദ്ധ്യം വരുത്തിയിരിക്കുന്ന താങ്കളുടെയും അച്ഛന്റെയും സ്ഥിതി നോക്കിയാൽ പൂഞ്ചോലക്കര എടത്തിലേക്കു വേണ്ടി അറിഞ്ഞുംകൊണ്ട് ഒരു കള്ളസ്സാക്ഷി പറയുവാൻ താങ്കൾ തുനിയുമെന്ന് ഞാൻ ഒരിക്കലും വിശ്വസിക്കയില്ല.

www.ingramcontent.com/pod-product-compliance
Lightning Source LLC
LaVergne TN
LVHW100816051026
849519LV00006B/2095
* 9 7 8 9 3 8 2 8 0 8 7 1 8 *